Bất Đèn
FUSUSU

Thân tặng bố, mẹ, anh trai,
và những người bạn truyền cảm hứng giúp
tôi hoàn thiện cuốn truyện này.

.: LƯU Ý :.

Tất cả nhân vật và sự kiện trong cuốn truyện này đều là sản phẩm của trí tưởng tượng. Mọi sự trùng hợp nếu có chỉ là ngẫu nhiên.

CHÒM SAO ĐẠI BÀNG

"Bố Cote ơi, khi ngủ chúng ta sẽ đi đâu ạ?"

"Hơ! Em Nata hỏi ngố quá bố ơi! Ngủ thì làm sao mà đi đâu được?"

"Xí! Ai thèm hỏi anh cơ chứ? Mà sao anh Napa cứ hay chen ngang thế hả?"

"Chen ngang thì sao... Ái! Đừng véo! Đau quá!"

"Suỵt! Nói nhỏ thôi các con, mẹ tỉnh bây giờ. Mà nhìn ngoài cửa sổ kìa, tới lúc ba bố con mình chơi trò nối sao rồi."

Có lẽ do mải nghĩ xem người ta đi đâu vào lúc ngủ, tại sao lại có những giấc mơ, rồi bận véo tay ông anh song sinh quý hóa, mà Nata đã không để ý bên ngoài. Đám mây khổng lồ ban nãy đã tan biến tự lúc nào, để lộ hàng ngàn ngôi sao, trông như một bức hoạ lấp lánh, với khung tranh là ô cửa sổ nhà cô.

Bố Cote nhẹ nhàng ngồi dậy để chuẩn bị cho trò chơi truyền thống của gia đình, chính xác hơn là của ba bố con, vì mẹ Bona thường ngủ rất sớm. Với vị trí đắc địa trên đồi cao, lại ngay sát biển, nhà Nata trở thành nơi không thể tuyệt vời hơn cho trò nối sao. Luật chơi đơn giản y như tên gọi, mọi người sẽ dùng bút vẽ lên tấm kính cửa sổ, nối các ngôi sao lại thành một hình có ý nghĩa. Ai nhanh tay hơn, hoặc vẽ đẹp hơn, người đó sẽ chiến thắng.

Theo lời bố Cote thì trò chơi này không chỉ giúp kích hoạt bộ não thiên tài, mà còn là cách gửi thư tới nữ thần giấc mơ, để mọi người có chung một giấc mơ đẹp. Nata không chắc chắn lắm, vì có vẻ như chẳng ai nhớ nổi giấc mơ của mình sau khi thức dậy, nhưng cô luôn tin tưởng những gì bố nói.

Bố Cote gõ nhẹ cây bút lông lên cửa kính. "Có ai phát hiện được gì chưa?"

"57!" Nata đáp. "Con thấy số 57!"

Nata cầm lấy bút từ tay bố và cười thầm, không hiểu sao hôm nay cô nhanh hơn cả anh Napa. Cô vẽ hai đường lên tấm kính, nối các ngôi sao lại thành số 57. Quả là một tuyệt tác, chưa bao giờ Nata nghĩ mình có thể tìm ra hình ảnh là một con số.

“Tuyệt lắm Nata!” bố Cote nói, “Thế còn Napa chả lẽ lại chịu thua sao?”

Anh Napa chăm chú nhìn ‘chòm sao 57’ mới được phát hiện, như thể đây là lần đầu anh biết tới sự tồn tại của con số ấy. Cũng phải thôi, anh Napa bị mù số mà, phải chật vật lắm anh ấy mới tốt nghiệp được mẫu giáo, việc đếm thành thục từ 1 tới 10 đã là kỳ tích rồi.

Cuối cùng, anh Napa lên tiếng. “Không phải 57, đó là con đại bàng!”

Nata ngơ ngác. “Đại bàng nào thế? Rõ ràng đây là số 57. Chắc chắn anh Napa đã hối lộ cô giáo để được lên lớp rồi bố ạ!”

Anh Napa gân cổ lên. “Cánh kìa, mỏ kìa, một con chim to bự, đáp án chính xác là đại bàng!”

Nói đoạn anh giật lấy cây bút trong tay Nata, và bắt đầu trổ tài. Thông thường thì anh ấy sẽ xóa hết bút tích của cô trước khi đưa ra hình vẽ mới, nhưng hôm nay lại khác, Nata thấy anh bắt đầu vẽ thêm một vài nét vào số 57. Khi một chú đại bàng dễ thương hiện ra, cả Nata và bố Cote đều tròn xoe mắt.

“Tuyệt lắm Napa!” bố Cote nói. “Sao con nhìn ra được hay vậy?”

57

Anh Napa gãi đầu. "Cũng giống Nata tự nhiên nhìn ra số 57 thôi? Mà 57... là bao nhiêu ngón tay gộp lại nhỉ?"

"Con đã bảo rồi. Bố phải cho anh Napa học lại mẫu giáo đi ạ. Mà dù là đại bàng hay là 57, thì em tìm ra hình trước, em là người chiến thắng."

"Hình anh vẽ đẹp hơn, anh mới thắng!"

"Không! Là em!"

"Anh!"

"Thôi, thôi, thôi... tôi xin mấy người!"

"Ối! Mẹ tỉnh rồi! Tại anh đấy!" Nata thốt lên, rồi tranh thủ véo tay anh Napa một phát.

Mẹ Bona ngáp một cái thật dài. "Chả phải tại ai cả, mấy người ồn ào quá, làm tôi tỉnh từ lâu rồi. Mà trước khi gửi thư cho nữ thần giấc mơ, xin vui lòng giúp Nữ hoàng Mất ngủ này cái đã. Mai tôi dậy muộn là cả nhà nhịn ăn sáng. Rõ chưa?"

Kể từ lúc ấy, căn nhà nhỏ trên ngọn đồi ngoại ô thành phố biển Navi trở nên yên ắng lạ thường. Đâu đó có tiếng dế râm ran, nhưng Nata biết đấy mới chỉ là khúc dạo đầu của dàn nhạc giao hưởng đêm khuya.

Đúng như dự đoán, tiếng ngáy o o của bố Cote vang lên, rồi tới tiếng ngáy ran rít như ngạt thở của anh Napa, và cuối cùng là tiếng ngáy khò khò của nhạc trưởng, mẹ Bona. Người ta nói nghe nhạc giao hưởng rất dễ ngủ, nhưng dàn nhạc này y như ly cà phê giữa đêm, khiến Nata thêm tỉnh táo. Cô đang nghiêm túc suy nghĩ về một đề tài khiến mình băn khoăn bấy lâu nay: Người ta đi đâu vào lúc ngủ? Tại sao lại có những giấc mơ?

Thực ra, đây không phải là đêm đầu tiên Nata trăn trở điều này. Cô đã từng thấy anh Napa đang ngủ thì bật dậy, nhưng câu trả lời rằng khi ngủ, người ta nhắm mắt nhắm mũi, đi quanh nhà và cộc đầu vào tường, có vẻ không thuyết phục. Rồi lần khác, cô thấy bố Cote đang ngủ thì bật dậy, nhưng câu trả lời rằng khi ngủ, người ta xuống bếp và lục tủ lạnh, có vẻ cũng không ổn. Còn mẹ Bona, thì chắc có bí quyết gì đó, nên chưa bao giờ bật dậy giữa đêm khuya.

Hôm nay, Nata đã tìm ra số 57 trên bầu trời sao, còn anh Napa lại nhìn thấy chú đại bàng từ con số ấy, hay là nó 57 tuổi? Hoặc hôm nay, nữ thần giấc mơ sẽ cho cả nhà cô cùng bay trên lưng đại bàng chăng? Mà làm sao để gặp được nữ thần giấc mơ? Hay mình sẽ thức trong lúc ngủ? Ủa, anh Napa nói cũng đúng, ngủ thì làm sao mà thức? Ở trường, chẳng ai dạy Nata về những điều này cả. Hay là lên lớp một, cô mới được học?

Cứ thế, hàng loạt câu hỏi tuôn ra, như thể bộ não mới 5 năm tuổi của Nata là cái vòi nước hỏng van. Đó là một dấu hiệu nguy hiểm, vì chỉ lát nữa thôi, cô sẽ mệt mà ngủ lúc nào không biết. Mở trừng mắt, Nata cố không nghĩ gì cả, cô muốn biết mình sẽ đi đâu lúc ngủ. Nhưng rồi, hai mí mắt Nata nặng trĩu như có ai đó buộc chỉ kéo xuống, các suy nghĩ tuôn ra ào ào.

Ngày mai, Nata sẽ được thăm trường cấp hai Dama nổi tiếng. Mặc dù năm nay mới 2080, tức là phải 5 năm nữa, cô mới đủ tuổi thi vào đó, song mới nghĩ thôi, đã thấy thích rồi. Bố Cote nói đó là trường dành cho những học sinh tài năng, cô phải lọt top 10 học sinh giỏi nhất làng, thì mới có cơ hội đi thi. Nghe đâu thầy hiệu trưởng còn nuôi chim đại bàng làm cảnh thì phải? Hay ho nhất là cô sẽ được nhảy dù xuống trường, không biết cảm giác đi máy bay Bus sẽ ra sao nhỉ?

Cứ thế, các đợt sóng suy nghĩ liên tục ùa tới, cuốn phăng Nata vào giấc ngủ tự lúc nào không hay.

9 tháng... 10 năm sau.

Lão Napa cười khùng khục. Cuốn truyện Người Sắt rung rung trên đôi bàn tay gân guốc. Chỉ còn vài trang nữa thôi, là lão sẽ đọc xong tập 57, tập cuối cùng. Song cơn buồn ngủ có vẻ đã bắt đầu phất cờ khởi nghĩa.

Napa cố căng mắt ra, nhưng một cái ngáp dài khiến chúng nhắm tịt lại. Vớ nắm bỏng ngô trên bàn, đưa vào miệng nhai rôm rốp, Napa hy vọng cơn đau răng sẽ làm lão tỉnh ngủ. Rút cục, lão vẫn ngửa cổ ra sau, úp tập truyện lên mặt. Rồi như thường lệ, cả tá suy nghĩ về cuộc đời bắt đầu len lỏi trong cái sọ gần 90 tuổi của lão.

Hiếm có ai như Napa, truyện thiếu nhi đồng hành với lão từ thuở thiếu thời. Người bạn duy nhất, mà cũng thân nhất của lão, là cái tủ truyện khổng lồ sau lưng, cao chạm trần nhà.

Trên đó, từ Người Dơi, Người Nhện, Harry Potter cho tới nàng công chúa ngủ trong rừng, không thiếu thể loại nào. Napa bảo vệ cái tủ ghê gớm lắm, từ kính chống đạn cho tới tường chống bom, căn phòng đọc sách của lão chẳng khác nào một pháo đài bất khả xâm phạm. Sứ mệnh cuộc đời cao cả của Napa, là đọc hết tủ truyện. Bây giờ, lão chỉ còn một cuốn cuối cùng nữa thôi. Song điều duy nhất cản trở lão chính là cơn buồn ngủ khó hiểu này. Suốt bao năm qua, nó luôn rình rập và xuất hiện đúng lúc lão sắp đọc xong. Khi tỉnh dậy, lão quên sạch mọi thứ, nên phải đọc từ đầu. Hôm nay đã là sinh nhật lần thứ 90, biết đâu lão sẽ không tỉnh dậy nữa thì sao?

Không thể như thế được!

Nghĩ vậy, Napa lấy hết sức bình sinh để gượng dậy. Đặt cuốn truyện cộp xuống bàn, lão mở to mắt để đọc tiếp. Được một lát, con mắt bên phải díp lại, kéo theo đồng bọn là con mắt bên trái. Napa lấy hai ngón tay căng mắt ra, nhưng chỉ được ít giây, tay lão buông thõng, đầu gục xuống bàn. Đám bỏng ngô nhảy tung toé reo vui, vì lão đã lại thất bại một lần nữa. Tiếng ngáy ran rít bắt đầu vang lên.

Một lúc sau...

Có âm thanh làm Napa choàng tỉnh, nghe như tiếng ai đó vừa ném đá vào cửa sổ. Napa hé mở con mắt bên phải, tập truyện vẫn còn đó, cảm giác như mới. Ôi, lão đã lại quên hết, và phải đọc từ đầu sao?

Napa uể oải ngồi dậy, ngáp một cái không thể dài hơn. Lão tóm lấy đám bỏng ngô vương vãi trên bàn, rồi vừa nhai vừa nhìn bìa truyện, trên đó vẽ hình nhân vật chính là một người làm bằng sắt, đang bay vòng quanh trái đất.

Âm thanh lúc nãy lại vang lên, lần này có vẻ như cái tay ném đá ngoài kia đã chọn được hòn đá bự hơn. Nhìn ra ngoài cửa sổ, Napa thấy bầu trời hôm nay cư xử thật lạ. Giữa khoảng không xanh trong, là một hố đen to bự, đang bắn ra những viên thiên thạch trông như ngày tận thế trong bộ phim viễn tưởng nào đó.

Hóa ra thủ phạm ném đá là cái hố đen ấy. Napa mỉm cười, đá có to gấp mười cũng chẳng đủ gãi ngứa cho ngôi nhà kiên cố này. Lão phẩy tay một cái, rèm cửa tự động kéo soạt lại, căn phòng rực sáng, y như có một người tàng hình tay kéo rèm, còn chân thì bật công tắc đèn.

Dù hôm nay có tận thế, thì lão cũng phải đọc xong truyện cái đã.

Nghĩ vậy, Napa nhanh chóng cầm truyện lên, nhưng khi lão vừa mới thấy chữ 'Tập 57' thì nửa đầu bên trái có cảm giác tê tê như kiến bò. Rồi trí nhớ của lão chẳng khác nào cái đập nước bị vỡ, mọi tình tiết trước đó của tập truyện tràn về như lũ. Thật không thể tin nổi, lão đã nhớ lại tất cả!

Napa sướng rơn người, lão lật nhanh tới đoạn lúc nãy để đọc tiếp, nhưng một tiếng sét vang lên làm tim lão giật thót.

Cuốn sách rớt bịch xuống sàn.

Đúng là trời đánh chẳng tránh truyện tranh!

Napa hấp tấp vớ lấy cây gậy cũ mèm sau lưng để đi nhặt truyện. Lần này để chắc ăn, lão sẽ đọc luôn dưới sàn cho mà xem.

Khi Napa vừa sờ tay vào tập truyện, thì có tiếng kính vỡ. Một thứ gì đó to bự bay xẹt qua đầu lão, để lại mấy cọng tóc còn rung rinh.

Kết thúc chuỗi sự kiện phi lý đó, là một âm thanh dữ dội. Cả căn nhà rung lên như có động đất, Napa ngã chổng kềnh ra sàn.

Gió từ bên ngoài lùa vào mát rượi, nhưng không sao xoa dịu được sự ê nhức trên cơ thể Napa. Chắc lại là cái tay ném đá ngoài kia, đã chuyển sang dùng súng đại bác, và mới tặng cho nhà lão một viên đạn khổng lồ.

Napa lồm cồm bò dậy, và thấy quanh mình là một bãi chiến trường.

Nước mắt Napa ứa ra. Chiếc rèm yêu dấu bị xé toạc, tủ truyện thân thiết của lão đã bị khoét một lỗ to như cái mâm, quanh mép vẫn còn vết cháy xèo xèo. Còn hàng ngàn đồng đội truyện tranh của lão, thì đang nằm hấp hối bên cạnh những mảnh kính vỡ.

Napa lau nước mắt, lão chống gậy lên và lê bước đầy quyết tâm về phía phòng ngủ sau tủ. Không cần biết thứ của nợ vừa xuyên thủng nhà lão là cái gì, nhưng chắc chắn Napa sẽ băm vằm nó ra vì dám ám sát tủ truyện quý giá của lão.

Nó kia rồi!

Chiếm trọn chiếc giường lò xo, vật thể lạ đó đang khói bốc nghi ngút. Trông nó như một phi thuyền hình viên thuốc, nửa xanh nửa đỏ.

Napa đi vòng quanh, gõ gậy liên hồi để nghe ngóng. Chợt có vết nứt xuất hiện, khiến nó y chang một quả trứng sắp nở. Âm thanh vỡ vụn vang lên làm lão rợn cả xương sống.

Trống ngực Napa đánh như thúc quân, tay lão run cầm cập, cây gậy đập lộp cộp xuống sàn, như thể nó cũng đang sợ hãi khi chứng kiến mảnh vỡ đầu tiên rớt xuống. Khói từ bên trong bốc ra, làm phòng ngủ của lão chẳng khác nào kho đông lạnh mới mở cửa.

Nuốt nước bọt cái ực, Napa cầm gậy lên thủ thế. Dù có con gì khủng khiếp chui ra, thì nó vẫn phải trả giá.

Sau làn khói, lão thoáng thấy có bóng người đang nằm. Napa mạnh dạn tiến tới và quát lên, "Đứa nào? Đứa nào phá nhà ông?"

Đáp lại lão chỉ là sự yên lặng.

Napa giơ gậy qua đầu, nhưng lão chưa kịp phang

xuống thì làn khói vừa tan hết, để lộ một hình hài khiến lão khựng lại. Miệng Napa há to hết cỡ, đủ chỗ nhét vừa cả bịch bỏng ngô.

Một cô bé ư?

Đúng vậy. Cô ta đang ngủ say, hai tay chắp trước ngực, giữ chặt một lọ thuốc thuỷ tinh. Chắc là thuốc ngủ loại nặng nhất, vì Napa dùng gậy chọc vào tay cô ta mấy phát mà không thấy nhúc nhích gì.

Nhìn mái tóc nâu đỏ, cặp kính gọng vuông, cùng khuôn mặt bầu bĩnh như đào tiên, Napa ước chừng cô bé khoảng 15 tuổi. Trông cô ta quen lắm, lão cảm giác như đã gặp đâu đó mà chưa nhớ ra. Có thể là trong tập truyện nào đó của lão chăng?

Tự nhiên, Napa cảm tưởng mình như một hoàng tử sau mấy chục năm mò mẫm trong rừng, đến khi già khú mới tìm ra công chúa, đang ngủ đông trong phi thuyền. Điều lạ là nàng công chúa này không mặc váy, mà mặc đồng phục học sinh, trên phù hiệu có chữ Dama.

Napa băn khoăn lắm, lão không biết nên giữ ý định ban đầu là đập cho cô ta một trận, hay là... làm theo chàng hoàng tử trong truyện. Bỗng nhiên, cô bé mở mắt khiến lão kinh ngạc.

Màu xanh lục! Xưa nay, màu mắt hiếm có này là độc quyền của lão cơ mà?

Cô bé nở một nụ cười yếu ớt. “Anh trai...”

“Hả?” Napa nheo mắt. “Cô nói ai cơ?”

Nước mắt cô bé trào ra, như thể mới tìm được người thân sau mấy thập kỉ mất tích.

“Anh Napa,” cô gái thều thào. “Tỉnh lại đi…”

Mặc dù kêu lão tỉnh lại, nhưng sau đó cô ta ngất lịm.

Hết bứt tóc, chuyển qua bứt râu, suy nghĩ hồi lâu, nhưng Napa không thể giải thích được tại sao một cô bé từ trên trời rơi xuống, lại gọi người sắp xuống lỗ như lão là anh trai? Hay cô ta là cháu chắt từ tương lai, tới hối lộ để được lão nhượng lại tủ truyện trong di chúc? Nếu vậy cô ta phải gọi lão là cụ kị chứ? Điều bất thường nhất là cô ta ngủ say như chết, lại bảo mình tỉnh lại?

Hay là... lão đang mơ?

Napa đưa tay lên véo má. Hơi đau một chút, song chắc chưa là đủ. Lão cầm gậy gõ lên đầu mình một nhát đau điếng.

Rõ ràng là không có mơ mộng gì cả. Chắc chắn cô ta mới là người phải tỉnh lại!

Thôi kệ, quan trọng nhất bây giờ là tập truyện.

Napa toan quay đi, nhưng lọ thuốc trên tay cô bé

rớt xuống chạm vào chân. Lão nhặt lên thì thấy bên trong có hai viên thuốc nửa xanh nửa đỏ, bên trên khắc chữ 'Libo'.

Sao nghe quen nhỉ?

Napa xoay lọ thuốc trên tay, rồi lẩm bẩm từ Libo vài lần. Đột nhiên, một cái nhói đau xuất hiện từ nửa đầu bên phải, như thể có ai đó đóng đinh vào đầu lão.

Napa ngã vật ra sàn.

Mọi thứ trước mắt lão mờ dần, những suy nghĩ yếu ớt đang cố gắng ngoi lên. Lão không chết vì đau tim, nhưng lại hi sinh vì đau đầu ư?

Không thể nào, mình vẫn muốn sống, mình phải đọc nốt tập truyện cuối cùng… Napa từ từ chìm vào giấc ngủ ngàn thu (lão nghĩ thế).

Một lát sau...

"Anh Napa! Dậy đi!"

Tiếng gọi làm Napa mở mắt. Lão vẫn sống ư?

Đúng thật. Là cô bé lúc nãy. Cô ta đỡ Napa ngồi dậy, rồi đưa gậy cho lão.

"Cám ơn cô," Napa nói.

"Sao anh khách sáo thế?" cô bé mắt tròn xoe. "Em gái anh đây mà!"

Napa im lặng. Em gái ư? Chuyện gì vậy? Nhưng mà thôi, việc quan trọng nhất lúc này là tập truyện ban nãy.

"Nếu là em gái tôi, thì cô cứ tự nhiên như ở nhà nhé, tôi bận lắm."

"Bận cái gì mà bận?" cô bé tóm lấy tay lão, véo một cái thấu xương. "Mẹ lo cho anh mà ngất xỉu đấy! Anh ở trong này 75 năm vẫn chưa đủ hay sao?"

"Đau quá! Bỏ tay tôi ra!" Napa thét lên, rồi đẩy cô bé ra xa. "Cô bị khùng à?"

"Anh mới khùng thì có!" cô gái gào lên.

Napa đứng khựng lại, môi lão rung rung, mặt đỏ bừng. Nhưng vì cuốn truyện, lão không thể để mình bị đau tim lúc này được.

Napa hít một hơi thật sâu, lão nhặt tập truyện lên, rồi bắt đầu lật trang.

Napa hồi hộp lắm, không biết cảm giác khi hoàn tất sứ mệnh sẽ như thế nào nhỉ. Và rồi lão nhận ra một sự thật khủng khiếp: Lão đã quên sạch mọi thứ. Napa vứt cuốn truyện ra sàn rồi thở dài.

Cô bé bước tới, nhặt tập truyện lên và lắc đầu ngán ngẩm. Với đôi mắt ướt đẫm, cô ta nhìn Napa, như thể lão là thủ phạm làm mất búp bê của cổ.

Chợt một ý tưởng lóe lên trong đầu lão. Đúng rồi,

sao mình không nhờ cô bé đọc truyện hộ và kể lại toàn bộ nhỉ? Mình thật là thông minh!

"Nín đi," Napa nói. "Tại sao cô nghĩ tôi đang mơ?"

"Em... em," cô gái ngập ngừng, rồi lau nước mắt. "Em cũng không biết phải bắt đầu từ đâu nữa."

Napa lắc đầu. Chắc đây là bệnh nhân mới trốn trại tâm thần nào đó ngoài vũ trụ, và bây giờ cô ta sẽ bịa ra một câu chuyện viễn tưởng để ở nhờ nhà lão mấy hôm, rồi thừa cơ cuỗm lấy tủ truyện. Thôi thì thà lắng nghe một tẹo, rồi bảo cô ta đọc truyện cho mình.

"Cô cứ kể từ đầu, tôi sẽ nghe. Nhưng với điều kiện là sau đó, cô phải đọc giúp tôi tập truyện 57 này, và kể lại không sót chi tiết nào."

Cô bé gật đầu. "Hy vọng anh còn nhớ, em là Nata..."

Napa rùng mình, như thể có ai đó bất chợt vạch lưng áo lão, rồi thả vào một viên đá mới lấy ra từ tủ lạnh. Cái tên nghe quen thật, cảm giác y như tên viên thuốc Libo lúc nãy làm lão đau đầu.

Cô bé lấy trong túi áo ra một mẩu giấy đưa cho Napa. "Chắc anh còn nhớ thứ này chứ?"

Trên đó là số 57, đang ẩn dưới hình một con đại bàng. Nhìn nét vẽ nguệch ngoạc, Napa cảm tưởng mình chính là tác giả. Xem ra, lão đã bỏ qua thứ gì đó nên suốt mấy chục năm nay, không sao hoàn tất được sứ mệnh đọc truyện. Mà chẳng phải lại là số 57 đó ư? Sao nó cứ xuất hiện hoài trong cuộc đời lão vậy?

Nhặt một túi bóng ngô lên, Napa ngồi xuống giường và bắt đầu lắng nghe cô bé kể chuyện, chăm chú y như thưởng thức một bộ phim.

Lão tin rằng cô bé này chính là chìa khoá, sẽ giải quyết một vấn đề gì đó, còn bự hơn vấn đề tập truyện 57 của lão, gấp nhiều lần.

THUỐC LIBO

"Cẩn thận đấy con!"

Bố Cote gào vang cả sân trường. Nata dám cá là đám gân trên cổ của bố đã phải căng hết cỡ, nhưng anh Napa vẫn bước đi thoăn thoắt trên nóc cổng trường. Trông anh như một chú nhện sắp tốt nghiệp lớp thăng bằng trên tơ, với bài thi cuối cùng là phải xoa đầu ba chú đại bàng đá khổng lồ, đang quắp tấm biển có dòng chữ vàng: Trường THCS Dama.

"Đợi con kiểm tra xong cái đã!" anh Napa đáp.

Bố Cote tặc lưỡi, ông đành đứng đó nín thở theo dõi đứa con trai nghịch ngợm. Thật dại dột khi bố đã đố hai anh em tại sao đại bàng bằng đá, lại có thể xoay cổ nhìn họ. Giờ thì chỉ cần anh Napa táy máy làm gãy cổ một chú thôi, là chuyến tham quan ngôi trường hoành tráng nhất thành phố Navi sẽ kết thúc thảm hại.

"A! Hiểu rồi!" anh Napa reo lên, trên tay cầm một vật trông như cái bóng đèn. "Thì ra là máy quay!"

Thôi thế là xong, con đại bàng ở giữa đã chính thức bị anh Napa lột mất một bên mắt trái.

"Napa!" bố Cote rú lên. "Đặt lại ngay!"

Anh Napa lẹ làng đặt nó trở lại, rồi dang hai cánh

tay ra và nhảy tót xuống. Cái áo người dơi đang mặc bung ra, giúp anh hạ cánh nhẹ nhàng hơn cả một chú sóc bay chuyên nghiệp.

"Thỏa mãn chưa hả ông tướng?" bố Cote hỏi.

Nụ cười tươi rói nở rộng trên môi Napa. "Sao họ chọn đại bàng mà không phải là gà quay nhỉ?"

Nhận ra cơ hội để chọc tức ông anh, Nata nói, "Vì đó là trường em sẽ học. Còn trường của anh chắc chắn họ sẽ tạc tượng gà quay!"

"Thôi nào hai đứa, nghe bố nói này. Đại bàng là biểu tượng của những người tài năng. Vì đều là con của bố, nên sau này cả hai sẽ học ở đây, và trở thành những người giỏi nhất!"

Từ giỏi nhất nghe mới sướng tai làm sao. Nata hỏi ngay, "Thật chứ ạ?"

"Chắc chắn rồi!" bố Cote quả quyết.

Anh Napa thì có vẻ không quan tâm tới chuyện học hành, còn Nata lại khác. Cô sẽ là người giỏi nhất, Nata lẩm bẩm nhiều lần lời nói của bố, như thể muốn khắc sâu lời tiên tri ấy vào từng nếp nhăn trong não.

"Nhìn kìa!"

Anh Napa thốt lên, tay chỉ về phía mặt trời.

Nata ngước lên nhìn. Thật là lạ, tự lúc nào mặt trời

đã hóa thành hố đen khổng lồ. Trông nó như một xoáy nước hung dữ, đang xé tan những đám mây tội nghiệp.

Nata bỗng thấy mình bị nhấc bổng lên không trung. Cô kêu cứu, nhưng bố và anh đã biến mất tự lúc nào, còn cô thì bay ngày càng nhanh về phía cái hố.

Tới gần, Nata có thể nhìn rõ những tia lửa điện xanh lè, như bầy rắn đang ngọ nguậy trong tổ, chỉ chờ cô tới là nuốt chửng.

Nata thét lên, cô mở mắt, mồ hôi nhễ nhại.

Là một giấc mơ sao?

Đúng thật, một giấc mơ sống động. Mà cũng không hẳn, đó là một kỷ niệm có thật cách đây 10 năm. Tuy nhiên, Nata đã được nữ thần giấc mơ khuyến mãi thêm cho cái hố đen ác mộng.

Thật ra, đây không phải là lần đầu tiên cô mơ thấy nó, theo Nata biết thì những gì hay lặp lại trong mơ như vậy được gọi là dấu hiệu giấc mơ. Chỉ cần cô bình tĩnh, tự nhắc bản thân rằng mình đang mơ, là sẽ có thể điều khiển được mọi thứ, thay vì phải đối diện với thực tại phũ phàng này!

Nhìn cái ba lô hình con ếch cạnh giường, Nata thở dài. Mình sẽ là người giỏi nhất ư? Giá như nó là ếch thật, và tiêu hóa ngay cái tờ giấy khủng khiếp trong bụng. Tờ giấy đã khiến cho lời tiên tri của bố khi xưa trở thành vết cứa rỉ máu trong tim cô.

Còn nhớ, khi nhận được nó, Nata đã chạy ngay tới phòng thí nghiệm của trường, mượn kính hiển vi để soi từng nét chữ, với hy vọng tìm ra sự giả mạo. Tuy nhiên, chữ ký của thầy hiệu trưởng Dato, con dấu đại bàng đỏ chói, tất cả đều khẳng định một sự thật khủng khiếp. Nata đã đạt danh hiệu quý hiếm nhất, mà cũng tệ hại nhất ở trường Dama: Học sinh tiên tiến.

Nghe nói từ lúc thành lập tới giờ, mới chỉ có một người đạt được, giờ Nata đã là người thứ hai!

Úp mặt xuống gối, nước mắt chảy ra lã chã. Làm sao Nata dám tới trường nữa đây, khi ảnh cô được dán trên bảng vinh danh những học sinh giỏi nhất suốt mấy năm qua? Làm sao cô dám nhìn mặt mẹ Bona, khi hàng ngày bà vẫn ngắm mười mấy tấm bằng xuất sắc của cô trong phòng khách?

Có lẽ người duy nhất cô dám gặp bây giờ là anh Napa. Vì cuối cùng mong muốn bấy lâu nay của anh đã thành hiện thực, rốt cục thì cô cũng đã dốt đi một chút, cho giống anh em song sinh.

Chợt có tiếng ếch kêu khiến Nata giật thót.

Cô không nghe nhầm đấy chứ? Lúc nãy không phải cô đã ước nó trở thành ếch thật hay sao?

Nata nhận ra là do cái di động trong bụng con ếch, cụ thể hơn là cái ứng dụng 'Tự tạo niềm vui, sung sướng mỗi ngày' cô mới cài hôm trước.

Tiếng ếch lại kêu ồm ộp.

Quái thật, Nata nhớ là mình đã tắt nó rồi cơ mà?

Nata miễn cưỡng ngồi dậy, mở miệng con ếch để lấy di động. Trên màn hình là tấm ảnh vẽ nhà khoa học Albert Einstein nổi tiếng với cái lưỡi thè ra, kèm theo câu nói: Thật khờ dại, khi cứ làm đi làm lại cách cũ, mà đòi kết quả mới.

Nata quẳng di động xuống giường, nằm vật ra trong tư thế một con sao biển chờ chết. Mắt lờ đờ nhìn trần nhà, Nata tự hỏi bấy lâu nay mình đã làm đi làm lại điều gì khờ dại, mà kết cục lại thảm hại thế này?

Từ hồi bố Cote đột ngột qua đời cách đây 10 năm, việc học của anh Napa đã bê bết, nay càng trở nên không thể cứu vãn. Chỉ có Nata là vẫn kiên trì với lời tiên tri của bố. Sau khi trở thành học sinh giỏi nhất và nhận học bổng toàn phần của trường Dama, Nata đã chuyển lên thành phố.

Mấy năm qua, mọi thứ vẫn ổn cho tới cuối học kỳ

một vừa rồi, những giấc mơ lạ bắt đầu làm phiền cô. Nata hay mơ thấy một vũ trụ trắng xóa, với chi chít những hố đen kỳ lạ như ban nãy, toàn thân cô lúc ấy thì tê liệt như có đá đè.

Một lần lang thang hiệu sách, Nata đã mua cuốn 'Bước đi trong mơ'. Theo quảng cáo, nó sẽ giúp cô thoát khỏi ác mộng, thậm chí điều khiển được cả giấc mơ. Nghe thật là viễn tưởng, nhưng Nata thực hành chăm chỉ lắm, từ viết nhật ký giấc mơ, cho tới thực hiện một việc như tự kỷ, đó là thi thoảng trong ngày, cô nhìn vào tay và tự hỏi liệu mình có đang mơ.

Theo sách, các bài tập ấy sẽ giúp cô luyện được khả năng thức tỉnh trong mơ. Ngoài ra, có những bài tập khiến cô phải thức trắng đêm, cũng có những bài tập bắt cô ngủ gấp đôi bình thường. Nata nỗ lực thực hiện, nhưng vẫn không sao làm chủ được giấc mơ, giờ giấc sinh hoạt của cô ngày càng rối loạn, và những hố đen vẫn ngoan cố xuất hiện, ngay cả lúc đi thi!

Còn nhớ hôm thi toán, do là môn Nata giỏi nhất, nên cô đã chủ quan mà thức tới sáng để thực hiện bài tập trong sách. Sau đó, ngoài đi muộn ra, cô còn ngủ gục ngay giữa giờ thi. Lúc tỉnh dậy thì không kịp nữa rồi, Nata đã nhận điểm 4 đầu tiên trong đời, dẫn tới tổng kết học kỳ I chỉ có 8,9. Lần đầu tiên trong lịch sử đi học, cô đã tụt danh hiệu từ xuất sắc xuống học sinh giỏi.

Nata buồn lắm, nhưng không kể với ai. Cô có thể chia sẻ với anh trai và mẹ mọi chuyện, trừ việc học. Trong tâm trí họ, mặc nhiên Nata phải là người giỏi nhất. Vì thế mà suốt đợt nghỉ học kỳ, cô chỉ nằm ườn trong căn phòng ký túc xá, thả hồn vô định tới những miền kí ức xưa cũ.

Cô nhớ lắm những lần bị anh Napa chọc cười. Lần cuối cùng là cái ngày trước khi lên thành phố, cô định phá vỡ kế hoạch đọc truyện thâu đêm của anh bằng một cuộc trò chuyện nghiêm túc về vấn đề học tập, song anh ấy đã khéo léo chuyển sang chủ đề khác. Theo lời tiên tri của Napa, thì sau này, Nata sẽ học rất giỏi, trở nên nổi tiếng, cưới một hoàng tử béo ú và giàu sụ. Lúc ấy, anh Napa nguyện làm ô-sin trông chó cho cô, miễn là được thoải mái đọc truyện.

Sau học kỳ I, Nata muốn về quê lắm, nhưng cô đã quyết định ở lại để học thêm, với hy vọng điểm học kỳ II cao chót vót, sẽ gỡ gạc lại phần nào. Cái ngày thi môn đầu tiên, môn văn, Nata nghĩ tới cảnh mẹ Bona sẽ tự hào thế nào khi cô kể về việc mình đã đi xuống, rồi mau chóng lấy lại phong độ ra sao.

Lúc vào phòng thi, không hiểu sao vừa đọc đề là mắt cô trĩu xuống, và đánh một giấc thật ngon, mơ thật đẹp, rồi lại thức dậy bởi cơn ác mộng quen thuộc. Trên giấy thi lúc ấy, Nata thấy mình vẽ những hố đen chi chít. Điều kỳ lạ là việc này xảy ra với tất cả các môn thi sau đó, khiến điểm số học kỳ II của Nata tụi thảm hại và kết quả là tờ giấy này đây.

Tấm bằng học sinh tiên tiến, tuy chỉ nặng vài gram thôi, mà như một quả tạ khổng lồ, đè nát mọi hy vọng của cô về một chuyến thăm quê hoàn hảo. Có lẽ đã tới lúc phải làm điều gì đó mới mẻ. Nata nhớ ra tuần trước, có người đã gửi cho cô một email khá hấp dẫn, nói gì đó về giấc mơ, song cô đã cho ngay vào hòm Spam.

Nata mở di động, và bắt đầu lục tìm email.

Đây rồi! Cô reo thầm. Email được gửi từ Liboman, tiêu đề là 'Chỉ ngủ một phút, sút bay phiền muộn!', nghe cũng hấp dẫn đấy chứ?

Nata mở ra và thấy có đoạn clip vẽ một cô bé đang ỉu xìu, sau khi uống viên thuốc nửa xanh nửa đỏ thì lăn quay ra ngủ. Đúng một phút sau, cô ta tỉnh dậy, hăng hái lạ kỳ. Sự tò mò bắt đầu thiêu đốt, Nata chạm vào đường dẫn cuối email, một màn hình tin nhắn hiện ra. Cô đăng nhập với tài khoản Supergirl quen thuộc.

"Liboman: Xin chào. Có gì làm bạn buồn phiền à?"

"Supergirl: Không, tôi thấy quảng cáo nên vào thử."

"Liboman: Ồ xin lỗi, bạn làm tôi tự ái rồi đấy!"

"Supergirl: Ơ... Sao lại thế?"

"Liboman: Tôi không quảng cáo, tôi chỉ chia sẻ cho bạn biết lý do tại sao đã có 9.999 người lựa chọn uống thuốc Libo mỗi ngày."

"Supergirl: Tại sao vậy?"

"Liboman: Đã bao giờ bạn ước mình được mơ tiếp một giấc mơ nào đó chưa?"

"Supergirl: Không. Tôi toàn gặp ác mộng thôi!"

"Liboman: Bạn chưa bao giờ có một giấc mơ đẹp?"

"Supergirl: Không hẳn... Đó là ngày xưa rồi."

"Liboman: Bạn biết sách 'Bước đi trong mơ' chứ?"

"Supergirl: À, có. Nhưng mãi không luyện được."

"Liboman: Cách cũ sẽ chỉ đem lại kết quả cũ. Người Hy Lạp cổ đại tin rằng, giấc mơ là thông điệp của các vị thần, nên họ đã chế ra một thảo dược để kéo dài giấc mơ. Bạn nhớ đoạn đó chứ?"

"Supergirl: Sách bảo đó chỉ là truyền thuyết."

"Liboman: Truyền thuyết là gì? Nó vốn là sự thật, chỉ là chúng được truyền miệng qua quá nhiều thế hệ, nên dần trở thành giả thuyết mà thôi."

“Supergirl: Anh thích chơi chữ ghê nhỉ. Mà có loại thảo dược đó thật ư?”

“Liboman: Có, nhưng công thức pha chế được các bậc vua chúa giữ gìn rất kỹ. Sau nhiều năm nghiên cứu, các nhà khoa học của chúng tôi đã tìm ra, và chế thành thuốc Libo rất tiện dụng.”

“Supergirl: Thảo dược dành cho vua chúa cơ à? Chắc là mắc tiền lắm nhỉ?”

“Liboman: Khoan hãy nói tới giá cả. Nếu thuốc Libo chỉ có thế, chúng tôi đã sạt nghiệp.”

“Supergirl: Tôi tưởng người ta luôn muốn kéo dài giấc mơ cơ mà?”

“Liboman: Bạn nghĩ sao nếu những cơn ác mộng cũng bị kéo dài? Sẽ ra sao khi véo má, gào thét đủ kiểu mà không thể tỉnh dậy? Chúng tôi không dám để khách hàng mạo hiểm với những giấc mơ mới.”

“Supergirl: Vậy thuốc giúp mơ lại giấc mơ cũ à?”

“Liboman: Còn hơn cả thế, con người bị thúc đẩy mạnh mẽ bởi cảm xúc. Khi bạn vui vẻ, làm gì cũng suôn sẻ. Còn khi bạn căng thẳng, việc gì cũng sẽ bế tắc. Thuốc Libo giúp bạn tạo ra cảm xúc tích cực từ những kỷ niệm có thật và sống động.”

“Supergirl: Là sao???”

"Liboman: Hãy nhớ tới một kỷ niệm đẹp của cô. Bao giờ xong, chúng ta sẽ nhắn tin tiếp."

Nata nhắm mắt, cô nhớ ngay tới cảnh ở cổng trường Dama, khi anh Napa hỏi sao lại chọn đại bàng mà không phải gà quay. Trừ cái hố đen xuất hiện sau đó ra, thì đấy là một kỷ niệm đẹp.

"Supergirl: Xong rồi."

"Liboman: Bạn thấy thoải mái hơn không?"

"Supergirl: Có một chút, nhưng lát lại hết ngay mà."

"Liboman: Đúng rồi, vì bạn mới chỉ nghĩ về nó. Sẽ ra sao nếu bạn được sống lại khoảnh khắc ấy như thật?"

"Supergirl: Trở về quá khứ ư?"

"Liboman: Libo làm một việc đơn giản hơn nhiều. Về cơ bản thì bộ não không phân biệt được những trải nghiệm tưởng tượng và thật, nên khi nghĩ về một kỷ niệm ấn tượng, bạn sẽ có cảm xúc tương tự..."

"Supergirl: Tôi đã bảo rồi, cảm xúc đó chỉ duy trì được một lúc mà thôi."

"Liboman: Đó là do bạn đang thức, bạn chỉ dùng 1% tiềm năng não bộ nên khả năng bị hạn chế. Còn khi ngủ, phần tiềm thức tạo ra giấc mơ sống động tới mức người ta không biết là mình đang mơ. Thuốc Libo là cầu nối giữa ý thức và tiềm thức."

"Supergirl: Có chuyện đó thật sao?"

"Liboman: Tóm lại, chỉ cần nghĩ về một kỷ niệm đẹp rồi uống thuốc, bạn sẽ được quay ngược thời gian. Sau đó, bạn còn có thể bay lượn trong mơ tùy thích, hoặc lẩm bẩm tên thuốc vài lần để tỉnh dậy nếu muốn. Dù thế nào, bạn cũng sẽ thức dậy với nguồn cảm hứng tràn đầy! Tôi cam kết đấy!"

"Supergirl: Sao nghe giống truyện viễn tưởng thế?"

"Liboman: Hơ hơ, đó là câu thứ 10.000 tôi được nghe từ khách hàng đấy. Viễn tưởng là gì? Viễn là xa, có những người nhìn xa trông rộng, và tìm ra phương pháp để thực hiện những điều không tưởng. Đó mới thực sự là viễn tưởng."

"Supergirl: Anh này lại chơi chữ rồi."

"Liboman: Tôi chơi chữ nhưng làm thật. Hãy để lại địa chỉ, nhân viên của tôi sẽ gửi bạn 3 viên Libo, hoàn toàn miễn phí."

"Supergirl: Miễn phí ư???"

"Liboman: Sứ mệnh của chúng tôi là vì một triệu người biết tới Libo và hạnh phúc hơn, nên tôi sẵn lòng cho đi, dù một viên có giá tận... 1000 lumi."

Nata tròn xoe mắt, 1000 lumi tương đương với học phí cả năm ở trường Dama. Mỗi tháng mẹ Bona làm quần quật, cũng chỉ gửi thêm cho cô được 100 lumi để tiêu vặt. Thật khó tin khi cô được tặng cả ngàn lumi như vậy.

"Liboman: Thường tôi chỉ tặng một viên, nhưng bạn là khách hàng thứ 10.000 may mắn, nên sẽ được ba viên. Hãy để lại địa chỉ theo đường dẫn này và trải nghiệm. Nếu không tin, bạn có thể vứt cả ngàn lumi vào sọt rác."

Sự quả quyết của anh ta đã thuyết phục được Nata. Cô chạm vào đường dẫn, điền địa chỉ và chào tạm biệt. Có thể thuốc Libo sẽ không biến tấm bằng khen tiên tiến thành xuất sắc, nhưng nếu nó hiệu quả thì ít ra cô cũng sẽ có được ba giấc ngủ ngon.

Cũng đáng để thử đấy chứ?

NGUỒN CẢM HỨNG

Bộ râu giả làm Nata ngứa râm ran. Đó là ý tưởng kỳ quặc của anh Napa. Hàng trăm con mắt đang đổ dồn về cô, nhưng việc này hoàn toàn có trong kế hoạch. Hôm nay là ngày anh em cô trình diễn trước lớp vở kịch 'Cô Tấm thời nay', được chuyển thể từ một tác phẩm văn học cổ đại, kể về cô nàng tên Tấm, được ông tiên tên Bụt, tặng cho con cá kỳ diệu.

Truyện thì ai cũng biết, nhưng sự khác biệt là Nata sẽ vào vai Bụt, với bộ râu dài chấm chân. Còn anh Napa sẽ làm cô Tấm, với mái tóc giả dài chấm mông, cùng hai trái cam thòng qua cổ đang ẩn nấp e thẹn dưới cái yếm hồng.

Ý tưởng này tuy ngộ nghĩnh mà rất hiệu quả, lũ con trai trong lớp nãy giờ cứ nhìn 'cô Tấm Napa' mà xuýt xoa. Không hiểu là do anh Napa 'xinh đẹp' thật, hay là do mấy quả cam quá ngon, mà mẹ Bona đã cất công chọn cho hai anh em.

"Tấm," Nata hỏi. "Vì sao con khóc?"

"Dạ, bẩm Bụt," anh Napa nấc lên thành tiếng. "Lũ cá ăn nhiều quá, ăn hết cả phần con, nên con bị đói."

Cả lớp cười.

"Chuyện nhỏ," Nata nói rồi thò tay vào bộ áo trắng rộng thùng thình, lôi ra một cái bịch to bự. "Nhà ngươi ăn tạm bỏng ngô nhé?"

Cả lớp cười rộ lên.

"Cám ơn ngài," anh Napa vừa liếm mép vừa nói. "Cơ mà chờ bỏng ngô của ngài thì chắc con chết đói, nên con đã tự giải quyết vấn đề rồi. Lũ cá ngon lắm ạ!"

Cả lớp cười vang.

Nata ngớ người, hình như anh Napa đã quên mất lời thoại nên bắt đầu chế tác rồi. Cô lườm Napa và ra hiệu cho anh nghiêm túc.

"À, ý con là..." anh Napa gãi đầu. "Lúc cho cá ăn, con thấy chúng ăn ngon miệng, nên cũng vui mà cả quên cả đói rồi ạ."

Nata lau mồ hôi hột. Cô vuốt râu và đọc y chang lời thoại đã thuộc như cháo chảy. "Tốt lắm, thế có gì cứ alô ta nhé! Giờ ta về trời đây!"

"Từ từ đã Bụt!" anh Napa nắm lấy tay cô.

"Gì thế?" Nata nhăn mặt, theo kịch bản thì đến đây là kết thúc. Cô sẽ được kéo lên trần nhà bởi mớ dây sắt siêu nhỏ sau lưng cơ mà?

"Bụt làm ơn..." anh Napa nói, mắt chớp chớp. "Làm ơn bày con cách học bài dễ như cho cá ăn được không?"

Cả lớp cười nghiêng ngả, lũ con trai đập bàn rầm rầm.

Nata nở một nụ cười không thể thỏa mãn hơn. “Chuyện nhỏ, để ta nhờ cô bé Nata. Có cô gái thông minh xinh đẹp ấy kèm cặp, chắc chắn con sẽ tốt nghiệp mẫu giáo!”

Cả lớp vỗ tay rào rào.

Nata quay sang cánh gà, ra hiệu cho cô bạn tóc tím đang núp trong đó. Ngay lập tức, pháo bông nổ đì đùng, cô bay lên trong sự kinh ngạc của cả lớp. Những tràng pháo tay liên tiếp vang lên như mưa, chưa bao giờ Nata thấy hạnh phúc đến thế, chắc chắn vở kịch sẽ đạt giải nhất, và giúp cô cộng điểm thành tích.

Bỗng mọi thứ im bặt, tất cả đều khựng lại, như thể có ai đó đang tì tay vào kim giây của thần thời gian. Còn người Nata thì nhẹ bẫng, như đang lặn trong một bể bơi mà nước đã được thay bởi không khí.

Mình đang mơ sao?

Theo phản xạ, Nata nhìn xuống bàn tay. Có 5 ngón. Cô nhắm mắt, mở mắt, và đếm lại. Lần này là 7 ngón. Chính xác, đây là giấc mơ!

Nata nhìn quanh, lớp học đã biến mất tự lúc nào, thay vào đó là một đại dương xanh ngọc bích tuyệt đẹp, y chang màu mắt cô. Cảnh vật thay đổi nhanh chóng, là dấu hiệu cơ bản nhất của giấc mơ.

Mà sao mình lại ở đây?

Nata không sao nhớ được lý do mình tới đây. Đó là dấu hiệu cơ bản thứ hai của giấc mơ.

Ngẩng đầu lên trời kiểm tra, Nata không thấy có cái hố đen nào cả, cô thở phào nhẹ nhõm. Nếu đây là giấc mơ, cô có thể điều khiển mọi thứ bằng ý nghĩ.

Nata tưởng tượng ra cảnh mình chạm tay vào một đám mây. Cô thấy mình bay vút lên đó, và cảm nhận được hơi nước của làn mây.

Tuyệt thật! Nhưng tại sao mình làm được?

Từ hồi mua sách 'Bước đi trong mơ', cô tập mãi mà còn chẳng nhận ra mình đang mơ, huống chi là bay lượn vù vù như chim thế này?

Chợt Nata nhớ ra điều gì đó. Cô lẩm bẩm từ Libo một vài lần. Mọi thứ xung quanh sáng lóa lên, đưa cô thoát ra khỏi khung cảnh ấy một cách nhẹ nhàng, và trở lại căn phòng ký túc xá quen thuộc.

Mất hẳn cả phút định thần, Nata vẫn không thể tin nổi vừa rồi là chỉ một giấc mơ. Cô mỉm cười, hình ảnh anh Napa trong vai cô Tấm xinh đẹp vẫn lởn vởn trong đầu, còn cảm giác tự do bay lượn khiến cô lâng lâng khó tả.

Quả là một giấc mơ tuyệt vời, chính xác hơn đó là một kỷ niệm có thật, nhưng lần này có vẻ nữ thần giấc mơ đã đối xử tử tế hơn với cô.

Nata đeo kính, vớ lấy di động. Mới có 5 giờ sáng, chẳng có tin nhắn hay email nào cả. Vuốt màn hình cảm ứng, Nata tìm tới biểu tượng chim đại bàng, ứng dụng của trường Dama, được thiết kế bởi chính tay thầy hiệu trưởng Dato. Thật tuyệt, vừa kịp chương trình thể dục sáng tạo buổi sáng.

Nata thích chương trình này lắm, vì với mỗi một động tác, thầy Dato sẽ cho học sinh tưởng tượng. Chẳng hạn với động tác bơi sải, thầy nói là có chú cá mập sau lưng, còn động tác chạy tại chỗ, thì là một con chó đang đuổi. Nên ai theo chương trình này một thời gian, chắc chắn sẽ giảm cân nhanh chóng.

Nata bật dậy, mở rèm cửa đón nắng sớm. Buộc mái tóc nâu đỏ lên cao, cô bắt đầu hòa mình vào thứ âm nhạc sôi nổi cùng giọng dẫn thể dục hài hước của thầy Dato. Thật sảng khoái, Nata không còn nhớ nổi lần cuối cùng mình dậy sớm tập thể dục thế này là lần nào nữa. Mọi sự mệt mỏi tan biến, như thể cô mới nhận được học bổng 1000% của trường. Đây chính là cảm giác mà cô đang tìm kiếm bao lâu nay.

Tới đoạn thầy Dato bảo cô vươn vai và tưởng tượng mình là cái cây đón nắng mặt trời, Nata để ý thấy trên bàn học có một chiếc lọ thủy tinh.

Cô giật mình nhận ra hai viên thuốc nửa xanh nửa đỏ trông quen quen. Nata cầm lọ thuốc lên, và đọc mẩu giấy nhỏ dán hướng dẫn sử dụng trên đó:

Nghĩ về một kỷ niệm đẹp rồi uống. Mỗi lần một viên, cách nhau tối thiểu 24 giờ. Tập đoàn Libo không chịu trách nhiệm với bất cứ ai làm sai hướng dẫn. Mọi chi tiết xin liên hệ Liboman.

Liboman ư? Đúng rồi, hôm trước cô có chat với anh ta, và được tặng ba viên Libo miễn phí. Nhưng tại sao đây chỉ có hai viên?

Trí nhớ luôn là điều mà Nata tự hào nhất, nhưng hôm nay nó cư xử thật lạ. Dù cô đã lục tung căn nhà trí nhớ của mình, mở hết cửa sổ, thậm chí cửa hầm, nhưng Nata không sao nhớ nổi là mình đã nhận lọ thuốc và uống một viên tự bao giờ.

Song liệu điều đó có quan trọng nữa hay không? Hiện tại cô đang tràn trề cảm hứng. Tấm bằng khen không còn làm Nata đau khổ, cho dù trên đó có ghi gì, thì thật ngớ ngẩn khi cho phép một tờ giấy che lấp cả cuộc đời tuyệt vời của mình phía trước.

Chương trình thể dục sáng tạo kết thúc, cũng là lúc thầy Data chuyển sang tông giọng nghiêm túc hết sức.

"Tin khẩn cấp, học sinh trường Dama chú ý! Trên thị trường hiện đang có thuốc Libo, được quảng cáo là giúp tạo động lực từ giấc ngủ, nhưng có tác dụng phụ nguy hiểm nên đã bị cấm. Ai trót sử dụng, hãy mau trình báo. Tất nhiên, với những bài diễn thuyết cảm hứng của ta hằng tuần, hy vọng những học sinh đầy tự hào của Dama, không ai sử dụng."

Thầy Dato vừa dứt lời, Nata biết ngay cô sẽ là người đầu tiên làm thầy thất vọng. Chỉ có điều lạ, là bình thường rơi vào tình huống thế này, có lẽ Nata sẽ sốt sắng muốn rụng cả tim, nhưng sao thực tế cô lại cảm thấy nhẹ nhõm thế nhỉ? Hay đó là tác dụng phụ của thuốc Libo? Thật không thể hiểu nổi, ai lại có thể cấm một loại thuốc hữu ích thế này cơ chứ?

Đánh răng xong, Nata định ăn sáng nhưng không thấy đói. Lại một tác dụng phụ nữa ư? Nếu thuốc có bổ sung vitamin chống đói như thế thì quá tuyệt vời. Cô có thể học liên tục hàng giờ!

Nata bỏ lọ thuốc vào cặp con ếch rồi bước ra khỏi

phòng. Dạo trên con đường tới trường ven biển, nghe tiếng sóng vỗ rì rào, và tận hưởng những cơn gió vi vu, Nata tự trách bản thân vì đã giam mình trong căn phòng đó quá lâu. Được bao lâu rồi cô cũng không nhớ nữa, nhưng Nata có thể nhớ rất rõ những gì vừa xảy ra trong mơ. Tự nhiên cô muốn uống thêm vài viên thuốc Libo nữa, và đắm chìm trong chúng.

Nhìn ba toà nhà chọc trời của trường Dama, nơi hàng trăm người đang nhảy dù xuống từ những chiếc máy bay Bus, Nata nhớ tới lần đầu tiên mình thăm trường cùng bố và anh trai. Hôm đó cô đã bị say máy bay, nôn thốc nôn tháo. Đó là lần đầu tiên, và cũng là lần cuối cùng cô nhảy dù.

Trường Dama được chọn làm địa điểm thả khách nhảy dù lý tưởng của rất nhiều hãng máy bay Bus, vì không chỉ có tận ba toà nhà, mà còn kèm thêm một rừng cây rậm rạp bên dưới, phòng trường hợp ai đó rớt dù. Kết cấu của trường cũng khá chuyên biệt, một toà dành cho các lớp học, một tòa là khu văn phòng, còn lại tòa to nhất ở giữa dành cho các hoạt động chung, mà chủ yếu là thi thố. Ở đó có 20 cái bảng vàng, thì tới tận 18 cái được dán mặt Nata. Hai cái còn lại dành cho những ai giỏi môn thể dục và vẽ vời, có lẽ chỉ anh

Napa mới có cơ hội. Nhưng chắc anh ấy phải ôn thi cả đời, may ra mới đỗ được trường này.

Nhìn vẻ mặt hào hứng của hàng người nối đuôi nhau ra khỏi cổng trường, Nata cũng muốn được như họ, mặc dù cô đã thề mình sẽ không bao giờ nhảy dù. Tự nhiên trong cô có một niềm tin mạnh mẽ, Nata sẽ thuyết phục được thầy Dato cho mình thi lại, và dùng tiếp thuốc Libo. Mà thuốc này cũng khá mắc tiền đấy, biết đâu Nata có thể làm đại lý và kiếm chác chút đỉnh gửi về cho mẹ thì sao?

Ba chú đại bàng đang đậu trên nóc cổng trường, làm Nata cười thầm. Mới hôm trước khi nhận bằng, đầu cô toàn tưởng tượng cảnh chúng đang trách móc mình vì đã làm cho lời tiên tri của bố sai toét. Nhưng hôm nay cô lại nghĩ tới một cảnh tượng ngộ nghĩnh, các bác bảo vệ đang thảo luận xem tại sao ngày chủ nhật lại có con bé dở hơi nào mặc đồng phục, lội ngược dòng người để đi học thế này?

Đối với anh Napa, lên phòng hiệu trưởng là chuyện cơm bữa. Còn với Nata, thì việc này giống như được đi ăn Buffet ở nhà hàng sang trọng. Do đông quá, nên phải mất hơn hai mươi phút bon chen, cô mới nhích được vào thang máy của tòa nhà văn phòng.

Sau một hồi tìm đường, Nata cũng đã tới đích. Trước mặt cô là cánh cửa gỗ chạm trổ cầu kỳ với dòng chữ khắc vàng: Giáo sư Dato. Dù vẫn hay được nghe thầy diễn thuyết trong giờ chào cờ, nhưng Nata chưa bao giờ được nói chuyện trực tiếp với thầy.

Cánh cửa bật mở. Một cô bé tóc tím bước ra, cô ta nhìn Nata với ánh mắt ngạc nhiên. "Ô kìa, Nata! Cậu cũng tới nộp thuốc Libo à?"

Nata ngập ngừng. "Ơ... Chúng ta quen nhau sao?"

Cô bé tóc tím tròn xoe mắt. "Ối giời! Chúng mình cùng lớp đấy nha! Tớ ngồi ngay sau lưng cậu mà?"

Nata im như thóc, thường thì trong tình huống này mặt cô sẽ đỏ như gấc chín vì xấu hổ, nhưng không hiểu sao cô vẫn tưng tửng.

"Thế hả?" Nata đáp. "Cho tớ xin lỗi nhé!"

Cô bé gật đầu. "Không sao, Nata quên tớ cũng phải thôi. Chắc là do tác dụng phụ của thuốc Libo."

Thực ra thì cũng không hẳn, quả là Nata không nhớ cô bé tóc tím đó thật. Trí nhớ cô không tới nỗi nào, nhưng Nata đã ưu tiên sử dụng nó cho việc học. Vì trừ lúc đi thi bạn bè hỏi bài ra, hầu như họ không bao giờ nói chuyện với cô trên lớp.

"Thôi tớ đi đây." Cô bé vẫy tay chào. "Chúc cậu may mắn với thầy đầu to nhé!"

Nata gượng cười, cô không thích mọi người gọi thầy Dato như vậy, dù cái tên của thầy nghe cũng na ná. Nếu phải đặt biệt danh, cô sẽ gọi thầy là Mabư, vì cái má của thầy rất bự. Ủa, mà không phải là cô bé đó mới nói về thuốc Libo hay sao?

"Ai ở ngoài đó thế? Mời vào!"

Nhận ra giọng thầy Dato, Nata mạnh dạn bước vào. Bên trong, cô cảm giác như được trở về thời kỳ đồ gỗ. Mọi thứ từ tủ bàn cốc chén cho tới laptop của thầy, tất cả đều bằng gỗ. Điều đó làm Nata nghi ngờ bộ quần áo võ sĩ đạo trắng muốt mà thầy đang mặc, có lẽ cũng được đan lại từ một loại rễ cây nào đó.

"Ngồi đi em," thầy Dato nói, rồi nở một nụ cười hiền khô, hai cái má phúng phính của thầy rung rinh trông thật kỳ khôi. Thầy gập laptop lại và rót cho Nata một cốc nước chanh đầy ụ, bên trong vẫn còn cả hạt lẫn tép chanh, đang bơi lội tung tăng.

Nata uống một ngụm. Tép chanh lướt qua kẽ răng mát rượi, nhưng cô suýt nuốt phải hạt chanh và ho sù sụ. Cái hạt to bự văng trúng laptop của thầy, nhưng

Nata vẫn mỉm cười. Có vẻ như thuốc Libo đã làm đứt dây thần kinh xấu hổ của cô mất rồi.

Thầy Dato không nói gì, chỉ đưa Nata một cái khăn giấy. Cô vừa lau miệng, vừa ngắm nghía bức tường sau lưng thầy. Trên đó là thanh kiếm samurai dài ngoằng, chạm trổ tinh vi. Có lẽ đó là lý do cả chục ngàn học sinh đều ngoan ngoãn nghe lời, đâu có ai dại dột mà muốn thử độ sắc của nó chứ. Nata không thể tưởng tượng được cảnh thầy Dato béo ú mà múa kiếm thì sẽ ra sao nhỉ?

"Thầy học kiếm ạ?" Nata hỏi.

"Đúng rồi," thầy Dato gật đầu. "Vừa dẻo người, mà lại vừa khẳng định một điều rằng ngoài chém gió ra, ta còn biết chém hoa quả."

Nata bật cười, cô thấy tội cho thầy. Các bài diễn thuyết hằng tuần của thầy đầy cảm hứng và hài hước như vậy, mà mọi người cứ nói thầy là nhà chém gió học, rồi còn đồn rằng cái tủ trong phòng thầy có một tá huân chương chém gió hạng nhất.

"Này Nata," thầy Dato nói, giọng trầm xuống. "Ta luôn khâm phục những nỗ lực của em, nhưng khi ký tên lên tấm bằng khen kỳ vừa rồi, ta cảm thấy vô cùng bất ngờ. Chắc là phải có lý do gì đó?"

Nata cười thầm. Từ xưa tới nay, việc mà cô giỏi nhất đó là nói thật. Cô khai báo tất cả, từ việc nhắn tin với Liboman, cho tới những chiếc hố đen trong mơ đã làm cô mất tập trung thế nào. Khi đề cập tới việc thi lại, thầy Dato ra hiệu ngắt lời Nata.

"Em lâu rồi chưa về quê đúng không?"

"Dạ... Em không có thời gian ạ."

Thầy Dato uống một ngụm nước. "Chúng ta luôn có đủ thời gian cho những việc quan trọng nhất. Ta sẽ cho em thi lại, với một điều kiện."

Nata như mở cờ trong bụng. "Điều kiện gì ạ?"

"Ngay ngày mai, em phải về quê một tuần," thầy Dato nở một nụ cười bí hiểm. "Đặc biệt, không được mang theo sách vở."

Nata hoang mang ghê gớm. Cô chưa bao giờ nghĩ mình có thể đi đâu cả tuần mà không mang theo sách vở để tranh thủ học bài.

Thầy Dato gõ ngón tay trên mặt bàn. "Thế nào? Có chịu không?"

"Được ạ!" Nata đáp vội.

Thầy Dato dựa lưng vào ghế. Nụ cười ban nãy đã chuyển từ trạng thái bí ẩn vô cực, sang chế độ thỏa mãn vô biên.

"Nhưng... thầy cho em biết lý do được không ạ?"

Thầy Dato rút ra từ túi áo một cái bút màu bạc và bấm nút, lập tức đầu bút vọt ra cái thìa. Thầy cầm cốc nước chanh lên và khuấy thật mạnh. Hạt chanh, tép chanh tưng bừng bơi lội, như bầy cá nhỏ đang trốn chạy khỏi răng nanh của lũ cá to. Sau đó thầy đặt cốc nước xuống bàn và lặng nhìn, như thể cái xoáy nước thầy mới tạo ra là cả một tác phẩm nghệ thuật.

"Tâm trí em cũng giống như cốc nước này. Khi căng thẳng, mọi vấn đề xoay quanh làm em khó chịu. Cách tốt nhất không phải là lao đầu vào giải quyết, mà là phải bình tâm và giữ khoảng cách."

Nata nhìn cốc nước, cô thấy hạt chanh rớt xuống đáy cốc rất nhanh, rồi tới lượt tép chanh cũng vậy, nhưng chúng hạ cánh chậm hơn. Chợt thầy Dato cho thìa vào cốc và khuấy mạnh. Hạt chanh, tép chanh lại được dịp nhảy múa tưng bừng.

Thầy ôn tồn nói, "Nếu em cứ cố giải quyết trong tình trạng căng thẳng, thì chỉ tổ làm cho mọi thứ rối tung lên mà thôi."

Nata hiểu ý thầy. Những cơn ác mộng giống như hạt chanh và tép chanh lởn vởn xoay quanh tâm trí cô. Nata càng tỏ ra lo lắng, thì càng giống như cho thìa vào cốc mà khuấy thật lực.

"Ý thầy là cứ để yên, rồi mọi thứ sẽ ổn ạ?"

Thầy Dato mỉm cười. "Có những vấn đề như hạt chanh, chúng sẽ chìm xuống rất nhanh. Có những vấn đề lại giống tép chanh, em phải thật kiên nhẫn."

Từng lời thầy nói như đi vào sâu tâm trí Nata, và quét sạch đám mạng nhện bám lâu ngày ở đó.

"Ta nghĩ về quê, tách ra khỏi sách vở một tuần sẽ hiệu quả hơn là uống thuốc kích thích. Em có nhớ mình uống viên Libo đầu tiên vào lúc nào không?"

Nata thấy mình như bị chích một nhát vào tim. "Ơ, sao... Sao thầy biết ạ?"

Thầy Dato kéo ngăn bàn, lấy ra một lọ thuốc Libo đầy ụ. "Cô bé tóc tím lúc nãy đã dùng Libo cả tháng nay. Có vui vẻ hạnh phúc hơn đấy, nhưng trí nhớ thì có vấn đề. Cô bé đó có thể miêu tả rất rõ một ký ức hồi mẫu giáo, nhưng lại quên sạch cả lịch thi."

Nata im thít, đúng là hiện giờ cô vẫn không tài nào nhớ nổi là mình đã uống viên Libo đầu tiên tự lúc nào. Thật quá may mắn khi cô mới uống một viên, chứ hai viên thì chắc cô quên luôn mình là ai mất.

"Em có mang thuốc đó không?" thầy Dato nói, rồi trao cho cô ánh nhìn đầy tin tưởng.

Nata nhìn xuống cái ba lô con ếch, hai mắt nó nhắm nghiền như đang ở trong một giấc mộng đẹp, và việc Nata chuẩn bị làm có thể sẽ khiến nó thù cô suốt đời. Cô lấy lọ thuốc ra và đưa cho thầy Dato.

"Hy vọng đây là lọ cuối cùng," thầy Dato nói rồi cất cả hai lọ thuốc vào trong ngăn bàn.

Bỗng có tiếng ếch kêu quen quen. Hình như nó phát ra từ laptop của thầy.

"Ồ," Nata hỏi. "Thầy cũng dùng chương trình tự tạo niềm vui sung sướng mỗi ngày đó ạ?"

"Ha ha... Em cũng biết cái ứng dụng 'tự sướng' đó sao?" Thầy Dato mở laptop, xoay về phía cô. "Ta không thích dùng di động, nên cài trên laptop. Bản dùng thử mà cũng có nhiều câu hay phết."

Nata thấy một bức hình chụp cánh đồng hoa hướng dương hàng với chữ trắng 'Chẳng ai biết chắc tương lai, sao lại phải mất công suy đoán tiêu cực? - FuSuSu.'

Nata hỏi. "FuSuSu là ai ạ?"

"À, đó là một nhà văn vĩ đại, từng thi vào trường này thì bị đánh trượt do chỉ đạt 4 điểm môn văn. Sau này ông ấy viết rất nhiều sách, ta rất ngưỡng mộ. Mà thôi muộn rồi, hẹn gặp em sau một tuần nữa."

Nata vâng dạ rồi xin cáo từ thầy.

Trên đường ra, cô để ý cái tủ gỗ của thầy, nhưng không có huân chương chém gió nào như người ta đồn đại, mà là cả tá bằng khen các loại. Nata khựng lại khi thấy một tấm bằng được đóng khung cẩn thận với dòng chữ to bự: Dato - Học sinh tiên tiến.

Cô không tin vào mắt mình nữa. Thầy Dato là người đầu tiên đạt học sinh tiên tiến ở trường Dama ư? Vậy mà bây giờ đã là hiệu trưởng. Đúng là chẳng ai biết trước tương lai, nhưng có một điều mà Nata dám chắc về tương lai của mình: Nó có vô vàn vấn đề!

Ngoại trừ một thành công nhỏ là được cho thi lại, thì cô đã gặp hai thất bại to. Cô vừa bị tước mất hai viên thuốc Libo quý giá, vừa phải về quê mà không được mang theo sách vở.

Cô sẽ nói gì với mẹ Bona đây? Làm gì cho hết một tuần khi không có sách vở? Một loạt suy nghĩ bủa vây tâm trí Nata, nhưng hình ảnh cốc nước chanh hiện lên nhắc cô bình tâm trở lại.

Có lẽ đôi khi hãy cứ để yên, rồi mọi thứ sẽ ổn mà thôi, Nata tự nhủ. Cô sẽ về quê ngay ngày mai!

VỀ THĂM QUÊ

Đặt ba lô con ếch xuống đất, Nata vặn người khiến cả tá đốt sống sau lưng răng rắc reo vui. Hình như chúng cũng muốn hòa chung niềm phấn khởi khi thấy ngôi nhà nhỏ xinh trên đỉnh ngọn đồi quen thuộc.

Làn khói bếp đung đưa trong gió làm Nata nhớ tới món nấm hương chiên giòn, đặc sản của mẹ Bona. Vậy là cô sắp được thưởng thức cơm nhà mẹ nấu, có thể kèm thêm gia vị là những trò cười của anh Napa. Đó sẽ là phần thưởng không thể tuyệt vời hơn, sau ba tiếng bon chen trên máy bay Bus.

Thực ra khi bay ngang qua đây, Nata đã định nhảy dù xuống cho nhanh rồi. Một phần chắc vì tác dụng của thuốc Libo vẫn còn, làm cô phấn khích tới mức quên cả cái lần nhảy dù đầu tiên đáng sợ thế nào. Một phần là họ đang có chương trình tặng dù miễn phí. Chỉ tiếc là cô chưa đủ 18 tuổi, lại không có phụ huynh đi kèm nên bị từ chối thẳng thừng.

Chẳng mấy chốc, Nata đã đứng trước cửa nhà. Chiếc giá để giày dép làm khóe mắt của cô cay cay. Ở đó, ngoài đôi guốc sờn của mẹ, đôi dép nhem nhuốc của anh Napa, thì còn có một chiếc giày đặc biệt, là di vật của bố Cote.

Sau chuyến thăm trường Dama, bố có việc đột xuất phải đi. Đêm hôm ấy, ông đã không về, cũng chẳng ai liên lạc được. Mãi sau này, gia đình cô nhận được thư gửi từ văn phòng chính phủ, kèm theo một khoản tiền lớn. Họ nói rằng, bố Cote đã mất trong quá trình làm nghiên cứu tuyệt mật.

Nghe tin đó, Nata đã khóc ròng ba ngày liền, mẹ Bona phải lên thành phố xin mãi mới đem về được một chiếc giày của bố. Lúc ấy, cô mới nín khóc. Sau đó, ngày nào bà cũng lau chùi nó cẩn thận, và nói với hai anh em rằng bố không đi xa, bố chỉ chuyển tới một nơi gần hơn, là trong trái tim họ.

Mùi hương thơm phức xộc thẳng vào mũi đưa Nata quay về với thực tại. Phán đoán của Nata đã chuẩn xác, đó là món nấm hương chiên giòn!

Nata lau nước mắt, cô tháo giày và xỏ đôi tất hình con thỏ dày quịch trên giá. Đây là phát minh của mẹ Bona, giúp biến bàn chân của cả gia đình, thành những chiếc giẻ lau nhà di động. Đôi tất hình con nhện của anh Napa, bao giờ cũng hoạt động tối đa công suất, vì chạy loanh quanh, đọc truyện khắp nơi, là sở thích không bao giờ bỏ được của anh ấy. Song nghe mẹ nói gần đây, Napa đã thay đổi khác lắm thì phải.

Nhẹ nhàng mở cửa, Nata rón rén bước vào phòng khách. Đập ngay vào mắt cô là cái bảng tự hào, nơi treo thành tích của mọi người trong gia đình. Ở vị trí cao nhất, là bằng 'Tiến sĩ hóa học xuất sắc' của bố, tiếp đó là bằng 'Đầu bếp xuất sắc' của mẹ, rồi chiếm hết không gian dưới cùng là cả hàng tá bằng 'Học sinh xuất sắc' của Nata. Còn anh Napa, nếu có cái bằng nào đó, thì trên ấy chắc sẽ ghi 'Học sinh phá phách nhất'.

Ôm chặt ba lô con ếch, Nata thầm ước giá như cái bằng tiên tiến trong bụng nó ghi tên anh Napa, thì mẹ cô còn mừng. Nata chưa muốn gặp mẹ ngay, cô định lên phòng mình trước để chuẩn bị tâm lý.

"Ơ... Nata đó hả con?"

Giọng nói thân thương ấy đã phá hỏng kế hoạch của cô. Mẹ Bona đã đứng ở cửa bếp tự lúc nào, với cái tạp dề trang trí đủ mọi loại thỏ trên đời. Đằng sau cặp kính tam giác, đôi mắt bà rạng rỡ như mới trúng số độc đắc.

"Sao về đột xuất thế con?"

Quăng ba lô xuống đất, Nata chạy tới ôm mẹ. Cô vừa khóc vừa kể lể. Mỗi lần xúc động quá, là Nata lại như vậy đấy, cứ nói mà chẳng rõ cuối cùng mình đã nói gì.

Cô chỉ nhớ mang máng, hình như mình đã khóc rống lên khi nói về tấm bằng khen tiên tiến.

"Không sao đâu Nata," mẹ Bona vỗ vai cô. "Mẹ chưa bao giờ thất vọng về con. Hơn nữa, vẫn còn cơ hội thi lại cơ mà?"

Lời động viên của mẹ tuyệt diệu như một liều thuốc an thần. Nata ngừng khóc, và bắt đầu bình tâm trở lại. Chưa hết, mẹ còn tặng thêm cho Nata một nụ cười hiền hậu, khiến cô không thể ấm lòng hơn.

"Cơm xong rồi, con lên gọi anh xuống ăn đi."

Nata lí nhí vâng dạ rồi bước ra cầu thang. Lên tầng hai, cô vẫn còn nghe thấy mẹ ngân nga hát. Đúng là chẳng ai biết chắc tương lai, thật bất ngờ khi mẹ đã thật nhẹ nhàng với vụ bằng khen, còn anh Napa chắc là sẽ khác. Có thể anh ấy sẽ mừng phát rồ, rồi sau đó tìm mọi cách để trêu cô phát khóc. Cũng có thể mọi chuyện sẽ khác, lần cuối cùng gọi về nhà, mẹ có kể dạo này Napa chăm chỉ lắm, anh đã biến căn phòng của Nata trở thành một thư viện sách khổng lồ.

Khi bước qua phòng anh Napa, nửa đầu bên phải của Nata tê lên nhè nhẹ. Không có gì lạ, đây là một hiện tượng mà hai anh em cô phát hiện ra từ bé. Cứ mỗi lần họ lâu ngày không gặp, thì khi tới gần nhau trong phạm vi 10 mét, là nửa đầu của hai người lại tê tê râm ran như có kiến bò. Bố Cote nói đó là sự kết nối đặc biệt của anh em song sinh.

Nata rảo bước thật nhanh, với hy vọng rằng anh Napa đang say sưa làm gì đó mà không phát hiện ra cô. Nata muốn xem thử cái thư viện. Nếu nó tồn tại, thì cô sẽ không lo thất nghiệp trong 7 ngày tới. Thầy Dato nói cấm mang theo sách vở, nhưng đâu có cấm đọc sách có sẵn ở nhà nhỉ?

Mở cửa phòng mình, Nata bị sốc bởi một cái tủ sách khổng lồ, cao đụng trần nhà. Trên đó cơ man là sách, sách giáo khoa, sách tham khảo, sách bồi dưỡng, sách thi học sinh giỏi đủ các cấp. Cô nhìn mà muốn bật khóc, anh Napa đã thay đổi thật rồi sao?

Nata càng ngạc nhiên hơn khi thấy giữa tủ dán một tấm hình chụp cảnh cô đang nhận học bổng từ tay thầy Dato. Đứng ngay sau cô là bố mẹ, còn anh Napa đang trèo trên cành cây gần đó trông như một chú mèo hoang. Bên dưới bức ảnh là dòng chữ viết ngoáy hơn gà bới, đích thị là của anh Napa. Trên đó ghi 'Nata à, nhớ em lắm, anh sẽ đọc tiếp cho em nha.'

Mặt Nata nóng bừng lên. Việc cô ra đi tác động tới anh Napa sâu sắc vậy ư? Chắc anh ấy phải vất vả lắm mới đọc được hết đống sách toàn chữ này, còn lấy ảnh của mình làm động lực nữa chứ?

Tự nhiên Nata thấy có quyển sách bìa vàng ở trên cùng trông quen quen. Chuyện thật hay đùa đây, đó chẳng phải là cuốn 'Tuyển tập 57 đề thi học sinh giỏi quốc tế' mà Nata cũng đang cày cuốc hay sao? Anh Napa định vượt mặt mình ư?

Nata trèo lên ghế, tay với lấy cuốn sách.

"Dừng lại Nata!"

Nata quay ra cửa. Đứng đó là anh Napa với bộ quần áo đặc trưng, mà anh đã từng mất cả tiếng để giải thích cho cô tên gọi của mỗi bộ phận. Cái áo Người Dơi màu đen, có họ hàng với chiếc quần lửng Người Nhện, trên đó chi chít những con nhện, mà bản chất là mấy chiếc túi. Vẻ mặt anh trông nghiêm túc lạ thường.

"Ơ, chào anh..." Nata nói, "Sách hay nên em muốn xem thử thôi mà, có sao không?"

"Có sao chứ, trời nhiều sao lắm!" anh Napa nói, rồi lao tới lôi Nata ra xa khỏi cái tủ. "Anh mất mấy đêm để sắp xếp ra cái trật tự đó đấy. Tốt nhất là em không nên động tay vào."

"Hứ? Anh nghi ngờ trí nhớ em sao? Em xếp lại y như cũ là được chứ gì?"

"Không được. Mỗi cuốn sách là một vệ sĩ, đang canh gác hòm kho báu bí mật, vào thời điểm thích hợp em mới được tiết lộ."

"À ha! Vậy thì em càng phải xem bây giờ!"

Nhưng Nata chưa kịp leo lên ghế để lấy sách thì đã dính chiêu thức 'cù nách cước' mới sáng tạo của anh Napa. Cô lập tức trống trả bằng tuyệt chiêu 'véo tay thần chưởng' quen thuộc của mình.

Căn nhà dường như đã ấm áp hơn với tiếng cười nói rôm rả của hai anh em lâu ngày không gặp. Như mọi khi, anh Napa bắt đầu kể chuyện trên trời dưới bể, bao gồm cả con cá to bự dưới nắp cống của làng. Đúng là mọi thứ đều có thể trở thành chuyện với anh Napa. Điều làm Nata ngạc nhiên, là anh vẫn còn giữ rất nhiều món đồ xưa cũ, trong đó có cả cái bộ râu giả mà Nata từng dùng để đóng vai Bụt ngày xưa.

"Này Nata, nếu Bụt hiện lên giờ này, em sẽ ước gì?"

Câu hỏi khó đây. Từ trước giờ, Nata chưa bao giờ tin vào thần thánh. Cuối cùng, một ý tưởng lóe sáng. "À, em ước mình được gặp những siêu anh hùng!"

"Ố ồ..." anh Napa thích thú ra mặt. "Tại sao vậy?"

"Dạo này mấy bộ phim siêu anh hùng có vẻ hay lắm,

tụi con gái trong lớp bàn tán suốt. Em cũng tò mò, nhưng mải bận học mà chưa xem được."

"Được rồi, hãy nhắm mắt lại," anh Napa nói rồi nở nụ cười bí hiểm hết sức. "Anh sẽ giúp em toại nguyện."

Nata lấy hai tay che mắt. "Thế này được chưa anh?"

"Chưa đâu," anh Napa nói, rồi đưa cho cô một cái gối. "Dùng cái này bịt vào mặt cho chắc. Cấm được ăn gian, đảm bảo em sẽ được trang bị đầy đủ kiến thức về biệt đội siêu anh hùng này, để có thể chém gió với bất cứ ai."

Nata luôn tin vào tài ảo thuật của anh Napa. Một lần cô ước mình được bay, và nó đã trở thành hiện thực trong màn kịch 'Cô Tấm ngày nay'. Những sợi dây sắt siêu bền siêu nhỏ giúp Nata bay lên trần nhà hôm ấy, chính là phát minh của anh Napa.

"Sao lâu thế anh?"

"Anh đang cân nhắc xem nên chọn siêu anh hùng nào để ra mắt, em cứ đếm từ một tới mười đi..."

Nata bắt đầu đếm thầm, một... hai... ba...

RẦM!

Tiếng động làm Nata giật thót tim, nhưng giữ lời hứa với anh, cô giữ nguyên cái gối trước mặt. Song tiếng sách rơi lộp bộp liên tiếp, cùng tiếng kêu oai oái của anh Napa khiến cô buộc phải mở mắt.

Cái ghế lúc nãy đã gãy mất một bên chân, còn anh Napa thì đang bị chôn vùi trong cả tấn sách.

Nata chạy tới. "Có sao không anh?"

"Có sao đấy," anh Napa nói, tay xuýt xoa đầu gối. "Có cả sao băng rồi..."

Nata tranh thủ xếp lại đống sách, và cô phát hiện ra có nhiều cuốn rất lạ. Cô mở một quyển ghi chữ Người Sắt ra thì thấy toàn cảnh đánh nhau chí chóe. Theo lý thuyết cô biết, đây là truyện tranh. Ngước nhìn cái tủ, Nata nhận ra có cả một binh đoàn truyện tranh đang núp e thẹn đằng sau những 'vệ sĩ' sách giáo khoa.

"Để..." anh Napa ú ớ. "Để anh giải thích..."

Nata ra dấu cho anh im lặng. Điều ước lúc nãy của cô đã được toại nguyện. Cô đã không những được thấy đầy đủ cả biệt đội siêu anh hùng, mà còn được chạm vào một trong số họ. Chẳng phải là cô đang cầm trên tay tập truyện Người Sắt ư? Nata dám cá trên kia có lẽ còn có Người Kẽm, Người Đồng và hơn 100 anh em họ hàng khác nữa trong bảng tuần hoàn hóa học. Anh sẽ đọc cho em nghe ư? Dòng chữ nguệch ngoạc trên bức ảnh kỷ niệm làm cô tức ngực. Không ngờ cô lại trở thành nguồn cảm hứng cho Napa đọc truyện, không ngờ góc học tập thiêng liêng của cô lại bị biến thành nơi giải trí, thật không thể chịu đựng nổi!

Nata lột tấm ảnh trên tủ nhét vào túi, rồi lặng lẽ bước ra khỏi phòng.

"Nata!" anh Napa gọi theo. "Chờ đã nào..."

Nata không đáp, cô cứ thế bước đi.

"Nata!" anh Napa gào lên. "Trả lại anh cuốn truyện!"

Nata nhận ra mình vẫn còn cầm trên tay cuốn Người Sắt. Đến nước này mà anh ấy vẫn đòi nó sao? Cô tức muốn xì khói. Nata định quăng nó ra ngoài cửa sổ thì cô nghe thấy tiếng mẹ Bona gọi toáng lên.

"Xuống ăn cơm nào hai đứa!"

Nata quay vào phòng, ném tập truyện xuống trước mặt anh Napa, đồng thời không quên véo tay anh một cái thật mạnh, rồi lẳng lặng đi xuống bếp.

MẤT TÍN HIỆU

Mẹ Bona đặt đĩa nấm chiên giòn lên mâm, mùi hương tỏa ra thơm nức mũi.

"Napa đâu rồi con?"

Nata cố nở một nụ cười gượng gạo. "Anh ấy đang dọn phòng ạ."

"Ừ... dạo này Napa thay đổi ghê gớm," mẹ Bona nói, tay xúc salad hoa quả vào bát tô. "Nhiều hôm mẹ thấy nó ngồi học tới tận hai giờ sáng cơ đấy."

Tai Nata nóng bừng cả lên. Học ư? Có mà học cách đánh đấm bay lượn của mấy tay siêu nhân thì có! Dù tức nổ đĩa, song Nata phải cố tỏ ra hết sức hoan hỉ, cô tin rằng cái tấm bằng tiên tiến là quá đủ rồi, nếu giờ biết thêm vụ tủ truyện, thì mẹ làm sao mà sống nổi.

"Sao thế con?"

Nata vội đáp. "Dạ... con giúp gì được không ạ?"

Mẹ chỉ tay về phía cửa sổ sau lưng Nata.

Cô hiểu ý, rồi mở nó ra. Xuyên qua kẽ lá, những tia nắng ban trưa làm căn phòng bếp thêm rạng rỡ, như thể ông mặt trời đang thò cả trăm chiếc đũa ánh sáng vào trong, để thử trước từng món ăn hấp dẫn của mẹ.

"Sao Napa lâu thế nhỉ?" mẹ Bona nói. "Thôi con đói thì cứ ăn trước đi."

Nata chỉ chờ có thế, cô dạ một tiếng rồi gắp ngay miếng nấm vàng ươm bỏ vào miệng. Vị ngon giòn tan thật thích, như bù lại cho cả năm trên thành phố, mà cô chỉ biết tới mì gói các loại.

Bỗng cái điện thoại góc bếp đổ chuông. Mẹ Bona ngồi dậy, bấm chế độ đàm thoại.

"Alo," một giọng đàn ông khàn khàn vang lên. "Có phải gia đình em Napa đó không ạ?"

"Dạ, đúng rồi ạ. Tôi là mẹ cháu Napa đây."

"Chào chị, tôi là thầy giáo chủ nhiệm lớp Napa."

"Ôi quý hóa quá," mẹ Bona phấn khởi ra mặt. "Thầy gọi có việc gì thế ạ?"

"À tôi gọi thông báo thôi, tuần sau là bắt đầu kỳ thi quan trọng, Napa nhà mình đã khỏi ốm chưa chị?"

"Ơ... thưa thầy, Napa nhà tôi vẫn khỏe lắm, nó có ốm đau gì đâu nhỉ?"

"Thế à? Sao Napa nó nộp cho tôi cái đơn xin nghỉ ốm một tháng, có chữ ký của chị cơ mà?"

Mắt mẹ trợn tròn, chiếc đũa trong tay từ từ tuột ra, rồi rớt xuống đất. "Cám ơn thầy ạ... để tôi hỏi cháu nó."

Thầy giáo cụp máy.

Tiếng tút tút vang lên như dấu hai chấm, mở ra một không gian tĩnh lặng đến ngột ngạt.

Miếng nấm chiên trong miệng Nata trôi tọt xuống bụng, có lẽ nó cũng đã cảm nhận được sự tức giận âm thầm của mẹ khi nhặt đôi đũa lên. Cô thấy bà xắn ống tay áo, môi mím chặt, mắt nhìn không chớp về phía cái cầu thang.

Nhìn đôi tay của mẹ Bona đang siết chặt đôi đũa tội nghiệp, Nata dám cá là chỉ cần anh Napa thò chân xuống cầu thang thôi, là đôi đũa ấy sẽ trở thành phi tiêu sát thủ. Không biết mấy miếng võ trong truyện có thể giúp anh ấy thoát được pha này hay không, nhưng dám giả chữ ký mẹ để nghỉ học cả tháng, thì thật là quá thể!

"Hai người có chuyện gì vậy?"

Tiếng anh Napa vang lên sau lưng hai mẹ con.

Nata quay lại thì suýt té ngửa. Anh ấy đang treo ngược ở ngoài cửa sổ, với sợi dây thừng buộc bụng. Trông Napa lúc này, y hệt như một chú nhện đang thả mình xuống định tóm hai con mồi béo bở, nhưng chưa dám lao vào mà chỉ mở to mắt dò xét. Giờ thì không biết ai mới là con mồi.

Mẹ Bona ném cho anh Napa một cái lườm không

thể nào đáng sợ hơn, rồi bà chầm chậm nhả từng chữ. “Thầy... giáo... vừa... gọi... điện.”

Sẵn có cái thìa trong tay, Nata bắt đầu thủ thế. Nếu mẹ cô động thủ phi đũa, cô cũng sẽ phi thìa hưởng ứng. Song hai người chưa kịp làm gì, thì anh Napa đã uốn người leo lên, dẻo như một diễn viên xiếc. Nata ngó đầu ra, thì thấy anh đã chui tọt vào cửa sổ tầng trên mất rồi.

“Napa! Xuống đây!”

Tiếng quát uy lực của mẹ làm Nata nổi hết cả da gà, nhưng đáp lại bà chỉ là sự yên lặng đầy ngoan cố.

Nata thừa biết anh ấy sẽ không xuống, dại gì mà đối mặt với tận hai cơn bão số 7 đang phừng phừng khí thế như vậy cơ chứ. Cô tưởng mẹ sẽ phi lên tầng hai, và lôi Napa ra dần một trận nhừ tử, nhưng không, mẹ gục đầu xuống bàn, bắt đầu khóc nức nở.

Nata thở dài. Cô về quê lần này là để nghỉ ngơi, với hy vọng có chút tia sáng nào đó từ anh Napa. Ai mà ngờ, anh ấy lại xuống cấp thê thảm như vậy.

Phá góc học tập thiêng liêng của cô chưa đủ hay sao, mà còn dối thầy lừa mẹ?

Nata cảm thấy dường như có ai đó đang cố tình khuấy thật mạnh ly nước chanh trong tâm trí mình, làm mọi thứ ngày càng điên đảo. Nhưng ít ra thì cô cũng đã biết mình phải làm gì để không vi phạm lời hứa với thầy Dato. Thay vì đọc sách nguyên tuần, cô sẽ nói chuyện nghiêm túc với Napa, và giúp anh ấy thay đổi một lần cuối cùng.

Tiếng chuông cửa kính koong vang lên.

“Để mẹ mở cửa cho,” mẹ Bona ngóc đầu lên, lau nước mắt. “Con lên gọi anh xuống ăn cơm, nói là mẹ sẽ không làm gì đâu.”

Bước lên cầu thang, tay nắm chặt cái thìa, Nata thề là sẽ dùng nó để cạy mồm anh Napa. Cô sẽ bắt anh phải khai ra tất cả mọi thứ đã lừa mọi người từ trước tới nay. Không thể tha thứ cho anh ấy được!

Nata gõ cửa. “Anh Napa!”

Không có tiếng trả lời.

Nata lại đập cửa rầm rầm. “Ra đây nào!”

Không thấy anh đáp lại. Hay là anh ấy không có trong phòng? Mà thế thì Napa trốn ở đâu? Rõ ràng anh ấy trèo vào phòng, mà cửa lại khoá? Anh ấy đang ngủ chăng? Mà sao đã ngủ nhanh vậy được?

Có tiếng bước chân ở phía cầu thang.

Nata quay sang thì thấy mẹ Bona lầm lũi bước lên, theo sau bà là một chú cảnh sát lực lưỡng, trên hông đeo khẩu súng lục to bự.

Mẹ Bona chỉ tay về phía Nata.

Mồ hôi Nata vã ra, chân tay run lẩy bẩy. Cô đã làm gì sai ư? Hay là chú ấy hỏi về thuốc Libo bị cấm?

Chú cảnh sát hầm hầm tiến tới và dừng lại trước mặt Nata. Chú hỏi, "Đây là phòng Napa à?"

Thì ra chú ấy tìm anh Napa, thế mà làm cô hết hồn. Nata lau mồ hôi rồi trả lời. "Dạ, nhưng cửa khoá, mà cháu gọi mãi anh ấy không thưa ạ."

Chú cảnh sát gật đầu, rồi áp tai vào cửa nghe ngóng, như thể đôi tai siêu nhân của chú có thể cảm thấy nhịp tim anh Napa qua đó vậy. Tiếp đến, chú lấy ra một vật tròn tròn trông như chiếc bánh quy bằng sắt, đặt lên cửa, rồi ra hiệu cho hai mẹ con cô lùi ra xa. Thiết bị đó bắt đầu nháy đèn và kêu lên tít tít.

Bom sao? Chú ấy định cho nổ tung nhà mình chắc? Nata định quay đầu chạy, nhưng không kịp nữa rồi. Một tiếng tút dài vang lên, y như âm thanh máy đo nhịp tim, lúc bệnh nhân trút hơi thở cuối cùng. Nhưng không có gì xảy ra. Chú cảnh sát cất thiết bị đó đi, rồi mỉm cười với hai mẹ con đang trố mắt nhìn.

Chú nói, "Cửa khóa trong, cậu bé vẫn còn sống."

Vẫn còn sống ư? Chú ấy nói gì vậy?

Nata chưa kịp hỏi gì, chú cảnh sát đã lấy đà rồi tặng

ngay cho cánh cửa một cú song phi như trời giáng. Bụi gỗ tung bay mù mịt. Phải mất ít giây định thần, Nata mới nhận ra cánh cửa đã thủng một lỗ hình người to tướng, đủ chỗ cho hai mẹ con lách qua.

Vừa vào phòng, một cảm giác lạnh toát chạy dọc sống lưng, Nata như chết đứng khi thấy anh Napa nằm sõng soài trên giường. Tóc tai anh rũ rượi, mặt trắng bệch không còn giọt máu. Cạnh anh là chiếc di động kèm tai nghe vẫn đang phát nhạc xập xình.

"Napa!!!" mẹ Bona thét lên, bà lao tới.

Chú cảnh sát chặn mẹ lại, mặt đanh như thép. "Xin chị hãy bình tĩnh, đừng động tới hiện trường."

"Hiện... hiện trường ư?" mẹ Bona trợn mắt lên, rồi lăn ra sàn ngất xỉu.

Như có một luồng sét đánh ngang tai Nata. Nước mắt cô lã chã tuôn rơi. Cô gào lên, "Nhưng... chú nói anh ấy còn sống cơ mà?"

"Bình tĩnh nào," chú cảnh sát gãi đầu. "Ta có nói ai chết đâu, cậu nhóc bị hôn mê sâu. Ý ta hiện trường là giữ nguyên mọi thứ để còn điều tra."

Nói đoạn, chú lấy điện thoại gọi cấp cứu rồi bắt đầu lục soát căn phòng. Nata đỡ mẹ ngồi dậy, cô nghe thấy bà thều thào gọi tên anh. Thật không thể ngờ, có ngày mẹ lại ngất đi như vậy, chỉ vì ông anh quý hóa!

Chú cảnh sát ngó đầu vào gầm giường, như thể hung thủ đang nằm trong đó. Chú hỏi, "Cháu có chổi không?"

Nata lắc đầu. Nhà cô có dùng chổi bao giờ đâu? Cái giẻ lau nhà năng động nhất chính là đôi tất của anh Napa, giờ đã tạm nghỉ việc. Nata nhìn quanh, ở cửa sổ, cô thấy có mớ dây thừng đã giúp anh Napa thả mình xuống dưới ban nãy.

Anh ấy đã siết cổ tự vẫn ư? Không thể nào. Nata lắc đầu để lấy lại sự tỉnh táo. Cô nói, "Chú thử dùng sợi dây kia xem được không ạ?"

Chú cảnh sát bước tới cửa sổ, tháo cái dây thừng và buộc lại thành một thòng lọng, quăng vào gầm giường và lôi ra một lọ thuỷ tinh. Nata nhận ra ngay đó là thuốc Libo.

Anh Napa đã uống nó ư? Mà lạ quá, chả lẽ lúc uống thuốc, trạng thái giống như người sắp chết vậy sao? Thật là khủng khiếp.

Nhưng nếu là Libo, chắc anh sẽ sớm tỉnh lại thôi, cô cũng đã từng uống mà, có sao đâu? Điều Nata thắc mắc là sao chú cảnh sát lại tới nhà mình.

"Chú ơi, anh cháu đã làm gì phạm pháp ạ?"

Chú gật đầu. “Napa liên quan tới một đường dây buôn bán thuốc Libo đang bị cấm.”

Nói đoạn, chú mở di động của Napa nhưng nó đã bị đặt mật khẩu. Chú lật đệm lên nhưng không thấy gì cả.

“Anh cháu có chỗ giấu đồ nào bí mật không?”

“Ơ dạ... chắc là cái tủ bên kia ạ.”

Ngay lập tức, chú cảnh sát chạy ra ngoài, để lại Nata thẫn thờ nhìn ông anh trời đánh.

Anh Napa bán thuốc Libo ư? Chắc là không sai, vì mẹ Bona đào đâu ra tiền cho anh để mua cái tủ truyện to bự, rồi cả tấn sách để ngụy trang cơ chứ. Bỗng Nata thấy mặt anh Napa hồng hào hẳn lên, hơi thở trở lại bình thường. Một nụ cười chớm nở trên môi anh.

Cô lập tức nhảy tới, xốc hai vai anh lên, và quát. “Anh Napa! Đồ tồi!”

Napa không phản ứng gì cả, đầu gục sang một bên, người mềm như bún. Đôi mắt anh vẫn nhắm nghiền, nhưng cái miệng thì cứ há ra cười toe toét, nhìn đáng ghét không chịu được. Không hiểu anh mơ gì mà say mê thế, mặc cho Nata đập gối bôm bốp vào mặt, thậm chí bóp cổ mà anh vẫn không chịu tỉnh dậy.

“Ơ kìa! Cháu làm gì thế?”

Chú cảnh sát gầm lên làm Nata khựng lại.

Cô quay ra cửa thì thấy chú đang tiến tới, trên tay cầm chiếc túi màu đen cỡ bự. Nata có thể nghe rõ tiếng lạo xạo, cô đoán chắc phải có cả cân Libo trong túi.

"Chú đã bảo để yên hiện trường cơ mà!"

"Ơ cháu xin lỗi," Nata nói rồi buông tay, thả anh Napa rớt bịch xuống đệm. "Cháu tưởng anh ấy sắp tỉnh ạ."

Chú cảnh sát đặt túi xuống và nhìn anh Napa đầy dò xét. Rồi chú tát nhẹ vào mặt anh vài phát, nhưng Napa vẫn không tỉnh, thậm chí cái miệng của anh ấy còn cười toe toét hơn cả lúc nãy.

Chú cảnh sát phì cười. "Thật là kỳ khôi, ta chưa từng thấy ai hôn mê sâu trong trạng thái sung sướng lạ lùng thế này."

Đúng lúc ấy, tiếng còi cứu thương hú lên. Nata mở cửa sổ, ánh nắng bên ngoài ùa vào, làm hàm răng trắng phớ của anh Napa thêm sáng bóng. Đúng là có một cái máy bay cứu thương vừa mới hạ cánh.

Nata thở dài.

Thật không thể tin nổi, chỉ trong ngày đầu tiên về quê, mà nhà cô lại có tới hai người bất tỉnh!

MƠ HAY THẬT

"Thưa chị, chúng tôi đã cố gắng hết sức," vị bác sĩ già nói. "Có lẽ con chị sẽ mãi mãi như vậy. Mong gia đình sắp xếp để Napa ở lại đây, chúng tôi sẽ giúp cậu bé duy trì sự sống cho tới khi tỉnh lại."

Nói xong, ông ta lặng lẽ đặt một tờ giấy lên bàn rồi bước ra ngoài, để lại hai mẹ con Nata trong căn phòng trắng xóa, cùng âm thanh duy nhất là tiếng tút tút của máy đo nhịp tim.

Nata thấy mẹ nấc lên từng hồi. Mái tóc bà rủ xuống, song không thể che giấu được đôi mắt thâm tím đang ngập tràn nước mắt. Hai ngày qua, mẹ Bona đã thức thâu đêm mong anh Napa tỉnh dậy, giờ lại nhận được tin trời đánh ấy, làm sao bà chịu cho nổi?

Nhìn ông anh trai quý hoá đang nằm trên giường với vẻ mặt sung sướng, Nata uất ức vô cùng. Trong khi cô và mẹ lo sốt vó, thì anh ấy vẫn cứ ngủ với cái miệng ngoác tới tận mang tai, nước miếng thi thoảng lại chảy ra, trông vừa tức cười, vừa đáng ghét.

Để chọn được cho anh cái phòng đẹp thế này, các bác sĩ cũng vất vả lắm chứ, họ không biết nên xếp anh ấy vào loại phòng nào, phòng dành cho bệnh nhân 'nằm chờ chết' hay là 'sắp tỉnh dậy', vì chẳng ai lại nằm chờ chết mấy chục năm, không rõ bao giờ mới tỉnh. Sẽ ra sao nếu anh Napa cứ mãi thế này?

Có khi thế lại hay. Thầy giáo nói vài ngày nữa là tới kỳ thi quan trọng, nếu không tham gia chắc chắn sẽ Napa sẽ bị đúp, mà tham gia thì khả năng trượt cũng cao. Anh đã bỏ bê cả tháng rồi còn gì? Chưa kể là với 'kỳ tích' dối thầy lừa mẹ, buôn lậu thuốc cấm, cảnh sát tới tận nhà phá cửa, thì bị đuổi học vẫn còn dễ chịu. Cứ để anh ấy nằm đây khéo lại hay, với đống dây rợ chi chít cắm vào người thế này, chắc là anh Napa sẽ khó mà gây thêm tai họa.

Tiếng khóc của mẹ Bona đã dứt, cô thấy tay bà run run khi cầm tờ giấy mà vị bác sĩ để lại.

Nata nhìn kỹ thì tá hoả. Đó là hoá đơn viện phí, tiền ống thở, nước dinh dưỡng, cái gì mà tận 330 Lumi một ngày? Trời đất, họ còn tính cả tiền khăn lau nước miếng cho anh ấy nữa chứ! Ba ngày nằm đây, là mất gần cả ngàn Lumi, ngang tiền học một năm của Nata rồi! Ôi, mẹ làm sao mà xoay nổi cơ chứ?

Nata thở dài. Cô nhớ lại lần đầu tiên mình bị trẹo chân. Viện phí cũng tương đối, nhưng không tới mức thảm khốc như vậy.

Lúc ấy, nằm viện chán ngắt, cô chỉ mong cuối giờ chiều để gặp anh Napa. Không rõ anh ấy đi học hay đi chơi, nhưng cứ thấy anh là cô vui rồi. Nếu không vì những câu chuyện hài hước lượm lặt trên đường, thì cũng là những ý tưởng lạ lùng hết sức. Nata còn nhớ mãi câu nói của anh lúc ấy, "Hay là chặt cái chân bị trẹo của em đi, rồi nhờ bác sĩ đổi cho anh?"

Tiếng máy đo nhịp tim đưa Nata trở về với thực tại phũ phàng. Anh cô còn hôn mê sung sướng ở đây ngày nào, mẹ cô càng thêm khổ sở ngày ấy. Càng nghĩ, cô càng muốn anh tỉnh dậy nhanh chóng. Mục tiêu của Nata về quê lần này là thư giãn, tìm cảm hứng, chứ không phải là ngồi nhìn anh Napa ngủ sung sướng, với nụ cười nham nhở, rồi lại phải lau nước miếng cho ảnh. Nếu Napa tỉnh lại, có thể vụ buôn thuốc lậu sẽ gặp khó khăn với cảnh sát, nhưng việc học hành chắc chắn cô giúp được. Điều quan trọng nhất là giờ làm sao để anh tỉnh?

Nata cố kết nối mọi dữ kiện. Napa đã uống thuốc Libo giống cô, nhưng tại sao lại không tỉnh dậy? Nếu có dị ứng với thành phần của thuốc thì cô cũng phải bị chứ, hai anh em cô song sinh cơ mà?

Khi thấy mẹ Bona bình tĩnh lại, Nata hỏi, “Mẹ à, có điều gì mà mẹ chưa kể về anh Napa không?”

Mẹ Bona nghĩ một hồi. “À, nó có đi làm thêm và đưa mẹ chút tiền, nhưng không đủ một tuần viện phí.”

“Anh ấy làm thêm ở đâu vậy ạ?”

“Hình như là Ditu, một quán điện tử trên phố.”

Nata tặc lưỡi, đọc truyện thâu đêm, làm ‘ô uế’ phòng học linh thiêng của cô đã là quá quắt lắm rồi, giờ lại còn ngập mặt trong trò chơi điện tử thì quả là xuống cấp. Giờ đây, Nata muốn anh tỉnh lại để xem còn tội trạng nào chưa khai báo nữa không, rồi kiếm việc làm chân chính nào đó để bù viện phí cho mẹ. Phải đánh thức anh dậy bằng mọi giá.

Lúc này trời đã tối, mẹ Bona phải trả thêm tiền phụ thu cho bệnh viện, để hai mẹ con có thể ở lại chăm sóc anh. Chưa bao giờ Nata thấy một đêm lại dai dẳng như vậy, và dường như nó được kéo dài thêm với tiếng ngáy ran rít của anh Napa, tiếng ngáy khò khò của mẹ Bona, chỉ thiếu mất tiếng ngáy o o của bố Cote, là đủ bộ dàn giao hưởng đêm khuya quen thuộc.

Nhìn bầu trời lấp lánh qua cửa kính, Nata nhớ tới trò nối sao khi xưa. Kể từ hôm tìm ra chú đại bàng 57, anh Napa bắt đầu thích vẽ, đặc biệt là vẽ những con số thành hình ảnh. Cũng thú vị đấy, nhưng ngoài việc giúp anh ấy nhớ số ra, thì học hành cũng chẳng khá khẩm hơn là mấy. Mà không rõ anh ấy đang mơ gì nhỉ? Khi ngủ người ta đi đâu? Hàng loạt suy nghĩ lại xuất hiện và cuốn trôi Nata vào giấc ngủ như ngày nào.

"Chờ em với!"

Nata gọi toáng lên.

Mặc cho cô em gái đang đuổi theo chết mệt, anh Napa cứ cắm đầu chạy với con diều trên tay.

Nata dừng lại, thở hồng hộc. Một làn gió thoảng qua mang theo hương lúa chín. Cô nhận ra mình đang đứng ở một con đường đất, hai bên là cánh đồng xanh bát ngát, cò mà bay ở đây chắc là mỏi cánh.

Mà đây là đâu?

Nata ngước lên. Cô thấy những vệt đen kỳ lạ, như thể có ai đó đã vẩy mực lên bầu trời. Cô gọi Napa nhưng không thấy anh thưa. Cánh đồng cũng lúc nãy đã biến mất tự lúc nào, thay vào đó là một rừng chông nhọn hoắt khiến tim Nata đập thình thịch.

Gió bắt đầu thổi mạnh hơn, một cơn lốc từ đâu xuất hiện, nó lớn dần lên và hung hăng lao tới Nata như một con bò tót khổng lồ. Điều kỳ lạ là nó đi tới đâu, cỏ cây đất đá không văng ra mà lại bị hút vào, cứ như thể một chiếc máy hút bụi đang đói khát.

Nata quay đầu chạy, nhưng mới được vài bước thì cô thấy toàn thân bị nhấc bổng lên. Cô cố vùng vẫy nhưng vô vọng. Chợt một ý tưởng lóe lên. Cảnh này sao quen thế? Những vệt đen, mọi thứ thay đổi liên tục, hay là mình đang mơ?

Ngay lập tức, ánh sáng trắng lóe lên.

Nata bừng tỉnh, nhưng cô vẫn chưa mở mắt vì còn bị chói. Lại một cơn ác mộng nữa ư? Mà... sao cảm giác lạ thế này?

Nata thấy mình nhẹ bẫng như một phi hành gia đang lơ lửng trên tàu vũ trụ. Đâu đó có tiếng kêu tành tạch như có người đánh lửa mà mãi không lên.

Mình đã tỉnh dậy chưa?

Nata từ từ mở mắt, và thấy một cảnh tượng vừa lạ vừa quen. Đó là một không gian trắng xóa với chi chít những chiếc hố đen ngòm, cùng hàng ngàn người đang lơ lửng giống như cô, chỉ khác là họ đang ngủ.

Nata giờ mới để ý tiếng tành tạch ban nãy phát ra từ những hố đen thoắt ẩn thoắt hiện. Phải có cả trăm ngàn chiếc hố như vậy. Có những hố thì hút người ta vào trong, còn những hố khác thì nhả họ ra, rồi co lại, biến mất, và kết thúc bằng một tiếng tạch.

Có vẻ như không ai biết gì cả, họ ngủ trông như những xác ướp biết bay, bị hút hết từ hố đen này sang hố đen khác. Nata cảm tưởng mình đang ở trong một thành phố nhộn nhịp, mà phương tiện đi lại là những chiếc hố đen giúp người ta dịch chuyển tức thời.

Cô đã từng thấy những hố đen này trong mơ, mà không phải là cô vừa mới mơ lúc nãy sao? Thế còn đây là gì? Theo thói quen, Nata làm một bài kiểm tra giấc mơ. Cô nhìn vào tay, rồi ngoảnh mặt đi và nhìn lại, 7 ngón tay! Thôi rồi, mình vẫn đang mơ!

Bỗng có thứ gì đó chạm nhẹ vào lưng khiến Nata chao đảo. Nata quay lại, cô không tin vào mắt mình nữa. Đó là mẹ Bona. Bà đang bay lơ lửng, trong trạng thái người thẳng tưng, trông như một khúc gỗ đang trôi trên dòng sông không khí.

Nata lay và gọi mãi, mà mẹ Bona vẫn ngủ rất sâu. Nata cố gắng bám theo, nhưng mẹ trôi đi mỗi lúc một nhanh, rồi lao vút tới một hố đen phía xa, và bị nó nuốt chửng. Nata thất kinh, cô chưa kịp thét lên thì lại thấy một người mặc võ phục trắng đang chầm chậm chui ra từ một cái hố đen gần đó.

Đó là thầy hiệu trưởng Dato, thầy ấy cũng ngủ giống như mẹ Bona. Nata gọi, nhưng thầy chỉ lặng lẽ trôi, rồi y như ban nãy, một cái hố khác hút thầy vào trong. Nata nhìn quanh và lại thấy mẹ cô xuất hiện. Cô mừng quýnh, cái hố lúc nãy đã tha cho bà, song hình như mẹ lại đang trôi tới một cái hố khác.

Một ý tưởng nảy ra, Nata bám chặt lấy mẹ, cô muốn biết trong hố đen đó có những gì.

Hồi xưa ở bể bơi, không hiểu sao mẹ cứ nhảy xuống là nổi bồng bềnh, còn Nata thì chìm nghỉm nếu không bám lấy bà. Hiện tại, mẹ Bona cũng giống như một cái phao trong bể bơi không khí, đưa Nata trôi càng lúc càng nhanh về cái hố đen.

Tới gần, tim cô đập rộn ràng. Nata có thể nghe thấy rõ tiếng lẹt xẹt bên trong chiếc hố, như thể có những tia lửa điện đói khát đang chực chờ để xơi tái cả hai mẹ con.

Trong chớp mắt, Nata thấy mình ở một không gian khác. Trước mắt cô là căn nhà quen thuộc trên đỉnh ngọn đồi. Chỉ có điều nó nhỏ xíu, mà chính xác hơn là Nata đang ở tít trên cao nhìn xuống.

Phải mất ít giây, cô mới quen được với trạng thái nửa tỉnh... nửa bay này. Nata nhìn quanh và thấy một hố đen, cô đoán đó là cánh cổng dẫn mình vào đây.

Mà mẹ Bona đâu rồi?

Ngay khi Nata nghĩ tới mẹ, cô thấy mình bay vút về khu vườn sau nhà. Ở đó, bà Bona với cái tạp dề quen thuộc, đang cổ vũ nhiệt tình cho một người đàn ông mặc áo trắng. Tay ông thò vào một cái hốc, rồi lôi ra một con thỏ béo ú, trên mồm gặm củ cà rốt bự hơn cả người nó.

Không phải bố Cote đó ư?

Nata ứa nước mắt, cô vui lắm, cô nghĩ ngay tới cảnh mình bay xuống sà vào lòng bố.

Đúng thật, nghĩ thế nào thì xảy ra như vậy, Nata thấy mình phi như một mũi tên về phía họ. Cô vừa bay, vừa gào to tên bố Cote.

Tiếng gọi của Nata làm cả hai người ngước lên, mắt trọn tròn. Rồi một ánh chớp chói lòa xuất hiện. Nata thấy mình quay trở lại không gian trắng xóa ban nãy.

Chuyện gì vậy?

Nata chợt nhớ ra một lần mẹ Bona có kể cô nghe bà đã quen bố như thế nào. Hồi ấy có một đàn thỏ chuyên rình rập cà rốt trong vườn, và bố Cote đã giúp mẹ tóm được con thỏ đầu sỏ. Từ ấy, chúng không bao giờ dám bén mảng tới nữa. Mẹ rất hay mơ về kỷ niệm này.

Không lẽ vừa rồi, cô đã vào giấc mơ của mẹ?

Thật là phi lý, nhưng cũng không thể nào giải thích nổi một cách có lý cho những gì đang xảy ra. Một ý tưởng lóe lên, liệu Nata có bay được tự do trong không gian này, giống như vừa rồi không?

Nata nghĩ tới việc bay. Ngay lập tức, cô thấy mình lơ lửng theo ý muốn. Phải mất một lúc, Nata mới quen với việc bay lượn bằng ý nghĩ. Cô bay khắp nơi, và phát hiện ra không gian này trải dài vô tận, như một vũ trụ trắng xóa, với những ngôi sao đen ngòm, chuyên hút người ta vào những cảnh tượng lạ lùng.

Nếu suy luận của Nata là đúng, thì khả năng tác dụng của thuốc Libo vẫn còn, và đây chẳng qua là cũng chỉ là một giấc mơ, toàn bộ đều là trí tưởng tượng của Nata tạo ra.

Nghĩ đi nghĩ lại, giấc mơ của mẹ sống động quá, cô muốn vào một lần nữa để gặp bố. Song Nata tìm mãi mà không thấy mẹ đâu. Thay vào đó, cô gặp một vài người mặc đồng phục trường Dama, chắc là bạn cùng lớp của cô. Thầy Dato kia rồi, Nata quyết định bám theo để xem thầy hiệu trưởng sẽ mơ gì.

Cùng thầy bay vào một hố đen, Nata thấy sân trường Dama với hàng ngàn học sinh đang chen chúc, reo hò ầm ĩ. Sân khấu thầy Dato hay diễn thuyết nay đã biến thành một sàn thi đấu mà ở giữa là chiếc cúp vàng to bự, bên trong đựng đủ các loại hoa quả.

Thầy Dato bước ra sàn đấu trong bộ quần áo võ sĩ đạo quen thuộc, thầy vung cái kiếm samurai dài thoòng múa một đường làm đám đông hú hét, nhưng họ im bặt khi một cô gái mặc đồ đen bước ra. Cô ta bịt mặt kín mít, và có mái tóc dài chấm lưng, vừa đi vừa xoay tít hai thanh kiếm sắc lẹm trong tay như một Ninja huyền thoại, làm đám đông phấn khích vô cùng.

Tiếp đến, từ trong cánh gà, xuất hiện vị trọng tài ốm nhom. Ông này ăn mặc rất lịch sự, áo vest, cà vạt, mỗi tội quần đùi, đi dép xỏ ngón, trên tay ông là cái còi đỏ chót. Ông bước tới chỗ cái cúp vàng đựng hoa quả, mặt đăm chiêu suy nghĩ, rồi cầm một quả chuối to bự giơ lên. Cả đám đông vỗ tay rào rào.

Vị trọng tài tung quả chuối lên cao và thổi còi toét một cái. Ngay lập tức, cô gái Ninja nhảy vút lên và vung kiếm xuống quả chuối xấu số.

Một tiếng choang vang lên, thầy Dato xuất hiện ở đó tự lúc nào và chặn được đường kiếm của cô gái. Trông thầy béo thế mà nhanh gớm.

Quả chuối bắt đầu rớt xuống, cô gái tranh thủ sút cho thầy Dato một nhát đau điếng. Rồi nhanh như chớp, cô ta tiếp cận quả chuối như thể đó là kẻ thù truyền kiếp, nhưng thầy Dato đã bắt kịp. Không biết ai sẽ chém được chuối trước đây. Cả đám đông và Nata, tất cả đều nín thở theo dõi.

Một tiếng bẹp vang lên rõ to, cả hai ngã lăn quay ra sàn. Vị trọng tài tiến tới, nhìn quả chuối đã nát một lúc, sau đó ông chạy lại cầm tay thầy Dato giơ lên, rồi thổi ba hồi còi liên tiếp. Không rõ luật quy định thế nào khi chuối bẹp, nhưng nhìn cả sân trường vỡ òa sung sướng thế kia, thì thầy Dato chắc chắn đã chiến thắng rồi!

Khi thấy thầy giơ cái cúp lên, Nata bay lên tận sàn đấu và hét toáng lên. "Chúc mừng thầy!"

Thầy Dato nhìn cô, mắt tròn xoe, cái cúp vàng trên tay rớt xuống, hoa quả lăn lông lốc khắp sân khấu, lũ học sinh nhao nhao lên nhặt.

Một ánh chớp lóe lên, Nata thấy mình trở lại cái vũ trụ trắng xóa, y như ban nãy. Không còn nghi ngờ gì nữa, giấc mơ này thật lạ, nó có thể dẫn cô vào được giấc mơ của người khác.

Nata nhìn quanh, vẫn không thấy mẹ đâu, cô tìm một lúc và lần này thầy Dato cũng đã biến mất. Có lẽ khi thấy cô, họ đã tỉnh lại rồi chăng?

Một tia hy vọng lóe lên, liệu Nata có thể tìm được anh Napa bằng cách này hay không?

Nata cố căng mắt để tìm anh, nhưng bay lượn hồi lâu mà không thấy dấu hiệu gì. Cô cảm thấy thật cô đơn giữa cái chốn đông người, mà ai cũng ngủ say như chết thế này.

Bỗng nửa đầu bên phải của Nata tê nhẹ, cô mừng rỡ và đảo mắt khắp nơi. Kia rồi, có một cái hố đen rất to. Nata càng tiến gần nó, cảm giác râm ran trên đầu càng dữ dội hơn. Chắc chắn anh Napa ở đó!

Cô phóng tới vút cái hố thật nhanh, nhưng bị bật ra như va phải lớp bóng cao su vô hình.

Nata thử lại, mà không được. Hay là giống như mẹ và thầy, cô phải bám theo chủ nhân thì mới vào được giấc mơ của họ?

Nata chờ, nhưng mãi không thấy gì. Cái hố không nhả người ra như những chiếc hố khác, cũng chẳng thèm hút ai vào.

Cô quyết định thử một lần cuối.

Lần này, Nata tập trung ý chí và hình dung mình là một viên đạn. Ngay lập tức, cô thấy người mình nóng lên với một nguồn năng lượng dồi dào, và bắt đầu phóng vút tới cái hố. Cô sẽ xuyên thủng nó!

"Hô! Khoan đã!"

Nata khựng lại. Từ trong chiếc hố, nhô lên chầm chầm một cặp cánh chim màu trắng khổng lồ. Chúng đang khép vào nhau, như che giấu ai đó bên trong.

Nata nín thở theo dõi.

Đôi cánh bật mở. Trước mắt cô là một chàng trai thanh tú, trong bộ vest đen chú rể. Cặp kính to bự làm đôi mắt đen láy đằng sau sáng lên thấy rõ. Anh ta không có tay, mà chỉ có đôi cánh trắng phau, trông như một thiên thần. Có điều lạ là anh ta trông lờ mờ như thể TV bị nhiễu sóng, nên Nata vẫn có thể nhìn thấy hố đen qua cơ thể anh ta.

"Hô! Xin cô bé đừng sợ. Ta là nam thần giấc ngủ."

Nata mắt chữ O, miệng chữ A. "Nam thần... gì ạ?"

"Hô! Nam thần giấc ngủ, người tạo ra các giấc mơ."

"Vậy là tôi vẫn đang mơ sao?"

Vị thần lắc đầu, rồi khẳng định chắc nịch. "Hô! Nơi này hoàn toàn có thực. Cô đã tỉnh từ lâu rồi."

BÓNG GIẤC MƠ

Nata không tin vào tai mình nữa. Cô đang tỉnh, và đây cũng là một thế giới thực ư? Thật là viễn tưởng hết sức, nhưng còn gì có thể viễn tưởng hơn nữa, so với những gì đang thực tế xảy ra? Cô đang được nam thần giấc ngủ, nghiện nói chữ 'Hô' ở mỗi đầu câu.

Nata hỏi, "Tôi tưởng mình vẫn đang mơ?"

"Hô, cô đã tỉnh dậy lâu rồi," vị thần nói, rồi chỉ cánh về một chiếc hố đen đằng xa. "Đó là cánh cổng dẫn vào giấc mơ của cô đấy."

Nata căng mắt ra nhìn. Chắc đây hẳn là thần linh thật rồi, nên ngài ấy mới có thể phân biệt được cái hố đen của cô với ti tỉ cái hố khác.

"Nhưng nếu đã tỉnh, thì tôi phải ở trên giường chứ?"

Vị thần nhìn Nata từ đầu tới chân, cứ như cô là một sinh vật lạ. Ngài nói, "Hô! Thật ra không nhiều người có thể làm được như cô đâu."

"Ý ngài là làm gì ạ?"

"Hô hô! Cô không chỉ nhận ra mình đang mơ, thoát khỏi giấc mơ đó, và ở lại đây được lâu đến thế."

"Vậy đây là đâu ạ?"

"Hô hô hô, đúng là con người..." vị thần thở dài.

"Toàn mải mê với thế giới bên ngoài, mà chẳng để ý điều gì đang diễn ra bên trong. Cũng phải thôi, mắt họ nhìn ra ngoài, chứ đâu nhìn được vào trong mà thấy sự thật."

Từ sự thật làm Nata háo hức lạ thường. Vị thần nhìn cô với ánh mắt đầy hiểu biết, cô dám cá là ngài có thể giải đáp mọi băn khoăn của mình về thế giới này từ hồi bé xíu. Chỉ không ngờ, nữ thần giấc mơ mà Nata từng mong ước được gặp ngày nào, lại là con trai.

"Xin ngài giải thích rõ được không ạ?"

"Hô hô hô, được, nhưng cô phải hứa với ta một điều. Đừng kể với bất cứ ai về những gì ta nói hôm nay."

Nata gật đầu. Nếu cô kể với mẹ rằng mình đã thấy bố hồi trẻ trong giấc mơ của bà, hoặc kể với thầy Dato về chiếc cúp vô địch môn chém hoa quả, thì dù tốn cả ngàn Lumi, họ cũng sẵn lòng đầu tư cho cô một căn phòng nhỏ xinh, trong trại tâm thần.

"Hô hô, đây là không gian tâm giao, nơi chứa đựng tất cả giấc mơ của loài người. Những cái hố đen kia được gọi là cổng xuyên mơ. Nếu ví mỗi giấc mơ là một quả bóng bay, thì miệng bóng chính là các hố đen. Cô mơ càng lâu thì quả bóng càng to. Khi mơ xong, cô chui ra, cánh cổng biến mất."

Đúng như Nata quan sát, khi ai đó ra khỏi hố đen, nó thu nhỏ dần và tan biến sau một tiếng tạch. Cô hỏi, "Vậy tại sao cánh cổng của tôi vẫn còn đó?"

"Hô! Câu hỏi hay lắm. Thường thì ngay khi chìm vào giấc ngủ, cô sẽ xuất hiện ở đây trong trạng thái giống hệt những người cô đã thấy. Đó gọi là trạng thái ngủ mù, tức là ngủ mà chẳng biết gì. Những quả bóng giấc mơ cứ liên tục xuất hiện và hút người ta vào. Thường thì sẽ có hai tình huống. Một là sau khi mơ xong, họ chui ra và lập tức bị hút vào một giấc mơ khác... như thằng nhóc tóc đỏ kia chẳng hạn."

Vị thần chỉ cánh vào một cậu bé béo ú, tóc đỏ hoe, đội mũ lưỡi trai đang lơ lửng gần đó. Mắt cậu ta nhắm tịt, người thẳng đơ, và đang lao nhanh tới một hố đen.

"Đó có phải là lý do người ta thường có vài giấc mơ một đêm phải không thưa ngài?"

Vị thần gật đầu. "Hô hô, tình huống thứ hai, nếu có chấn động như ác mộng, hoặc chủ nhân giấc mơ nhận ra mình đang mơ, thì ngay lập tức bóng giấc mơ sẽ vỡ, và một lực hút cực mạnh của thế giới thực sẽ khiến họ tỉnh dậy trên giường. Dù thế nào, thì ký ức về giấc mơ sớm muộn cũng sẽ tan biến như bọt nước."

Giờ thì Nata đã hiểu. Cô đã từng cố ghi chép lại mọi

giấc mơ, nhưng những gì xuất hiện trên giấy chỉ là một vài từ chẳng liên quan tới nhau. Cô hỏi, "Mà hình như tôi không thuộc tình huống nào bên trên sao?"

Vị thần nhún vai. "Hô! Ta đã nói rồi, trường hợp của cô rất hiếm. Cô nhận ra mình đang mơ, đồng thời lại thoát được lực hút của thế giới thực, và ở lại không gian tâm giao này. Thời xưa cũng có vài người làm được, nhưng thời đại này thì vô cùng hiếm. Ta gọi họ là những người tỉnh thức."

"Vậy... nơi đây có thật sao?"

Vị thần mỉm cười. "Hô! Đã bao giờ cô đang làm một thứ gì đó, và tự nhiên thấy cảnh ấy rất quen, như thể mình đã từng chứng kiến chưa?"

"Ý ngài có phải là hiện tượng Déjà vu?"

"Hô! Cô gọi là gì cũng được. Đấy là tín hiệu cho thấy cô đã trải nghiệm nó trong một quả bóng giấc mơ nào đó ở không gian này. Đồng thời cũng là dấu hiệu của một năng lực cổ xưa mà loài người đã lãng quên."

"Năng lực... cổ xưa?"

"Hô hô, đó là luôn biết rõ mọi chuyện kể cả lúc ngủ. Năng lực tỉnh thức."

"Vậy tại sao người xưa làm được ạ?"

"Hô hô hô, bộ não có hai phần, ý thức và vô thức,

hay còn gọi là tiềm thức. Người xưa chú trọng tới cả hai phần, còn người hiện đại mải mê giải quyết những nhu cầu của ý thức là chính. Họ mặc kệ phần tiềm thức muốn làm gì thì làm, mà không biết rằng chúng đã tự kết nối lại để tạo ra không gian này và thỏa mãn những nhu cầu của riêng chúng. Đó là lý do mỗi lần ngủ dậy, cô đều cảm thấy thoải mái hơn, vì các cảm xúc dồn nén đã được tự động giải tỏa phần nào trong mơ."

"Tôi hiểu rồi... nhưng tại sao tôi lại tỉnh thức?"

"Hô, cái đó ta cũng chưa rõ," vị thần đưa cánh lên vuốt tóc. "Có thể cô có họ hàng với thần linh chúng ta, hoặc là do một loại thảo dược đặc biệt chăng?"

Không còn nghi ngờ gì nữa, đó chỉ có thể là Libo. Mà nếu do nó thì cũng phải có hàng ngàn người như Nata rồi chứ? Liboman nói cô là khách hàng thứ 10.000 chứ có ít đâu? Dù gì đi nữa, thì có một điều mà Nata quan tâm hơn cả vào lúc này.

Cô hỏi, "Tôi thắc mắc tại sao ngài lại chặn tôi vào giấc mơ của anh Napa?"

"Hô, vì trong đó hiện tại rất nguy hiểm," vị thần đáp, rồi tự lẩm bẩm, như đang thực hiện những phép tính có thể làm bộ não bị chập mạch bất cứ lúc nào. Cuối cùng ngài nói, "Căn cứ vào độ phồng cánh cổng này... thì anh trai cô đang mơ sâu tận ba tầng giấc mơ."

Nata tròn xoe mắt. "Ba tầng giấc mơ là gì ạ?"

"Hô hô, tức là trong giấc mơ đầu tiên, anh cô mơ là mình đang ngủ và tạo ra giấc mơ thứ hai. Rồi trong giấc mơ đó, anh cô lại ngủ tiếp và mơ là mình đang mơ."

Phải mất ít giây, Nata mới hiểu sơ sơ mớ bòng bong ấy. Cô hỏi, "Ý ngài là giấc mơ lồng trong giấc mơ?"

"Đúng vậy. Hô hô hô, tận hai lần lồng nhau, một trường hợp rất hiếm. Có vẻ như anh trai cô cũng đã uống một loại thảo dược giúp ổn định các tầng giấc mơ, nên mới có thể làm được vậy."

"Nếu tôi vào đó bây giờ thì sao?"

Vị thật lắc đầu. "Hô! Cô có thể cố xuyên thủng cánh cổng này, nhưng rồi sẽ tan xác mà thôi."

Nata giật mình, vậy là suýt nữa cô đã toi mạng. May mà có vị thần đẹp trai tốt bụng này xuất hiện. Cô hỏi, "Trong đó có gì nguy hiểm ạ?"

"Hô hô, giống như lặn xuống biển sâu. Nếu không mặc đồ bảo hộ thì sẽ không sao chịu nổi áp lực của nước. Cô phải chờ cho trạng thái của anh cô trở lại bình thường, thì mới xuống dưới đó được."

"Phải chờ tới bao giờ ạ?"

"Hô, có thể là vài giờ nữa, có thể là vài ngày..."

Nata thở phào nhẹ nhõm. "Vậy là chỉ cần chờ thôi ạ?"

"À... hô hô, mà ta cũng không chắc. Anh cô mơ lâu chưa?"

"Dạ, khoảng hai ngày ạ."

"Hai ngày?" Vị thần há miệng, rồi ngài thở dài, và vẫn không quên hô hô. "Vậy ta không chắc lắm về sự sống còn của anh cô..."

Nata cảm giác như một luồng điện chạy dọc thân người, tim cô đập nhanh, não bên phải tê buốt nhẹ. Giọng cô run run, "Nhưng, nhưng tôi chắc chắn là... là anh ấy vẫn còn sống."

Vị thần lại lẩm bẩm tính toán. "Hô hô, cô phải biết rằng, cứ qua mỗi tầng giấc mơ, thời gian lại chậm đi 21 lần. Có nghĩa là mỗi phút ở thế giới thực tương đương 21 phút trong mơ. Cứ xuống tiếp một tầng, là thời gian lại chậm tiếp 21 lần nữa, ở tầng hai giấc mơ sẽ là 441 phút, và tầng ba sẽ là 9261 phút."

Nata tròn mắt. Sao vị thần này tính nhanh vậy? Cô hỏi, "Vậy thì sao ạ?"

"Hô hô hô, điều đó có nghĩa là khi cô sống được một ngày ở thế giới thực, thì anh cô đã sống 25 năm trong đó. Tới ngày mai, anh cô sẽ mơ tròn 75 năm. Tất nhiên, ta hy vọng anh Napa của cô thọ hơn 90 tuổi. Vì chết trong này là miễn tỉnh lại vĩnh viễn."

Toàn thân Nata lạnh toát. Nước mắt cô bắt đầu chảy ra. Anh Napa sẽ mãi như vậy ư? Không thể nào, cô còn bao nhiêu ước mơ phải thực hiện, không thể nào ngồi lau nước miếng cho anh ấy cả đời được!

Cô nói, "Vậy có cách nào không ạ, mong thần chỉ bảo giúp tôi với?"

Vị thần trầm tư một lúc, rồi ngài nói. "Hô, có một cách, nhưng khó lắm."

"Cách gì ạ? Xin ngài cứ nói!"

"À... hô hô, đầu tiên cô phải vào được tầng ba giấc mơ của chính mình, để có trạng thái cơ thể giống anh trai. Sự tương đồng ấy sẽ giúp cô vào được cánh cổng xuyên mơ dị thường này mà không bị tan xác. Có thể coi đó là bình dưỡng khí, giúp cô lặn xuống các tầng giấc mơ, song cái này mới khó này..."

Nata vểnh tai lên nghe.

"Hô hô hô, cô phải hết sức cẩn thận, vì càng ở lâu trong đó, giấc mơ sẽ càng ổn định, và cô sẽ ngày càng tin nó là thế giới thật. Bản thân ta vừa vào kiểm tra là phải ra ngay, vì ở lâu hơn là ta sẽ không phân biệt được đó là mơ hay thật nữa. Nên cô phải tìm cách để luôn nhắc nhở bản thân rằng đó chỉ là giấc mơ."

Nata gật đầu. "Tóm lại, tôi phải có trạng thái cơ thể giống anh ở tầng ba giấc mơ, nhưng sau đó phải thức tỉnh, thoát ra khỏi quả bóng giấc mơ của chính mình để tới đây. Rồi mới xuyên qua được cánh cổng này để vào giấc mơ của anh Napa?"

"Hô hô, chính xác, và cô chỉ có tối đa là 24 giờ thôi. Khi vào đó, cũng phải nhanh chóng thoát ra. Ở càng lâu, thì nguy cơ mắc kẹt càng cao."

Nata cảm thấy chột dạ. Mẹ Bona đã có một ông con trai hôn mê sung sướng, tốn 300 Lumi mỗi ngày là quá đủ rồi. Giờ nếu thêm cô con gái nữa, phải lau nước miếng cho cả hai đứa liền, làm sao mà mẹ đỡ nổi.

Nata hỏi, "Mà sao thần lại giúp tôi?"

"Hô, ta đã nói rồi," vị thần đáp. "Lâu lắm mới gặp được người có khả năng như cô, lại xinh đẹp dễ thương nữa. Ta không nỡ để cô banh xác trong đó. Hãy giúp anh trai cô đi, rồi ta sẽ cho cô cơ hội làm phụ tá. Hô hô!"

Làm phụ tá của nam thần giấc ngủ ư? Nata có mơ cũng chưa bao giờ nghĩ tới điều này, nhưng làm việc với ổng mà suốt ngày nghe tiếng hô hô đó cũng hơi oải.

Cô định hỏi xem anh Napa đang mơ gì, thì ngài nhìn ra xa, như thể ở đó đang có chuyện lạ thường.

"Hô hô, hình như mới xuất hiện một giấc mơ dị thường nữa. Ta phải đi kiểm tra ngay mới được."

"Họ cũng mơ ba tầng giấc mơ ạ?"

"Hô, ta cũng chưa rõ." Vị thần giang cánh lên. "Ta đi đây, chúc cô may mắn!"

Nói đoạn ngài biến mất. Để lại Nata ở đó, với rất nhiều câu hỏi chưa được giải đáp. Làm thế nào để được rơi vào trạng thái giống anh Napa? Làm sao để luôn nhắc nhở mình đang mơ? Và câu hỏi khó hơn cả mà cô quên hỏi vị thần: Làm sao thoát khỏi đây?

Một ý tưởng lóe lên, Nata thử nhẩm tên thuốc Libo vài lần. Đúng như cô đoán, không gian tối sầm lại.

Cảm giác ấm nóng trên mặt khiến Nata bừng tỉnh, tiếng máy đo nhịp tim giúp cô nhận ra mình đã tỉnh lại thật sự. Nata vươn vai đứng dậy và ngáp dài một cái, cảm giác khoan khoái lan tỏa toàn thân, như thể tác dụng phụ của thuốc Libo vẫn còn.

Cô thấy có gói đồ ăn sáng trên bàn, mẹ Bona có lẽ đã mua sẵn để đó. Nata kéo rèm ra, mặt trời rọi qua cửa sổ, khiến căn phòng trắng phau của bệnh viện càng thêm chói lóa, nhưng vẫn không sao thắng nổi hàm răng trắng phớ của anh Napa.

Giờ Nata mới để ý, mặc dù vừa ngủ dậy, nhưng cô cảm tưởng như mình không hề ngủ. Đặc biệt, cô vẫn còn nhớ rõ tất cả những gì mới diễn ra. Nam thần giấc ngủ là có thật ư? Mà các điều kiện đưa ra khó ghê nhỉ?

Song từ xưa tới nay, chưa có 'bài toán' nào mà Nata phải bó tay cả. Cô tin mình sẽ làm được, cô đã có manh mối là Ditu, chắc chắn tay chủ quán đó đã khiến anh Napa ra nông nỗi này.

Ngày hôm nay, cô sẽ tìm hắn cho bằng được!

GIƯỜNG ĐIỆN TỬ

Đứng trước một rừng biển hiệu sặc sỡ, Nata chưa bao giờ nghĩ tới ngày mình có thể đặt chân tới đây, khu phố giải trí lớn nhất thị trấn. Theo những gì cô biết từ bộ môn 'Giải trí học đại cương' trên trường, thì những căn nhà đang chen chúc trông như đống hộp bìa các-tông kia được gọi là quán điện tử. Chúng là nguyên nhân chính khiến các cửa hàng kính cận mọc lên như nấm, đồng thời góp phần phổ biến rộng rãi khái niệm cận-lòi-mắt.

Bước nhanh trên con phố tấp nập học sinh, Nata cố tránh những đôi mắt soi mói đang nhìn vào áo khoác đồng phục của mình. Có lẽ họ đang tò mò muốn biết điều gì đã khiến một nữ sinh danh giá trường Dama lại có thể đổ đốn tới mức xuất hiện ở chốn này. Nata không còn thì giờ để bận tâm chuyện đó, vì chỉ cần chần chừ một phút thôi, là anh Napa có thể già và rụng thêm mấy cái răng rồi.

Quán của Ditu thật là khó tìm. Dù từng đạt điểm tuyệt đối trong nhiều môn thi, nhưng Nata dám chắn mình sẽ ăn trứng ngỗng nếu đề thi bắt cô tìm chữ 'Ditu' đang bơi lấp ló ở đâu đó giữa cái chốn lúc nhúc hàng quán như mê cung này.

"Chị gì áo trắng ơi!"

Đó là một cậu nhóc béo ú tóc đỏ, đội mũ lưỡi trai. Cậu nhóc vẫy tay gọi Nata. Trông cậu ta quen lắm, mà Nata chưa nhớ ra.

"Gì thế em?" Nata hỏi khi cậu ta tiến lại gần.

Cậu nhóc nhìn cô với ánh mắt trầm trồ như thể Nata là nữ ca sĩ nổi tiếng. Nó lí nhí hỏi, "Chị cận mấy độ ạ?"

Nata đưa tay lên chỉnh kính. "Ờ, hai độ..."

"Oa!" cậu bé thốt lên đầy thán phục. "Em cày trò chơi điện tử cả tháng nay mà chưa cận được độ nào. Chị có bí quyết gì vậy?"

Nata phì cười. Trời đất, ở đây phân chia giai cấp theo độ cận của mắt hay sao? Nhìn sự phấn khích của cậu nhóc, Nata biết chắc nó sẽ hỏi thêm về cách thức, môn phái cũng như lò luyện nào đã khiến mắt cô ra nông nỗi này. Không thể để mất thời gian được.

"Chị đang vội lắm," Nata nói. "Em có biết quán điện tử của Ditu ở đâu không?"

"À... chị cứ đi thẳng, tới ngã tư nào mà thấy quán Ba Con Sóc thì rẽ phải, sau đó đi tiếp tới ngã ba có quán

Bốn Con Cóc thì rẽ trái, quán Ditu nằm ngay cạnh quán Bảy Con Sâu... dễ tìm ấy mà."

Cậu nhóc dứt lời, rồi nở một cười nhăn nhở như thể thách Nata tìm được theo chỉ dẫn không tưởng đó. "Mà thôi, để em dẫn đi cho, nhưng chị nhớ phải nói cho em bí quyết luyện mắt nha. Tụi bạn em cận hết rồi, đứa nào cũng được đeo kính, nhìn oai lắm!"

Sau đó, hai chị em vừa nói chuyện vừa rong ruổi qua những ngõ ngách của mê cung điện tử. Cậu nhóc thật đáng yêu, Nata bật mí bí quyết 'luyện mắt cận' của cô là... đọc sách thâu đêm, thế mà nhóc cũng gật đầu lia lịa. Cứ như thể chưa từng ai nói với nó rằng có một cách khác để bị cận là dán mắt vào sách.

Họ dừng lại ở một con hẻm tối tăm.

"Đến rồi đấy," cậu nhóc nói. "Chị cứ đi thẳng vào ngõ là tới liền, em phải về áp dụng ngay bí quyết của chị."

Nói đoạn, cậu nhóc chạy mất hút sau đám biển hiệu, cùng vô vàn những ngã tư. Giờ đây, chỉ còn lại Nata một mình trước con hẻm lạnh lẽo, phía cuối là một căn nhà trông như cái gara ô tô. Tự nhiên Nata nhớ ra cậu nhóc tóc đỏ ấy, cô đã thấy cậu ở không gian tâm giao, lúc nói chuyện với nam thần giấc ngủ.

Theo lời cậu nhóc, quán Ditu này rất lạ, nếu như các

quán khác dùng cửa kính trong suốt để khoe máy tính cấu hình cao, kèm biển hiệu ấn tượng để thu hút, thì quán này như cái nhà tù, với biển hiệu cổ lỗ sĩ. Nata tới gần và mừng rỡ khi thấy dòng chữ nguệch ngoạc trên biển hiệu.

Đây đích thị là bút tích của anh Napa. Trên đó ghi: 'Thế giới bên ngoài chẳng có gì thú vị, hãy vào và sướng cùng Ditu! Chơi thả ga, tới già không cận!'

Tới già không cận ư? Hóa ra đây là lý do mà cậu nhóc tóc đỏ kia không bao giờ muốn vào đây.

Nata định đẩy cửa, thì nó tự động kéo lên, để lộ một thứ ánh sáng xanh lờ mờ, kèm luồng khí điều hòa phả ra lạnh toát, làm cô nổi cả da gà. Lấy hết dũng khí, cô bước vào. Bên trong là một không gian yên tĩnh tới đáng sợ. Không có máy chơi điện tử, cũng chẳng có ai hò hét. Thay vào đó, tất cả mọi người đều nằm bất động trên những chiếc giường.

Mỗi người đều đeo một thiết bị như trông kính bơi với hai mắt phát sáng. Khi lại gần, Nata thấy đó là hai cái màn hình nhỏ đang chiếu những thước phim kỳ lạ. Cứ như thể cái kính ấy có thể thu và phát lại giấc mơ của họ vậy. Bên cạnh mỗi giường, là một bàn điều khiển với hàng trăm nút bấm xanh đỏ.

“Này cô bé, có thẻ thành viên không?”

Một giọng nói thều thào lọt vào tai trái khiến Nata giật bắn mình. Cô quay sang và suýt thét lên.

Đứng đó tự lúc nào, là một ông cụ gầy nhom với đôi mắt lòi ra trông thật khiếp đảm. Cô dám cá chúng sẽ rớt ngay lập tức nếu không có cặp kính dày như đít chai chặn lại. Ông cụ là minh hoạ không thể điển hình hơn cho khái niệm cận-lòi-mắt.

“Ô, Napa à?” Ông cụ nói, và nhìn Nata như thể tìm được vị cứu tinh. “Sao giờ mới đi làm? Cậu làm già này phải tăng ca đấy biết chưa?”

Phải mất ít giây Nata mới hiểu ra vấn đề. Trong ánh sáng lờ mờ này, thì việc nhầm lẫn giữa hai anh em song sinh cũng là dễ hiểu. Nata chưa kịp thanh minh thì ông cụ đã vội nằm lên chiếc giường trống cạnh đó, và rút từ túi áo ra một lọ thuốc. Nata nhận ra bên trong là hai viên Libo. Ông cụ đổ chúng vào miệng, rồi chụp cái kính bơi khổng lồ vào mắt.

Ông nói, “Bấm hộ ta cái nút màu đỏ!”

Nata nhìn vào cái bảng điều khiển mà phát hoảng, cô không bị mù màu, nhưng có phải đến hàng trăm cái nút màu đỏ, với những ký hiệu khó hiểu.

“Nút nào thưa cụ ạ?”

Ông cụ đáp lại bằng tiếng ngáy khò khò.

Hết nhìn ông cụ, rồi lại nhìn đám nút chi chít. Nata cảm tưởng như mình đang đứng trước bảng điều khiển trên đĩa bay của người ngoài hành tinh. Bỗng một nút màu đỏ nhấp nháy đèn. Nata đánh liều bấm vào.

Một tiếng tút vang lên, ông lão co giật như bị động kinh. Nata hoảng hồn chạy lại, và thấy mặt ông trắng bệch, trông không khác nào một cái xác.

Nata thất kinh, mồ hôi hột vã ra. Ông ta chết rồi ư? Cô đã gây ra án mạng ư? Nata vội rút điện thoại ra và bấm số cấp cứu.

"Bình tĩnh nào cô em. Ông ấy không sao đâu..."

Nata quay lại, thì thấy một anh tóc vàng, mặc áo thun đen, có in hình thuốc Libo trước ngực. Anh ta mỉm cười. "Tôi là Ditu, chủ quán, cô có phải là Nata?"

Ditu thật là khác so với Nata tưởng tượng. Sau ông cụ lúc nãy, cô đã nghĩ mình đang tìm một người mắt cận bắn hẳn ngoài. Anh chàng này mắt tinh lắm, vì phân biệt được cô với Napa trong ánh sáng lờ mờ.

"Ơ, dạ..." Nata ấp úng. "Sao anh biết ạ?"

"Ồ... Lúc đầu tôi cũng tưởng thằng Napa đội tóc giả, song chợt nhớ ra là nó cũng hay kể về một cô em gái song sinh, nên tôi đoán là cô. Cơ mà, nhìn quần áo đồng phục là biết liền chứ sao!"

"Dạ, anh ơi, em, em tới để..."

"Cứ bình tĩnh, đợi anh xử lý cho ông cụ chút đã."

Ditu bước tới cái bàn điều khiển. Anh bấm nút, một tiếng tít vang lên. Cái giường của ông cụ lúc lắc dữ dội, rồi mặt ông hồng hào trở lại, trên miệng nở một nụ cười sung sướng.

Trông ông ấy giống hệt anh Napa, hay là anh ấy cũng đã uống hai viên? Mà mình nhớ hướng dẫn sử dụng có nói mỗi viên phải cách nhau 24 giờ cơ mà.

"Để xem chúng ta có gì nào," Ditu nói, và bấm nút trên kính của ông lão.

Hai màn hình nhỏ trên mắt kính bật lên, chiếu cảnh một lâu đài trên mây lộng lẫy, với những nàng cá tiên bay lượn đầy trời. Ông cụ lòi mắt đang ngồi trên ngai vàng, tay cầm cần câu cá, vẻ mặt đầy mãn nguyện.

"Ông ấy đang xem phim ạ?" Nata hỏi.

"Không." Ditu đáp. "Đó là một giấc mơ, một giấc mơ sống động như thật. Đây là công nghệ mới nhất của tập đoàn Libo."

"Tập đoàn Libo ạ? Họ phát minh ra thiết bị xem được giấc mơ của người khác ư?"

Ditu cầm một cái kính giơ lên, "Được chứ. Với điều kiện là họ uống Libo, và đeo cái này vào."

Nata không thể ngờ là có công nghệ xem được cả giấc mơ của người khác mà không cần vào không gian tâm giao. Vậy là có cơ hội biết được tình trạng anh Napa rồi, thật quá đơn giản!

Ditu hỏi, "Cô đã từng uống Libo rồi đúng không?"

Nata chột dạ. "Sao anh biết ạ?"

Ditu nháy mắt. "Chăm sóc khách hàng chu đáo là tôn chỉ của tập đoàn Libo. Cô đã có một giấc mơ tuyệt vời chứ, Supergirl, khách hàng thứ 10.000?"

Nata đỏ mặt. Cô chưa bao giờ tiết lộ biệt danh Supergirl của mình với ai cả. "Vậy... anh là Liboman à?"

"Không, Liboman chính là Napa, anh trai cô đấy." Ditu nói, và cố tình nhấn mạnh hai chữ 'anh trai'.

Nata mồm chữ A, thật không thể nào tin nổi. Napa là Liboman, và đã bán thuốc lậu cho chính em gái của mình ư. Thật là quá thể!

"Napa có năng khiếu tiếp thị đấy," Ditu nhìn cô với ánh mắt sáng rực, và nói dồn dập. "Là anh em song sinh, chắc cũng có khả năng giống nhau. Napa đâu rồi? Nó định trốn việc bằng cách nhờ cô tới làm thay ca hả? Hay là cô em xinh đẹp tự tới đây xin việc?"

"Ơ... không..." Nata ngượng chín mặt. "Cho em hỏi khi uống hai viên Libo thì sẽ ra sao ạ?"

Ditu im bặt, nụ cười trên môi anh biến mất, tông giọng chuyển sang tra khảo. "Sao cô lại hỏi thế?"

"Dạ, em thấy ông cụ lúc nãy uống vậy. Hơi khác hướng dẫn sử dụng thì phải. Không biết sẽ thế nào ạ?"

"À... cái này..." Ditu tỏ vẻ ậm ừ.

"Nói đi anh," Nata nài nỉ. "Không thì anh Napa sẽ..."

Ditu nhíu mày. "Thằng Napa làm sao?"

Như mọi khi, thành thật là nghề của nàng. Nata kể hết sạch cho Ditu nghe về tình trạng của anh trai, cô định giấu chi tiết mình đã bay lượn trong mơ và gặp vị thần nam thần giấc ngủ, nhưng không hiểu sao cô vẫn cứ kể. Ditu càng nghe, mắt càng tròn xoe.

Tới đoạn vị thần nói Napa đang ở tầng ba giấc mơ, Ditu run lên bần bật, anh vò đầu bứt tóc. "Trời đất... Ta đã bảo là hai viên thôi, nó tính tự sát chắc?"

"Ý anh là sao?" Nata hỏi.

Ditu không trả lời, anh đứng bật dậy và đẩy cô ra ngoài cửa, miệng lắp bắp. "Thằng Napa giờ này chắc toi rồi, tôi không giúp được gì đâu, mong cô về cho."

Nata nước mắt giàn giụa. "Anh... anh phải giúp em..."

Ditu im lặng kéo cửa xuống. "Tôi không giúp được gì nữa rồi. Mong cô đi cho!"

"Được rồi!" Nata thét lên, cô lấy tay chặn cửa, giọng đanh lại. "Cứ cho là anh trai tôi đã chết, ít nhất anh phải có trách nhiệm kể cho tôi điều gì đã xảy ra."

Ditu thở dài. "Hai ngày trước, Napa có nhắn tin hỏi tôi một chỗ trú ẩn nhanh nhất có thể. Tôi đã tiết lộ công dụng bí mật của Libo, giúp đi vào các tầng giấc mơ. Nhưng hơi phức tạp đấy, có nói thì cô cũng không hiểu được đâu."

"Anh cứ nói đi ạ!"

"À... tôi quên mất đấy, cô là thiên tài, học giỏi nhất làng mà. Như cô đã biết, nếu uống một viên, và nghĩ về một kỷ niệm, Libo sẽ đưa cô vào giấc mơ và sống với kỷ niệm ấy, đấy bản chất là tầng một giấc mơ. Nếu cô uống hai viên, và chọn kỷ niệm là một lần mình đang ngủ ở đâu đó, rồi hình dung rằng trong giấc ngủ ấy, cô lại mơ về kỷ niệm khác, thì Libo sẽ giúp cô vào được tầng giấc mơ thứ hai. Cứ làm tiếp như vậy, cô có thể vào bất cứ tầng giấc mơ nào."

"Ồ, thuốc Libo tuyệt diệu vậy sao?"

Ditu lắc đầu. "Chưa biết vị thần hay cái không gian tâm giao cô kể là thật hay không, nhưng tỷ lệ thời gian giữa các tầng giấc mơ là có thật. Ông cụ lòi mắt lúc nãy do không sống được bao lâu nữa, nên mới uống hai viên. Ông ta muốn hy sinh cuộc sống ở đây để kéo dài tuổi thọ trong đó. Hai tầng giấc mơ lồng nhau đã là rất nguy hiểm rồi, nên từ xưa tới nay, chưa ai dám thử ba viên. Lúc này, Napa chắc đã rũ xương rồi, cô có vào được giấc mơ của nó thì cũng chỉ thấy một màn đêm đen kịt mà thôi. Thậm chí không cẩn thận, cô sẽ còn mắc kẹt luôn trong đó đấy."

Nata lặng cả người.

Ditu chợt đổi ánh mắt, anh ta nhìn Nata như một vị cứu tinh. "Thật là tiếc vì đã mất đi một nhân viên xuất sắc như Napa. Cô nghĩ sao nếu ở lại làm việc? Tôi sẽ trả mức lương gấp ba lần của Napa, coi như là bù lại cho sự mất mát lớn lao này."

"Không đời nào!" Nata gắt lên. "Anh Napa vẫn còn sống. Tôi sẽ bắt anh ấy tỉnh dậy!"

"Cô ngoan cố thật đấy," Ditu nhún vai. "Vậy thì chúc cô sớm tìm được ông lão Napa."

"Từ từ đã anh," Nata nói. "Cho... cho em xin ba viên Libo với ạ."

"Ha, sao lúc này thì ngọt ngào thế, nhưng mà tôi chịu thôi. Hiện Libo đang bị cấm, phía cảnh sát đã niêm phong tất cả các kho thuốc. Một vài tuần nữa mọi việc mới êm xuôi."

"Anh không còn viên dự phòng nào sao?"

"Không," Ditu lạnh lùng đáp. "Hai viên lúc nãy của ông cụ uống là cuối cùng rồi. Hơn nữa, tôi cũng không muốn một tài năng như cô lại đi vào vết xe đổ của Napa mà chết trẻ. Thôi, mời cô đi cho, bao giờ có ý định kiếm tiền, và muốn làm phụ tá cho tôi thì quay lại đây. Ditu lúc nào cũng sẵn lòng đón tiếp một người tài năng xinh đẹp như cô."

Nói đoạn, Ditu kéo cửa xuống một cái rầm.

Vậy là tính cả nam thần giấc ngủ, thì trong chưa đầy 24 giờ, đã có hai người mời Nata làm phụ tá, rồi đều bỏ cô lại một mình.

Thôi kệ, điều quan trọng là bây giờ cô đã biết lý do tại sao anh Napa bị hôn mê. Anh đã uống ba viên Libo, và kẹt lại ở tầng ba giấc mơ. Dù Ditu nói rằng anh ấy đã chết, nhưng Nata tin chắc Napa vẫn sống.

Bây giờ, phải nhanh chóng tìm được ba viên Libo để có trạng thái giống anh ấy. Nata chợt nhớ ra mà tiếc đứt ruột, giá mà lúc chú cảnh sát hỏi anh Napa có chỗ giấu đồ nào không, cô đừng nói về cái tủ sách bí mật, thì giờ đã có cả bịch thuốc Libo!

Nata nhìn lên trời, đã gần trưa rồi. Vậy là hai ngày rưỡi đã trôi qua, chắc Napa đã hơn 70 tuổi. Hy vọng là 'lão Napa' vẫn khỏe.

Cô phải làm sao đây? Sao mọi thứ cứ quay cuồng, như cốc nước chanh bị khuấy vậy.

Từ từ đã, nước chanh à? Một tia hy vọng lóe lên, Nata mỉm cười. Cô đã biết mình phải gặp ai.

MÁY BAY KHÁCH

"A lô, a lô... Một, hai, ba, má... A lô, a lô..."

Giọng nữ tiếp viên khàn như vịt đực vang lên. Nata choàng tỉnh. Cô tự hỏi tại sao mình lại có thể ngủ được trong cái tình cảnh này nhỉ?

Do chọn loại máy bay Bus giá rẻ, Nata bị nhồi ở phần đuôi, cạnh một bà béo núc ních trong bộ váy đỏ chóe. Riêng về chỗ ngồi thôi, bà ấy đã chiếm hai phần ba ghế, lại còn túi hành lý quá khổ bên dưới nữa chứ, mỗi lần máy bay xóc là chân Nata bị nó ép muốn gãy đôi. Chưa hết, dù đã có cuốn sách to bự úp trên mặt, nhưng mỗi lần bà ta ngáy, là Nata cảm tưởng như cả người mình cũng rung lên. Rồi còn cái loa to bè như cái lồng bàn ngay trên đầu, cứ nhằm lúc Nata định chợp mắt là kêu rè rè, như tiếng ve mùa hè.

"Kính thưa quý khách," giọng nữ tiếp viên lúc nãy vang lên. "Hãng hàng không Công Công Khổng Lồ, à nhầm, hãng hàng không Con Công Khổng Lồ xin trân trọng thông báo: Máy bay đã tới thành phố Navi, và sắp tiếp cận điểm nhảy dù đầu tiên, trường Dama. Quý khách nào có dù riêng, vui lòng ra cửa số một, quý khách nào muốn thử dịch vụ dù miễn phí của chúng tôi, xin hãy ra cửa số hai.”

Cái loa im bặt, Nata vui mừng khôn xiết. Cô thề là sẽ không bao giờ ngồi dưới loa. Có lẽ phần thưởng bù đắp cho sự tra tấn từ đầu tới giờ là khung cảnh ngoài cửa sổ. Xuyên qua làn mây trắng như kẹo bông, là hệ thống nhà cửa cao vút của thành phố Navi. Trông chúng như những tổ ong chọc trời, với cả bầy máy bay chăm chỉ lượn quanh thả khách.

Thực ra Nata muốn nhảy dù lắm, thầy Dato với mớ thuốc Libo tịch thu của học sinh, là hy vọng cuối cùng của cô. Tuy nhiên, nhìn cánh cửa số hai mà Nata lắc đầu ngán ngẩm. Đứng đó là một ông tiếp viên mắt híp, đang nhìn cô như khẳng định một sự thật chắc nịch: Nata chưa đủ tuổi để nhảy dù một mình, và cô buộc phải đợi tới lúc máy bay hạ cánh.

Cái loa lại vang lên tiếng thịch thịch, Nata bịt ngay tai lại, nhưng vẫn không ngăn được cái giọng khàn đặc ấy luồn qua từng kẽ tay.

“Kính thưa quý khách. Vì lý do sân bay tắc nghẽn, chúng ta sẽ hạ cánh muộn hơn dự định khoảng một giờ. Chúng tôi sẽ lượn ở điểm nhảy dù Dama 30 phút, ai muốn nhảy trước, xin cứ tự nhiên như ở nhà.”

Ngay sau đó, tiếng than vãn la ó bắt đầu râm ran khắp khoang máy bay.

Trễ tận một giờ ư? Nata nhìn ké đồng hồ của bà béo, trông nó thật tội nghiệp, khi phải lấp ló sau những tảng mỡ cổ tay khổng lồ. Đã là 4 giờ chiều rồi, 5 giờ xuống sân bay, còn phải quay lại trường, sớm nhất là 6 giờ mới tới. Lúc đó chắc thầy Dato đã về nhà mất rồi, mà quan trọng nhất là Nata không thể lãng phí thêm giây phút nào. Cô buộc phải nhảy dù thôi.

Cánh cửa số hai bật mở, một luồng gió lùa vào mát rượi. Đứng đó là một anh chàng còm nhom, đang giơ tay chào ông mắt híp. Ông gật đầu rồi bấm nút màu vàng sau lưng. Một chiếc ba lô dù tòi ra, anh chàng cầm lấy, đọc qua hướng dẫn sử dụng, rồi vội vàng đeo ba lô lên vai và nhảy tót xuống.

Nata nghe thấy một tiếng thét lớn kéo dài rồi tắt hẳn. Tim cô như ngừng đập vài giây.

Ông mắt híp ngó đầu ra cửa một lúc, rồi đưa ngón cái lên ra hiệu mọi thứ đều ổn. Tuy nhiên, Nata cảm thấy không ổn tẹo nào, hình như thuốc Libo đã hết tác dụng rồi. Hôm trước cô còn hăng hái muốn nhảy dù lắm, thì giờ đây cứ nghĩ tới cảnh dù không mở, hoặc mở ra mà được tặng thêm miễn phí cái lỗ thủng nào đó, mà rùng cả mình. Làm sao bây giờ?

Tự nhiên Nata thấy mình lắc lư, thì ra bà béo vừa mới tỉnh dậy. Bà chầm chậm gập cuốn sách trên mặt lại. Giờ Nata mới để ý bìa sách, trên đó vẽ hình một chú lợn rất dễ thương, với dòng chữ 'Đời là bể cám, không cẩn thận sẽ... thành lợn, FuSuSu.'

Cái tên ngộ nghĩnh của ông tác giả làm Nata nhớ tới cốc nước chanh ở phòng hiệu trưởng. Cô bất giác mỉm cười, và tự nhắc mình cần phải bình tâm trở lại, rồi sẽ có giải pháp mà thôi.

"Này," bà béo quay sang hỏi Nata. "Cháu cũng đọc sách của ông này rồi à?"

"Dạ không... Cháu chỉ mới nghe đến thôi ạ."

Bà béo nở nụ cười phúc hậu, đôi mắt hiền từ của bà như đang bơi trong hai cái má núc ních đầy mỡ. "Sống ở đời... nên đọc ít nhất một tác phẩm của người này."

Nói đoạn, bà nặng nhọc ngồi dậy, nhét sách vào túi hành lý. "Thôi chào cháu, ta đi đây."

Nata nở một nụ cười miễn cưỡng, cô đang cố nén lại niềm vui khôn xiết đang trào dâng trong lòng. Cuối cùng thì đôi chân cô đã được tự do.

Bà béo lệt xệt kéo cái túi cũng béo múp míp y hệt

bà ra cửa. Bà đi tới đâu, mọi người phải né sang tới đó, như thể ai cũng sợ thân hình khổng lồ ấy sẽ tông họ bắn ra khỏi máy bay.

Ủa, mà không phải bà ta đang ra cửa số hai ư?

Nata thấp thỏm, cô e ngại về việc bà ấy nhảy dù. Không rõ chuyện gì sẽ xảy ra với máy bay, khi đột ngột mất đi một khối lượng khổng lồ như vậy.

"Cho hai cái dù miễn phí!" Bà béo dõng dạc tuyên bố.

Mọi người ồ lên, chắc là họ đang tò mò không biết liệu to béo quá khổ như bà ấy có được phép nhảy dù hay không.

Ông mắt híp lặng nhìn bà béo, rồi bắt đầu nói liến thoắng như thể đã thức mấy đêm để học thuộc lòng. Đại khái là một loạt quy định về an toàn, hành khách tự chịu trách nhiệm về mạng sống với dù miễn phí, và quan trọng nhất là chỉ được miễn phí một cái dù.

"Ông muốn có án mạng hả?" bà béo trợn mắt lên, một tay chống nạnh, tay kia chỉ vào cái túi. "Ông muốn tôi hay cái túi này làm bẹp con nhà người ta?"

Ông mắt híp mặt mũi tái mét.

"Còn chần chừ gì nữa?" bà béo lấn tới. "Miễn phí thì sao phải tiếc cái dù?"

"Cho đi!" Một hành khách nam hô tiếng.

"Cho đi!" Một đứa bé cạnh đó cũng hét lên.

Rồi cả khoang gào lên ủng hộ khiến ông mắt híp bối rối. Đuối lý, ông ta miễn cưỡng đưa cho bà béo hai cái ba lô dù, rồi đứng né sang một bên, lắc đầu tặc lưỡi.

Bà béo buộc một cái dù vào túi hành lý, giật dây màu đỏ trên ba lô và ném chúng ra ngoài. Cái dù còn lại bà khoác lên vai.

Nata thắc mắc, sao bà không đeo dù vào hai vai, rồi ôm túi nhảy xuống nhỉ?

Gió đã lặng. Mà chính xác hơn là do bà ta đứng choán hết cánh cửa, khiến chúng không sao lùa vào được. Nata hồi hộp nhìn bà ấy chầm chậm ngả người, và rớt xuống. Trong ít giây, cô có thể cảm thấy sự chao đảo không hề nhẹ của máy bay.

Ông mắt híp bám chặt thành cửa, thò mặt ra nhìn. Cả khoang nín thở chờ đợi. Cuối cùng, ông đưa ngón cái lên, mọi người hú hét, vỗ tay rào rào y như có một gánh nặng nào đó, cũng mới nhảy dù ra khỏi lòng họ.

Bà ấy béo thế còn làm được, sao mình lại không làm được cơ chứ? Nata thầm nghĩ mà thấy tự tin hơn, nhưng mình đã đủ tuổi nhảy dù đâu nhỉ?

Một ý tưởng lóe lên.

Nata mỉm cười, cô mạnh dạn xách ba lô lên và đi về

phía ông mắt híp. Những ánh mắt hành khách nhìn cô như thể một nữ anh hùng đang vi hành. Càng tới gần cánh cửa, tiếng gió rít bên ngoài càng tợn, và vẻ mặt của ông mắt híp càng đanh lại, nhưng Nata không hề nao núng.

"Chú ơi," cô nói. "Cho cháu xin một dù miễn phí."

"Mấy tuổi rồi con?" ông mắt híp nhìn cô săm soi.

"15 ạ..." Nata đáp.

Cả khoang ồ lên, Nata chợt nhận ra mình đã bị hớ. Cô định nói là mình 18 tuổi, rồi chế ra một vài chứng bệnh nào đó liên quan tới việc trẻ mãi không già, song đúng là cô không có khiếu nói dối.

"Có phụ huynh đi kèm không?" ông mắt híp hỏi.

"Ơ... Bà cháu... vừa nhảy xuống rồi ạ."

Ông ta nhăn mặt lại, Nata cảm tưởng mắt ông đã bị hai mí mắt nuốt trọn. "Đừng có mà nói dối."

"Ơ dạ.. cháu... cháu cũng không muốn nhảy đâu, nhưng nếu không, anh trai Napa của cháu sẽ... anh đang hôn mê... cháu không lấy kịp thuốc Libo thì..."

Thực tình, Nata không nhớ nổi lúc đó mình vừa mếu máo vừa nói gì nữa. Có vẻ như cô đã kể lại tất cả mọi chuyện, không sót một chi tiết nào. Kết quả là ông mắt híp lẳng lặng đưa cho Nata một cái ba lô dù. Tiếng vỗ tay tràn ngập khoang tàu bay, y như Nata mới có một bài diễn thuyết hay ngang ngửa thầy Dato.

Trước đây Nata chưa bao giờ đánh giá cao biệt tài mếu-máo-nói-mà-không-nhớ-mình-đã-nói-gì này, nhưng giờ nó đã phát huy tác dụng. Ông mắt híp tự nhiên tử tế kinh khủng, ông ta còn khoác ba lô cho cô và tận tình chỉ rõ cách sử dụng.

Nata quay lại nhìn cả khoang máy bay mà biết ơn vô cùng, chắc do cô ăn ở thật thà, nên mới được gặp những người xa lạ mà tỏ ra thân thiện quá.

"Nhớ gửi lời chào của ta tới anh cháu trong mơ," ông mắt híp cười, "và chào cả mấy bác sĩ ở viện tâm thần nữa nhé!"

Nata sốc nhẹ, chắc là trong lúc xúc động, cô đã kể lể hơi quá đà. Có lẽ người ta vỗ tay vì câu chuyện không thể viễn tưởng hơn của cô, còn ông mắt híp tỉ mỉ hướng dẫn cuối cùng cũng là để Nata có thể tới được viện tâm thần một cách an toàn.

Thôi mặc kệ, chẳng ai biết trước tương lai, sao lại phải suy nghĩ tiêu cực? Biết đâu sau này, cô xuất bản câu chuyện này thành tiểu thuyết bán chạy thì sao?

Nghĩ vậy, Nata nhắm mắt nhắm mũi, nhảy tót xuống.

Tiếng ù ù bên tai át cả tiếng thét của Nata.

Từng đợt gió tát vào hai má cô tới tấp, chúng cũng hung hăng thốc vào mũi và miệng, cứ như là cô đang đứng trước một cái quạt khổng lồ bật hết công suất. Nỗi sợ cũng dần qua đi, nhường chỗ cho niềm vui sướng khi Nata nhận ra ba tòa nhà quen thuộc của trường Dama và khu rừng nguyên sinh rậm rạp.

Chiếc dù trên vai Nata là phiên bản tự động, đang trong quá trình thử nghiệm nên miễn phí. Nếu làm đúng theo hướng dẫn của họ, cô sẽ được tặng tiếp lần sau. Theo đó, khi nhảy xuống, Nata sẽ giật dây màu xanh. Chiếc dù sẽ tự tính toán thời điểm hợp lý để bung ra, rồi đáp xuống điểm phát tín hiệu bên dưới. Nếu có trục trặc, cô sẽ kéo dây màu đỏ để bung dù và điều khiển thủ công. Cuối cùng, chiếc dù sẽ xin đánh giá dịch vụ, ghi âm và gửi lại cho tổng đài.

Nata giật cái dây màu xanh và chờ đợi.

Một lúc trôi qua, không có gì xảy ra, ngoại trừ việc cô đang lao xuống ngày nhanh.

Sao dù vẫn chưa mở? Hay là chưa tới thời điểm hợp lý? Nata ráng chờ thêm chút nữa. Càng chờ, tim cô đập càng nhanh. Ba tòa nhà, giờ đây đã có thể nhìn rõ từng ô cửa sổ. Mình có nên chờ tiếp không nhỉ?

Không thể chờ được, Nata kéo cái dây màu đỏ.

Trong tức khắc, cô thấy mình bị giật mạnh, như được một bàn tay khổng lồ kéo lên cao. Nata bắt đầu rơi chầm chậm, cô ngước lên và thấy chiếc dù vàng rực dưới ánh mặt trời.

Tốt quá, không có lỗ thủng nào cả. Nata mỉm cười rồi tóm hai cái dây lòng thòng trước mặt để bẻ lái. Cô nhắm tới tòa nhà cao nhất, nơi có phòng hiệu trưởng. Cảm giác nhảy dù cũng không tệ, nhưng phải mất một lúc Nata mới quen với việc điều khiển chiếc dù.

Bỗng cô thấy một đốm đỏ trên sân thượng tòa nhà. Đó là bà béo lúc nãy. Nhìn từ xa, trông bà ta như một con kiến lửa béo phì. Hình như bà ấy đang cố gắng ra hiệu gì đó cho Nata thì phải.

Cô nhìn quanh. Cách đó không xa, có một hành khách khác đang lơ lửng. À không phải, đó là cái túi hành lý quá khổ của bà béo. Lạ nhỉ, bà ta nhảy trước cô lâu rồi, sao cái túi vẫn còn đây?

À hiểu rồi, lúc nãy bà ấy đã giật nhầm dây màu đỏ, khiến chiếc dù bên đó đang ở trạng thái lang thang không người lái.

Nata nghiêng sang phải để bay về phía cái túi, nhưng cô quá đà nên phải vòng lại. Lượn tận bốn vòng, Nata mới tiếp cận được cái túi. Lúc cô tóm được nó, thì bà béo trông đã to như một con gián béo phì, Nata có thể nhận ra nụ cười toe toét của bà.

Chợt cô thấy mình rơi nhanh hơn, bà béo cũng hoảng hốt ra hiệu gì đó. Nata ngẩng lên, thì thấy chiếc dù của cô và của cái túi, cả hai đang xoắn vào nhau. Giờ thì cô đã hiểu tại sao bà ấy không đeo hai chiếc dù cùng một lúc.

Song đã quá muộn rồi, chúng liên tục xoắn tít lại như xoắn quẩy, khiến Nata rơi ngày càng nhanh. Tim cô đập thình thịch, hoặc là cô sẽ rớt xuống đám cây kia và mắc kẹt, hoặc là cô sẽ lao vào tòa nhà, và không bể mặt thì cũng bể mất một cái gì đó.

Nata nhắm mắt, ôm chặt cái túi và cầu trời.

Trong tích tắc, cô nghe thấy tiếng kính vỡ, và một chấn động lớn khiến Nata mất hết ý thức, mọi thứ tối sầm lại.

Một lúc sau...

Mình vẫn sống sao?

Nata từ từ mở mắt, cô nhận ra mình đang nằm trên cái túi lúc nãy. Tiếng người rên rỉ phía dưới khiến Nata giật mình bật dậy. Nhìn hai cái chân béo múp tòi ra cùng ống quần màu trắng, Nata bủn rủn chân tay. Phổi cô như bị ai đó bóp nghẹt, không sao thở được.

Thật không thể tin nổi, thầy Dato sao?

Vậy là Nata đã không chỉ đột nhập trái phép phòng hiệu trưởng qua đường cửa sổ, theo một cách không thể lộ liễu hơn, mà còn khiến thầy bẹp dí. Thế là hết, nếu tỉnh lại, thầy chắc chắn sẽ không bao giờ tha thứ cho cô. Mọi việc sẽ kết thúc ở đây sao?

"Nata... là em đó hả?"

Nata giật mình, chắc mải nghĩ mà cô không để ý thầy Dato đã dậy tự lúc nào. Thầy đang nhìn cô với đôi mắt toát lên sự khó hiểu.

"Em..." Nata lắp bắp. "Em xin lỗi ạ..."

"Không sao," thầy Dato nói, rồi nở một nụ cười ấm áp. "May mà ta có học môn võ Aikido nên dẻo dai, chứ người thường chắc là gãy xương rồi."

Nata thở phào. "Thầy không sao thật chứ ạ?"

"Chắc là vậy," thầy Dato nói rồi vặn người răng rắc. "Mà dịch vụ chuyển phát của em độc đáo đấy. Có cả hạng mục ném hàng qua đường cửa sổ hả?"

Nata bật cười, không ngờ trong tình cảnh này mà thầy vẫn hài hước ghê. Cô định phân bua thì khựng lại. Sau lưng thầy, dưới sàn, Nata thấy có hai mảnh gì đó lấp loáng. Nhìn chúng mà cô phát hoảng, cảm giác như hai lá phổi của mình bị ai đó buộc vào nhau, y chang hai cái dù xoắn lúc nãy.

Đó là thanh bảo kiếm của thầy. Chỉ có điều là nó đang nằm hấp hối, trong trạng thái gãy làm đôi!

Đúng lúc ấy, cái ba lô sau lưng Nata phát ra tiếng rè rè. "Cảm ơn quý khách đã dùng thử dù miễn phí của hãng hàng không Con Công Khổng Lồ. xin quý khách cho biết đôi lời cảm nhận. Chúng tôi sẽ ghi âm sau tiếng bíp. Xin chân thành cảm ơn..."

Bíp.

MƠ HAY THẬT

Khi nghe tới đoạn sau tai nạn, mà cái dù vẫn hỏi cảm nhận, lão Napa cười phá lên.

Cô bé này kể chuyện có duyên thật. Tuy thế, lão vẫn nửa nghi nửa ngờ, tóm lại là nghi ngờ!

Napa hết nhìn căn phòng thân thuộc hàng chục năm nay, rồi lại nhìn cô bé mới gặp, cứ như thế vài lần. Cuối cùng lão nói, "Cô kể hay lắm. Vậy ra chúng ta là... anh em song sinh, cô 15, tôi 90. À không, tôi năm nay mới... 15 tuổi, và cô có thể du hành giấc mơ?"

Cô bé Nata gật đầu.

Lão Napa thở dài, rõ ràng đây là truyện viễn tưởng, và lão đã tìm ra một chi tiết phi lý.

"Theo lời kể của cô, khi cố bắt chuyện với ai đó trong mơ, sẽ có ánh sáng trắng lóe lên. Sau đó họ tỉnh dậy ở thế giới thực, còn cô sẽ ở lại không gian tâm giao, hay tâm sen gì đó. Đúng chứ?"

"Là không gian tâm giao," cô bé nói, mắt lườm lão.

"Vậy tại sao cô đã kể chuyện cả giờ rồi, mà đâu có ánh sáng gì khiến tôi tỉnh lại? Không biết đó là không gian tâm giao, hay là không gian tâm thần đây?"

Đúng như Napa nghĩ. Cô bé chau mày, mím môi,

không thốt lên lời. Lão mỉm cười sung sướng, lâu rồi mới được chọc tức một ai đó.

Cô bé hít một hơi như nén cơn giận, rồi nói. "Có thể đây là tầng ba giấc mơ, mọi thứ sẽ khác."

"Thôi được. Thế thì ít nhất cô phải bay lượn được đúng không? Hãy chứng minh xem nào!"

"Được... nhìn em đây!"

Nói đoạn, cô bé nhắm tịt mắt lại, trông như đang tập trung để làm phép. Rồi lão nghe thấy một âm thanh như tiếng máy bay rền vang trên trời.

Ít giây sau, không có gì xảy ra cả.

Lão Napa nói, "Tôi nghĩ cô nên thử vẫy hai cánh tay cả ngày xem sao. Biết đâu sẽ tay sẽ biến thành cánh giống như anh nam thần giấc ngủ kia đấy!"

"Không phải," cô bé nói, mặt nghiêm nghị hết sức. "Có thứ gì đó chặn em lại thật mà!"

Lão Napa cười đắc thắng. "Này cô bé, có thể cô có năng khiếu kể chuyện, nhưng cô gặp đối thủ rồi. Để tôi kể cho mà nghe. Sự thật là phi thuyền của cô gặp nạn, cô may mắn thoát chết và mới tỉnh dậy sau một giấc ngủ đông. Tất cả những gì cô vừa kể, chỉ là một giấc mơ. Cái anh nam thần giấc ngủ của cô, quả là một đạo diễn có tâm đấy. Ha ha..."

Nước mắt cô bé chảy ra. "Anh không tin em sao?"

Lão Napa lắc đầu, tặc lưỡi. "Không phải là tôi không tin, mà là cô không chứng minh được. Mà thôi, không tranh cãi nữa. Cô nên nghỉ ngơi chút đi, đợi tới khi sức mạnh siêu nhân hồi phục, cô muốn bay đi đâu thì bay. À khoan, cô phải thực hiện lời hứa đã. Cô phải đọc hết tập truyện 57 này, và kể lại cho tôi nghe, ngay bây giờ."

"Không được!" cô bé gào lên. "Nếu không đi ngay bây giờ, chúng ta sẽ kẹt ở đây vĩnh viễn!"

"Thôi được rồi," lão Napa nói, tay gõ gậy xuống sàn. "Cứ cho đây là mơ đi, cảm ơn đời đã cho tôi mơ một giấc tuyệt vời. Tôi thà mắc kẹt ở đây còn hơn."

Mặt cô bé đỏ gay, cô ta nhắm mắt lại, hít thở vài hơi, lấy lại bình tĩnh. Cô ta hỏi, "Thế anh không muốn trẻ lại để đọc truyện tiếp sao?"

Lão Napa giật mình, đây là câu nói hợp lý đầu tiên mà lão được nghe từ miệng cô bé. Đúng là có thể lát nữa, lão sẽ hoàn tất tập truyện cuối cùng số 57, rồi yên tâm nhắm mắt. Nhưng nhỡ... họ ra thêm tập 58 thì sao? Mà không được rồi, nếu cô bé nói thật, thì lão đã dối thầy lừa mẹ, buôn bán thuốc cấm, cảnh sát tới tận nhà phá cửa. Nếu giờ tỉnh lại, ra ngoài đó là cầm chắc tấm vé đọc truyện trong tù.

"Để tôi nghĩ đã," lão đáp cụt lủn rồi bước đi, mặc cho cô bé lèo nhèo phản đối sau lưng.

Chả biết cái ngày gì mà xui thế, tự nhiên có con bé mít ướt từ trên trời rơi xuống, chém gió lung tung. Thôi kệ, giờ quan trọng nhất là tập truyện, lão sẽ tự đọc, chứ với cái đầu hoang tưởng của con bé, chưa chắc nó đã kể đúng sự thật. Nghĩ vậy, lão nhanh chóng quay lại phòng đọc sách.

Làn gió bên ngoài lùa vào mát hơn cả điều hòa, ít ra thì cô bé cũng cho lão biết tới không khí trong lành là thế nào. Cảm giác đọc truyện với gió trời thật là thích. Lão tự hỏi sao suốt mấy chục năm nay mình lại chẳng bao giờ mở cửa sổ nhỉ?

Có vẻ cô bé kia đang mải mê khám phá ngôi nhà nên đã để yên cho lão đọc truyện. Chỉ loáng một cái là Napa đã đọc sắp tới cái đoạn mà lão hay buồn ngủ. Niềm phấn khích dâng trào khi lão thấy mình càng đọc, lại càng tỉnh táo.

Truyện đã tới hồi gay cấn, mắt Napa hấp háy liên hồi khi thấy Người Sắt bay vòng quanh trái đất với vận tốc ánh sáng. Một hố đen xuất hiện và cuốn mọi thứ vào trong như một xoáy nước hung dữ. Người Sắt tỉnh dậy giữa một đống đổ nát và gặp một người làm bằng đồng đang hấp hối. Anh ta tự xưng là Người Đồng, và cho anh biết một sự thật khủng khiếp: tất cả những gì anh biết từ trước tới giờ chỉ là giấc mơ. Thực ra anh đang nằm trong phòng thí nghiệm của các nhà khoa học ở một quá khứ xa xôi. Do trong mơ, thời gian co giãn, nên họ đã đưa anh vào để khai thác ý tưởng từ tương lai. Tất nhiên, có khùng anh mới tin.

"Trả lời tôi," Người Đồng hỏi. "Bạn từ đâu tới?"

"Tôi từ thành phố của tôi chứ đâu," Người Sắt đáp.

"Vậy trước đó bạn từ đâu tới?"

"Ừ thì từ bụng mẹ chui ra..."

"Trước đó nữa bạn từ đâu tới?"

"Anh muốn thành đồng nát hả?" Người Sắt bóp tay rôm rốp. "Sắp chết rồi mà còn hỏi xoáy thế?"

"Khi bạn không nhớ mình từ đâu tới, đó là dấu hiệu của giấc mơ." Người Đồng nói, rồi ngã lăn ra đất, đôi mắt tối dần, không còn tín hiệu sự sống.

Đọc tới đó, Napa cũng tự hỏi mình từ đâu tới, nhưng có lẽ tuổi già làm lão quên hết rồi. Lão chỉ nhớ mang máng ngày đầu tiên tới đây, được đọc truyện cả ngày mà không ai làm phiền, thật sung sướng.

Nhưng nếu theo lý luận của tay Người Đồng, thì ai cũng mơ hết, ai mà chả từ bụng mẹ sinh ra, và đâu nhớ được trước đó có cái gì?

Đúng là truyện viễn tưởng. Thôi kệ, chỉ còn vài trang nữa là tới đoạn định mệnh kia rồi, lần này lão tỉnh lắm, chắc chắn lão sẽ đọc xong.

Trong khi đó...

Hai hàm răng Nata nghiến ken két, cô tức muốn xì khói. Dù đã được nam thần giấc ngủ cảnh báo, nhưng phải khó khăn lắm Nata mới có thể chấp nhận sự thật này. Anh Napa đã trở thành một lão già cứng đầu, và mọi thứ không hề dễ như cô tưởng. Mà thật ra thì ngay từ đầu nó cũng đâu có đơn giản.

Để vào được đây, cô đã phải vượt qua biết bao thứ.

Nata vẫn còn nhớ như in cảm giác lần đầu tới khu phố điện tử gặp Ditu. Tiếp đến, sự cố nhảy dù trái phép vào phòng hiệu trưởng, cô đã suýt rụng tim khi phát hiện mình làm gãy thanh bảo kiếm của thầy Dato.

May sao bà béo ú kia lại là mẹ thầy. Nhờ bà nói đỡ, thầy mới bình tĩnh nghe hết chuyện viễn tưởng của Nata. Nhưng thầy chỉ bắt đầu tin khi cô kể về giấc mơ vô địch cuộc thi chém hoa quả. Hóa ra thầy thắng là vì cô gái Ninja kia đã phạm luật, thay vì chém chuối, cô ta đã vô tình làm bẹp nó.

Thầy Dato đã yêu cầu cô giữ bí mật giấc mơ ấy, vì thà tổ tiên trách thầy bất cẩn làm gãy kiếm, còn đỡ nhục hơn là biết chuyện thầy đã mơ tới việc dùng nó để chém hoa quả. Đổi lại, thầy sẽ xí xóa cho cô vụ phá cửa sổ, và miễn tiền hàn kiếm. Chỉ có điều Nata nài nỉ mãi, mà thầy vẫn không cho cô mượn thuốc Libo.

Người ta nói thần may mắn không mỉm cười với ai hai lần, nhưng có lẽ hôm đó nhờ những thành tích bất hủ mà Nata đã chọc cười được ngài. Khi tiễn cô ra cổng trường, bà béo đã bí mật dúi vào tay Nata ba viên Libo, khiến cô mừng rớt nước mắt. Trước khi đi, bà ấy còn dặn Nata phải luôn vững tin vào bản thân, và sau này cứu xong anh trai thì nhớ gặp lại bà, vì chồng bà viết văn, và ông ấy rất thích truyện viễn tưởng.

Đúng vậy, ngay lúc này, anh Napa, người mà cô tin tưởng nhất cũng không còn tin cô nữa, thì Nata càng phải tin vào chính mình. Nghĩ vậy, Nata quyết tâm phải giúp anh quay trở lại bằng được.

Cô quan sát căn phòng và thấy nó cũng có nhiều nét giống nhà mình, trừ cái phi thuyền hình viên thuốc đã vỡ vụn trên giường, mình chui ra từ đó ư? Mà thôi chết, lọ thuốc Libo biến đâu rồi?

Nata lục hết các túi mà không thấy. Hai viên thuốc trong đó cực kỳ quan trọng. Vị nam thần đã nói phải có thứ gì đó để luôn nhắc mình rằng đây chỉ là giấc mơ. Sau khi các nơ-ron thần kinh của Nata hoạt động hết công suất, cô đã tìm ra lời giải.

Khi uống ba viên Libo theo hướng dẫn của Ditu, cô đã chọn kỷ niệm ở tầng ba giấc mơ là lúc thức dậy tập thể dục và phát hiện ra hai viên Libo trên bàn. Thế là một công đôi việc, cô vừa vào được tầng ba giấc mơ của mình, vừa có trong tay một thứ rất chắc chắn để khẳng định rằng đây chỉ là giấc mơ.

Cuối cùng, Nata cũng tìm được lọ thuốc Libo dưới gầm giường. Cô mừng quýnh nhặt lên, lấy hai viên thuốc cất kỹ vào túi áo, rồi bắt đầu thám thính căn nhà.

Nơi này thật lạ, chỉ có vỏn vẹn có ba phòng. Một là phòng ngủ, nơi Nata hạ cánh. Hai là phòng đọc sách của 'cụ' Napa. Ba là phòng bếp cô đang dừng chân, nơi chất đầy những bao tải bỏng ngô. Trời đất, không có phòng vệ sinh ư? Không lẽ anh ấy suốt 75 năm qua, chưa tắm táp gì sao?

Tự nhiên căn nhà rung lắc nhẹ, kèm theo âm thanh lộp cộp trên tầng. Khi Nata chạy lên, thì thấy một điều vô lý hết sức.

Trong phòng ngủ, những mảnh vỡ phi thuyền đã biến mất, lỗ thủng trên tường ban nãy đã lành lại, căn phòng được bài trí như chưa hề có điều gì từng xảy ra.

Chắc là giấc mơ này đang biến đổi, và cố giấu mọi chi tiết để khiến anh Napa quên đi sự xuất hiện của cô đây mà. Nghĩ vậy, Nata liền kiểm tra túi áo, hai viên Libo vẫn còn.

Cô thở phào. Đúng như nam thần giấc ngủ đã nói, nơi này rất nguy hiểm, phải nhanh chóng thoát khỏi đây. Nhưng lối ra ở đâu? Nata nãy giờ không thấy cái cửa nào. Cô quyết định sẽ nói chuyện với anh Napa một lần nữa.

Bước vào phòng đọc, mùi bỏng ngô thơm phức xộc vào mũi Nata. Cô có thể nghe rõ tiếng nhai rồm rộp của 'cụ' Napa. Nhìn cái đầu hói và đôi bàn tay teo tóp của anh đang cầm truyện, cô tự hỏi một ngày nào đó, mình sẽ già nua và xấu xí thế này sao? Có thể, nhưng nhất quyết cô sẽ không bao giờ mặc bộ quần áo dị hợm kia. Người dơi lai người nhện, tới già rồi mà anh ấy vẫn không thay đổi gu thẩm mỹ quái đản đó ư?

"Này anh Napa?" Nata gọi.

Napa không trả lời, trông 'cụ' có vẻ tập trung dữ lắm, mắt đảo như rang lạc trên cuốn truyện.

"Anh Napa!" Nata gọi lớn.

"Sao em?"

Napa đáp, mắt vẫn dán chặt vào cuốn truyện.

"Cuối cùng anh cũng nhớ ra em rồi hả?"

"Dù gì cô cũng tự nhận là... em gái tôi mà."

"Sao anh không mở cửa sổ ra cho sáng?"

Napa phẩy tay một cái, rèm tự động mở ra như có phép thuật. Căn phòng rực sáng hơn bao giờ hết.

"À há!"

Nata hét lớn khiến Napa giật bắn mình, cuốn truyện rớt xuống bàn. "Anh vừa làm gì thế?"

"Mở rèm cửa chứ sao?" anh Napa nhấc một bên lông mày lên. "Ở viện tâm thần của cô, người ta hay đóng rèm kín mít hả?"

Mặt Nata nóng bừng, không biết đây là lần thứ bao nhiêu có người nghĩ rằng cô từ viện tâm thần chui ra. Nhưng Nata phải kiềm chế hết sức, vấn đề bây giờ là giúp anh Napa nhận ra đây là giấc mơ, còn sau đó muốn làm gì thì làm.

"Này," cô hỏi, "Anh nghĩ sao về một cái rèm mà phẩy một cái là tự động mở?"

"Bao năm qua nó vẫn vậy mà," anh Napa đáp tỉnh bơ. "Thiết bị cảm ứng giờ hiện đại lắm. Nếu đây là giấc mơ, thì thế giới này cũng đã tiến bộ hơn chỗ cô 75 năm rồi, phải không?"

"Thôi được rồi, thế còn nó thì sao?" Nata chỉ tay vào cái tủ truyện khổng lồ. "Rõ ràng lúc nãy cái tủ bị thủng xuyên ra cả sau tường mà?"

"Ờ thì... đó là một loại nguyên liệu đặc biệt," anh Napa nhún vai. "Gãy là nó tự tái sinh."

Nói xong, Napa lại cầm truyện đọc tiếp. Nata định hỏi nhưng thôi. Có lẽ niềm tin rằng đây là thế giới thực bám rễ rất sâu vào não anh ấy. Dùng lời nói thuyết phục chắc không ăn thua. Phải làm sao đây?

Nata bước tới gần cửa sổ. Bên ngoài có hai mặt trời, một mặt trời màu vàng cam, trông y hệt như hình vẽ nguệch ngoạc của Napa hồi bé. Mặt trời còn lại màu đen, à không phải, có lẽ đó là cánh cổng xuyên mơ mà Nata đã đi qua để vào đây. Rõ ràng đây là giấc mơ, thế mà anh Napa cũng bị lừa. Nata dùng hết sức kéo cánh cửa kính dày quịch ra và ngó xuống.

Một cảnh tượng làm cô ngạc nhiên hết sức. Căn nhà này đang bay lơ lửng, bên dưới là cả một biển mây trắng như bông, trông thật thích mắt.

"Ra đây anh ơi!" Nata gọi.

"Ngoài đó chả có gì thú vị đâu," anh Napa đáp.

Chợt Nata nảy ra một ý tưởng. Cô rón rén tới chỗ Napa và ngó cuốn truyện. Lại là mấy cái cảnh đánh đấm của những tay siêu anh hùng đây mà.

"Anh đang đọc gì thế?" Nata hỏi.

"Người Sắt tập 57," anh Napa đáp, mắt không thèm nhìn lên.

"Cho em đọc với được không?"

"Tập một ở trên tủ ấy, tự tìm mà đọc."

"Nhưng... em thích nghe anh kể hơn."

Napa ngước lên, và nở nụ cười tươi rói, để lộ rõ hàm răng đã rụng gần sạch. "Được, ngồi xuống đây..."

Nata cười thầm, dù già rồi nhưng sở thích kể chuyện và chém gió của anh ấy vẫn không thay đổi. Chữ 'kể chuyện' giống như một công tắc, tắt hết đi sự tập trung của Napa vào mọi thứ khác. Anh đặt tập truyện xuống, nhâm nhi vài hạt bỏng ngô, và bắt đầu thều thào kể.

"Năm 2069, một loại thuốc kích thích siêu năng lực đã được phổ biến rộng rãi, các siêu anh hùng xuất hiện như ếch nhái sau mưa. Người Sắt thất nghiệp, anh quyết định tu ẩn trên một ngọn núi, theo anh còn có 108 vị siêu anh hùng khác, bỗng một ngày..."

"Từ từ đã anh!" Nata ngắt lời, và cầm tập truyện 57 lên. "Em có trò này hay lắm. Chơi không?"

"Hả... trò gì?"

Nata ném phăng cuốn truyện ra ngoài cửa sổ.

Napa há hốc mồm, đôi mắt anh trợn lên như chuẩn bị bắn ra ngoài tới nơi.

"Trò chơi là thi xem ai tìm được nó trước," Nata đáp. Rồi cô chạy một mạch tới cửa sổ, nhắm mắt nhắm mũi lao xuống.

MẤT KIỂM SOÁT

Tiếng gió ù bên tai làm Nata nhớ lại lần nhảy dù gần nhất. Chỉ khác là lúc này trên lưng cô chẳng có chiếc dù nào, còn phía dưới là mây mù, kèm theo cảm giác oi bức như thể rơi qua đám mây trước mắt, cô sẽ hạ cánh trong một nồi nước sôi khổng lồ.

Nata không chắc việc này là khôn ngoan, nhưng có lẽ đây là cách duy nhất để kéo anh Napa ra ngoài. Ủa, mà sao chưa thấy động tĩnh gì nhỉ? Nata nghển cổ lên, không thấy dấu hiệu gì của anh Napa cả.

Nuốt nước bọt cái ực, Nata bắt đầu nhận ra sai lầm của mình. Đây là giấc mơ của Napa, anh ấy có thể tạo ra một cuốn truyện khác, hoặc biết đâu trên tủ truyện khổng lồ ấy có hàng tá tập truyện 57 thì sao?

Chắc mình phải tìm cách khác thôi.

Nghĩ vậy, Nata nhắm mắt và tập trung tư tưởng, cô hình dung mình đang bay giống như lần ở không gian tâm giao. Một tiếng ù vang lên, có thứ gì đó chặn cô lại. Nata mở mắt mà sửng sốt.

Cô vẫn đang rơi không kiểm soát. Bên dưới là hoang mạc với những ngọn núi đá lởm chởm. Cô nhắm mắt một lần nữa, cố gắng tưởng tượng mình đang bay như một viên đạn. Đúng thật, cô đang bay như một viên đạn, nhưng không phải bay lên, mà là rớt xuống dưới, càng lúc càng nhanh.

Thôi toi! Mình chơi dại thật rồi. Chắc phải ra khỏi đây ngay. Vì vị nam thần đã nói nếu chết trong này, thì sẽ mãi mãi không tỉnh lại được. Nata đã chưa tính toán đủ kỹ lưỡng cho tình huống này.

Nghĩ vậy, Nata lẩm bẩm tên thuốc Libo vài lần. Âm thanh ù tai kỳ lạ lúc nãy lại vang lên, và cô vẫn cứ rơi. Tim đập thình thịch, Nata gào lên kêu cứu nhưng đáp trả cô chỉ là tiếng gió rít ghê rợn.

Mình sẽ vỡ sọ dưới kia và không bao giờ tỉnh lại ư?

Không, anh Napa là đủ rồi, cô không muốn mẹ Bona đau khổ. Cô không muốn kết thúc như thế này, cô phải cứu anh Napa ra khỏi đây, cô phải trở thành người giỏi nhất theo tâm nguyện của bố nữa chứ!

Lần này, Nata tập trung hết sức để nghĩ tới việc mình tỉnh dậy, nhưng cảm giác thật khó chịu, như là cố gắng nghĩ tới một thứ gì đó, mà chẳng có hình ảnh nào của nó xuất hiện.

Bỗng nhiên, nửa đầu bên phải của Nata tê tê.

"Natttaaaaaa... dừnggg lạiiii!"

Dừng lại ư? Làm sao mà dừng được trong trạng thái

rơi tự do này? Nata chưa kịp bật cười với ý tưởng ngộ nghĩnh đó, thì niềm vui sướng đã trào dâng, không phải đấy là giọng của anh Napa sao?

Cô ngước lên, và thấy đúng là anh ấy. Mà không hẳn, anh Napa trông đã trẻ lại y như... hồi 5 tuổi, và cũng đang rớt giống như cô. Mắt anh ấy đỏ hoe, anh Napa đang khóc ư?

"Anh nhớ ra rồi sao?"

Nata hỏi khi anh Napa rơi ngang với mình.

Anh ấy không nói gì mà chỉ loay hoay tháo mấy cái dây dưới áo. Nata nhìn xuống dưới, mỏm đá nhọn hoắt đã ngay trước mắt.

"Anh làm gì thế?"

"Lượn ra khỏi đây chứ còn làm gì!"

"Lượn kiểu gì?"

"Leo lên lưng anh nhanh lên!"

Nói đoạn, anh Napa chìa tay ra. Nata bám lấy rồi cố leo lên lưng anh. Để làm gì nhỉ? Hay là anh ấy tính hy sinh thân mình để đỡ cho Nata khi họ cùng tiếp đất? Nếu vậy thì cảm động quá!

"Bám chặt vào!" Anh Napa nói rồi dang hai cánh tay ra như thể anh biết bay.

Mà đúng, họ đang bay thật!

Cái áo người dơi của Napa đã biến anh thành một chiếc tàu lượn... chính hiệu con dơi. Họ lượn qua mấy mỏm đá một cách dễ dàng, như thể là sau lần biểu diễn ở cổng trường Dama, anh Napa đã chơi trò người bay này hằng ngày trong mơ.

Phóng tầm mắt ra xa, Nata thấy một bãi biển thấp thoáng, vậy là họ có thể đáp xuống nước an toàn.

Cô vỗ vai anh trai. "Anh chưa trả lời em lúc nãy. Anh đã nhớ ra hết rồi sao?"

Anh Napa gật đầu. "Ừ... nhưng đã bao giờ em mất thứ gì đó rất quan trọng chưa?"

Anh ấy hỏi gì lạ thế? Tất nhiên là có chứ, phải tới cả năm trời cô mới gặp lại anh trai, và suýt mất anh. Còn Napa, cũng đã hơn 75 năm không được gặp em gái rồi, thế là suýt mất cả gia đình còn gì?

Cô nói, "Em hiểu cảm giác đó mà..."

Anh Napa cười. "Sao mà em hiểu được cơ chứ? Em có bao giờ đọc truyện đâu?"

Nata véo tay anh Napa một phát. "Cái anh này! Sắp rớt xuống đất tới nơi rồi, mà vẫn còn nghĩ tới truyện. Liệu có ra kịp bãi biển kia không đấy?"

"Chắc chắn," anh Napa đáp đầy quyết đoán.

"Cơ mà, sao hai anh em mình không đơn giản là cùng tỉnh dậy và thoát khỏi giấc mơ này cho nhanh nhỉ?"

"Em đùa hả? Anh mà ra bây giờ, tệ sẽ bị đuổi học, mà hại hơn nữa là vào tù. Tóm lại là... tệ hại!"

"Nhưng mà... không được anh ơi... dù sao thì đây cũng chỉ là giấc mơ. Anh phải sống cuộc đời thật của mình chứ, còn mẹ Bona nữa?"

"Ờ thì... cứ ở lại một chút có sao? Nếu đây đúng là tầng ba giấc mơ, thì một năm tương đương với có chút thời gian ngoài kia thôi mà. Chúng ta là vua thời gian, tha hồ mà làm những điều tuyệt vời!"

"Ở đây thì có gì tuyệt hả anh?"

"Anh cũng chưa biết, nhưng nếu đây là giấc mơ của anh, thì anh là thượng đế, có thể tạo ra mọi thứ mình muốn, chỉ bằng suy nghĩ."

"Vậy hả? Thế sao anh không thử biến thành chim cho dễ hạ cánh?"

"À, anh có ý tưởng này hay hơn..."

Nói đoạn, anh Napa lầm bầm như phù thủy đọc thần chú. Khắp nơi, tự nhiên xuất hiện những cánh cửa gỗ khổng lồ, đang vẫy cánh như chim. Qua đó, Nata có thể thấy những không gian khác nhau. Lúc thì là một hang động âm u, lúc thì là thành phố trên mặt trăng hiện đại, song cô ấn tượng nhất là một lâu đài đang lấp lánh trên biển.

"Cái gì thế anh?"

"Cánh cửa thần kỳ dẫn tới các thế giới khác. Anh vừa nghĩ ra, cho em chọn đấy."

Nhưng Nata chưa kịp đáp thì âm thành ù tai lúc nãy vang vọng cả không gian. Rồi tất cả những cánh cửa bay tán loạn, như thể một đàn chim sẻ mới phát hiện ra diều hâu. Loáng một cái, lũ cửa bay mất hết, để lại hai anh em cô độc quyền bầu trời.

"Anh lại có trò khác mới hơn hả?"

"Ơ... anh có làm gì đâu, sao lại thế nhỉ?"

Anh Napa lượn qua một vách đá, rồi lẩm bẩm đọc thần chú tiếp. Lần này âm thanh ù tai còn vang lên to hơn nữa. Chợt Nata nhận ra đó cũng chính là âm thanh đã cản cô chứng minh khả năng bay lượn cho 'ông cụ' Napa xem, cũng như ngăn không cho cô tỉnh lại lúc nãy. Có thể là hai anh em phải phối hợp với nhau mới có thể tỉnh lại được.

Nata nói, "Em nghĩ đã tới lúc chúng ta cùng đọc tên thuốc Libo, và tỉnh dậy thôi!"

"Từ từ đã..." anh Napa nói, rồi tiếp tục lạng lách

qua những tảng núi đá như một tay đua thực thụ. "Sao bãi biển này dài thế nhỉ, mãi không thấy nước đâu cả?"

Đúng thật, rõ ràng lúc nãy biển đâu có xa đến vậy, mà ở biển thì phải mát chứ? Nãy giờ Nata thấy toàn gió nóng, mang theo những hạt cát tát vào mặt cô.

"Chết rồi anh ơi!" Nata thốt lên. "Đó là ảo ảnh!"

"Thế hả? Vậy cái tảng núi to tướng trước mặt kia có phải ảo ảnh không?"

"Không!" Nata nói và cúi sát xuống lưng anh.

"Cùng tỉnh dậy nào!" anh Napa hét lớn.

Nata mừng thầm, cô nhắm mắt và lẩm bẩm tên thuốc Libo. Trong tích tắc, cái âm thanh bí hiểm kia lại vang lên, lần này kèm theo ánh sáng chói lòa.

Nata cảm thấy như có một luồng điện chạy ngang người, toàn thân cô tê dại.

Mọi thứ tối sầm lại...

Nata cảm giác mình sắp chìm vào một giấc ngủ sâu, nhưng có bàn tay ai đó day vào người cô.

"Dậy đi Nata!"

Nata từ từ mở mắt, toàn thân vẫn còn ê ẩm. Anh Napa đã ngồi đó tự lúc nào.

"Chúng ta tỉnh rồi hả anh?"

"Em tự dậy mà kiểm tra đi."

Nata chỉnh lại kính, cô nhận ra trước mắt là một sa mạc mênh mông, với những tảng núi trông như bầy cá voi đang bơi dưới cát. Phía xa thấp thoáng màu xanh của đại dương, nhưng Nata biết đó là ảo ảnh, một hiện tượng vật lý cô vừa mới được học kỳ trước.

"Ơ... Em tưởng chúng ta cùng nhẩm tên thuốc Libo kịp ba lần rồi mà?"

"Em thấy đó," anh Napa nói và nhún vai. "Em thấy đó, rõ ràng là không có tác dụng. Mà cát ở đây mịn quá em ạ, thích thật đấy!"

"Thích cái gì mà thích hả ông tướng này! Làm sao thoát khỏi đây bây giờ?"

Anh Napa cười. "Chắc là phải tìm ra thảm bay."

Nata véo tay anh Napa. "Giờ này còn đùa được hả?"

Anh Napa kêu oai oái rồi thanh minh, "Anh nói nghiêm túc mà, em nhìn lên trên trời mà xem."

Theo hướng tay anh Napa chỉ, Nata thấy còn sót lại một cánh cửa đóng kín màu trắng, đang lơ lửng giữa trời với đôi cánh vỗ nhịp nhàng. Trên cánh cửa ghi chữ 'Exit' màu xanh to tướng. Rồi cô thấy từ đâu một đàn chim đủ loại màu sắc bay tới, bu quanh cánh cửa trông như lũ chim con nheo nhóc.

Hai anh em tiến lại gần thì phát hiện ra chúng không

phải là chim, mà là những đồ vật có cánh, nào là lều trại, ba lô, đèn pin, nước uống, v.v... không rõ ai thiết kế ra giấc mơ này, song rõ ràng là biết đùa. Vì mọi đồ dùng cần thiết để sinh tồn trên sa mạc này, đều đang phấp phới bay ngay trên đầu họ. Chắc ý anh Napa lúc nãy là phải có thảm bay để lấy được chúng.

"Đây là thật hả anh?"

"Ha! Trong mơ thì mọi thứ đều có thể là thật mà em. Nhìn kìa!"

"Đâu anh? Có thảm bay thật hả?"

"Không phải thảm bay, mà là bỏng ngô có cánh! Nước giải khát cũng biết bay kìa. Mà có cả truyện tranh nữa kìa! Ôi tập 57 của tôi kia đây rồi! Ái... đau..."

Không biết từ lúc tới đây, Nata đã phải véo tay anh bao lần rồi mà chưa chừa. Tới giờ này, những thứ anh ấy nhìn thấy, vẫn chỉ là đồ ăn vặt và truyện tranh.

"Tóm lại thảm bay ở đâu? Đừng nói với em là nó cũng bay trên đó nha!"

"Anh không thấy, nhưng đừng lo, anh đã có kế hoạch cho chúng ta rồi."

Nói đoạn, Napa vẽ lên mặt cát, như thể anh là một nhà lãnh đạo đang đưa ra chiến lược xuất chúng.

"Theo anh thì... Kế hoạch A, chúng ta sẽ lang thang

khắp sa mạc cho tới khi chết khát, với hy vọng nhặt được một cái thảm bay. Kế hoạch B là nằm đây chờ tới khi chết khô, lũ đồ ăn mỏi cánh và hạ xuống."

"Anh lại đùa rồi, không có kế hoạch nào hay hơn sao?"

"Có chứ," anh Napa nói, rồi nở một nụ cười nham nhở hết biết. Anh ngả lưng xuống bãi cát như thể đó là cái đệm êm ái nhất thế gian. "Kế hoạch tốt nhất luôn ở cuối cùng. Kế hoạch C, chờ Thần đèn tới cứu."

Nata thở dài, rồi nằm vật ra cát. Đã sau 75 năm rồi, mà tâm hồn Napa vẫn y như một đứa trẻ 5 tuổi!

Một tiếng trôi qua...

Nằm trên bãi cát, lưỡi Nata khô rát, môi đã đóng vảy từ lâu, nhưng rốt cục chẳng có lon nước giải khát nào chịu hạ cánh. Lũ đồ vật thì vẫn bay nhặng xị trên cao cùng cái cửa gỗ, Nata cảm giác chúng giống lũ quạ hơn là đồ tiếp tế. Có lẽ chúng chỉ chờ tín hiệu của đại ca cửa gỗ, khi thấy hai anh em cô chết khô là sẽ cùng sà xuống xơi tái họ.

Anh Napa thì có vẻ không còn kiên nhẫn nữa, nãy giờ anh cứ nhặt đá và ném mấy cuốn truyện đang bay, nhưng mãi vẫn chưa hạ gục được nó. Thật không thể tin nổi, anh ấy không đói hay sao mà cứ ném truyện vậy?

Mà anh Napa định chờ Thần đèn tới bao giờ? Thần có thật không mà chờ? Họ sẽ chết khát ở đây ư?

Giờ Nata đã biết khi ngủ mình sẽ đi đâu. Nhưng không rõ là khi chết trong mơ thế này, người ta sẽ đi đâu tiếp? Mà khi ngủ ở đây thì mình có xuống được tầng giấc mơ tiếp theo không?

Rõ ràng cô đang ngủ và mơ thấy mình ở đấy, thế mà lại buồn ngủ? Hay là do Nata đang ở trong giấc mơ của thánh ngủ nướng là anh Napa? Những suy nghĩ cứ thế ập tới, và cuốn Nata vào một giấc ngủ.

THẦN LUMI

"Hú hú hú..."

Tiếng hú làm Nata thức giấc, nghe y như có chú sói đói meo nào đó, mới vớ được bầy cừu non béo phị. Hóa ra là của anh Napa, không biết anh ấy phát hiện ra cái gì mà phấn khích như vậy.

Nata gượng dậy và nhìn quanh, vẫn là sa mạc ấy, vẫn là cánh cửa bay với lũ đồ nheo nhóc tên cao. Cô tự hỏi không biết đây có còn là mơ không nữa, cảm giác đói khát y như thật.

Nata lập tức kiểm tra túi áo. Hai viên Libo vẫn còn, đúng là cô vẫn đang kẹt ở tầng ba giấc mơ.

"Ê, Nata!"

Từ đằng xa, anh Napa hấp tấp chạy lại, tay cầm chiến lợi phẩm gì đó lấp loáng, mắt ánh lên hào quang chiến thắng. "Anh tìm thấy đèn thần rồi!"

Nata thấy trong tay anh ấy đúng là một cái đèn, loại đèn pin cổ lỗ sĩ từ những năm 2020 mà Nata từng thấy trong viện bảo tàng của trường. Điều khác biệt là nó mang bên mình một đôi cánh siêu mỏng, đang cụp lại.

"Anh được nhặt đâu thế?"

"Hứ, nhặt cái gì mà nhặt, anh mất bao công ném đá nó mới rụng đấy!"

"Có mà ném trượt truyện tranh nên chẳng may trúng nó thì có. Đưa em xem nào."

"Từ từ đã... hãy xem anh biểu diễn đây!"

Anh Napa lấy áo xoa cái đèn, như thể nó là đèn thần trong một truyện cổ tích nào đó mà bố Cote từng kể cho hai anh em. Kết quả là chẳng có gì xảy ra cả. Anh Napa ngán ngẩm, đưa đèn cho cô.

Nata cầm lấy cái đèn, trông nó khá cũ, nhưng bóng đèn bên trong vẫn còn mới. Để ý có cái nút màu đỏ nhỏ xíu, Nata bấm vào, chiếc đèn chớp sáng rồi vụt tắt.

Chắc là nó sắp hết pin, và Nata vừa mới giúp cây đèn trút hơi thở cuối cùng. Cô định trả lại anh Napa thì nó rung lên bần bật, rớt xuống đất và bắt đầu tan chảy như một lâu đài cát gặp sóng biển. Trong tích tắc, tất cả những gì còn lại chỉ là làn khói trắng thưa thớt.

"Em, em làm gì vậy?" anh Napa thốt lên, mắt đỏ hoe, miệng run run. "Em ném truyện của anh chưa đủ sao, giờ lại phá cả đèn thần... em có biết anh ném mỏi tay thế nào mới trúng không hả? Đồ... đồ phá hoại!"

Nata cảm giác như nuốt phải cục đá, nước mắt ứa ra

làm rát buốt đôi má đã khô nẻ. Cô ngồi thụp xuống, khóc nức nở.

Cái nóng trên sa mạc làm anh Napa phát điên rồi. Chiếc đèn pin cổ lỗ hoá bụi đó thì có gì đâu, mà anh lại mắng cô là đồ phá hoại. Đây là những gì cô nhận được, sau khi trải qua bao nhiêu thứ, để vào đây cứu anh ấy ư? Biết thế, cô để mặc anh ở bệnh viện còn hơn, nhưng hình ảnh mẹ Bona hiện ra với cái tờ hóa đơn viện phí làm nước mắt Nata trào ra thêm một đợt nữa.

Cô chẳng biết mình nên làm gì bây giờ cả.

"Vì sao con khóc?"

Một giọng nói lớn vang vọng cả không gian. Nata ngước lên, cô thấy anh Napa mắt tròn xoe, miệng nở một nụ cười rộng tới tận mang tai. Nata ngửi thấy có mùi hoa sen thoang thoảng dễ chịu, cô quay người lại và phì cười.

Bay lơ lửng ở đó tự lúc nào, là một ông cụ kỳ lạ. Tóc trắng như tuyết, da đen như gỗ mun, lại thêm chiếc áo đỏ chóe, nhìn không khác nào một ông già tuyết đã tắm nắng cả trăm năm. Điều làm Nata ấn tượng hơn cả là bộ râu trắng bạc khổng lồ và đầy tham vọng của ổng. Nó dài tới mức cuộn lại thành hình đám mây bồng bềnh dưới chân. Đôi mắt híp tịt của ông cụ hết nhìn Nata, rồi lại nhìn anh Napa.

"Thằng nhóc kia bắt nạt con hả? Để ta xử!"

Nói đoạn, ông cụ thò tay vào bộ râu, rút ra một cái đèn pin mới cứng. Ông xoay vun vút trên tay, điệu nghệ như một cao bồi miền Tây nghịch súng, rồi bật nó lên sáng trưng, và rọi thẳng về phía anh Napa.

Nụ cười trên môi tắt ngúm, anh Napa ú ớ không biết nói gì. Giờ đây trông anh như một tên tội phạm vượt ngục không thành, mới bị rọi đèn phát hiện.

"Tên kia!" ông cụ quát. "Sao dám trêu chọc con gái nhà lành? Giờ thì nhà ngươi thích biến thành gà quay hay là vịt nướng?"

"Ơ... xin ngài dừng lại!" Nata vội cất tiếng. "Đó là anh trai con ạ!"

Ông cụ nhấc một bên lông mày trái lên, để lộ con mắt xanh lục khiến Nata giật mình. Màu mắt này xưa nay rất hiếm, liệu ông cụ có họ hàng gì với hai anh em chăng? Nhưng mà nhà mình đâu có ai da đen, lại thích ăn mặc như ông già tuyết giữa mùa hè vậy?

"Ông là ai?" anh Napa hỏi.

Ông cụ đáp lại bằng tràng cười ha hả, như thể lâu lắm rồi mới được khoe hàm răng trắng bóc như trứng gà.

"Ta là Lumi, Thần đèn sáng nhất mọi thời đại! Hơn 2500 năm qua, không có sự hiểu biết nào mà ánh sáng của ta không rọi được tới! Các con có thể gọi ta là thần Lumi."

Anh Napa gõ đầu Nata một cái. "Anh đã bảo rồi mà, Thần đèn là có thật!"

Nata véo tay anh Napa trả đũa. Mà không biết bố mẹ ông thần này thiếu hay thừa tiền mà lại đặt tên con là Lumi, nhưng thật không thể tin nổi là có ngày Nata lại được gặp Thần đèn. Song liệu ngài có thể làm phép giúp hai anh em cô ra khỏi đây không?

Thần Lumi mỉm cười và bay lên cao, như muốn chứng tỏ phép thuật của mình là hàng hiệu chính hãng. Ngài nói, "Cám ơn hai con vì đã giải thoát cho ta, giờ thì tạm biệt nhé!"

"Ấy từ từ đã!" anh Napa nhảy tót lên, tay tóm lấy 'đám mây râu' của ông thần và kéo xuống. "Theo kịch bản, ngài phải cho chúng tôi ba điều ước chứ?"

"Ồ xin lỗi," thần Lumi gãi đầu. "Ta quên mất."

Nói đoạn, thần rọi đèn xuống đất. Mặt cát bắt đầu xoáy tròn, một chiếc túi vải màu nâu trồi lên, như thể hạt giống hình cái túi đã nằm sẵn bên dưới, và việc của thần là tưới nước ánh sáng cho nó mọc lên.

Ngài thò tay vào túi, làm hai anh em há hốc miệng. Chiếc túi đó đã nuốt trọn cánh tay ngài, như thể nó không có đáy.

"Ngạc nhiên hả?" thần Lumi nháy mắt. "Đây là túi thần không đáy, có thể đựng được mọi thứ trên đời."

Sau một hồi lục lọi có vẻ không ăn thua, thần Lumi còn chui hẳn cả vào bên trong chiếc túi. Một cảm giác thật kì cục, như thể cái túi là con cá nhỏ đang cố nuốt chửng nửa thân hình béo ú của ngài.

Anh Napa nhìn chiếc túi với ánh mắt thèm thuồng, không biết là anh ấy muốn chui vào đó để tránh nóng, hay là muốn biển thủ nó cho riêng mình, để đựng cả tấn truyện tranh.

"Đây rồi!"

Thần Lumi reo lên, rồi lôi ra một cái đồng hồ cát, kèm theo cuộn giấy cũ và chiếc bút lông gà te tua. Nata biết tất cả những món này, vì cô đạt điểm 10 môn khảo cổ học ở trường.

Thần Lumi cất cái túi vào trong đám râu, rồi đặt đồng hồ cát xuống đất.

Ngài nói, "Nhân danh ánh sáng, ta ban cho các con 18 điều ước, nhưng chỉ có một phút để viết thôi. Bắt đầu!"

18 điều ước ư? Thần Lumi hào phóng thật, song một

phút để viết thì ít quá. Nata chưa kịp phản ứng gì thì cô đã thấy anh Napa đã vồ lấy bút và hí hoáy viết, như thể cô không hề tồn tại. Vừa viết, anh ấy còn cố che tay để không cho cô nhìn nữa chứ. Thật là quá thể, rõ ràng Nata giải thoát Thần đèn mà sao anh Napa được ước?

Cô chưa kịp thanh minh thì thần Lumi đã ra hiệu. "Hết giờ!"

Anh Napa cố viết tiếp, nhưng bút đã tắc mực. Mặt anh tiu nghỉu, có vẻ như anh ấy mới viết xong điều thứ 17. Cho chừa cái tội tham lam, ha ha.

"Này, anh có ước thoát ra khỏi đây không đấy?"

Anh Napa nhe răng cười. "Đó là điều ước số 17."

Nata thở phào, ít nhất là anh ấy cũng còn biết nghĩ. Thật tuyệt, họ sẽ sớm được thoát khỏi cái nơi khỉ ho, cò cò thì hấp hối cũng khó này.

Anh Napa đưa giấy cho thần Lumi, song ngài không cầm mà chỉ rọi đèn vào nó. Những con chữ bay ra, phóng vút vào đôi mắt híp của ngài. Nata thầm ước giá như cô có khả năng đọc nhanh như vậy, thì thư viện sách của trường chỉ là chuyện vặt.

Thần Lumi gật gù, như thể ngài đã hiểu được đống chữ viết ngoáy như giun của anh Napa. Ngài giơ chiếc đèn lên trời, rọi vào đám đồ đang bay lượn. Ánh sáng chiếu tới thứ nào, là thứ đó như chim gãy cánh, rụng ngay xuống đất. Anh Napa hú lên sung sướng, rồi chạy đi gom chiến lợi phẩm.

Nata thở dài, cô thấy chủ yếu là bỏng ngô, nước ngọt, truyện tranh, v.v... Ông anh quý hoá của cô tâm hồn 90 tuổi mà y như trẻ con. Anh ấy muốn ở đây cả năm hay sao, mà toàn ước đồ ăn thức uống vậy?

Một tiếng tạch vang lên rõ to, cây đèn tắt ngúm.

Anh Napa hớt hải chạy lại, mặt nhăn nhúm như vừa bị ai đó ném đi tập truyện số 57 một lần nữa. "Này ông thần kia, mới tới điều ước số 16 mà?"

Vị thần mặt buồn thiu, ngài nhìn cái đèn. "Hết pin rồi."

Anh Napa quẳng đống đồ mới lượm xuống cát và thốt lên, "Hết pin là sao?"

Thần Lumi gãi đầu. "Hết pin nghĩa là hết phép chứ còn sao nữa. Do lâu lắm rồi ta không dùng, với cũng quên mang theo pin dự phòng."

Có vẻ như vị thần nói thật, Nata không thấy ngài bay bồng bềnh như trước, đám râu trắng xóa đã nằm rũ rượi trên cát. Nata tự an ủi, dù sao thì đống bỏng ngô và nước ngọt kia, cũng giúp họ tồn tại được ít lâu, nhưng không thể tha thứ cho anh Napa được. Nata lao tới véo tay anh Napa một phát khiến anh kêu oai oái.

"Cho chừa cái tật lăng xăng! Sao anh không viết điều ước quan trọng trước hả?"

Mắt anh Napa buồn rười rượi, có vẻ như anh đã nhận ra bài học. Anh than thở, "Ai mà biết được cơ chứ, chuyện thật như đùa vậy. Thần đèn mà cũng hết pin được sao?"

Mặt thần Lumi không còn tươi tắn như trước, ngài đang trầm ngâm suy nghĩ điều gì đó. Cuối cùng ngài nói, "Hai con cứ bình tĩnh. Tuy điều ước số 16, lấy lại tập truyện 57 ta chưa kịp giúp, song ta nghĩ Napa có thể thấy nó ở tầng giấc mơ bên trên."

"Tuyệt quá," anh Napa đáp. "Tôi cũng nhớ rõ thoát ra khỏi đây là điều ước số 17 mà?"

"À, sự thực là các con có thể lên tầng trên, mà không cần tới phép thuật của ta."

Nata chớp mắt liên hồi. Còn anh Napa loay hoay mở lon nước ngọt và tu ừng ực.

"Nhưng... ta không chắc các con sẽ làm được."

"Xin ngài cứ chỉ bảo ạ," Nata nói. "Con đã vào được, thì phải ra được!"

Thần Lumi nhìn Nata một hồi rồi gật đầu. Ngài dùng đèn vẽ lên mặt cát ba vòng tròn lồng vào nhau, rồi chỉ vào vòng tròn nhỏ nhất ở giữa.

"Các con đang ở đây, tầng ba giấc mơ. Cánh cửa gỗ đang bay trên kia là lối lên tầng hai. Trên đó có một cánh cửa khác dẫn lên tầng một, nơi chứa cánh cửa cuối cùng để thoát ra và tỉnh dậy. Đơn giản vậy thôi."

Anh Napa suýt sặc, lon nước ngọt trên tay rớt xuống. Còn Nata trố mắt nhìn cánh cửa đang lượn lờ trên cao. Đơn giản vậy sao? Thần Lumi hài hước thật.

Vị thần nhìn hai anh em như hiểu được chúng đang nghĩ gì. "Ta nói nó đơn giản vì Napa là người tạo ra chúng."

Anh Napa quẳng lon nước ngọt đi. "Tôi tạo ra thì phải kiểm soát được chứ?"

Thần Lumi đáp, "Có những thứ chính người ta tạo ra, mà chưa chắc đã kiểm soát được. Vừa rồi con ném lon nước đi, làm sao kiểm soát được cách nó bay?"

Anh Napa cãi ngay. "Lon nước là lon nước. Còn thứ thuộc về tôi như giấc mơ, thì phải khác chứ."

"Kể cả là thứ đó thuộc về anh," Nata vào cuộc. "Chính anh tạo ra thói quen đọc truyện, nhưng sau đó đâu có kiểm soát được?"

Anh Napa nhìn Nata, rồi nở một nụ cười châm chọc. "Mà chắc là ai đó cũng tạo ra thói quen học bài khuya rồi cận suýt lòi mắt nhỉ?"

Nata chột dạ. Đúng là đã bao lần cô tự nói mình phải đi ngủ sớm, mai dậy học, nhưng rốt cuộc lại toàn thức khuya để làm nốt bài này, tới bài kia.

Thần Lumi ôn tồn giảng giải. "Thói quen giống như dây thừng, càng làm nhiều, sợi dây đó càng được bện chắc. Tương tự, khi mới mơ, lớp vỏ giấc mơ sẽ mỏng như bong bóng xà phòng, chọc nhẹ là tan. Mơ càng lâu, lớp vỏ sẽ càng chắc đặc, khi đã vào tới tầng hai giấc mơ, lớp vỏ sẽ dày như quả bóng bay..."

Anh Napa chen ngang. "Vậy khi vào tầng ba này, lớp vỏ sẽ chắc đã như quả bóng đá chăng?"

"Không," thần Lumi đáp, rồi bôi đậm vòng tròn ngoài cùng trên cát. "Ta khẳng định nó đã thành quả tạ rồi. Napa đã mơ đủ lâu, kèm với trí tưởng tượng phong phú nhờ hàng chục năm đọc truyện. Hiện tại mỗi tầng giấc mơ đã trở thành một thế giới sống động, với những sinh vật có thể tự ý thức, như... ta chẳng hạn."

Nata nhìn ông thần mà ngạc nhiên, ông ấy là một sản phẩm của anh Napa ư? Cũng hợp lý đấy, vì cô chưa bao giờ thấy một sự kết hợp kỳ khôi như vậy. Lúc này, trông thần Lumi chẳng khác nào một cái cây lá đen, thân đỏ, rễ trắng, đang tắm nắng giữa sa mạc vàng khô cùng hai anh em.

Anh Napa ngơ ngác hỏi. “Vô lý, tôi mới mơ... 75 năm, còn ông nói mình tận 2500 tuổi mà?”

“Vì ta được sinh ra ở tầng giấc mơ sâu hơn.”

“Thế lại càng vô lý,” Nata nói, “anh Napa đang thức ở đây thì còn ai đang mơ?”

“Đó là tiềm thức của Napa,” vị thần đáp.

“Tiềm thức là cái quái gì vậy?” anh Napa gãi đầu.

“Các con có thể hình dung thế này, nếu ví cơ thể Napa như một lâu đài, thì vị vua chính là phần ý thức đang nói chuyện với ta bây giờ, còn tiềm thức giống như hoàng hậu. Khi Napa ngủ, nhà vua đi vi hành, hoàng hậu ở nhà chăm lo cho lâu đài.”

Anh Napa hỏi. “Thế thì khi tôi muốn tỉnh dậy, khi nhà vua trở về lâu đài, thì bà hoàng hậu phải vui chứ, sao lại gây khó dễ như vậy?”

“Ha, các con nghĩ sao nếu nhà vua đi vi hành tận 75 năm?”

“Bà ấy sẽ cưới một ông vua khác ạ?”

Nata đáp, cô cũng không hiểu ý tưởng ngộ nghĩnh đó từ đâu chui ra, chắc là trong giấc mơ của anh Napa, tâm trí cô cũng bị ảnh hưởng phần nào.

“Ta thích suy nghĩ của con. Nhưng trong trường hợp

này, có vẻ bà ấy đã lên ngôi luôn, và rất thích thú với công việc mới của mình."

Vẻ mặt anh Napa nghiêm túc hết sức. "Bà ta định làm phản ư?"

"Ta nghĩ không đến mức đó, bà ta chỉ muốn cai quản vương quốc, và làm cho thế giới trong mơ này ngày một sống động hơn mà thôi."

Nói đoạn, thần Lumi vẽ cỏ cây hoa lá, nhà cửa vào các vòng tròn trên cát, rồi ngài xóa sạch mọi thứ.

"Nếu Napa tỉnh dậy ở một tầng giấc mơ nào đó, thì mọi thứ ở tầng giấc mơ trước sẽ sụp đổ. Đó chính là lý do bà ta tạo ra các khó khăn để giữ chân các con ở lại đây càng lâu càng tốt, cho tới khi quên đi hẳn thân phận, và trở thành một người dân bình thường của thế giới này."

Nata im lặng, cô có thể nghe thấy tiếng rồm rộp nhai bỏng ngô của anh Napa. Cô hỏi, "Vậy cái âm thanh ù tai lúc con cố thoát khỏi đây cũng là do bà ta sao?"

Thần Lumi vuốt râu. "Có thể lắm, Napa càng mơ lâu thì sức mạnh của tiềm thức càng khủng khiếp, nó sẽ tự động chặn lại bất cứ ý tưởng đào thoát nào."

"Vậy ngoài cái cửa bay, thì trên kia có những khó khăn nào nữa hả thần?"

"Con có 5 giây để tính nhẩm 751 nhân với 751?"

Nata thử lẩm bẩm trong đầu. Dù gì thì toán học cũng là môn sở trường của cô. Nhưng cuối cùng Nata vẫn phải chịu thua. "Sao khó thế ạ?"

"À, vì bà hoàng hậu này biết rõ điểm yếu của Napa."

"Ối!" anh Napa thốt lên. "Toán là đủ rồi, đừng liên quan tới trí nhớ hay học thuộc lòng gì đó nha!"

Thần Lumi đọc một mạch, "4221 5172 1969 1771 1832 2345 4562 1928... được rồi."

"Cái gì đấy?" anh Napa hỏi.

Thần Lumi mỉm cười. "Đó là số tài khoản ngân hàng của ta, trong đó có 9 triệu Lumi. Nếu nhớ được hết dãy ta vừa đọc thì sẽ tiêu xài thoải mái cả đời."

Nata mắt sáng rực. "Ngài đọc lại được không ạ?"

"Không," vị thần đáp.

Cả hai anh em ngậm tăm, nhìn nhau tiếc nuối.

Thần Lumi cười thành tiếng. "Đó chưa là gì so với các thử thách ở hai tầng giấc mơ bên trên đâu."

Nata nuốt nước bọt, cô cảm tưởng vì anh Napa là một dạng thiên tai, nên các thử thách ở đây chắc phải thiên tài mới có thể giải nổi.

"Mà các con đừng lo, nhân danh ánh sáng, ta sẽ giúp

các con thoát khỏi đây. Nhưng với điều kiện Napa ngay lập tức phải chôn hết đống truyện này đã."

Anh Napa tay ôm chặt mấy cuốn truyện như mẹ ôm con. "Tại sao vậy?"

Vị thần chỉ tay lên trời. "Hãy nhìn cánh cửa kìa."

Nata ngẩng lên, cô thấy nó hình như đã bay cao hơn lúc nãy, phải cách họ cả trăm mét rồi. Và nó cũng bay nhanh hơn thì phải, trông như cối xay gió gặp bão vậy.

"Bộ nó có liên quan tới điểm yếu của tôi là không biết bay sao?" anh Napa hỏi.

"Không," thần Lumi đáp. "Khi Nata thâm nhập vào thế giới này một cách trái phép như vậy, thì các thử thách đã tăng lên gấp bội, chúng là sự kết hợp giữa điểm yếu của cả hai con. Napa càng bị lũ truyện tranh thu hút thì cánh cửa bay càng cao, còn Nata càng sốt ruột, thì nó bay càng nhanh."

"Làm sao ngài biết tất cả những điều này?" Nata hỏi.

Thần Lumi cười lớn. "Cứ sống 2500 năm trong thế giới này, rồi sẽ chẳng có gì mà các con không hiểu."

"Mà từ từ đã," anh Napa nói. "Không phải là khi tôi lên tầng giấc mơ bên trên, nơi này sụp đổ và ông sẽ biến mất sao? Tại sao ông giúp chúng tôi?"

Thần Lumi cười to hơn. "Ta đã bảo rồi, cứ sống 2500 năm đi, rồi các con sẽ hiểu."

"Được rồi," Nata nói. "Vậy tụi con phải làm gì ạ?"

Thần Lumi hỏi. "Các con có sợ ma không?"

Hai anh em đều lắc đầu.

"Tốt lắm, vậy thì chắc là sẽ vượt được qua con Matatru này sớm thôi."

"Ma... tatru?" anh Napa hỏi.

"Mất tập trung ấy mà," thần Lumi cười. "Các con cần phải học cách tĩnh tâm."

"Tĩnh tâm là gì?" anh Napa hỏi tiếp.

"Là kiểm soát tâm trí," thần Lumi nói. "Giữ tâm trí ở yên một chỗ, không phản ứng trước cám dỗ hoặc... cám lợn. Ý ta là những thứ khiến con sung sướng, hoặc khó chịu."

Nata gật đầu, sao nghe ý tưởng này quen thế, cô chưa nhớ ra là ở đâu, cứ như là trong giấc mơ nào đó, có người đã trích dẫn câu cám dỗ với cám lợn này. Không phải, đây mới là giấc mơ, và cô đã nghe câu đó ở thế giới thật mới đúng, hình như là trong cuốn sách của bà béo mẹ thầy hiệu trưởng. Nata nắm chặt hai viên thuốc Libo trong túi, cô quyết tâm học bằng được tuyệt chiêu của thần Lumi.

"Thôi, thời gian không còn nhiều, hãy ngồi xuống, ta sẽ dạy cho bí quyết, mà nếu tập luyện nghiêm túc, các con sẽ không chỉ thoát khỏi đây, mà còn thoát được mọi thứ khiến mình khó chịu, thậm chí có thể làm phép thuật như ta, nếu muốn."

Nata nghe mà hứng thú vô cùng, song không phải vì phép thuật, mà vì nụ cười hiền hậu của thần Lumi. Cô ước giá như được gặp ngài sớm hơn, thì những cơn ác mộng với hố đen đã tan biến từ lâu rồi, cô sẽ sớm được bình an, và quay trở lại với mục tiêu ban đầu là trở thành người giỏi nhất.

Nghĩ vậy, Nata quyết tâm trị được con Matatru đã làm mình mất tập trung bấy lâu nay. Còn anh Napa trông cũng có vẻ hào hứng đấy, song chắc là anh ấy chỉ muốn luyện phép, để tạo ra cả một lâu đài truyện tranh mà thôi.

BÍ MẬT NGỦ NGON

"Hãy cứ nhắm mắt, hít thở tự nhiên. Quan trọng nhất là nhớ lời ta dặn, đừng để Matatru bắt đi."

Nghe thần Lumi, Nata chỉnh lại lưng cho thẳng rồi hít một hơi thật sâu, cô có thể cảm nhận được mùi hương sen thoang thoảng. Việc này tưởng đơn giản mà còn khó hơn cả bắt anh Napa chôn truyện xuống cát.

Thần Lumi yêu cầu họ ngồi khoanh chân, nhắm mắt, và để ý hơi thở ra vào từ nãy giờ. Cô cảm giác mình y như một bác bảo vệ, phải nắm rõ mặt mũi của từng luồng không khí khi chúng đi qua lỗ mũi. Điều đặc biệt là dù có gì xảy ra, cũng không được mở mắt, không được động đậy, vì đó đều là những dấu hiệu quấy rối của Matatru, con ma của sự mất tập trung.

Theo lời than của anh Napa, thì cái công việc đơn điệu này giống một hình thức 'tra tấn' hơn là luyện phép. Nata thì tin tưởng tuyệt đối vào thần Lumi, ngài đang dạy họ cách tĩnh tâm. Nếu như cô có thể vượt qua sự đơn điệu tới mức 'tra tấn' ấy, thì tâm trí cô sẽ phải mạnh mẽ tới nhường nào.

Lý thuyết là vậy, song thực tế thì càng ngồi lâu, Nata càng cảm thấy khó chịu. Cứ một chốc, gió lại thốc vào đôi má nứt nẻ của cô những hạt cát nóng cháy, chưa kể là đôi chân thì tê nhức như bị cả tủ sách khổng lồ của anh Napa đè vào. Điều khiến Nata khó chịu nhất, là cô không sao tập trung nổi. Cứ hít thở vài hơi, cô lại thấy mình lặn ngụp trong một đầm lầy suy nghĩ. Khi thì là tấm bằng khen tiên tiến, khi thì là hình ảnh anh Napa ngủ sung sướng trong khi mẹ Bona ngồi khóc, khi thì là viên thuốc Libo và câu chuyện không thể viễn tưởng hơn về thế giới giấc mơ mà cô đang đóng vai nữ chính, v.v...

"Hãy tập trung, đừng để những suy nghĩ cuốn trôi."

Phải công nhận là giọng thần Lumi bình thản thật. Mà sao ngài biết Nata đang mất tập trung nhỉ? Đúng là nãy giờ mải suy nghĩ, cô đã để 'lọt lưới' không biết bao nhiêu hơi thở rồi, tâm trí Nata lại bị Matatru bắt cóc rồi.

Hít một hơi thật sâu, Nata bắt đầu quan sát lại từ đầu. Đơn giản là hít thở thôi mà sao khó thế? Không biết anh Napa ra sao rồi? Sao anh ấy có thể im lặng chịu đựng từ nãy giờ? Ít nhất là cũng phải có tiếng sột soạt gì đó chứ?

Cuối cùng thì cảm giác tò mò đã chiến thắng, Matatru đã dụ dỗ được cô. Nata quyết định mở hé con mắt bên phải. Cô thấy anh Napa ngồi yên không khác nào một bức tượng, như thể đã nhập vào cảnh giới nào đó cao siêu lắm.

Không thể thua anh ấy được!

Nata hạ quyết tâm, cô nhắm mắt, và tập trung quan sát lại từ đầu. Lần này, cô sẽ không suy nghĩ gì cả, chỉ quan sát hơi thở như lời thần nói mà thôi.

Một lát sau...

"Hãy nghỉ 5 phút."

Giọng thần Lumi vang lên làm Nata vui mừng khôn xiết. Cô duỗi chân ra, một cảm giác tê buốt chạy dọc từ mắt cá chân lên tới đùi, khiến Nata há miệng mà không thốt lên lời. Phải mất một lúc, khi cảm giác tê tê tan đi, Nata mới mở mắt ra được, cô nhìn cái đồng hồ cát mà ngạc nhiên.

Trời đất, mới có 30 phút ư? Thế mà cô tưởng như cả tiếng đồng hồ đã trôi qua vậy. Mà anh Napa bị sao thế? Anh ấy vẫn ngồi yên không nhúc nhích kìa.

"Anh Napa!"

Cô phải gọi thêm vài lần, rồi thần Lumi dùng đèn gõ đầu mấy cái, anh Napa mới mở mắt. Anh ngáp một cái rõ dài, hai hàng nước mắt ròng ròng.

Thật không thể tin nổi, anh ấy đã ngủ sao?

Nata ngước lên trời, cánh cửa và 'đồng bọn' không

chỉ bay nhanh hơn, mà còn đang bầu bạn với tầng mây cuối cùng. Cứ đà này thì chẳng biết bao giờ họ mới tĩnh tâm đủ để thoát được khỏi đây. Cô thở dài ngao ngán, sự động viên duy nhất có lẽ là anh Napa đã không ngáy trong trạng thái ngủ ngồi đó.

“Con cảm thấy thế nào?” thần Lumi hỏi Nata.

“Dạ, không đơn giản như con nghĩ ạ. Cứ một chốc là lại bị những suy nghĩ cuốn phăng, thật khó để giữ cho tâm trí ở yên một chỗ.”

“Do em học quá nhiều đấy,” anh Napa chen vào, tay vẫn còn dụi mắt. “Bí quyết để không bị Matatru bắt cóc là đọc truyện tranh, và ngủ nhiều hơn!”

Thần Lumi bật cười, ngài vuốt râu. “Lời khuyên thú vị lắm, song trong lúc ngồi mà còn ngủ được, thì đó là do tâm trí yếu đuối, bị Matatru bắt cóc lúc nào không biết. Nên thật ra Napa còn phải học hỏi Nata nhiều!”

Nụ cười trên môi anh Napa vụt tắt, có lẽ là do từ ‘yếu đuối’ đã được thần Lumi cố tình nhấn mạnh. Mà không phải là thần vừa khen cô sao? Nata cảm thấy vui như đang lang thang trên sa mạc, mà nhặt được lon nước ngọt vẫn còn hạn sử dụng.

“Này ông thần,” anh Napa hỏi. “Phải ngồi tới bao giờ vậy?”

"À, với tiến độ này, chắc các con sẽ còn kẹt ở đây dài dài đấy. Bài tập vừa rồi mới chỉ là nhập môn cho... trẻ mẫu giáo mà thôi."

Nghe vậy, anh Napa nằm vật ra cát, thở dài.

Nata hỏi, "Vậy mất bao lâu mới tốt nghiệp được lớp tĩnh tâm mầm non này hả thần?"

"Người bình thường thì khoảng bảy năm."

"Ối mẹ ơi," anh Napa than thở. "Ở cái sa mạc chán ngắt này tới tận bảy năm ư?"

Nata nuốt nước bọt, cô nghĩ với chút nước ngọt và bỏng ngô rơi rụng kia, thì nội trong vòng bảy ngày thôi chắc là sẽ có ba con ma đói ở đây rồi, chứ đừng tới bảy năm. Chưa kể, đó là khoảng thời gian rất dài, đủ để người ta quên rằng đây là một giấc mơ.

Nata hỏi thần. "Có cách nào nhanh hơn không ạ?"

"Ta không rõ có cách nào nhanh hơn, nhưng một cách chắc chắn để chậm hơn, là tỏ ra sốt ruột. Cứ một phút sốt ruột và muốn mình nhanh hơn, là con mất đi 60 giây để tĩnh tâm rồi đấy."

Anh Napa úp mặt xuống cát, vò đầu bứt tóc. "Ôi trời, muốn tỉnh dậy mà cũng khó vậy sao???"

Thần Lumi vuốt râu. "Nếu dễ thì nó đã không được chọn làm thử thách. Bảy năm là người bình thường, biết đâu các con có năng khiếu thì sao? Hãy cứ bình thản, các con sẽ tiến nhanh thôi."

"Chắc là vậy đấy, tôi chỉ là người bình thường thôi, nhưng chắc năng khiếu học giỏi tới mức bất thường của Nata sẽ có ích đấy."

Nata lườm anh Napa một cái, cô nắm chặt hai viên thuốc Libo trong túi áo. Không rõ sau vài năm nữa chúng có hết hạn sử dụng mà tan biến hay không, song sẽ có rất nhiều điều xảy ra, khiến Nata dần quên mất gốc gác và trở thành cư dân của thế giới này. Càng nghĩ, cô thấy mình càng sốt ruột. Được rồi, mình sẽ nghe lời thần, phải bình thản, biết đâu họ có năng khiếu gì đó phi thường, và chỉ cần vài ngày?

"Thôi," thần Lumi hô lên. "Bình thường, bất thường, hay phi thường gì thì cũng được. Hãy cứ bình thản, và tiếp tục!"

Kể từ lúc ấy, bảy chữ "Hãy cứ bình thản, và tiếp tục!" đã trở thành câu cửa miệng duy nhất mà ngài sử dụng. Ba thầy trò ngồi yên giữa sa mạc mênh mông, cứ một tiếng họ lại nghỉ 5 phút, liên tục như vậy cho tới khi trời sẩm tối. Cũng phải thôi, ở đây họ đâu còn việc gì khác để làm cơ chứ?

Anh Napa càng về sau, càng mất tập trung, và than

tê chân, tê tay, tê đủ thứ. Anh ấy cũng không thể ngồi ngủ được như ban đầu, mà đã chuyển sang trạng thái... nằm tĩnh tâm. Có một ca nghỉ 5 phút, anh ấy đã trốn đi đào mấy tập truyện, song bị thần Lumi phát giác và gõ đầu lôi về. Còn một ca nghỉ khác, họ đã không thể tìm thấy Napa, mặc dù vẫn nghe thấy tiếng ngáy ran rít của anh. Hoá ra là ảnh đã chui vào chiếc túi không đáy của thần Lumi, chiếc đèn của ngài đã hết pin, nên trong đó chẳng còn báu vật gì, song khả năng chứa đồ diệu kỳ của nó thì vẫn còn.

Về phần Nata, thi thoảng cô vẫn bị Matatru bắt cóc với một vài suy nghĩ, song cũng đã có sự tiến bộ nhất định. Cô bắt đầu để ý số lần mình mất tập trung trong một tiếng ngồi, ban đầu khoảng 20 lần, sau đó là 18, 15, rồi 10, v.v.. càng ngồi, cô càng thấy dễ dàng hơn, và bắt đầu tận hưởng được từng hơi thở êm ái. Những suy nghĩ vẫn xuất hiện, nhưng không còn quấy rầy cô như trước. Nata cảm tưởng chúng như những cơn sóng thần ập vào bờ, nhưng cô đã nhanh chóng bám lấy cái cọc vững chắc là hơi thở của mình.

Đến nửa đêm, mặc cho tiếng ngáy của anh Napa, mặc cho cánh cửa và đồng bọn vẫn ngoan cố bay cao trên bầu trời đầy sao, Nata vẫn cứ ngồi. Cô đã quen với việc thức khuya học bài, và có vẻ thói quen ấy đã theo cô vào tận tầng ba giấc mơ.

Thần Lumi có lẽ rất hài lòng với sự quyết tâm của Nata, nên đã bỏ qua việc bộ râu ngàn năm của mình bị anh Napa đánh chiếm. Chính xác hơn, là anh ấy đã bện chúng lại thành một cái giường êm ái. Nhiều lúc cô ước được như anh Napa, hễ cứ nằm xuống là ngủ, còn Nata cứ phải thao thức mãi, đợi tới khi tâm trí bị áp đảo bởi những suy nghĩ, cô mới ngủ được. Cảm ơn thần Lumi, nhờ ngài mà Nata đã việc làm xuyên đêm, cô tính sẽ ngồi tới sáng.

"Nata, con nên nghỉ ngơi chút đi."

"Dạ... nhưng con khó ngủ lắm ạ."

Thần Lumi mỉm cười, ngài ngước nhìn bầu trời đầy sao. "Ngay cả mặt trời cũng phải đi ngủ kia kìa. Con cũng phải học cách ngủ thôi."

"Cách ngủ là gì ạ, mong thần chỉ cho con?"

"Con nghĩ đi, suy cho cùng ngủ là gì? Là cơ thể được nghỉ ngơi, là tâm trí được thảnh thơi. Con cứ nằm yên không động đậy là cơ thể nghỉ rồi. Con cứ quan sát hơi thở, là tâm trí được thư giãn, thế là thoả mãn mục đích rồi. Ngủ đâu nhất thiết phải ngáy o o và không biết gì?

Hãy cứ nằm xuống, hít thở, và bình thản quan sát y như lúc con ngồi tĩnh tâm."

Nghe lời thần, Nata ngả lưng xuống cát, nhắm mắt lại. Sau một ngày luyện tập liên tục, giờ đây cô cảm thấy rất dễ dàng tập trung vào hơi thở. Những suy nghĩ vẫn xuất hiện, nhưng khi Nata bình thản, chúng có vẻ mất đi sức mạnh, giống như khách tới nhà mà ai không tiếp, sớm muộn sẽ phải bỏ đi.

Cứ thế, dần dần, chẳng còn suy nghĩ nào tới gõ cửa căn nhà tâm trí của Nata. Tiếp đó, tất cả những gì cô còn nhớ là mùi hương sen dịu mát, đưa Nata vào một giấc ngủ sâu, không mộng mị.

Sáng hôm sau, Nata thức dậy, tỉnh táo vô cùng. Thú thật là cô chưa bao giờ có được một giấc ngủ ngon như thế. Nata kiểm tra túi áo, hai viên Libo vẫn còn, đây vẫn là một giấc mơ, một giấc mơ vừa kỳ lạ, mà cũng kỳ diệu. Cô thầm biết ơn thần Lumi, hoá ra cách ngủ đơn giản như vậy mà suốt mười mấy năm đi học, không ai dạy cho cô.

"Ê Nata!" anh Napa gọi, hai tay khệ nệ bê cả một bầy truyện tranh. "Cám ơn em nhiều!"

Nata giờ mới nhận ra, xung quanh cô là một bãi chiến trường. Nước ngọt, bỏng ngô, truyện tranh, v.v... tất cả đều nằm ngổn ngang trên cát với đôi cánh đang cụp lại. Nhiều quá, cứ như thể anh Napa đã tu luyện thành công tuyệt chiêu 'ném đá thần chưởng' và hạ gục hết cả đàn chim đồ vật. Ngay cả thần Lumi cũng đang loay hoay tìm một món đồ nào đó, có thể là một cục sạc dự phòng chăng?

Nata hỏi. "Chuyện gì xảy ra vậy ạ?"

"Tất cả là nhờ con," thần Lumi mỉm cười. "Nhờ sự bình thản của Nata, mà đám đồ đã bay chậm lại và rụng hết rồi, chỉ trừ cánh cửa kia thôi. Ha ha!"

Nata nhìn lên, cánh cửa vẫn đang lấp ló sau một đám mây, song nó bay rất chậm, như một con rùa đang thong thả vỗ cánh. Xem ra họ vẫn còn việc phải làm, chắc anh Napa vẫn bị Matatru dụ dỗ, nên cánh cửa vẫn còn ở trên cao như vậy.

"Thôi, hãy bình thản và tiếp tục nào," thần Lumi nói. "Dù có điều gì xảy ra, hãy kệ chúng. Hôm nay các con sẽ được học một kỹ thuật mới để xử lý Matatru."

Nghe thấy chữ 'mới', anh Napa có vẻ hào hứng. Chắc anh đã chán ngấy việc ngồi hít thở, và đánh vật với suy nghĩ về truyện tranh trong đầu rồi.

TRÒ CHƠI CẢM GIÁC

Thần Lumi nói là kỹ thuật mới, nhưng thật ra cũng chỉ khác tí xíu. Nếu như hôm qua Nata ngồi yên, để ý hơi thở ra vào, thì cả sáng nay cô tập trung quan sát các cảm giác xuất hiện ở mũi. Dù là cảm giác gì thì cũng phải mặc kệ, đặc biệt là nếu có ngứa, cũng không được gãi. Nata cảm tưởng cô đã trở thành bác bảo vệ khó tính hơn, yêu cầu bất cứ luồng không khí nào đi qua lỗ mũi, cũng phải xuất trình giấy tờ.

Anh Napa lần này có vẻ khá hơn, không thấy động tĩnh gì, còn Nata bắt đầu cảm thấy đây đúng là 'tra tấn'.

Các suy nghĩ không còn làm phiền, nhưng cô lại phải đón tiếp những vị khách không dễ chịu chút nào.

Đó là các cảm giác.

Mới đầu, cô chẳng thấy gì, song càng ngồi lâu, cơn đau càng dữ dội. Nó lan tỏa từ chân, lên lưng, cổ, gáy, làm Nata cảm tưởng phải có hàng trăm cái búa đang gõ vào toàn thân. Cô cố tập trung, cơn đau rồi cũng qua, nhường lại cho một cảm giác ngứa trên má, y như có con muỗi to bự nào đó mới hạ cánh, và đang lần mò vùng da mỏng nhất để bắt đầu thưởng thức bữa sáng.

Nhớ lời thần dặn, Nata cố gắng mặc kệ nó.

Một lúc sau, có vẻ như máu của Nata bổ dưỡng lắm hay sao, mà con muỗi đã gọi thêm đồng bọn. Cô cảm giác phải có cả một bầy muỗi đang ở đó, râm ran nói chuyện với nhau. Không thể chịu nổi, Nata đưa tay lên vỗ bộp một phát vào má.

Lạ thế? Không có gì cả? Đều là do cô tưởng tượng ư?

"Hãy nghỉ 5 phút!"

Nata vui mừng khôn xiết, cô đã chờ bốn chữ đó của thần Lumi từ nãy giờ, cứ tưởng là ngài đã ngủ quên rồi chứ. Nata từ từ mở mắt, cô thấy anh Napa vẫn ngồi, mắt nhắm, miệng mỉm cười, người lắc lư như đang tận hưởng một bản giao hưởng tưởng tượng.

Không biết lần này anh ấy đã lên tới cảnh giới nào rồi, hay lại sáng chế ra một cách ngủ mới?

"Này Napa!" thần Lumi gọi, và gõ đầu anh cốp một phát. "Con làm gì thế?"

Anh Napa lúc này mới mở mắt, nụ cười sung sướng vẫn còn trên môi. "Trò này hay đấy, cảm giác thật là dễ chịu."

"Có gì mà dễ chịu?" Nata hỏi.

"Giờ anh đã hiểu thế nào là phê con tê tê. Có một cảm giác tê tê trên mũi thích lắm, rồi tay chân anh cũng vậy, sướng ghê!"

Thần Lumi lắc đầu. "Các con nhìn cánh cửa kìa."

Hai anh em ngước lên, cánh cửa đã bay tới một tầng mây cao hơn, trông kích cỡ của nó bây giờ nhỏ xíu chẳng khác nào một con ruồi. Họ đã lại thất bại ư?

"Sao lại thế?" anh Napa hỏi. "Tôi thấy tâm mình đâu có còn khó chịu như hôm qua nữa?"

Thần Lumi nói. "Cho dù là cảm thấy dễ chịu hay khó chịu, thì tâm trí con vẫn đang mất thăng bằng."

"Mất thăng bằng là sao, ông giải thích đi!"

"Đã bao giờ các con đi thăng bằng chưa?"

"Có chứ!" mắt anh Napa sáng rực lên.

Nata biết anh Napa rất thích trò này, anh ấy đã từng có lời nguyện là sẽ đi thăng bằng trên mọi địa hình tìm được. Cho nên, từ cành cây, bờ tường, cho tới cả nóc cổng trường, cô dám cá là đâu đâu cũng có thể tìm thấy dấu vân chân của anh. Còn Nata thì ớn trò này tới tận cổ, lần đầu tiên anh Napa dụ cô chơi thử, cũng là lần đầu tiên cô phải nhập viện.

"Hãy làm theo ta," thần Lumi nói, rồi ngài dang hai tay lên như đôi cánh chim. "Các con hãy nghĩ tới chuyện gì đó vui vẻ, và nghiêng sang phải thử xem."

Nghe lời thần, Nata bắt đầu nghiêng, cô để ý mái

tóc nâu rủ xuống cát trông thật te tua thảm hại, đã mấy ngày rồi mình không gội đầu nhỉ?

Mà có chuyện gì vui được đây? À, mà có thể là vụ vào giấc mơ của thầy hiệu trưởng. Chợt hình ảnh thầy Dato cầm chiếc cúp vô địch môn chém hoa quả lởn vởn trong đầu, khiến Nata bật cười thành tiếng.

Còn vẻ mặt anh Napa thì không thể nào phởn hơn, như thể anh ấy đang nghĩ tới việc vui nhất là không chỉ có hơn 75 năm đọc truyện, mà còn giữ lại được Nata ở thế giới này cùng anh.

"Khi nghĩ tới chuyện vui, các con có thấy cảm giác dễ chịu trong người không?"

Hai anh em gật đầu.

Thần Lumi nghiêng sang trái. "Giờ làm theo ta, và nghĩ tới chuyện gì đó xui xẻo. Đồng thời để ý xem có cảm giác gì khó chịu hay không?"

Nata nghiêng sang trái. Chuyện xui xẻo sao? Khỏi cần nghĩ đâu xa, sao bao công sức vào đây để cứu người, 'ông cụ' Napa lại mắng cô là đồ khùng. Còn gì có thể xui xẻo hơn cơ chứ?

Nata để ý anh Napa nghiêng tới mức đầu chạm cả mặt cát, ánh mắt anh nhìn cô như thể việc xui xẻo nhất là Nata xuất hiện ở đây để phá bĩnh giấc mơ đọc truyện ngàn thu của anh. Nata tự nhiên thấy ngứa tay, cô muốn véo tay anh ấy một cái thật mạnh.

Tiếp đó, thần Lumi yêu cầu họ nghiêng phải, nghiêng trái vài lần như vậy, và nghĩ về các kỷ niệm có cảm xúc vui buồn tương ứng, cuối cùng ngài hỏi. "Các con nghĩ sao về một người đi thăng bằng trên cao, mà cứ nghiêng ngả hết cỡ, lúc phải, lúc trái như vậy?"

"Đã ngố còn tỏ ra nguy hiểm," anh Napa đáp nhanh gọn. "Sẽ ngã dập mặt chứ còn sao nữa?"

"Đúng rồi, nhưng đó lại là điều mà người ta hay làm với tâm trí mình," thần Lumi nói, rồi ngài vẽ một đường thẳng dài trên mặt cát và giải thích. "Khi ngồi tập trung hít thở, để ý cảm giác, tâm trí các con giống một người đi thăng bằng trên cao, với bên trái là những thứ khiến ta khó chịu, còn bên phải đầy rẫy những thứ khiến ta dễ chịu."

Anh Napa vỗ đùi đét một cái. "Kiểu như đi giữa hai vùng biển, một bên là cá mập, bên kia là nàng tiên cá?"

Thần Lumi cười thành tiếng. "Liên tưởng thú vị lắm, dù là những thứ khó chịu hay dễ chịu thì cũng đều nguy hiểm, chúng làm cho tâm trí nghiêng ngả. Đó là nguyên nhân gốc rễ tạo ra mọi vấn đề."

Nata hỏi. "Thần cho ví dụ được không ạ?"

"Xem nào... lấy liên tưởng của Napa nhé. Giả sử con đang đi thăng bằng, một con cá mập ở bên trái chồm lên. Con sợ nên đã nghiêng sang phải, khi thấy mình nghiêng quá mức và sắp ngã, con sẽ làm gì?"

"Con sẽ... cố hết sức nghiêng lại sang trái ạ?"

"Sai rồi!" anh Napa lắc đầu. "Chỉ nên nghiêng đủ để giữ thăng bằng thôi. Đó là lý do ngày xưa em ngã trẹo chân đấy, ha ha!"

"Tuyệt!" thần Lumi hô lên. "Napa thật là hiểu quy luật tự nhiên!"

Nụ cười tự mãn của anh Napa nở ra, làm Nata phát bực, nhưng anh ấy nói cũng đúng. Nếu tua chậm lại lần đó, khi Nata thấy mình nghiêng sang phải và mất thăng bằng, cô đã nghiêng sang trái hơi quá đà, hậu quả là ngã dập mặt. May mà chỉ trẹo chân, chứ trẹo tay thì cô khỏi làm bài tập cả tuần.

Thần Lumi chợt thở dài. "Nhưng mà... Napa chỉ hiểu thôi, mà chẳng áp dụng được gì cả."

Mặt anh Napa đỏ ửng, như thể có ai vừa nói xấu thần tượng Người Sắt của mình.

Anh hỏi, "Tại sao vậy?"

Vị thần nhìn thẳng vào mắt Napa và hỏi, "Hôm qua khi ngồi, lúc gặp cảm giác khó chịu, con đã làm gì?"

"Tất nhiên là gãi toàn thân rồi!"

"Khi gãi xong con thấy sao?"

"Ừm... cũng dễ chịu hơn một chút."

"Vậy là lúc đó, con muốn cảm giác dễ chịu, nên đã gãi để có được nó. Và lúc nãy ngồi, cảm giác phê con tê tê xuất hiện, con lại mong muốn điều gì?"

"Tất nhiên là cứ mãi mãi như vậy, thậm chí dễ chịu hơn nữa thì càng tốt?"

"Đó chính là vấn đề đấy. Khi ngồi mà gặp cảm giác khó chịu, giống như con cá mập nhảy lên từ bên trái. Con không thích nó, con đã gãi, con đã nghiêng sang phải để né. Rồi khi gặp cảm giác dễ chịu, khi thấy nàng tiên cá bên phải, con thích thú, và tiếp tục nghiêng sang đó. Điều gì sẽ xảy ra nếu cứ chỉ nghiêng sang phải như vậy?"

Hai đứa đồng thanh trả lời. "Sẽ lộn cổ xuống biển!"

"Đúng rồi!" thần Lumi vỗ tay. "Nếu các con cứ tiếp tục chơi trò chơi cảm giác, tiếp tục chán ghét những cảm giác khó chịu, và ưa thích những cảm giác dễ chịu, sớm muộn sẽ mất thăng bằng, không bên này, thì bên kia, đều là ngã mà thôi."

Nata nghĩ lại, cô thấy đúng thật, sau bữa ngủ ngon đêm qua, Nata cảm thấy rất dễ chịu, và cô bắt đầu thích thú cảm giác đó. Lúc nãy ngồi, toàn thân chỉ là những cảm giác đau nhức khiến cô khó chịu. Cô không thích chúng, và cứ chăm chăm đi tìm cảm giác dễ chịu. Cô đã nghiêng sang phải quá đà, và tự làm mình mất thăng bằng, rồi ngã xuống một vùng biển mà càng vùng vẫy, lại càng thêm khó chịu.

"Không thích dễ chịu, cũng chẳng ghét khó chịu," anh Napa hỏi. "Thế chẳng phải là vô cảm sao?"

Thần Lumi ôn tồn đáp. "Không phải vô cảm, mà là cảm nhận cảm xúc một cách rõ ràng, và không bị nó làm chủ. Cảm giác là phần gốc rễ của cảm xúc. Người ta thường không để ý, nên khi lo lắng, họ chỉ biết khó chịu. Còn khi bị cám dỗ chi phối, họ chỉ biết sung sướng. Họ chỉ thấy được phần ngọn nên không dứt ra được. Đây chính là điểm yếu lớn nhất của con người, cũng là thứ khiến các con mắc kẹt ở đây."

Hai anh em im lặng.

"Các con không nên tự trách mình. Từ bé tới lớn, các con được dạy là gặp chuyện buồn, thì phải làm gì đó để vui, mà bản chất là tránh né cảm giác khó chịu, săn lùng cảm giác dễ chịu. Nhưng chẳng có gì vui mãi, khi hết vui thì sự buồn bực lại tới, các con tiếp tục tránh né, và lại tìm tới những thứ khác đem lại cảm giác dễ chịu.

Các con cứ chơi trò chơi cảm giác đó, cho tới khi trở thành tù nhân của những cám dỗ không dứt ra được."

Nata hỏi. "Vậy ý thần là anh Napa đã trở thành tù nhân của mấy cuốn truyện hay sao?"

Anh Napa nói. "Thế thì Nata cũng là tù nhân của mấy tấm bằng khen rồi."

"Cũng không hẳn," thần Lumi nói. "Napa, giờ giữa đống truyện, và cảm giác dễ chịu ban nãy, con thích cái nào hơn?"

"Chắc là cảm giác lúc nãy," anh Napa đáp.

Thần Lumi cười lớn. "Chính nó đấy! Napa giờ không còn là tù nhân của đống truyện, mà là tù nhân của những cảm giác dễ chịu."

Nata im lặng, cô nhận ra mình còn tệ hơn. Tấm bằng xuất sắc làm cô dễ chịu, còn tấm bằng tiên tiến làm cô khó chịu. Cô là tù nhân của cả hai.

"Vậy giờ phải làm sao?" anh Napa hỏi.

Thần Lumi cười rồi nói. "Tiếp tục ngồi chứ còn sao nữa. Hãy kiên nhẫn, rồi các con sẽ nhận ra dù sóng to hay sóng nhỏ, cũng chỉ là sóng. Dù dễ chịu, hay khó chịu, cũng chỉ là cảm giác. Khi có cơn ngứa, con càng gãi, nó sẽ càng ngứa. Còn nếu không gãi, nó sẽ tự hết, hoặc là... chuyển sang ngứa chỗ khác."

Mặt anh Napa rạng rỡ hẳn lên. “Giống như lũ cá mập nhe răng mãi mà mình không sợ, thì cũng chán mà bơi đi. Còn người cá mà hát mãi, không ai nghe thì cũng phải cất mic vào xó đúng không?”

Nata bật cười với ý tưởng ấy, còn thần Lumi gật đầu hài lòng, như thể ngài đã tìm được đệ tử chân truyền.

“Các con hãy cứ ngồi, cho dù có cảm giác gì, cứ bình thản, rồi điều kỳ diệu sẽ xảy ra.”

“Điều kỳ diệu gì vậy?” anh Napa hỏi.

“Tốt nhất là các con nên tự trải nghiệm. Hãy tiếp tục nào, đừng chơi trò chơi cảm giác nữa, hãy giữ cho tâm trí bình thản, và chiến thắng trò chơi thăng bằng này.”

Sau đó họ tiếp tục ngồi tới tối, Nata bắt đầu nhận ra một điều khác biệt mà cô chưa để ý từ trước tới nay. Đó là không khí ở đây tuy đã nóng sẵn, nhưng khi thở ra, nó nóng hơn là khi hít vào. Cảm giác muỗi đậu trên má đã biến mất, thay vào đó là cảm giác như có con sâu bò trên cằm. Nhớ lời thần, cô mặc kệ chúng. Ban đầu hơi khó chịu một chút, giống như có giọt mồ hôi tự nhiên mọc chân, và bò ngược từ cằm lên má. Nata kiên nhẫn quan sát, cô thấy nó bò lên tới trán và biến mất, sau đó là một cảm giác râm ran dễ chịu tự nhiên xuất hiện trên con đường nó đã đi qua.

Đêm đã xuống, Nata thấy thật ngạc nhiên khi anh Napa vẫn ngồi nghiêm túc. Có vẻ như bài giảng buổi chiều của thần Lumi tác động mạnh mẽ tới anh, và Napa đang quyết tâm thoát khỏi tù ngục của mình chăng? Nata mỉm cười, rồi ngả lưng xuống cát.

Sau một ngày quan sát, cô đã quá quen với việc những cảm giác xuất hiện, và biến mất trên gương mặt. Giờ đây khi nằm xuống, cô phát hiện ra trên toàn thân mình cũng có rất nhiều cảm giác. Chỗ thì như kiến bò, chỗ thì như nước chảy qua, chỗ thì như bị ai đó dùng tăm chọc vào.

Dù là cảm giác gì, Nata vẫn mặc kệ. Cô không tỏ ra khó chịu, hay ưa thích một cảm giác nào. Cô thấy chúng thay đổi liên tục như cơn sóng, lúc mạnh, lúc yếu, nhưng cuối cùng cũng đều tan biến. Càng quan sát và không phản ứng, Nata càng cảm thấy bình an nhẹ nhõm, như người tù mới được tháo xích, chẳng còn gì níu kéo, cũng chẳng còn gì phải bám víu.

Đây là điều kì diệu mà thần Lumi nói tới ư?

Nata linh cảm vào ngày mai, hai anh em cô sẽ thoát khỏi đây. Phải vậy thôi, vì nếu sau này cô có xuất bản câu chuyện du hành giấc mơ viễn tưởng này thành sách, thì cũng không nên để cả quyển chỉ nói về việc ngồi trên đống cát, hít thở, và để ý cảm giác thế này được, cho dù việc đó có hữu ích đến mấy đi chăng nữa.

Nata mỉm cười, và tiếp tục quan sát cảm giác trên cơ thể. Lần này không phải là suy nghĩ, mà các cảm giác nhẹ nhõm dần đưa cô vào giấc ngủ sâu. Ảo diệu thay, cô đang mơ, mà vẫn có thể ngủ ư? Thôi kệ, hãy cứ để mọi thứ diễn ra một cách tự nhiên.

THĂNG BẰNG TÂM TRÍ

Hôm nay lạ thật!

Họ đã ngồi từ sáng tới giờ, Nata vẫn chưa thấy thần Lumi ra tín hiệu nghỉ 5 phút. Mà thật ra cô cũng chẳng muốn nghỉ, có lẽ Matatru đã đầu hàng vô điều kiện trước sự tập trung mạnh mẽ của Nata.

Mọi thứ đã lắng xuống, tâm trí cô giờ đây như một ly nước chanh không còn ai khuấy. Luồng hơi thở êm ái lạ thường, nó vừa vào ngấp nghé lỗ mũi, là đã ra ngay, y hệt như nàng công chúa bẽn lẽn, đang đắn đo không biết nên chọn chàng hoàng tử ở lỗ mũi bên nào. Những cơn ngứa ngáy đau nhức cũng đã đồng loạt rời đi, nhường chỗ cho các cảm giác tê tê nhè nhẹ.

Nata không buồn, cũng không quá vui, nhưng lại rất thoải mái. Đây chính là sự thăng bằng tâm trí ư? Cô cảm giác dù có hàng ngàn sợi xích vô hình trói mình, mỗi sợi một vẻ. Có những sợi thì thô ráp xấu xí, đem lại cảm giác khó chịu, cũng có những sợi dễ thương, đem lại cảm giác dễ chịu. Dù sao đi nữa, thì cũng đều là xích, và tất cả dường như mới bị chặt bỏ, Nata thấy mình tự do như được mọc cánh.

Một âm thanh như động đất chợt vang lên, mặt cát rung chuyển dữ dội, Nata ngã văng qua một bên.

Cô mở mắt và thấy anh Napa đã nằm chổng kềnh, còn thần Lumi vẫn ngồi yên như trái núi. Hai anh em lồm cồm bò về phía thần, bám vào bộ râu của ngài, có lẽ chúng đã cắm rễ sâu xuống mặt cát, nên thần mới ngồi vững như vậy.

"Chuyện gì thế?" anh Napa hỏi.

"À..." thần Lumi gãi đầu. "Chuyện các con có năng khiếu là thật. Tầng giấc mơ này đang sụp đổ."

Ngài vừa dứt lời thì bụi cát bay mù mịt khắp nơi, tiếng động đất ngày một dữ dội hơn. Cả sa mạc xuất hiện những xoáy cát khổng lồ, như thể bên dưới là hàng trăm chiếc máy hút bụi vĩ đại, đang từ từ tăng tốc.

Tầng giấc mơ này sụp đổ, nghĩa là họ thành công ư?

"Cánh cửa đâu rồi ạ?" Nata hỏi.

Thần Lumi chỉ tay về một đụn cát phía xa. Qua làn khói bụi, Nata thấy cánh cửa quen thuộc bay là là như một chú chim đại bàng đang tìm chỗ đáp.

Thần Lumi đẩy hai anh em ra xa. "Các con nhanh chạy đi nào!"

Nata quay lại, và chợt hiểu ra tại sao thần Lumi ngồi vững từ nãy giờ. Dưới chỗ thần, một cái xoáy cát đang lan rộng rất nhanh, tạo thành một lòng chảo và bắt đầu nuốt chửng ngài.

"Nhanh lên! Còn chờ gì nữa?"

Thần Lumi vừa dứt lời, tiếng ầm ầm vang lên, cát bắt đầu di chuyển nhanh hơn, khiến ngài bị lún tới quá nửa bụng.

"Không!" Nata thét lên, một tay cô với về phía thần, tay còn lại bám chặt vào chân anh Napa. "Xin ngài nắm lấy tay con, chúng ta sẽ cùng ra khỏi đây!"

"Mặc kệ ta," thần Lumi nói. "Hãy cứ đi đi."

"Nhưng... nhưng không có ngài, tụi con biết phải làm sao ạ?"

Thần Lumi thò tay vào bộ râu, rút ra cái túi thần không đáy và một lọ thuỷ tinh. Ngài ném cho hai anh em bắt lấy.

"Quà kỷ niệm của ta cho mỗi đứa, cứ coi như ta là chúng. Và dù điều gì có xảy ra, hãy cứ bình tâm! Đừng để Matatru bắt đi nha!"

Mặt đất lại rung chuyển làm hai anh em ngã bổ nhào. Lúc họ bò dậy được, thì cái xoáy cát đã nuốt trọn vị thần đáng mến, chỉ còn sót lại vài cọng râu trắng.

Nata định lao tới nhưng anh Napa giữ cô lại, rồi lôi xềnh xệch về hướng cánh cửa. Nước mắt cô lã chã tuôn rơi, nhưng không sao làm mủi lòng cái xoáy cát hung hãn. Nó thật tham lam, nuốt trọn thần Lumi béo ú thôi chưa đủ, mà còn muốn kéo thêm cả họ?

Thật may là anh Napa quá khỏe. Anh đã kéo họ ra được chỗ đó.

Lúc này rung chấn đã hết, không gian im lặng như tờ, chỉ còn lại tiếng ho sù sụ của hai anh em, trong làn khói bụi đang tan dần. Nata dám cá là có tiếng sóng biển, rồi một làn gió thổi qua, quét sạch bụi khói, để lộ cảnh tượng chỉ có trong mơ.

Trước mặt họ là một đại dương kỳ lạ, bên trái nước biển có màu xanh lá, còn bên phải có màu nước xốt cà chua. Phân cách ở giữa là một cây cầu bằng đá vĩ đại, trông như một bức tường lớn kéo dài từ bờ biển cho tới đường chân trời. Thật may mắn, cánh cửa bay đang đậu trên thành cầu cách đó không xa, chứ nó mà đậu phía bên kia cầu, chắc là phải mất vài năm đi bộ thì mới sờ được vào cái nắm cửa.

Vừa rảo bước trên cầu, Nata vừa thương tiếc cho thần Lumi. Dù chỉ mới gặp vài ngày, nhưng sự vui tính và uyên bác của ngài rất thân thuộc, giống như bố Cote vậy. Mà không có ngài hướng dẫn, làm sao họ có thể vượt qua các thử thách tiếp theo?

Nata lo lắm, còn anh Napa thì cứ tưng tửng như không có gì. Mặc cho cô cảnh báo hết lời, anh vẫn đi thăng bằng trên thành cầu, tay cầm túi thần.

Phải rồi, lúc nãy, họ đã chia nhau quà kỷ niệm của thần Lumi. Mới đầu anh Napa đòi cái lọ, song khi biết nó chỉ là nước hoa hương sen, anh ấy đã chọn ngay cái túi thần.

Mặc kệ anh Napa, cô bước nhanh về phía trước. Nata hy vọng cánh cửa trên thành cầu cũng có khả năng giữ thăng bằng tốt như anh ấy, chứ nó mà rớt xuống biển ở độ cao cả trăm mét này, thì tan nát cả đường về của họ.

"Á!"

Tiếng kêu thất thanh làm Nata thót tim. Cô quay lại, thì thấy anh Napa đã biến mất, trên mặt đất là cái túi thần. Nata chạy vội ra thành cầu bên phải và ngó xuống, nhưng chỉ thấy những con sóng đỏ lòm. Thành cầu bên kia cũng không có gì.

Anh Napa rớt rồi sao? Chết thật, làm sao bây giờ? Biết thế mình đã trói chặt anh ấy và lôi đi cho rồi.

"Ê, Nata!"

Tiếng gọi của anh Napa vang lên sau lưng. Nata quay lại nhưng không thấy anh đâu. Chợt có thứ gì đó chạm vào gấu quần khiến cô giật mình. Nata nhận ra một cánh tay dưới mặt đất đang từ từ thò lên, rồi nắm chặt lấy chân cô. Nata thét lên, rồi dùng chân còn lại dẫm mạnh vào cánh tay đó một phát.

Tiếng anh Napa hét lên. "Ái! Anh đây mà!"

Nata mắt tròn xoe, và rồi cô cũng giải mã được màn ảo thuật của ông anh quý hoá. Thì ra anh ấy đã đặt cái túi không đáy xuống đất và chui vào, giờ đây anh Napa đang leo lên khỏi mặt đất, như thể anh ấy mới học được phép độn thổ.

Napa thổi phù phù vào bàn tay đang sưng vù. "Đùa có tẹo thôi mà, sao nóng thế em?"

Nata cầm cái túi lên và phủi bụi. "Em xin lỗi."

"Trả túi đây," anh Napa nói rồi giật lại cái túi, và úp nó lên mặt, khiến anh như một kỵ sĩ không đầu. "Trong này rộng thế mà chỉ có toàn những thứ vô dụng."

"Trong đó còn gì nữa hả anh?"

Anh Napa rút một cái đèn pin. Nata mừng rỡ khi nhận ra đó chính là cây đèn cũ mà cô đã bấm nút để giải thoát cho thần Lumi.

"Anh đã thử bấm chán chê rồi," anh Napa đút đèn vào trong túi. "Ông thần đó chắc đi thật rồi."

Nata cúi đầu, không đáp.

"Mà có hai cái danh thiếp ngồ ngộ nè," anh Napa rút ra hai tấm thẻ sáng lấp lánh.

Nata cầm lấy, một cái màu tím, một cái màu trắng. "Sao danh thiếp mà chẳng có chữ gì thế này?"

"Là do anh đoán thế," anh Napa banh cái miệng túi ra và hỏi, "Em muốn chui vào thử không?"

"Không nghịch nữa!"

Nata thét lên, rồi giật lấy cái túi, và lặng lẽ bước tiếp. Anh Napa cũng có vẻ biết điều hơn rồi, nên chỉ dám im thít bước theo cô.

Khi chỉ còn cách cánh cửa vài chục mét. Nata hỏi, "Này, anh nghĩ tầng hai giấc mơ là gì?"

Không có tiếng trả lời. Nata quay lại thì thấy anh Napa đang ngồi vắt vẻo ở thành cầu, trông như một con khỉ. Mắt anh nhìn xa xăm, như thể nơi đó có những 'nàng khỉ' đang đọc truyện.

"Anh Napa? Anh làm gì thế?"

Nata gọi nhưng anh không phản ứng. Cô tiến lại gần, thì chợt nghe thấy một giọng hát êm ái.

"Đừng, đừng đi mà!" anh Napa gào lên, với tay về phía trước, trông anh như sắp ngã. "Đợi tôi với!"

Nata lập tức lao tới, kéo tay anh lại, khiến cả hai người ngã lăn quay ra đất.

Cô hỏi, "Có chuyện gì thế?"

Anh Napa ngơ ngác, như vừa mới tỉnh dậy từ một giấc mộng giữa ban ngày.

"Anh vừa mơ ngủ hả?"

"Ờ," anh Napa dụi mắt. "Anh mới thấy nàng tiên cá."

"Nàng tiên cá ư? Anh không đùa đấy chứ?"

"Thật mà, họ đang mang trả anh tập truyện số 57."

Hai anh em vội bước ra thành cầu bên đại dương màu đỏ. Nata nhận ra ở phía xa, đúng là có cả tá người đang bơi lại gần, trên vai họ bê một tấm gì đó rất nặng. Tập truyện sao mà lại to thế được?

Khi họ tới gần, trống tim Nata đánh thình thịch, cô không tin vào mắt mình nữa. Đó toàn là các 'chàng tiên cá' đẹp trai hết sức, song thứ mà họ đang bê trên lưng không phải tập truyện, mà là một tấm bằng khen vĩ đại, trên đó khắc chữ: Nata – Học sinh xuất sắc nhất trường Dama, kèm con dấu đại bàng đỏ chói, cùng chữ ký của thầy hiệu trưởng Dato.

Rồi các chàng bắt đầu cất tiếng hát, lời bài hát chẳng có gì khác, ngoài dòng chữ to tướng được trên tấm bằng, song chất giọng đầy quyến rũ của họ khiến Nata sướng run người. Có điều gì đó thôi thúc cô bước lên thành cầu, và chuẩn bị nhảy xuống.

Chợt mùi hương sen thoang thoảng làm Nata sực tỉnh. Cô để ý có những cảm giác tê tê dễ chịu khắp người, chúng đang cố gắng thôi thúc cô nhảy ngay xuống, nằm lên tấm bằng khen, và được các chàng tiên cá kia đưa đi du ngoạn trên biển.

Nhớ lại lời thần Lumi, Nata nhắm mắt, quan sát cảm giác. Chỉ sau vài hơi thở, cô đã tách được mình ra khỏi những cảm giác sung sướng cùng cảnh tượng đầy cám dỗ đó. Nata mở mắt, và thấy tấm bằng khen đang từ từ bốc hơi, còn những chàng tiên cá mặt mày ỉu xìu như bánh bao ế ẩm.

“Em tới cánh cửa trước nha,” anh Napa nói. “Lấy được tập truyện anh sẽ lên liền.”

“Đó là ảo giác đấy!” Nata bám lấy áo anh Napa. “Hãy tĩnh tâm đi, rồi anh sẽ thấy!”

Anh Napa gắt lên, “Tĩnh tâm mấy ngày rồi còn gì? Giờ anh xuống đó kiểm tra, nếu không phải thì sẽ quay lại. Ít ra cũng được bơi vài vòng, lâu lắm cũng không tắm rồi còn gì...”

“Không được!”

Nata cố chặn lại, nhưng anh Napa vẫn quyết tâm lắm. Mặc sức Nata kéo tay, bấu véo các kiểu, anh vẫn cố đẩy cô ra và lao về phía thành cầu.

Chợt một ý tưởng nảy ra, Nata kéo hết sức, khiến anh ngã oạch xuống đất. Rồi cô hăm hở úp cái túi thần vào Napa trước khi anh kịp ngồi dậy.

Khi cái túi đã nuốt trọn Napa, cô nhanh chóng thắt chặt miệng túi lại. Tiếng hét của anh ấy yếu dần rồi tắt ngúm. Mọi thứ nằm trong kế hoạch, giờ thì anh ấy đã nằm gọn trong túi thần. Cô mỉm cười đắc thắng với phát kiến tuyệt vời này, và thầm cảm ơn thần Lumi.

Rút lọ nước hoa ra xem, Nata nhìn thấy dòng chữ: Gần bùn mà chẳng hôi tanh mùi bùn. Thần Lumi thật tuyệt, ngài đã tặng cho cô hai báu vật, lọ nước hoa nhắc cô luôn phải bình tâm, và túi thần để nhốt anh Napa. Từ giờ, anh ấy sẽ phải ngoan ngoãn theo cô ra khỏi giấc mơ này. Nata tiến bước, cô cảm giác cánh cửa trước mắt sẽ mở ra một tương lai tươi sáng!

Mới đi được vài bước, Nata thấy mình lắc lư. Trước mắt cô, hai thành cầu bắt đầu xô vào nhau ầm ầm. Trong tích tắc, con đường bị thu hẹp lại chỉ còn một hàng gạch thẳng tắp, như thể ai đó đã dùng hai chiếc bàn là khổng lồ để ép cho cây cầu xẹp lép.

Thần Lumi nói quả không sai, giấc mơ này tự tạo ra những thử thách dựa trên điểm yếu không chỉ của anh Napa, mà còn của Nata nữa. Cô đã từng thề không bao giờ chơi trò đi thăng bằng, nhưng có mơ Nata cũng không dám nghĩ tới một ngày mình lại chơi trò đó ở một độ cao khủng khiếp như vậy.

Vừa nhích từng chút qua những viên gạch cũ nát, Nata ước mình đã không nhốt anh Napa vào túi, anh ấy vốn là bậc thầy đi thăng bằng mà. Những giọt mồ hôi lăn trên má, nhưng Nata không dám lau vì hai tay còn bận giữ thăng bằng.

Cô hít một hơi thật sâu, và cố gắng tĩnh tâm. Bức tường cứ rung lắc dữ dội, khiến cô mấy lần suýt ngã quỵ. Chưa hết, phía dưới tường bên trái, từ đâu bơi tới một đàn 'người cá' thực thụ. Chúng là những sinh vật thân người, đầu cá mập, kèm thêm combo kinh dị là hàm răng nhọn hoắt, và ánh mắt hung tợn đang nhìn cô. Chúng bắt đầu húc vào tường, không biết là chúng muốn lao sang bên kia để chơi với mấy chàng người cá đẹp trai, hay là muốn cô té xuống để làm thịt.

Còn bên biển đỏ phía phải, những chàng người cá vẫn thi nhau hát. Lần này để tăng thêm khí thế, họ còn đem tới cả dàn âm thanh hoành tráng hơn cả cái loa to bè trên máy bay khách. Chưa kể là cả tá huân huy chương các loại, trên đó có khắc những thành tích vĩ đại nhất mà Nata có thể nghĩ ra: 'Vô địch Olympic thể dục', 'Vô địch Giải toán xuyên vũ trụ', v.v...

Nata mỉm cười, sao họ không mang tới luôn tấm huân chương đi thăng bằng hạng nhất nữa đi? Cô hít một hơi thật sâu, và bắt đầu để ý cảm giác ở từng ngón chân. Rồi mặc cho mấy anh chàng người cá ca hát bên phải, mặc cho cả đàn 'người cá thực thụ' vẫn húc vào tường bên trái, Nata bình thản tiến lên. Vừa đi, cô vừa giữ sự bình tâm với mọi cảm giác xuất hiện.

NHÀ KHO LẠ

"Hô hô..."

Cảm giác nhồn nhột ở chân khiến Nata thức giấc, đôi mắt cô vẫn còn nặng trĩu. Chắc anh là Napa lại giở trò gì đó quậy phá giấc ngủ của cô đây mà.

"Đừng nghịch nữa mà anh!"

Nata nói rồi trở mình qua bên phải, nhưng anh ấy vẫn chưa chịu buông tha. Lần này là thứ gì đó mềm mềm ươn ướt quệt vào lòng bàn chân cô.

Nata gắt lên, "Này anh! Dừng lại ngay!"

Đáp lại Nata chỉ là sự yên lặng tới đáng sợ.

Cô bật dậy ngay. Trong ánh đèn lờ mờ, Nata thấy bốn con mắt sáng trưng đang nhìn thẳng vào mình. Tim cô như muốn nhảy ra ngoài lồng ngực, nhưng Nata chưa kịp hét lên thì nó đã chạy mất hút.

Mồ hôi hột toát ra, Nata dám cá là đó là một con chuột khổng lồ bốn mắt!

Mà đây là đâu?

Dưới ánh sáng vàng tối tăm, Nata thấy mình đang ngồi trên một núi chổi đủ loại, từ gãy cán cho tới lông te tua. Có vẻ là một nhà kho cũ, ở giữa phòng là cả tá hòm gỗ ngổn ngang, đồ đạc lỉnh kỉnh bên trong. Chúng chen chúc nhau như muốn trốn chạy, nhưng không sao thoát khỏi những tấm mạng nhện dày cộp.

Nata rùng mình khi nhận ra ánh sáng duy nhất của căn phòng là từ một cái đèn dầu đang bay lơ lửng như bị phù phép. Nó đụng vào tường một cái cộp, rồi lừ đừ quay đầu lại. Cứ như thể có một người tàng hình nào đó đang cầm đèn đi dạo trong trạng thái say rượu.

Mình đang mơ sao?

Nata lập tức kiểm tra túi áo, rồi thở phào nhẹ nhõm khi thấy hai viên Libo vẫn còn. Phải mất ít giây, cô mới nhớ lại được những gì vừa xảy ra. Các ký ức ở tầng giấc mơ trước đó giờ mới nổi lên, nhưng cũng bắt đầu vỡ tung như bọt bong bóng.

Anh Napa đâu rồi nhỉ?

Cô nhớ mang máng là trên cây cầu giữa biển, mình đã nhét anh ấy vào túi thần, rồi đi thăng bằng tới cánh cửa bay. Ngay lập tức, Nata lục tìm cái túi thần nhưng không thấy, chỉ có mỗi hai cái danh thiếp cùng lọ nước hoa hương sen trong túi áo.

Hay là nó rớt vào đống chổi?

Đặt chân xuống sàn gỗ ọp ẹp, Nata bắt đầu ráo riết bới tìm nhưng mãi không ra. Chết thật, hay là cô đã đánh rớt nó trong lúc đi thăng bằng?

Một tiếng kịch vang lên, căn phòng tối thui. Chắc là cái đèn dầu lại va vào đâu đó tắt ngóm rồi. Nata nheo mắt để cố tìm cái túi.

"Naaa...Taaaaaaaaa...."

Tiếng gọi rợn người khiến tim cô như lọt thỏm xuống tận dạ dày. Nata từ từ quay lại và té ngửa vào đống chổi. Cô không tin vào mắt mình nữa, đó là... cái đầu của anh Napa, đang bay lơ lửng và phát sáng.

Nata luống cuống vớ lấy một cái chổi và phi, nhưng cái đầu nhẹ nhàng né qua một bên, và cứ thế tiến tới. Cô bị dồn về phía chân tường, hơi thở dồn dập, mồ hôi vã ra như tắm.

Thôi toi rồi, chắc là cái túi đã rớt xuống biển, anh Napa đã bị lũ người cá ăn thịt, và bây giờ, hồn ma của anh ấy bám theo mình lên tầng giấc mơ này.

Cái đầu anh Napa chợt khựng lại, đôi mắt chớp chớp liên hồi, rồi nó nở một nụ cười nham nhở mang đúng thương hiệu Napa.

"Sợ chưa em?"

Nata gật đầu lia lịa.

Anh Napa cười phá lên, rồi trước sự ngạc nhiên của Nata, toàn thân anh ấy dần hiện ra từ hư không.

Anh Napa nháy mắt, rồi xoay tít cái đèn pin trong

tay với vẻ thỏa mãn kinh khủng. “Không ngờ em cũng biết sợ đấy, thế mà lúc thần Lumi hỏi có sợ ma không, đứa nào trả lời tự tin thế?”

Nata lập tức bật dậy, tóm lấy tay anh Napa và véo lấy véo để khiến anh kêu oai oái. Phải mất nửa phút xin xỏ Nata mới chịu buông tha.

Mặt mếu máo vì đau, anh Napa nói. “Xin lỗi mà, chìa tay ra để anh đền cho cái này.”

Nata đưa tay ra thì anh Napa thả một cái gì đó xuống. Dù không thấy gì nhưng cô cảm giác như mình đang cầm một chiếc khăn tắm cỡ bự.

“Cái gì vậy anh?”

Anh Napa không đáp mà chỉ rọi đèn pin vào nó khiến Nata hết hồn. Đôi tay cô đã hoàn toàn biến mất!

“Em thử nắm tay vào mà xem.”

Nata nắm tay lại, các ngón tay lộ ra. Đây đúng là một tấm khăn, nhưng không hiểu sao một phần của nó màu tím, còn phần bên kia trong suốt khiến cô thấy tay mình như bị con gì đó gặm mất một mảnh.

Mắt cô tròn xoe. “Đây là thật sao anh?”

Anh Napa cười nhoẻn miệng. “Trong mơ thì mọi thứ đều có thể là thật.”

“Cái đó thì em biết, nhưng đây là cái gì?” Nata nâng

tấm vải lên, cô cảm giác như một mặt là cái khăn, còn mặt kia là tờ giấy bóng trong suốt.

"Lạc hậu thế em, khăn tàng hình đấy!" anh Napa nói, mắt sáng rực như đèn pin. "Đây là tầng hai giấc mơ chính hiệu! Chúng ta đang ở thế giới phù thủy!"

"Ơ... tầng hai giấc mơ thì có vẻ đúng, nhưng... thời này còn có phù thủy sao?"

"Thế ông Thần đèn lúc nãy là... phù phiếm à?"

Anh Napa nói cũng có lý, thần Lumi có đề cập tới việc Napa đã đọc đủ các loại truyện, và mơ đủ lâu để chúng tự liên kết lại thành một thế giới sống động. Nata nhìn cái khăn một hồi, rồi trả lại cho anh Napa, cô vốn không ưa mấy đồ bị phù phép.

"Anh ơi, cái túi thần đâu? Mà sao anh thoát ra được?"

Mặt anh Napa buồn thiu như mất thêm một tập truyện nữa, anh đưa cho cô cái túi thần đã rách. "Chắc bị con gì đó gặm mất rồi."

Nata cầm cái túi, thò tay kiểm tra và thấy ngón tay mình xuyên ra ngoài. Cái túi thần đã chính thức trở thành một chiếc găng tay. Thủ phạm chắc là con chuột bốn mắt lúc nãy, có vẻ nó thích số năm ghê gớm nên đã làm thủng đúng năm cái lỗ trên túi. May mà Nata tỉnh dậy sớm, không thì năm ngón chân của cô lúc này, chắc cũng đang lòi ra khỏi giày rồi.

"Mà anh có thấy con chuột khổng lồ nào không?"

"Anh không để ý lắm. Nãy giờ mải lục mấy cái hòm kho báu này," anh Napa nói, rồi rọi đèn pin vào hai góc phòng. "Ở đây cũng có hai cánh cửa, nhưng chẳng cái nào mở được cả."

Nata thấy cánh cửa đầu tiên trông hao hao như cánh cửa gỗ biết bay ở tầng ba giấc mơ, chỉ khác là trên đó không ghi chữ gì. Cánh cửa còn lại bằng sắt to đùng, bên trên ghi chữ Exit màu xanh, còn bên dưới là cái đèn dầu lúc nãy đang nằm hấp hối.

"Đó không phải lối ra hả anh?"

"Anh có thử nhưng cánh cửa sắt đó không có khoá, cũng chẳng có tay cầm, không biết mở kiểu gì."

"Em nghĩ đây là thế giới phù thủy, chắc là anh phải dùng phép thuật mới mở được?"

"Ý tưởng hay đấy, để thử xem nào," anh Napa chỉ tay về cánh cửa và hét lớn. "Lumos!"

Chẳng có gì xảy ra cả.

"Anh vừa làm gì vậy?"

Anh Napa gãi đầu. "À, thần chú để làm cái đèn sáng trở lại. Nó có trong một truyện phù thủy nào đó anh từng đọc, nhưng chắc là tác giả lại chém gió."

"Mà anh có bị ngộ không thế. Anh có đèn pin rồi mà, sao lại thắp đèn dầu làm chi?"

"Ừ nhỉ..."

"Ủa, anh đã làm gì mà đèn thần lại sáng thế?"

"Là do cái hòm này," anh Napa nói, rồi tiến tới cái hòm gỗ giữa phòng. "Trong này có cả đống pin con thỏ, lắp vừa cây đèn, chỉ tiếc là chả có cuốn truyện nào em ạ."

"Giờ này mà còn nghĩ tới truyện ư? Sao anh dậy sớm mà không gọi em?"

"Em ngủ say như chết, gọi có được đâu. Thôi thử lục tiếp xem có gì trong này nào, biết đâu tìm ra một khẩu đại bác để phá cửa."

Nata bật cười, không hiểu sao lúc nào anh Napa cũng nghĩ ra những ý tưởng khùng khùng như vậy. Cô mở cái hòm gỗ cạnh đó, bên trong là cả tá sách mốc meo. Một cuốn sách nhỏ màu tím thu hút ngay sự chú ý của cô. Nata cầm lên và thấy trên bìa vẽ hình một toà lâu đài nguy nga giữa biển với bốn ngọn tháp, ở phía dưới là dòng chữ vàng lấp lánh, song Nata chưa kịp đọc thì đã bị anh Napa giật mất.

Anh nở một nụ cười rạng rỡ và đọc to. "Từ điển phép thuật dành cho mẫu giáo, Nhà xuất bản Trường

Đại học Va-hớt à? Tuyệt lắm, em đã tìm thấy kho báu thực sự rồi, anh xin phép tịch thu."

Sau đó, dù cố hết sức, nhưng anh Napa vẫn không tài nào mở được cuốn sách, như thể ai đó đã phết keo dính dày đặc lên các trang. Ngán ngẩm, anh ấy trả lại sách cho cô.

Nata soi từng mi li mét trên bìa, và phát hiện ra có dòng chữ số in chìm, phải nghiêng một góc rất khéo léo mới nhìn thấy được. Cô chỉ cho anh, và đúng như dự đoán, Napa lại giật lấy cuốn sách như thể bên trong là tập truyện 57.

"1...9...5...4..." anh Napa đọc.

Một tiếng bụp nhỏ vang lên, cuốn sách tự động bật mở rồi bay phấp phới như chim. Nata vỗ tay, cuối cùng thì anh trai cô cũng tỏ ra hữu ích một chút.

"Anh làm thế nào mà hay vậy?"

"Có gì đâu, anh chỉ đọc số thôi mà," anh Napa đáp rồi nhảy lên tóm chặt cuốn sách đang cố tẩu thoát.

Dưới ánh đèn pin, anh Napa đọc dòng chữ ở trang đầu tiên. "Không thấy thì chưa chắc đã không tồn tại."

Lật sang trang tiếp theo, anh ấy bật cười. Tất cả đều là trang trắng. Sách gì lạ vậy? Không thấy thì chưa chắc đã không tồn tại?

Chợt anh Napa gập cuốn sách, tắt đèn, đẩy Nata ngã vào đống chổi, rồi nhanh chóng ngồi thụp xuống cùng cô.

"Gì vậy anh?"

"Suỵt, có tiếng bước chân em ạ."

Nata vui mừng khôn xiết, không biết đó là ai nhưng chắc chắn là họ sẽ thoát được khỏi căn phòng tối tăm này.

Một giọng ồm ồm vang lên. "1...9...5...4..."

Cánh cửa sắt bật mở, để lộ ánh sáng xanh lạnh lẽo bên ngoài. Một bóng người cao lớn bước vào, đôi mắt sáng quắc của gã làm Nata sởn gai ốc. Có vẻ như hắn không thấy hai anh em cô, mà Nata cũng không chắc đó có phải là người không nữa.

Hắn nói. "Ha! Sao tối thế, nổi lửa lên nào!"

"He! Đại ca để em," một giọng the thé vang lên đằng sau. "1... 9... 5... 0..."

Tên đệ tử vừa dứt lời, cái đèn dầu lúc nãy lập tức rực sáng và bay lên, phơi bày hình dáng kinh hoàng của hai sinh vật trông như quỷ sứ. Nata hết hồn, may mà bàn tay anh Napa đã kịp bịt miệng cô lại, nếu không cô đã hét toáng lên rồi.

"Bình tĩnh nào em, chúng ta đang tàng hình."

Nata thở phào, anh Napa nhanh trí thật, tự lúc nào anh đã trùm tấm khăn tàng hình lên cả hai đứa.

Qua lớp vải trong suốt, cô thấy rõ hai con quỷ mặt đen sì, mắt trắng xoá, mặc đồng phục là áo choàng xám tơi tả như giẻ lau nhà. Tên quỷ đại ca lực lưỡng với cái sừng trắng nhọn hoắt trên trán, còn tên đệ tử thì lùn tịt với gương mặt dài như chuột, và cái đuôi to như khủng long, loại đã tuyệt chủng.

Tên quỷ đại ca khịt mũi. “Ha! Ta ngửi thấy có mùi gì đó thơm thơm thì phải.”

“He! Nhưng em có thấy ai đâu ạ?”

“Ha! Chúa tể bóng tối nói là chúng sẽ tỉnh dậy ở đây.”

“He he, thế chắc là chúng đã chuồn lâu rồi. Dại gì mà ở lại đây, giữa hang ổ của chúng ta chứ. Chắc anh em mình mải mê chè chén quá, chúng đã tẩu thoát tới lâu đài Va-hớt cùng lũ phù thủy rồi.”

“Ha! Tưởng tới đó là thoát sao?”

“He! Song đại ca có nghĩ là chúng đã lấy mất mấy chiến lợi phẩm của ta không?”

“Ha ha! Kệ đi, ngài chúa tể đã học được hầu hết công nghệ của tụi phù thuỷ ánh sáng rồi, chỉ còn mỗi cánh cửa này nữa thôi.”

Tên quỷ đại ca tiến tới cái cửa có cánh và vặn cái tay cầm. “Ha! Vẫn chưa mở được, không biết ngài chúa tể định giữ cái đồ đồng nát này đến bao giờ nữa, chật kho quá."

"He, em nhớ ngài ấy nói là sẽ bẻ khóa nốt công nghệ của cánh cửa này rồi sẽ cho dọn kho."

Tên quỷ đại ca gõ cánh cửa ba nhát, và trước sự ngạc nhiên của họ, cánh cửa tự động thu nhỏ lại cỡ lòng bàn tay, và bay phấp phới. Hắn nhanh tay tóm lấy, nhét nó vào cái túi ngang thắt lưng.

"Ha! Đã xong việc!"

"Ừ, đi thôi đại ca, dưới này chán quá..."

"Ha! Chú mày vừa ra lệnh cho ai thế hả? Lại còn nói trống không nữa chứ?"

"He! Ấy... em xin lỗi, em lỡ mồm... he he."

"Ha ha, chú chán thì anh cho vui liền. Lát ra tháp Quên Quên Nhớ Nhớ xem mấy con bọ no đói thế nào rồi. Kiểu gì chúng cũng phải mò tới đó, nếu muốn lên tầng giấc mơ bên trên."

Tên đệ tử lí nhí vâng lời, rồi cả hai bước ra ngoài. Cánh cửa sắt tự động đóng sầm, cái đèn dầu lủng lẳng đung đưa, như rất vui vì đã được sống trở lại. Tiếng bước chân xa dần rồi tắt hẳn, nhưng chân tay Nata vẫn còn run rẩy.

"Anh ơi, tụi nó là... quỷ thật hả?"

"Anh đã nói rồi, trong mơ thì mọi thứ đều... có thể là thật. Mà mấy con quỷ này vui tính quá, nói gì cũng ha ha mới he he nghe vui tai nhỉ?"

"Vui cái đầu anh ấy!" Nata nói, và véo tay anh.

"À, mà hình như chúng nói ta cần tới lâu đài Va-hớt gì đó phải không em?"

"Đâu có, cái tháp Quên Quên Nhớ Nhớ mới đúng."

"Thôi vụ đó bàn sau đi, cứ ra khỏi đây đã." Anh Napa nói, rồi giơ cuốn sách phép thuật lên. "Có điều gì đó hay ho với các con số. Thử xem nào, 1...9... 5... 4..."

Lập tức, cuốn sách bật mở và bay lên phần phật. Mặt anh Napa rạng rỡ như mới đạt giải Nô-ben, anh hùng hồn tuyên bố. "Ở thế giới này, thần chú là các con số em ạ."

"Vậy 1954 là thần chú mở mọi thứ sao?"

"Em thử với cánh cửa kia xem."

Nata đứng trước cánh cửa sắt và đọc 1954 nhưng chẳng có gì xảy ra. Cô đọc thêm vài lần nữa mà cánh cửa vẫn ngoan cố không chịu nhúc nhích.

Anh Napa tiến tới, soi đèn vào cánh cửa, và đọc từng số rõ ràng. "1...9 ...5... 4..."

Cánh cửa ngoan ngoãn bật mở.

Anh Napa cười tự mãn, và trao cho Nata một cái nhìn

đầy thông cảm. "Nhờ thuật tĩnh tâm của thần Lumi, anh đã có được phép thuật. Còn em, xin chia buồn, em không có năng khiếu rồi."

Nata nhìn gương mặt đắc chí của anh ấy mà thấy ghét, sao bất công thế được. "Chắc là anh gặp may thôi!"

"Vậy em thử với cái đèn dầu xem," anh Napa nói rồi lấy khăn tàng hình phẩy phần phật làm cái đèn dầu tắt ngúm. "Em nhớ tên quỷ đệ tử đọc số gì không?"

"1950," Nata đáp. Cô nghĩ nếu mà phép thuật dễ dùng như vậy, thì trẻ con cũng có thể gây ra thảm họa. Mà ai bảo là mình không có phép? Cô bay lượn còn được, thì làm sáng cây đèn này chỉ là chuyện nhỏ.

Nata nhìn cây đèn dầu, tập trung hết sức, và đọc rõ từng con số. "1... 9... 5... 0..."

Một giây, hai giây... 30 giây trôi qua. Cái đèn vẫn trơ ra đó, chẳng may mảy có tí lửa nào cả.

"Anh đã bảo rồi, em cần tập tĩnh tâm thêm đi," anh Napa tặc lưỡi. "Xem anh đây biểu diễn này! 1...9...0...5..."

Một tiếng nổ như bom vang lên, cái đèn vỡ tung, dầu tràn ra sàn nhà và bốc cháy.

Anh Napa cười hô hố trước năng khiếu phép thuật mới được khai quật, còn Nata cầm tay anh day lia lịa, cô đã nghe thấy tiếng bước chân rầm rập bên ngoài cánh cửa.

Lũ quỷ đang quay lại!

TRƯỜNG HỌC QUỶ

"Hơ hơ," Anh Napa nở một nụ cười tỏ vẻ ta đây rất có năng khiếu. "Đọc nhầm mà cũng ra phép! Mình quả là thiên tài!"

Nata véo tay anh một phát. "Thiên tai thì có! Nhỡ sập cả hang thì sao? Mà hết ha ha, he he, giờ anh lại bắt chước lũ quỷ hơ hơ hả?"

Anh Napa đáp lại cô bằng ánh mắt không thể kiêu căng hơn, rồi anh nhìn về phía lũ quỷ đen ngòm đằng sau. "Xem chừng chúng sẽ hi hi cả ngày đấy!"

Đúng thật, từ nãy giờ đã không biết bao lần, mấy tiểu đội quỷ cùng hò nhau đọc vang số 3767 để hóa ra những khối nước hình con cá bay tới nhà kho. Mỗi lần đọc, chúng đều không quên nói "hi hi" ở đầu câu nghe như vui lắm ấy. Còn đám cháy thì vẫn hung hăng kinh khủng. Nhờ thế, mà chưa con quỷ nào phát hiện ra hai anh em đang nấp ở một hốc đá gần đó.

Nata quan sát cái hang, cô thấy phía trên cùng có đốm sáng. Nếu đó là miệng hang, thì chắc phải cách cô cả ngàn thước. Nata cảm giác họ giống như hai con kiến tí hon, đang mắc kẹt một cái ống nghiệm hình tam giác khổng lồ. Còn theo anh Napa, cái hang này y như một chiếc nón vĩ đại, mà miệng hang là chóp nón đã bị thằng nhóc tinh nghịch nào đó đục thủng.

Lại một toán quỷ nữa chạy qua rầm rập, xem ra hai anh em cô đã phá vỡ một ngày yên bình của chúng. Chắc đó là kho chiến lợi phẩm quan trọng, nên lũ quỷ kéo xuống ngày càng đông, tiếng hi hi vang lên khắp nơi như có lễ hội. Cứ thế này, chẳng mấy chốc họ sẽ bị phát hiện mất.

"Này anh, chúng không thấy nhưng nhỡ đánh hơi được tụi mình thì sao?"

"À, lúc đó anh sẽ chỉ tay vào chúng và đọc số 1...9..."

Nata hất tay anh Napa qua một bên. "Định làm em nổ tung đấy hả?"

Anh Napa rút tay lại và gãi đầu. "Kiểu bùa phép này cũng kinh hãi thật em nhỉ?"

"Còn phải hỏi nữa? Mà lũ quỷ hi hi he he này ở tập truyện nào trong tủ của anh mà kì dị vậy? Chúng có điểm yếu gì không?"

"Sao mà nhớ được hả em? Thứ anh đang lo là trên kia có khi là cả một thành phố quỷ đang cười hô hô ấy chứ."

Từ thành phố quỷ làm Nata rùng cả mình. Có thể lắm, nhỡ đây chỉ cái nhà tù bé nhỏ của chúng thì sao?

Mà giờ kế hoạch là gì? Nata định hỏi anh nhưng một bóng con quỷ chạy qua khiến cô đứng tim.

"He! Dừng lại!"

Đúng là cái giọng the thé đó, không lẫn vào đâu được. Chính là con quỷ đệ tử đuôi khủng long ban nãy mà họ gặp ở nhà kho. Hắn ra hiệu cho đám quỷ chạy rầm rập trở lại chỗ hai đứa đang ngồi.

Ngay lập tức, anh Napa trùm khăn tàng hình lên hai anh em, còn Nata nín thở chờ đợi.

Con quỷ đệ tử thò đầu vào hốc đá, dùng cái mũi như chuột của hắn để hít ngửi khìn khịt, còn cái đuôi khủng long thì ngoe nguẩy trông thật gớm ghiếc. Giờ Nata mới để ý, cái đuôi to quá, chắc chỉ cần một cái siết thôi là bất cứ thứ gì cũng có thể vỡ vụn.

"He! Quái thật," con quỷ khịt mũi. "Rõ ràng tao ngửi thấy có mùi thơm gì đó."

Mấy con quỷ khác nghe vậy, cũng thò mặt vào thi nhau hít ngửi. Nata cố kẹp hai nách của mình vào thật chặt, cô không bị hôi nách, nhưng rõ ràng là nước hoa hương sen của thần Lumi giữ mùi lâu thật.

"Hi hi, kệ đi," một tên quỷ nói. "Đại ca Boto bảo là phải cứu cái nhà kho và đống chổi bay trước đã!"

Con quỷ đệ tử gật đầu, rồi ra hiệu cho cả bọn đi

trước. Riêng hắn vẫn ở lại, và nhìn cái hốc đá với vẻ mặt toát lên sự nghi ngờ. Sau đó, hắn thò đuôi vào và khua khắp nơi, khiến hai anh em phải uốn éo như vận động viên để không bị chạm phải. Cuối cùng, chắc mỏi đuôi quá, hắn đã bỏ đi.

Anh Napa khịt mũi. "Hơ hơ, em dùng nước hoa à?"

Nata gật đầu, mặt đỏ ửng.

"Em đùa anh đấy hả. Nước hoa người ta chỉ xịt một chút vào cổ tay, em... xịt toàn thân sao?"

Mặt Nata nóng bừng lên. "Ờ thì... em chưa dùng bao giờ, nên đã trót xịt vào nách nửa lọ."

Anh Napa bụm miệng cười. "Suýt chết nhé! Ủa... em có nghe tiếng đó không?"

Đúng là có một âm thanh lạ, nghe như thể cánh cửa đá thần bí nào đó đang được mở ra.

"Em chào anh chị ạ!"

Giọng nói đằng sau khiến hai anh em quay ngoắt lại. Đứng đó tự lúc nào là một nhóc quỷ con thật lạ. Nó có làn da trắng như tuyết, đôi mắt đen lánh mở to, trông trái ngược hẳn với tất cả lũ quỷ đen mắt trắng ngoài kia. Nó thao láo nhìn họ như hai sinh vật lạ.

"Anh chị tìm ai ạ?"

Nata im bặt, không phải là họ vẫn đang trùm khăn

tàng hình sao? Nhóc quỷ này nhìn thấy ư? Mà nó từ đâu ra xuất hiện vậy? Nata giờ mới để ý, sau lưng nhóc quỷ trắng là một cánh cửa đá, đang từ từ khép lại. Qua khe cửa, cô thấy loáng thoáng vài chục nhóc quỷ con màu đen, đang chăm chú nghe giảng. Té ra mấy cái hốc đá này là... phòng học của lũ quỷ con.

Nhìn con quỷ trắng có vẻ hiền lành, Nata đánh liều lên tiếng. “Này, em có thể thấy anh chị sao?”

Nhóc quỷ trắng gật đầu. “Vâng ạ, em có thể nhìn thấy thứ mà mọi người thường không thấy. Anh chị đang trốn ai mà phải dùng khăn tàng hình thế ạ?”

Chết thật, nhóc quỷ con này tài phép ghê gớm, may mà chỉ có một nhóc thôi đấy.

Anh Napa hỏi. “Này chú em, chỉ có mình chú nhìn thấy tụi anh thôi hả?”

Nhóc quỷ trắng gật đầu. “Vâng ạ, mà anh chị đừng lo, em sẽ không nói cho ai đâu. Có nói ra, thì kiểu gì họ cũng sẽ bảo em bị hoang tưởng. Mà em tên là Kila, anh chị tên gì? Sao anh chị lại ở đây? Hay anh chị định tới dự giờ lớp em?”

“À, chị là Nata, đây là anh trai chị, Napa. Tụi chị đang đi lạc. Mà đây là đâu thế?”

“Dạ,” nhóc Kila nói với giọng đầy miễn cưỡng. “Đây

là Hato, trường đào tạo quỷ dữ chuyên nghiệp hàng đầu thế giới. Em vừa mới bị phạt ra đứng cửa lớp vì tội phát biểu lung tung ạ."

"Hơ hơ, nhóc giống anh ngày xưa quá! Chú đã phát biểu gì vậy?"

"Dạ... cô giáo bảo em đã là quỷ, thì phải ăn thịt mới lớn được. Nên em đã hỏi rằng bên phù thủy đâu có ăn thịt mà tài phép thế."

Anh Napa chỉ tay về cái miệng hang. "Vậy là trên kia có phù thủy thật hả?"

"Không phải anh ạ, đây là đảo kẹo bảy màu, vùng đất của loài quỷ đen. Còn trường phù thủy là lâu đài Va-hót, ở tận bên kia đường chân trời cơ."

Mặc dù nói về trường của kẻ thù, mà nhóc Kila tỏ ra hào hứng vô cùng. Nó mô tả cái lâu đài trông như chiếc bánh sinh nhật ba màu, chi tiết tới mức như thể Kila đã được tới đó cả chục lần, và ước mơ bấy lâu nay là lấy được học bổng của trường Va-hót. Cuối cùng nó nói, "Em thật sự là chán học ở đây lắm rồi, anh chị cho em đi cùng được không ạ?"

Anh Napa im lặng.

Nata nói, "Chị rất muốn, nhưng khăn tàng hình này

chỉ đủ chỗ cho hai người thôi. Chị hứa sẽ quay trở lại đón em, giờ em hãy chỉ cho chị đường ra nhé!"

Nhóc Kila mắt sáng rực. "Chị hứa rồi nha!"

Nata gật đầu. Cô không biết tại sao mình lại dám hứa với một con quỷ lần đầu làm quen, nhưng linh tính mách bảo Kila là một con quỷ tốt, chắc một phần vì nó ăn nói như người bình thường, không có hi hi he he như mấy con quỷ kia.

Kila nói, "Đơn giản lắm, anh chị chỉ cần đi men theo đường bờ tường, lên tới cái đốm sáng kia là miệng hang. Trên đó có gì thì em chưa đủ tuổi ra ngoài, nên chưa rõ. Mà anh chị cứ yên tâm, khăn tàng hình sẽ bảo vệ chúng ta khỏi con mắt của những kẻ có tâm địa xấu xa, lũ quỷ đen sẽ không nhìn thấy đâu ạ."

Anh Napa hỏi. "Mà sao chú em biết giỏi vậy?"

"Em cũng không rõ, đó là lý do mọi người ở đây nghĩ em bị hoang tưởng, vì em hay nói ra những thứ họ không biết. Chưa kể là với làn da trắng này, họ trêu em lập dị, rồi em không thể nào tập được kiểu nói lễ phép hi hi he he, nên chỉ muốn rời khỏi đây."

Nata thấy tội nghiệp cho thằng nhóc. Cứ nghĩ tới cảnh ngược lại, tự nhiên da cô trở nên đen ngòm như cục than, và phải ngồi học giữa các bạn nữ da trắng như kẹo bông, chắc chắn cô sẽ bị trêu tới phát khóc.

"Hi! Kila! Trò làm gì đó hả?"

Nata giật thót tim, mải nói chuyện mà họ đã không để ý cánh cửa đá lại mở ra tự lúc nào. Đứng chềnh hềnh ở đó là một bà quỷ đen béo tròn. Nếu không có đôi mắt trắng bệch, thì có lẽ Nata đã nhầm bà ta với một quả bóng cao su đen khổng lồ. Cầm thước kẻ trên tay, đôi mắt dao găm của bà hết lườm Kila, lại tới hai anh em cô đang đứng co ro trong khăn tàng hình.

Kila chắp hai tay lễ phép. "Dạ, hi hi, cô gọi em ạ?"

"Hi! Còn đứa nào nữa," bà quỷ nói. "Trò lại đứng đó nói nhảm với ai thế? Ăn nói lễ phép hơn nào!"

"Hi hi, dạ thưa. Không có ai, chắc em bị hoang tưởng."

"Hi, tốt... thế đã suy nghĩ lại về mục đích sống chưa?"

"Hi hi, rồi ạ," Kila đáp ngoan ngoãn. "Quỷ sinh ra để ăn thịt đại bàng, và đánh bại phù thuỷ ạ."

"Hi hi, tốt, nhưng trò còn thiếu một vế. Đó là nếu bắt được phù thủy, thì phải rủ chúng ăn thịt đại bàng cùng. Về nhà chép phạt 100 lần đoạn đó, nghe chưa?"

Kila gật đầu, mặt buồn thiu.

"Hi, tới giờ ăn nhẹ rồi," bà quỷ vỗ vai thằng bé. "Món đùi đại bàng nóng hổi đang chờ đấy."

Kila ngập ngừng. "Hi, nhưng con... muốn ăn chay."

"Hi hi! Vớ vẩn, ăn thịt mới đủ chất. Ăn no chóng lớn, còn đi đánh phù thuỷ, chép phạt thêm 1000 lần câu đó. Nghe chưa?"

Rồi mặc kệ cho nhóc Kila mếu máo, bà quỷ béo lôi nó vào lớp. Trước khi cánh cửa đá hoàn toàn đóng lại, Nata thấy bên trong lũ quỷ con reo hò, mỗi đứa cầm trên tay một cái đùi thơm phức. Cô dám cá là mình đã nghe thấy tiếng anh Napa nuốt nước bọt ừng ực.

Nata véo tay Napa. "Đi thôi anh!"

Men theo con đường sát bờ tường như Kila đã chỉ, hai anh em leo lên trên. Họ may mắn xuất hiện ở đây đúng giờ học của lũ quỷ con, chứ vào giờ ra chơi thì chắc đã vất vả hơn nhiều.

Khi tới miệng hang, Nata nghe thấy tiếng chim hót bên ngoài. Có lẽ trên đó là một khu rừng lớn, nhưng mà không có thang thì làm sao leo lên được? Nãy giờ anh Napa đã trổ hết các ngón nghề leo trèo, mà không sao với tới cái miệng hang tròn xoe trên đầu họ.

Nếu nhóc Kila nói đúng, thì chỉ cần leo lên đó, họ sẽ thoát khỏi đây. Nhưng nó cao quá, nên dù ở miệng hang rồi mà Nata vẫn cảm tưởng họ như hai con ếch đang kẹt ở đáy giếng.

"A!" anh Napa búng tay tách một cái. "Hình như trong nhà kho lúc nãy có chổi bay thì phải!"

"Nghe được đấy," Nata nói. "Em sẽ ngồi chờ ở đây, còn anh tự xuống mà lấy chổi bay nhé!"

Anh Napa ngộ thật, có mà khùng nếu quay lại đó, giờ này chắc lũ quỷ đã dập lửa xong, và đang ráo riết truy tìm thủ phạm rồi.

"A!" anh Napa lại vỗ tay một cái bốp. "Hay là ta sẽ hét lớn, dụ một con quỷ lên rồi cướp chổi?"

Nata lắc đầu. "Nhỡ không phải một con, mà là cả một bầy thì anh tính sao?"

Anh Napa gãi đầu.

Nata nói, "Em nghĩ tốt nhất là tìm ra một câu thần chú nào đó giúp ta bay lên."

"Nghe được đấy, vậy anh sẽ thử đọc lần lượt tất cả các số, cho tới khi tìm ra thần chú mọc cánh. Vì phải chỉ tay vào ai đó đọc số, nên em chuẩn bị tinh thần đi, chúng ta sẽ bắt đầu thí nghiệm ngay bây giờ."

Nata véo tay anh Napa một phát thật mạnh. "Anh khùng à? Đọc xong thần chú, nhỡ không mọc cánh, mà mọc mụn thì sao?"

"Hơ hơ, em sợ mọc mụn còn hơn là nổ tung à?"

Nata véo tay Napa thâm tím khiến anh kêu oai oái

cô mới buông tha. "Này, anh quên mất là chúng ta có cuốn từ điển pháp thuật sao?"

Napa mắt sáng rực lên, anh thò tay vào túi quần, rồi ngẩng mặt lên nhìn cô. "Hơ... hình như anh để quên ở đống chổi mất rồi."

Nata mặt méo xệch. Đúng là cái tật hay quên của anh Napa hết thuốc chữa rồi, có 1950 mà cũng đọc nhầm thành 1905 mà gây ra hoả hoạn, rồi thứ quý giá như thế mà cũng quên được. Bỗng cô để ý anh Napa đang nhìn chằm chằm vào ngực mình.

Nata đỏ mặt. "Anh nhìn cái gì thế hả?"

"Trong áo em có gì đó lấp lánh kìa?"

Nata giật mình nhìn xuống, đúng là có ánh sáng màu tím trên người cô. Nata kiểm tra túi áo trong, thì ra đó là một trong hai tấm thẻ của thần Lumi để lại. Chiếc màu tím đang phát sáng, trên đó có dòng chữ lấp lánh.

Nata hỏi. "Pary Hotter là ai vậy?"

"Nghe quen lắm." Anh Napa cầm lấy cái thẻ và săm soi. "Hình như trong truyện phù thủy nào đó."

"He he! Hắn là tên phù thuỷ bị săn lùng nhiều nhất, nhưng cũng sẽ chẳng giúp được các ngươi đâu."

Giọng nói the thé vang lên khiến Nata sởn cả da gà. Tên quỷ đệ tử đã bay lơ lửng sau lưng họ tự lúc nào, cái đuôi khủng long đang cuốn chặt vào chiếc chổi bụi bặm. Hắn cười khà khà, để lộ hàm răng nhọn hoắt.

"He! Các người thật to gan, đốt nhà người ta rồi định chuồn hả? Giờ ta sẽ chiên giòn cả hai!"

Chân tay Nata lạnh cóng. Dẫu biết là mơ, nhưng mà không biết khi bị quỷ ăn thịt thì sẽ toi luôn, hay là tỉnh dậy trong bụng của chúng.

"Đừng hòng!" anh Napa giơ cái đèn pin lên như thể đó là một khẩu súng. "Ta sẽ cho ngươi cháy đen!"

"He, ta đen sẵn rồi mà," con quỷ đáp rồi cười ha hả, đôi mắt sáng quắc của nó nhìn anh Napa đầy thách thức. "Cứ thử xem nào!"

"1... 9..." anh Napa đọc nửa chừng thì ú ớ, quay sang hỏi Nata. "Này em, thần chú khè lửa là số bao nhiêu nhỉ?"

Trời đất, dễ thế mà anh ấy cũng quên sao. "1905! Nhớ chĩa đèn về hắn cho em nhờ!"

Anh Napa cười, rồi dồn hết sức quát lên. "1905!"

Không có gì xảy ra. Tên quỷ cười rũ rượi.

Anh Napa lúng túng. "Sao nó không nổ nhỉ?"

Con quỷ nói. "He he! Xuống âm phủ mà tìm nguyên nhân nhé. Mà ta cũng đang hơi no, cho nên chắc là biến cô bé xinh xắn này thành cục xà bông xài cho thơm vậy."

Ruột gan Nata lộn tùng phèo cả lên. Cô sẽ bị biến thành cục xà bông, và tan biến sau mỗi lần hắn kỳ cọ ư? Không đời nào!

Tên quỷ chỉ ngón tay khẳng khiu về phía Nata, và bắt đầu lẩm bẩm. “1...0...1...2...1...8...9...6...6...9...”

Nata lập tức chạy ra sau lưng Napa. Cô thét lên, “Làm gì đi chứ anh!”

“Sao lại núp sau lưng anh?”

Anh Napa thốt lên, rồi chạy vòng ra sau lưng Nata.

“Anh có phải anh trai không đấy!”

Nata gào lên, và chạy tót ra sau anh Napa.

“Có đứng yên không thì bảo?” con quỷ gắt lên, mắt chuyển sang màu trắng đỏ. “Các người rắc rối quá, làm ta quên mất đọc tới số nào rồi đây này!”

Nói đoạn, hắn rút ra một cuốn sách trông như từ điển pháp thuật, loại bự gấp đôi cuốn mà họ tìm được. Nếu từ điển của trường Va-hớt dành cho mẫu giáo, thì chắc từ điển của con quỷ này thuộc loại dành cho giáo sư. Nhìn hắn loay hoay lật trang để tìm thần chú, Nata không biết nên cười hay khóc, coi bộ ai phát minh ra cách xài thần chú này hay ghê, nhưng nếu hắn mà tìm ra được thì chắc cô tàn đời.

“Này con quỷ kia, có cần ta nhắc cho không?”

Giọng nói to khỏe đó, là từ một bóng người mặc áo choàng màu tím ở sau lưng con quỷ. Nó chưa kịp phản ứng thì ông đã hô lớn, “1012 1896 6981... 2110.”

Con quỷ phồng mồm trợn má, người hắn phình to ra như quả bóng. Rồi một tiếng xì kéo dài, hắn bay vòng vèo như một quả bóng bay bị tuột khỏi van bơm. Cuối cùng là một tiếng nổ bụp, Nata thấy nguyên một cục xà bông đen ngòm xuất hiện. Rồi cả nó cùng cái chổi bay đều rớt xuống đáy hang.

Hai anh em tròn xoe mắt nhìn ân nhân của họ. Một tay ông đang bám vào thang dây, tay còn lại xoay chiếc đèn pin vù vù như cao bồi viễn Tây vừa hạ gục đối thủ. Ông đút đèn vào bao da đang lẩn khuất dưới áo choàng, rồi đưa tay lên vuốt mái tóc dài xanh dương, để lộ đôi mắt tím, và vết thẹo hình mặt trăng trên trán.

“Lâu rồi không xài chiêu đó, ta suýt quên bốn số cuối. May cho hai đứa.”

Nhìn cái huân chương đại bàng to tướng đang lấp lánh trên ngực ông ta, linh tính mách bảo Nata rằng đây là đồng minh. Cô hỏi, “Bác có phải là... Pary Hotter?”

Ông ta gật đầu. “Cứ gọi bác Pary cho gọn. Cho ta xin lại cái danh thiếp nhé.”

Bác Pary chỉ vào đôi tay vẫn còn run run của Nata,

và lẩm bẩm đọc số gì đó. Cái thẻ màu tím bay vút lên và hạ cánh ở trong lòng bàn tay bác.

"Hai đứa nhanh lên nào, còn chờ gì nữa?"

Tiếng hi hi he he náo loạn ở phía dưới lôi Nata trở về hiện thực. Cô đoán có hai tình huống xảy ra. Một là, lũ quỷ đang tranh nhau cục xà bông đen chính hiệu của sếp chúng; Hai là, cái chổi đã rơi trúng đầu con quỷ xấu số nào đó. Dù nguyên nhân gì, thì việc tốt nhất họ nên làm lúc này là lập tức leo lên cái thang dây của bác Pary.

Bên trên, là một khu rừng ngoài sức tưởng tượng của Nata, và phảng phất đâu đó tính cách anh Napa. Nếu như cây cối trường cô chỉ có mỗi bộ đồng phục là quần nâu áo xanh, thì ở đây chúng có đủ sắc cầu vồng.

Theo chân bác Pary, họ bước qua cánh đồng cỏ khổng lồ màu xanh biển, cùng những bông hoa hướng dương đỏ chót. Nata cảm tưởng như đang lạc vào bức vẽ khu vườn trong mơ của một đứa nhóc lên năm. Đó là còn chưa tính tới những sinh vật kỳ quái làm cô phì cười. Cá thì leo cây và kêu như cú, khỉ thì mặt mèo và gầm như sư tử, còn tiếng chim hót lúc nãy, hoá ra là từ mấy bông hoa loa kèn.

Cuối cùng, họ dừng chân ở một bụi cây to, nơi bác Pary giấu một cái máy hút bụi khổng lồ. Nhìn cái ống hút to như vòi voi, Nata dám cá là chỉ cần bấm nút, toàn bộ lũ quỷ sẽ bị hút vào, và kết cục còn bi thảm hơn là bị hóa thành xà bông.

"Này ông bác," anh Napa hỏi. "Sao không có chổi bay, mà lại cưỡi máy hút bụi?"

"Trừ khi cháu muốn cưỡi chổi ê mông như tụi quỷ thì ta cũng chiều," bác Pary nói, rồi leo lên chiếc máy. Bác dựng cái vòi chĩa thẳng lên trời và bấm nút khởi động. Chiếc máy rống lên như bò kêu, rồi từ từ bay lên lơ lửng.

"Còn chờ gì nữa, hai đứa?"

Ngay khi hai anh em nhảy lên chiếc máy hút bụi, thì đằng sau họ vang lên tiếng hi hi he he huyên náo của lũ quỷ.

"Ha! Không cho chúng nó thoát!"

Nata ngoái lại, một toán quỷ đang cưỡi chổi hung hăng bay tới, dẫn đầu là con quỷ đại ca sừng nhọn lúc nãy.

"Bám chặt vào!" bác Pary hô lên, rồi bấm cái nút hình tên lửa trên bảng điều khiển.

Chiếc máy rú lên một tiếng, và bay vút lên không trung. Trong nháy mắt, họ đã bỏ xa khu rừng sặc sỡ. Không rõ là do sắp hỏng, hay là một chức năng, mà chiếc máy hút bụi này lại có thể xả bụi. Cô thấy lũ quỷ đang ho sặc sụa ở tít phía dưới.

Họ bay nhanh thật, loáng một cái Nata đã được

thưởng thức gió trời, cùng những đám mây trắng như kẹo bông. Hòn đảo nơi họ mới thoát ra, trông như một cây kẹo mút bảy màu, với trung tâm là hang quỷ. Còn phía cuối que cầm là một ngọn tháp cao vút, y như cầu thang máy dẫn thẳng lên bầu trời.

"Bác Pary ơi," Nata hỏi, "đó có phải là tháp Nhớ Nhớ Quên Quên gì đó không ạ?"

"Đúng rồi. Đừng có dại mà chui đầu vào, các cháu có thể nổ tung não, hoặc là chết chán trong đó đấy."

"Là sao?" anh Napa chen vào.

"À, theo ta biết, thì đại khái là khi vào cửa, cháu được chọn một trong hai loại thử thách trí nhớ mang tên là nổ-tung-não hoặc chết-vì-nản."

Anh Napa gãi đầu. "Cả hai kết cục đều bi thảm như nhau mà?"

"Ừ đúng rồi," bác Pary đáp. "Xưa nay chưa từng có ai vào đó mà sống sót để kể lại."

Nata rùng mình. Trí nhớ tốt như bác Pary, nhớ được những phép thuật dài 16 chữ số cũng không phải dạng vừa. Ấy thế mà còn lắc đầu lè lưỡi, thì không hiểu hai anh em cô sẽ ra sao khi vào đó. Xem ra họ phải bái bác Pary làm thầy dạy trí nhớ rồi.

Nata hỏi. "Vậy giờ chúng ta đi đâu ạ?"

"Tới Va-hớt, các cháu sẽ được an toàn ở đó."

TRƯỜNG PHÙ THỦY

Đầu Nata vẫn còn ong ong. Cô không thể ngờ được việc bay trên trời bằng máy hút bụi, mà cũng quay cuồng như say sóng.

Cũng may, Nata vẫn giữ được tỉnh táo. Một phần là nhờ tiếng áo choàng phần phật trong gió của bác Pary, còn phần lớn là do tiếng reo hò của anh Napa, mỗi lần thấy một đám mây có hình thù kỳ lạ, cứ y như một đứa nhóc lần đầu tiên tới sở thú trên trời.

Nata không dám ngủ, vì nhỡ lăn xuống dưới và tỉnh dậy trong bụng mấy chàng người cá, thì còn mệt gấp đôi. Cô để ý nãy giờ, bác Pary không nói năng gì, chỉ ngồi ngắm cái danh thiếp màu tím chăm chú như là xem phim.

"Bác Pary ơi," Nata hỏi. "Làm sao bác biết tụi cháu ở đó mà tới cứu kịp vậy?"

Bác Pary quay lại, rồi nháy mắt với cô một cái. "À, ta còn biết tất cả mọi chuyện trước khi các cháu tới thế giới này cơ."

"Ý ông bác là thần giao cách cảm à?" anh Napa lên tiếng chen vào, đôi anh mắt sáng rực y hệt lúc phát hiện ra mình có năng khiếu làm phép.

"Không hẳn, " bác Pary nói, rồi đưa tấm danh thiếp màu tím lên trời. "Các cháu nhìn này!"

Hai anh em xích lại gần. Nata thấy trên tấm thẻ màu tím, tên bác đã biến mất tự lúc nào. Thay vào đó là hình ảnh nhà kho quỷ lúc nãy, khi Nata đang ngủ, còn anh Napa say sưa khám phá mấy hòm kho báu giữa phòng. Tấm thẻ đã hóa thành một cái màn hình chiếu phim 3D, khiến Nata cảm tưởng như cô có thể thò tay vào mà gõ đầu anh Napa một phát, vì cái tội mải lục đồ, mà quên cả em gái.

Nhìn thấy bốn đốm sáng, Nata thốt lên, "Kìa! Con chuột!"

Mồm chữ O, anh Napa hỏi. "Chuột bốn mắt à?"

"Em đã bảo anh là có con gì đó mà!"

"Vậy hả, thế thì anh cá là nó đang ngửi mùi nước hoa ở thơm từ nách tới chân của em đấy."

Anh Napa nói xong cười sằng sặc, làm Nata lại phải véo tay anh một loạt mới ngớt cười.

"Thú cưng của tụi quỷ thật dạo thật kỳ lạ," bác Pary nói, rồi dùng ngón tay miết lên tấm thẻ y như màn hình cảm ứng di động, thước phim tua nhanh vèo vèo tới đoạn con quỷ đệ tử bị hóa thành cục xà bông.

Bác nói, "Đây không chỉ là danh thiếp, nó còn là thẻ

cứu nạn, ghi lại tất cả trải nghiệm của người cầm. Đây là cách mà chúng ta gửi gắm sự tin tưởng ở thế giới này, và tất nhiên là chỉ có chủ nhân của tấm thẻ mới truy cập được."

Anh Napa hỏi, "Giống hộp đen máy bay nhỉ?"

"Ta không biết máy bay là gì, nhưng nó sẽ phát tín hiệu trong trường hợp người ta gặp nạn nữa."

Thì ra là vậy. Đó là lý do bác Pary biết mà tới cứu họ, và còn biết tất cả chuyện trước đó. Nata đỏ mặt, không biết nó có ghi hình những cảnh nhạy cảm như là đi vệ sinh không nhỉ? Nhưng mà từ lúc tới đây, không hiểu sao cô chẳng đói, cũng chẳng khát mà có những nhu cầu cơ bản ấy.

Nata hỏi, "Vậy bác cũng biết thần Lumi ạ?"

Bác Pary im lặng, rồi rút ra một cái thẻ màu đỏ có khắc chữ Lumi, nhưng dòng chữ đã bị mờ nhạt y như số phận ngài vào lúc này. Nata nhìn thấy giọt nước mắt lăn trên gò má bác Pary, nhưng nó chưa kịp rớt xuống thì bác lập tức gạt đi.

"Ta là đệ tử của thần Lumi. Khi tên ngài trên chiếc thẻ đỏ này bị mờ đi, ta đã rất lo lắng cho ngài. Giờ xem những gì đã xảy ra qua thẻ tím của ta, thì mọi thứ đã rõ. Thật tiếc là ngài đã ra đi như vậy. Quả là một sự hy sinh cao cả."

Nata muốn chuyển chủ đề. Cô rút tấm thẻ trắng trong túi ra, trên đó vẫn chưa có chữ. "Vậy có người khác cũng đang biết chúng ta ở đâu ạ?"

Bác Pary gật đầu. "Cháu yên tâm, những tấm thẻ cứu nạn này do thần Lumi tạo ra, và chỉ trao cho những đệ tử thân tín nhất. Cháu hãy cứ giữ lấy, sẽ tới lúc người đó xuất hiện và cứu cháu."

"Mà thẻ trắng này của ai?" anh Napa hỏi.

"Vì không có tên trên thẻ, cộng với thần Lumi có thể du hành vượt không gian, nên chứng tỏ vị đệ tử này đang ở một một tầng giấc mơ khác."

Nata mừng thầm. "Vậy là ngài ấy đã vượt qua cả cái tháp Nhớ Nhớ Quên Quên gì đó đúng không ạ?"

"Có thể lắm, nhưng ta chưa bao giờ nghe ngài kể về chuyện đó."

"Nhớ Nhớ Quên Quên..." anh Napa hỏi. "Sao cái tên tháp gì mà kỳ quái vậy?"

"À, vì tên thật của tháp dài quá, chả ai nhớ nổi, nên người ta đặt tạm là Nhớ Nhớ Quên Quên, lâu dần thành tên chính thức. Đó là một kỳ quan bí hiểm ở thế giới này, nếu các cháu thực sự muốn lên đó, ta cũng không cấm, song điều quan trọng là các cháu phải học phép thuật căn bản để tự bảo vệ mình trước đã."

Nói tới phép thuật, Nata nhớ lại ngay vẻ mặt đắc thắng của anh Napa lúc trêu cô không làm được phép. "Nhưng mà cháu không có năng khiếu thì sao ạ?"

"Bóng đèn sáng nhờ điện," bác Pary hỏi. "Cháu có nhìn thấy điện hay không?"

"Không ạ," Nata đáp.

Bác Pary nhún vai. "Cháu không nhìn thấy điện, sao dám nói điện không tồn tại? Sự vội vàng kết luận làm hạn chế vô số khả năng tiềm ẩn của chúng ta. Hãy cứ tin tưởng, rồi cháu sẽ làm được."

Sự khích lệ của bác Pary đã gieo xuống một nụ cười trên môi Nata. Cô hỏi, "Vậy là cháu cũng có thể trở thành phù thủy sao?"

"Tại sao không? Nhưng cháu phải học một kỹ năng nền tảng, mà nếu thiếu nó thì cho dù có năng khiếu như là Napa, cũng khó lòng mà phát triển."

"Là gì thế ông bác?" Anh Napa hỏi, mắt chớp lia lịa như mới đào được kho truyện khổng lồ.

"Sử dụng trí nhớ," bác Pary chỉ tay vào đầu. "Thần chú đơn giản nhất là một dãy 4 số, song đó là cho trẻ mẫu giáo. Còn loại thông thường có 8 số, và cao cấp hơn là 16 số. Để sống được yên ổn ở đây, các cháu cần thuộc ít nhất 1000 dãy số như vậy."

"1000 dãy?" anh Napa há hốc mồm. "Ông bác có đùa không vậy?"

Bác Pary thở dài. "Đó là yêu cầu bắt buộc để tốt nghiệp tiểu học ở đây."

Nata nhìn bác Pary mà thán phục. Dù khả năng ghi nhớ của cô cũng không tệ, nhưng việc nhớ cả ngàn dãy như số điện thoại, quả thực là một thách thức to bự. Còn với anh Napa, điều này là bất khả thi. Khi xưa mỗi lần ôn bài lịch sử, Nata đã cố giúp anh ấy nhồi cả tá ngày tháng vào đầu, nhưng đi thi anh vẫn nhầm lẫn lung tung. Việc nhớ cả ngàn số quá nguy hiểm, có thể khiến cho bộ não anh ấy nổ tung mất.

"Nhưng làm sao chúng cháu nhớ được?" Nata nói. "Chắc hẳn ở đây toàn là người có năng khiếu?"

Bác Pary nhìn hai đứa rồi lắc đầu. "Suy cho cùng, năng khiếu cũng chỉ là một quy trình được cài đặt sẵn trong não mà thôi. Nói thế này cho dễ hiểu, bộ não có hàng trăm tỉ nơ-ron thần kinh, chúng như những bóng đèn được kết nối với nhau. Cách kết nối sẽ tạo ra những khả năng khác nhau, khi dòng điện chạy qua, khả năng ấy sẽ tỏa sáng. Sẽ có người giỏi làm thơ, có người giỏi đua máy hút bụi, và một sự thật là...”

Anh Napa chen vào. “Sự thật là do học nhiều quá, mấy cái bóng đèn trong đầu Nata đã bị bể, nên không thể kết nối thành khả năng làm phép đúng không?”

Nata cãi lại. “Còn bóng đèn trong đầu anh chắc là hàng dỏm, nên toàn kết hợp ra những khả năng quái dị mà thôi.”

Bác Pary cười phá lên. “Các cháu yên tâm, sự thật ta muốn nói tới ở đây, là các bóng đèn luôn ở đó, và đảm bảo hàng chính hãng hết. Chỉ là ai biết cách tổ chức lại chúng và điều khiển dòng điện hiệu quả thì sẽ tỏa sáng trong bất cứ lĩnh vực nào họ muốn.”

Anh Napa nhìn bác Pary với ánh mắt nghiêm túc hết sức, rồi anh đưa hai tay lên ôm đầu. “Vậy là tôi phải mổ não ra để mắc lại bóng đèn à?”

Bác Pary cười ha hả. “Ý tưởng hay lắm. Chúng ta sẽ làm điều tương tự, nhưng không cần tới mức đó đâu. Lát nữa gặp cô ấy, các cháu sẽ biết.”

“Gặp ai ạ?” Nata hỏi.

Bác Pary nở một nụ cười bí hiểm.

Không biết đó là ai, nhưng Nata đang hình dung tới một cô y tá xinh đẹp với hai con dao mổ não. Cô ấy sẽ hỏi xem Nata muốn dùng phép thuật gì để trừng trị ông anh trai nghịch ngợm, thay cho việc véo tay. Tiếp đến, cổ sẽ bắt đầu mở não Nata ra để mắc lại mớ bóng đèn nơ-ron đang rối bời trong đó.

"Mọi người nhìn kìa!" anh Napa thốt lên.

Theo hướng tay anh chỉ, là một lâu đài giữa biển, đang tỏa ánh hào quang rực rỡ. Nata nhận ra đó là Va-hớt, đang nằm trên một bãi cát khổng lồ, lấp lánh như vàng. Cô đã thấy nó trên bìa cuốn từ điển phép thuật, chỉ khác là cảnh thật trông sống động hơn nhiều với lũ chim hải âu màu tím đang bay lượn tíu tít.

"Chúng ta đến rồi," bác Pary nói. "Trường đào tạo phù thủy ánh sáng hàng đầu thế giới. À, mà thực ra là cả thế giới chỉ có mỗi ngôi trường này thôi. Các cháu sẽ được gặp một đồng nghiệp của ta, một phù thủy tài ba, một kỷ lục gia trí nhớ..."

Nói đoạn, bác Pary điều chỉnh ống hút giúp họ bay vút lên. Từ trên cao nhìn xuống, Nata tự nhiên nhớ lại lời mô tả của nhóc quỷ Kila.

Nếu ví bốn ngọn tháp kia là bốn cây nến, thì tòa lâu đài trông chẳng khác nào một cái bánh sinh nhật. Cây nến cao nhất cắm chính giữa, ba cây còn lại cắm đều xung quanh. Chúng được nối với nhau bởi các bức tường gạch dài như những thanh sô-cô-la tươi ngon, chia sân trường ra thành ba khu tách biệt với những màu cỏ khác nhau: Trắng, đỏ và xanh dương.

Khi xuống thấp hơn, Nata thấy có ánh sáng lấp lánh từ ngọn tháp chính giữa. Trên đỉnh ngọn tháp là chú đại bàng khổng lồ bằng pha lê, đang dang cánh oai phong. Từ nó phát ra ánh sáng huyền ảo như một lớp màng bong bóng bảo vệ ngôi trường.

Như đoán được suy nghĩ của cô, bác Pary nói. "Đó là bong bóng ngũ sắc, chỉ người nào tâm tính tốt lành mới có thể qua được. Còn lũ quỷ chạm vào là sẽ hóa thành bọt xà phòng ngay!"

Họ giảm dần tốc độ và lượn qua cái sân cỏ màu đỏ. Ở đó, Nata thấy vài chục học sinh mặc áo choàng tím, đứng theo nhóm quanh một cái lọ thủy tinh cỡ bự. Một nhóm tiến lên và hô đồng thanh số 3131, lọ thủy tinh lập tức biến thành chiếc bóng đèn sáng trưng, cả đội vỗ tay hò reo tưng bừng.

"Trò gì vui vậy?" anh Napa hỏi.

"À, đó là một thú vui tao nhã của giáo viên chúng ta. Luật chơi là đọc bừa các con số cho trước, nếu trúng số thì lọ thủy tinh sẽ hóa ra thứ mà họ yêu cầu. Hóa lọ thủy tinh còn dễ đấy, ngày xưa khi huấn luyện bọn ta, thần Lumi đã cho hóa ong vỡ tổ mới khiếp."

"Là sao ạ?" Nata hỏi.

"À, đại khái là ngài ấy cho chúng ta 100 dãy số, một trong số đó là thần chú để mọc cánh. Sau đó ngài rủ chúng ta vào rừng, rồi bất ngờ ném đá vào một tổ ong khổng lồ. Điều gì xảy ra thì cháu biết rồi đấy. Buộc phải tìm ra thần chú mọc cánh, may ra mới chạy thoát khỏi lũ ong bạo chúa đó."

Anh Napa hỏi. "Vậy ông bác làm được chứ? Ông có vẻ có năng khiếu lắm cơ mà?"

"Cũng không hẳn," bác Pary thở dài. "Lần đó xui xẻo thế nào, ta lại chọn đúng cái số là thần chú biến ong thành lựu đạn cay biết bay..."

"Thế vẫn may chán," anh Napa nói. "Còn hơn là chọn nhầm thần chú hóa lũ ong ra trứng thối."

Bác Pary cười, còn Nata không thể hình dung nổi là sẽ phải mất mấy tấn xà bông để tắm táp, nếu chẳng may dính phải lũ ong trứng thối đó.

"Mà ở đây," Nata hỏi. "Đọc số là ra thần chú ạ?"

"Chính xác," bác Pary gật đầu. "Nên nguyên tắc đầu tiên trong ba nguyên tắc vàng của phù thủy, là đừng bao giờ đọc số bừa bãi. Trò dò số này chỉ tổ chức đúng một lần cho học sinh năm nhất, để chúng nhớ mãi nguyên tắc đó tới già."

Bác Pary vừa nói xong, thì Nata nghe thấy có tiếng

la hét bên dưới. Tự đâu xuất hiện một con voi tám vòi to tướng, đang rượt lũ học sinh chạy lố nhố khắp sân. Hậu quả là đám cỏ màu đỏ tội nghiệp bị nát bươm.

"Đấy, ta đã bảo mà," bác Pary cười ha hả. "Cách học tốt nhất là qua những trải nghiệm nhớ đời."

"Thế còn nguyên tắc thứ hai?" anh Napa hỏi.

"À... là đừng bao giờ để đèn hết pin," bác Pary nói, một tay bác vỗ vào cái đèn pin ngang hông, tay kia rút ra hai viên pin to tướng. "Tốt nhất là nên mang theo pin dự phòng, và ta khuyên dùng pin con trâu... chứ dùng pin con thỏ yếu lắm."

Nghe vậy, anh Napa lập tức rút đèn pin của thần Lumi ra và bật tanh tách, nhưng đèn không sáng. "Thảo nào, lúc nãy con quỷ kia không bị cháy đen, là do hết pin, trời ạ!"

Bác Pary nhún vai. "Không có gì là hoàn hảo, pin trâu tới mấy thì cũng có lúc phải cạn thôi."

"Vậy còn nguyên tắc cuối cùng ạ?" Nata hỏi.

"Ta vừa nói rồi, mọi thứ không phải lúc nào cũng hoàn hảo. Dù có thể nhớ được dãy cả chục số, nhưng thi thoảng chúng ta cũng không nhớ mình để đèn pin ở đâu, hoặc một ví dụ điển hình là..."

Chợt bác Pary mặt thộn ra. Bác tự cốc đầu mình một cái, rồi thở dài ngao ngán.

"Có chuyện gì ạ?" Nata hỏi.

"Ồ... ta vừa nhớ ra mục đích chính của mình khi tới hang quỷ đó là lấy lại cái khăn tàng hình, còn việc cứu các cháu... thực ra nằm ngoài kịch bản."

"Ý ông bác là cái này sao?" anh Napa nói, rồi rút từ túi quần ra cái khăn quen thuộc.

Bác Pary mắt sáng rực, cảm ơn anh Napa rối rít. Đúng là trong mơ có khác, Nata không hiểu sao túi quần anh Napa có thể chứa nhiều đồ như vậy. Nhưng xem ra hay quên đúng là một tật khó chữa, kể cả với các phù thủy trí nhớ, mà hình như chính thần Lumi cũng đã quên mang pin dự phòng thì phải.

"Wow, hay quá!" anh Napa thốt lên.

Anh ấy đang nhìn vào ô cửa sổ trên một ngọn tháp. Ở đó là một cô giáo tóc hồng đang giảng bài, còn học sinh ai cũng chăm chú lắng nghe mà không chép bài. Lý do là những cây bút đang tự động viết trên vở.

Nhìn vẻ mặt háo hức của anh Napa, cô đoán là anh đang ao ước sở hữu được phép thuật đó để tha hồ chép phạt. Nata nhìn mấy ngọn tháp còn lại, và tự hỏi không rõ ngọn tháp mổ não để cấy bóng đèn phép thuật cho cô là ngọn nào nhỉ?

Không biết bác Pary cố ý bay lòng vòng để tranh thủ giới thiệu về trường, hay là để tìm chỗ hạ cánh thích hợp, mà họ lần lượt bay qua hai khu sân còn lại. Ở sân cỏ màu xanh, các học sinh đang đua máy hút bụi, xả khói tít mù. Tiếp đến là sân cỏ trắng, nơi hàng tá học sinh đang ngồi yên. Có vẻ như họ đang tĩnh tâm, vì Nata thoáng thấy một cô giáo với phong cách hao hao thần Lumi, chỉ khác là nếu ngài có thể ngồi trên bộ râu trắng vĩ đại, thì người này ngồi trên mái tóc vàng cũng khổng lồ không kém.

"À các cháu ơi," bác Pary nói. "Vì sự an toàn của hai đứa, hãy hứa với ta một điều. Đó là nếu có ai hỏi, thì cứ nói các cháu đến từ một quốc gia xa xôi nào đó, bị lũ quỷ bắt làm con tin, và thần Lumi đã báo mộng cho ta phải cứu bằng được."

Hai anh em chưa ai kịp hỏi tại sao, thì có tiếng rẹt rẹt vang lên. Cái ống hút bụi rung lên, chiếc máy bốc khói nghi ngút, bác Pary mặt mày tái mét.

"Bám chặt vào!"

Bác Pary thét lên, nhưng Nata chưa kịp phản ứng. Cô thấy mình nghiêng ngả, chiếc máy hút bụi chao đảo và bắt đầu rớt xuống với tốc độ chóng mặt.

KỶ LỤC GIA

Bác Pary chìa tay ra. "Cháu không sao chứ?"

"Dạ," Nata nắm tay bác Pary để đứng lên, nhưng phải mất ít giây cô mới lấy lại được thăng bằng. Đám cỏ trắng như bông dưới chân, như đã phải lòng đôi giày xinh xắn của Nata, mà cứ ôm chặt lấy chúng.

Trước mắt họ là chiếc máy hút bụi đã tan nát, với nhiều mảnh vỡ vương vãi khắp nơi, trông chẳng khác nào tảng thiên thạch mới hạ cánh một cách cẩu thả xuống sân trường.

Đâu đó có tiếng người rên rỉ.

Hai bác cháu chạy ra sau chiếc máy, thì thấy anh Napa nằm bất động, đầu nghiêng sang phải, trông thảm hại hết sức. Lưỡi anh thè ra, suýt chạm cái ống hút quanh cổ, như con trăn khổng lồ đang siết mồi. Cái máy kêu ro ro rồi tắt lịm, để lại sự im lặng tới đáng sợ.

Nata đứng như trời trồng, còn bác Pary lao ngay vào, giật đứt cái ống và lôi anh Napa ra ngoài.

Mặt anh trông xám xịt không còn giọt máu. Bác Pary vừa lắc vừa gọi, nhưng không thấy Napa nhúc nhích. Rồi bác áp tai vào ngực nghe ngóng, sau đó nhanh chóng đặt anh nằm xuống, và đấm vào ngực thùi thụi, như thể cách đó có thể bật công tắc trái tim anh trở lại, nhưng anh vẫn không tỉnh.

Cuối cùng, bác buông tay, thở dài và nhìn Nata như muốn nói rằng, ở đây không có bệnh viện. Tim cô đánh trống rộn ràng, dù anh Napa chết vì già, hay vì tai nạn do máy hút bụi, thì kết cục cũng thảm hại như nhau. Họ sẽ mắc kẹt lại đây vĩnh viễn.

"Hù!"

Anh Napa bật dậy khiến hai bác cháu giật mình, rồi anh nở một nụ cười nhìn không thể đáng ghét hơn. Theo phản xạ, Nata lao vào véo tay anh tới tấp.

"Napa," bác Pary trố mắt hỏi. "Cháu không sao thật đấy chứ?"

"À, trừ mấy chỗ bầm dập thì không sao," anh Napa nói rồi lắc cái cổ răng rắc. Sau đó, anh nhìn cái máy hút bụi thảm thương và hỏi, "Mấy chục năm rồi bác không bảo hành nó vậy?"

Bác Pary không trả lời.

Nata thấy một chú chim hải âu, với bộ lông tím tả tơi, đang xiêu vẹo bước ra từ cái ống hút. Chắc chắn nó là thủ phạm khiến họ bị rớt, mà cũng thật vi diệu khi nó vẫn còn sống.

"Bác Pary ơi," Nata hỏi. "Ngoài chim ra, đã có ai bị hút vào đó bao giờ chưa?"

Những tưởng câu nói đùa của cô phải làm bác ấy cười ha hả, nhưng bác Pary vẫn im như thóc. Bình thường trong tình huống này, anh Napa chắc sẽ thêm vào vài câu gây cười, song giờ cả anh ấy cũng im thít. Hai người họ đứng yên như phỗng, mắt mở to không chớp, nhìn đắm đuối về phía Nata, như thể cô là một tiên nữ giáng trần.

"Ba người may mắn đấy," một giọng nữ trong trẻo vang lên. "Nhưng tôi nói cho mà nghe này, cỏ ở đây không miễn phí đâu, nhớ đền cho tôi!"

Nata quay lại, và nhận ra vị giáo viên dạy tĩnh tâm lúc nãy. Bộ váy công chúa trắng muốt làm nổi bật khuôn mặt thánh thiện như thiên thần. Nếu bộ râu của thần Lumi xuất hiện ở đây, có lẽ nó sẽ muốn kết hôn ngay với mái tóc vàng mềm mượt tới tận gót chân của người phụ nữ này. Nata để ý trên ngực cô cũng có một huân chương đại bàng giống bác Pary.

Bác Pary giờ mới lắp bắp. "Ơ... Hơ-mi-tu... à? Đám cỏ đúng là... êm thật."

"Sao anh này khách sáo thế, cứ gọi em là Hemi được rồi. Mà cơn sóng nào đánh dạt phù thủy hoành tráng nhất mọi thời đại vào bờ thảm thương thế này?"

"Ờ," bác Pary gãi đầu, mặt đỏ như gấc. "Sóng mà đánh được anh thì chắc chỉ có sóng thần..."

Câu đùa của bác Pary tỏ ra hiệu quả, bầu không khí yên lặng bị phá vỡ hoàn toàn bởi tiếng cười khúc khích của cô Hemi. Mà có lẽ là do cái áo choàng của bác Pary thì đúng hơn, lúc ở hang quỷ trông nó oách thế nào, thì giờ đây trông không khác gì một cái giẻ lau nhà mới được lệnh về hưu sớm.

"Được rồi," cô Hemi nói. "Thế anh cưỡi sóng thần vào đây làm gì? Mà hai cô cậu này là thế nào? Con rơi của anh hay sao?"

"Ấy, đâu có," bác Pary đáp. "Thần Lumi có nhờ anh kèm cặp hai cô cậu này, nhưng khoản lý thuyết anh hơi tù mù, nên mới tới đây..."

Cô Hemi lườm. "Ý anh là tôi là con mọt sách hả?"

"À, không..." bác Pary vá lỗi ngay. "Ý là, khả năng diễn đạt của anh hơi tồi, khó mà truyền tải hết kiến thức tinh túy của phù thủy chúng ta."

"Thế nghe còn được," cô Hemi cười mãn nguyện, rồi quay sang phía hai anh em. Mái tóc vĩ đại của cô quay theo, y hệt một cái chổi siêu mẫu vừa quét cỏ. Cô nhìn họ và nói, "Thần Lumi tiến cử hai cô cậu cơ à? Thú vị đấy. Giờ chúng ta sẽ lên văn phòng, vừa đi vừa nói chuyện cũng được."

Sau đó, trên suốt chặng đường từ sân cỏ trắng về tháp trung tâm, Nata thấy cô Hemi không chỉ xinh đẹp thân thiện, lại uy lực nữa, đúng là mẫu hình lý tưởng của Nata trong tương lai. Tuy nói ít, nhưng những câu hỏi của cô Hemi như bùa mê thuốc kích thích, làm bác Pary và anh Napa mở miệng như chim hót. Hai người họ đã thêu dệt lên một câu chuyện ly kỳ, với nhiều tình tiết chối tai kinh khủng, nhưng Nata đành cắn răng chịu đựng, vì cô biết cái năng khiếu không-biết-nói-dối của mình sẽ chỉ gây thêm rắc rối.

Đại loại là anh Napa, hoàng tử đến từ vương quốc Navi, hay còn gọi là xứ sở truyện tranh, nơi người dân chỉ thích đọc truyện và vẽ tranh. Do sở hữu bí quyết trẻ mãi không già, nên anh ấy đã bị lũ quỷ bắt cóc, đó là lý do tuy 90 tuổi, nhưng trông anh như một đứa nhóc. Đã thế, anh còn không cho chép mọi người gọi mình là ông già. Còn Nata là... cô hầu gái có gương mặt xinh giai giống hoàng tử, lũ quỷ không biết bắt ai cho đúng, nên chúng đã tóm cả hai.

Chưa hết, nhờ thần Lumi báo mộng, bác Pary đã xông pha hang ổ của lũ quỷ, chiến đấu với cả ngàn con để cứu họ. Còn cái khăn tàng hình bị con quỷ chúa dùng làm khăn tắm, bác Pary đã hoá hắn thành cục xà bông. Do bị lũ quỷ tra tấn, não hoàng tử Napa bị tổn thương nặng nề nên quên cả đường về, còn Nata bị cán chổi đập vào đầu, nên cũng đã mất trí. Giờ họ muốn nhờ cô Hemi dạy cách luyện não và làm phép để tự bảo vệ mình, cũng như hồi phục trí nhớ.

Tới đoạn anh Napa thêm mắm muối vào thân phận éo le của cô hầu gái, vì quá ham học nên mắt cận lòi, và ế ẩm cả thanh xuân, Nata tức muốn xì khói. Nhưng nhờ tuyệt chiêu tĩnh tâm thần Lumi, cô mặc kệ những cảm giác khó chịu đó, để có thể chiêm ngưỡng vẻ tráng lệ của chú đại bàng khổng lồ trên đỉnh tháp.

Có lẽ ba chú đại bàng đậu trên nóc cổng trường Dama phải gọi nó là cụ tổ, hoặc đại bàng chúa. Vì sải cánh pha lê của nó dài như cái cần cẩu, đang phản chiếu ánh cầu vồng lên đôi tay Nata, khiến cô như sở hữu một làn da bảy màu.

Bước theo mái tóc khổng lồ của cô Hemi, họ băng qua cánh cửa đá nặng cả tấn để tiến vào đại sảnh của tháp trung tâm. Bên trong là một cung điện nguy nga, với hệ thống cầu thang gỗ chằng chịt nhất thế giới. Nata dám cá ông kiến trúc sư chắc hẳn là tín đồ leo núi, vì mỗi cầu thang đều được đánh số, và muốn lên tầng nào, thì phải tìm cầu thang tương ứng với tầng đó.

Nata không thể tưởng tượng nổi nếu như học ở tầng 10 thì sẽ mệt thế nào khi mỗi ngày phải leo cả trăm bước. Tuy nhiên, vẻ mặt hớn hở của mọi người ở đây, khi lên xuống cầu thang lại nói lên điều khác, cứ như thể việc leo thang sẽ giúp họ kéo dài tuổi thọ.

"Chúng ta sẽ lên tầng mấy ạ?" Nata hỏi.

"Tầng 10," cô Hemi đáp.

"Trời đất," anh Napa nói. "Có thang máy không?"

Cô Hemi hỏi. "Thang máy là gì thế?"

Nata nói, "À, ý hoàng tử Napa là có cách nào để không phải đi bộ không ạ?"

Anh Napa nở nụ cười nham nhở hết sức. "Con hầu này thông minh lắm, rất hiểu ý ta."

Mặt Nata nóng bừng, cô thề là lát nữa cô sẽ véo tay anh Napa cho thật đã mới thôi.

"À à..." cô Hemi gật đầu. "Ta hiểu rồi, loại đó cũng có. Ở đây chúng ta gọi là thang chim, song ít khi dùng lắm vì mọi người rất thích đi bộ."

Nói đoạn, cô Hemi huýt gió một cái, lập tức ở lan can tầng 10 tòi ra bốn chú chim đại bàng khổng lồ. Nhìn từ xa, Nata vẫn có thể nhận ra cặp mỏ vàng óng cùng đôi chân vạm vỡ của chúng. Biệt đội đại bàng kêu lên tiếng quác nghe như gà. Rồi bất thình lình, chúng lao vút xuống chỗ họ với vận tốc kinh hoàng.

Nata chưa kịp định thần, thì đã thấy đôi vai mình bị

quắp một cái đau điếng. Rồi mặc cho cô giãy giụa, con đại bàng nhấc bổng Nata lên không trung. Sau vài giây choáng váng, Nata nhận ra mình đã được thả xuống ở tầng 10. Cô lồm cồm bò dậy được, thì cũng là lúc bác Pary và cô Hemi đang cầm chân lũ đại bàng và từ từ hạ cánh, còn anh Napa thì nhảy tót xuống từ trên lưng con đại bàng to nhất.

Cô Hemi hỏi Nata, "Cháu ổn chứ?"

Nata gượng cười. Ổn ư? Cô thấy còn tệ hơn cả lúc bị say máy hút bụi. "Dạ, hơi đau một chút ạ."

"Cứ làm nhiều rồi sẽ quen thôi," cô Hemi nói, rồi nở nụ cười tươi rói, như thể sắp tới Nata sẽ được nhập học trường này, và bị đại bàng quắp đi khắp nơi mỗi ngày.

Họ tiến tới một cánh cửa, trông như két sắt của ngân hàng trung ương, trên đó khắc dòng chữ vàng: Phòng Hiệu Trưởng. Bên dưới là cái đèn nhỏ nhấp nháy, cùng tiếng loa kêu rè rè kêu.

"Tít tít tít... mời đọc mật khẩu."

Cô Hemi đọc nhanh không vấp, "0302 5010 1508 1989 3771 2162 1009 1028."

Cô vừa dứt lời, cái đèn chuyển màu sang xanh lá cây, cánh cửa phát ra tiếng kêu y như bên trong là cả hàng ngàn bánh răng loại cổ. Hai anh em im lặng nhìn nhau, bác Pary thì gật gù như muốn khẳng định rằng, bạn thân của mình là kỉ lục gia trí nhớ. Quả thật, đó là mật khẩu dài nhất mà Nata từng gặp.

Nata hỏi, “Cô đọc to thế không sợ lộ mật khẩu ạ?”

“Tất nhiên mỗi lần ra khỏi phòng, ta đều đặt lại mật khẩu chứ, đều là những dãy 32 số ngẫu nhiên. Chưa kể là cánh cửa này thông minh lắm, nó có chế độ dọa cho những ai đọc sai phải sợ phát khiếp.”

Nata tròn xoe mắt. “Cô mất bao lâu để nhớ ạ?”

“Khoảng 8 giây,” cô Hemi đáp tỉnh bơ. “Nếu tập trung thì sẽ nhanh hơn.”

“Sao mà làm được?” anh Napa trố mắt.

“Cứ làm nhiều rồi sẽ quen thôi, đúng không Hemi?” bác Pary nói, rồi giơ tay vẫy chào. “Hai cháu cứ tự nhiên học hỏi nhé, ta đi bảo hành cái máy hút bụi đây.”

Tạm biệt bác Pary, ba cô trò bước vào trong.

Nếu như phòng của thầy hiệu trưởng Dato toàn gỗ, thì căn phòng này toàn... cây. Từ trên trần tỏa xuống bốn bức tường là cả tá dây leo với những chiếc lá khổng lồ uốn lại thành những cái kệ đựng sách lạ mắt. Trên đó không chỉ có đầy sách vở tự cổ chí kim, mà còn có cả tá huân chương đủ loại. Nata ấn tượng với chiếc cúp vàng hình đại bàng khắc chữ ‘Kỷ lục gia trí nhớ’. Điều làm cô ngạc nhiên là ngay cạnh đó, có cuốn sách tựa đề 'Đời là bể cám' của FuSuSu, rồi cả cuốn 'Bước đi trong mơ' nữa chứ?

Sao chúng lại ở đây? Nata đang mơ cơ mà?

Vị nam thần giấc ngủ nói đúng, mọi thứ trong giấc mơ này sẽ cố thuyết phục Nata rằng đây là thế giới thật. Cô tự nhắc mình phải nhanh chóng học phép thuật, và thoát ra khỏi đây càng sớm càng tốt.

Nghĩ vậy, Nata rảo bước nhanh hơn.

Họ dừng chân ở một chiếc bàn lớn, làm từ gốc cây cổ thụ, mà chắc là mấy anh thợ đã phải cưa mất cả tuần. Cô Hemi phẩy tay một cái, đám lá cây ở góc tường bên phải bắt đầu dịch chuyển, tạo thành một cái cửa sổ khiến căn phòng sáng trưng. Qua đó, Nata có thể thấy sân cỏ trắng, nơi các học sinh đang giúp bác Pary nhặt nhạnh những mảnh vỡ của chiếc máy hút bụi đang rải rác khắp nơi.

"Ngồi đi hai cháu," cô Hemi nói.

Nata còn loay hoay không biết ghế ở đâu, thì cái bàn từ từ mọc ra ba nhánh cây di động, chúng uốn éo như tua bạch tuộc, tạo thành ba chiếc ghế với tấm đệm lá cây thật thích mắt. Nata ngồi xuống, cảm giác êm mát tự nhiên thú vị thật, nếu có quán cà phê nào đậm chất thiên nhiên thế này, cô có thể ngồi học bài ở đó cả ngày mà không biết chán.

"Hai cháu uống nước chứ?"

Cô Hemi hỏi làm Nata chợt nhận ra từ lúc tới tầng hai giấc mơ này, hai anh em cô chưa hề ăn uống gì mà vẫn khỏe re, nhưng cô vẫn muốn thử xem sao.

"Cô có nước gì? Cho cháu một cốc ạ."

"Còn tôi nước gì cũng được, một cốc bự gấp đôi," anh Napa chen vào, rồi lắc lư người như muốn thử độ chắc dẻo của chiếc ghế mới lạ.

Cô Hemi gật đầu, lập tức mấy cái ghế rung nhẹ. Trên tay vịn, mọc ra một bông hoa to bự, trông như chiếc cốc xinh xắn. Bên trong là thứ nước hấp dẫn lạ thường. Rồi cạnh đó, một chiếc lá đang tự cuộn lại thành ống hút.

Nata cầm lên, hút thử. Một cảm giác mát lành thật đã khát, cứ như là nước chanh pha với dâu rừng vậy. Nata hỏi, "Nước gì đấy cô?"

"Ta cũng không rõ," cô Hemi nhún vai. "Nó tự động điều chỉnh hương vị theo ý thích thầm kín nhất của mỗi người."

"Vậy của tôi chắc là vị bỏng ngô pha với cô-ca rồi..." anh Napa nói, rồi cầm bông hoa lên tu ừng ực, như muốn uống bù nước cho những ngày chết khát ở sa mạc dưới tầng ba giấc mơ.

Cô Hemi ngồi xuống, không biết cô có họ hàng gì với thần Lumi không, mà đám tóc bồng bềnh như đệm của cô ấy làm Nata nhớ tới bộ râu trắng muốt của ngài cũng có tác dụng tương tự.

"Thường thì ta và các thầy cô khá bận rộn, song thần Lumi đã có lời nhờ vả, thì đây là việc quan trọng. Các giáo viên chúng ta sẽ trực tiếp giúp đỡ các cháu. Khi ra khỏi đây, các cháu sẽ phải ngạc nhiên vì trí nhớ của mình, và cũng sẽ có thể làm được nhiều phép thuật thú vị, nhưng phải hứa với ta một điều..."

"Mười điều cũng được!" anh Napa nhanh nhảu.

Cô Hemi bắt đầu đọc lầm bầm một dãy số dài. Từ giữa cái bàn, phun lên một tia nước như thể câu thần chú của cô đã làm vỡ mạch nước ngầm bên dưới. Điều lạ là các giọt nước bay lên và lơ lửng giữa không trung, rồi như có một bàn tay vô hình nhào nặn, đám nước tụ lại, tạo thành hình người lấp lánh, dang hai tay đón nắng mặt trời từ ngoài cửa sổ.

"Những gì các cháu được biết hôm nay, là trí tuệ kết tinh của hàng ngàn thế hệ phù thủy, sẽ giúp kích hoạt sức mạnh tiềm ẩn trong mỗi người..."

Cô Hemi nói tới đâu, các giọt nước biến hình minh họa cho lời cô tới đó. Trước mắt họ, đám nước đang biến hóa để mô phỏng bộ não.

"Hơ hơ," anh Napa nói. "Giống hai cái mông!"

Nata véo tay anh Napa một cái và nói. "Kính thưa hoàng tử đáng mến, đó là não người đấy ạ. Hy vọng ý hoàng tử không phải là não của ngài cũng có họ hàng với... cái mông."

Anh Napa nhăn mặt, có vẻ như Nata cuối cùng cũng đã trả thù được một ít cho vụ cô hầu gái éo le.

"Bỏ qua vấn đề ngoại hình," cô Hemi cười. "Bộ não là một cỗ máy kỳ diệu, khi được phát huy hết sức mạnh, nó có thể tạo ra vũ khí hủy diệt."

Theo lời cô Hemi, đám nước tạo hình ra quả bom nguyên tử rơi xuống một thành phố. Nata thấy những giọt nước li ti đóng vai các nạn nhân sau vụ nổ. Sau đó, bỗng nhiên chúng lại hóa ra một con đường cùng vô vàn những chiếc cột đèn.

"Ngược lại, bộ não cũng giúp tạo ra những thứ có thể giải thoát cả nhân loại khỏi màn đêm tăm tối, và trường Va-hớt là nơi sẽ giúp các cháu giải phóng sức mạnh tiềm ẩn của bộ não vì mục đích tốt đẹp. Hãy hứa với ta, là các cháu sẽ tuân theo tôn chỉ đó, chỉ dùng phép thuật vào mục đích tốt đẹp."

"Nhưng cho hỏi," anh Napa nói. "Dùng thần chú hóa quỷ thành xà bông thì có xấu không?"

"Quan trọng là mục đích khi thực hiện. Nếu để bảo vệ người khác thì ổn, song nếu chỉ vì nhà mình thiếu xà bông thì không nên chút nào."

"Tôi hiểu rồi," anh Napa đáp, mắt sáng rực, như thể câu thần chú đầu tiên anh quyết tâm học cho bằng được, là hô biến Nata thành tập truyện, vì một mục đích tốt đẹp nào đó. Rồi anh đặt hai ngón tay lên thái dương, vẻ mặt nghiêm túc hết sức. "Tôi xin hứa sẽ dùng phép vào mục đích tốt đẹp."

Không biết anh Napa học đâu cái chiêu đặt tay lên thái dương để hứa, chắc là thủ tục cổ xưa nào đó ở xứ sở truyện tranh mà anh mới chế ra.

Nata bắt chước theo và nói, "Cháu cũng hứa ạ."

"Ta tin các cháu," cô Hemi trao cho họ cái nhìn đầy tin tưởng. "Vậy cả hai đã sẵn sàng để nhớ những dãy thần chú dài ngoằng chưa?"

Anh Napa tỏ có vẻ ái ngại. "Nhưng mấy cái bóng đèn nơ-ron trong đầu tôi nó cứ sao sao ấy. Chưa mổ não để sắp xếp lại, thì liệu có thể nhớ được không? "

"Tại sao không?" cô Hemi đáp. "Hãy thử một trò chơi với ta nhé!"

TẠI SAO KHÔNG?

"Ai biết thì trả lời thật nhanh," cô Hemi nói. "Ngày 1 tháng 5 là ngày gì?"

"Ngày Quốc tế Lao động!" Hai đứa đồng thanh.

"Thế còn 8 tháng 3?"

"Ngày Quốc tế Phụ nữ!" Nata đáp.

Anh Napa gãi đầu. "Sao mình lại không nhớ ra ngày đơn giản đó nhỉ?"

Nata bĩu môi. "Là do ngày đấy em với bố hay đi mua hoa tặng mẹ, còn anh chắc là lại trốn đi đâu đó đọc truyện tranh đúng không?"

Anh Napa nín thinh. Nata ngớ ra hình như cô đã lỡ lời và suýt để lộ thân phận của hai đứa. Đáng lẽ cô nên gọi Napa là hoàng tử, dù có phát rồ với câu chuyện viễn tưởng của anh và bác Pary tới mấy.

Anh Napa thở dài, "Em không thể nghĩ tốt đẹp hơn về hoàng tử này sao? Ngày đó anh cũng đi mua quà cho mẫu hậu chứ bộ, chỉ là chọn mãi không ra được cuốn truyện tranh nào phù hợp thôi."

Cô Hemi bật cười, có vẻ như câu nói của anh Napa làm cô ấy quên khuấy mất một chuyện động trời, làm sao Nata, một cô hầu thấp kém, lại có thể chung mẹ với hoàng tử được cơ chứ? Song, chắc Nata lo lắng quá rồi, cô Hemi không tỏ ra chút nghi ngờ nào.

"Tốt lắm, hãy tiếp tục với câu đố cuối cùng, đây là một ngày rất quan trọng đấy. Ngày 15 tháng 8?"

Anh Napa lắc đầu, còn Nata thì đã lục tung danh sách 100 ngày tháng lịch sử đáng nhớ, và vẫn chưa có câu trả lời.

"Trời ơi!" cô Hemi thốt lên. "Ngày quan trọng thế mà hai đứa không biết sao?"

Anh Napa trao cho cô Hemi một cái nhìn hết sức nghiêm túc. "Đó là ngày sinh nhật cô hả?"

"Không," cô Hemi đáp. "Đấy là ngày sinh nhật nhà văn FuSuSu."

Hai đứa mặt thộn ra, cô Hemi cười khoái trá. "Các cháu làm ta nhớ lại tuổi thơ quá. Ngày xưa thần Lumi cũng hỏi xỏ về một ngày rất quan trọng, ngày 17 tháng 8. Ta thông minh lắm, nên đoán đó là sinh nhật ngài, hóa ra câu trả lời lại là sinh nhật người yêu cũ của ngài. Mà thôi, tập trung nào, đố hai người biết tại sao nói tới ngày 1 tháng 5, hoặc ngày 8 tháng 3, là nhớ ra ngay, còn 15 tháng 8 thì cả hai đều chịu?"

"Dạ," Nata nói. "Đó có phải vì ngày 1 tháng 5 rất phổ biến không ạ?"

Cô Hemi gật đầu. "Thế hoàng tử Napa nghĩ sao?"

Với ánh mắt sáng rực, anh Napa hùng hồn tuyên bố. "Vì ngày đó tôi được nghỉ học!"

"Chính xác!" cô Hemi vỗ tay. "Đó là điều ta muốn nói. Thường người ta sẽ chỉ nhớ gì đó, khi nó có ý nghĩa với mình. Nếu ví thông tin như những chiếc bóng đèn có hình dạng khác nhau. Sẽ có chiếc ta thích, có chiếc ta không thích. Ta thích cái nào, nó sẽ gắn chặt vào bộ não cái đó nên dễ nhớ hơn, vậy thôi."

"À... ra là thế," anh Napa gật gù. "Vậy lúc nãy khi cô hỏi ngày 1 tháng 5, một luồng điện đã xẹt qua làm cái bóng đèn dán nhãn 'Quốc tế Lao động' trong đầu tôi bật sáng hả?"

"Thật không đấy," Nata chen vào. "Em tưởng cái bóng đó của hoàng tử phải mang nhãn 'Nghỉ học' mới đúng chứ?"

Anh Napa chau mày. "Nó dán cả hai, được chưa?"

Cô Hemi cười, rồi ôn tồn giảng giải. "Về mặt cấu tạo, thì não hoàng tử, não nhà vua, hay người hầu, kể cả não cô, hay bất cứ kỷ lục gia trí nhớ nào, đều có cấu tạo tương tự nhau. Bên trong có cả trăm tỉ bóng đèn nơ-ron. Do đó, không có trí nhớ kém, chỉ là do các bóng đèn thông tin chưa được gắn chặt."

"Thật sao?" anh Napa thốt lên, vẻ mặt lo lắng hết sức. "Vậy thì trong não tôi có đầy dầu nhớt rồi, gắn cái đèn nào vào là rớt liền cái đó!"

Nata muốn phủ nhận điều ấy, nhưng qua ánh mắt đầy quyết tâm của anh Napa, cô biết rằng niềm tin về một trí nhớ bẩm sinh tồi tệ đã bám rễ trong anh. Nhưng thực tế đúng là như vậy mà, tính đãng trí của anh Napa là có thật. Chắc chắn não anh ấy được thiết kế để quên đi mọi thứ nhanh chóng.

"Được rồi, để ta chứng minh nhé," cô Hemi nói. "Có ai còn nhớ mật mã vào cửa không?"

"Có," anh Napa reo lên. "Tôi nhớ!"

Nata há hốc mồm. "Hoàng tử đọc lại xem nào?"

"À... đã nói hết câu đâu. Tôi có nhớ, và chỉ nhớ rằng đó là một dãy có 32 số mà thôi."

Nata định lao tới véo tay anh Napa một cái, cơ mà cũng phải thông cảm cho anh ấy. Vì bản thân Nata, vốn có trí nhớ tự nhiên khá tốt, cũng chỉ nhớ được mấy số đầu và cuối, các số ở giữa đã trốn đâu hết.

Cô Hemi nhìn vào đám nước bay lơ lửng như thể cô có thể ra lệnh cho chúng bằng ý nghĩ. Đúng thật, các giọt nước li ti bắt đầu xếp thành chiếc bảng trong suốt.

Ở giữa nổi lên mật mã lúc nãy, nhưng đã được chia làm bốn dãy, mỗi dãy 8 số.

03025010

15081989

37712162

10091028

Cô Hemi chỉ tay vào dãy đầu tiên. "Đố hai người dãy số này có gì đặc biệt?"

03025010 à? Nata nhìn một lúc. Ngoại trừ việc được tạo ra từ những hạt nước trông thật sống động dưới ánh mặt trời, thì chúng vẫn chỉ là con số.

"Trông nó quen quen thì phải?" anh Napa nói.

Cô Hemi nở một nụ cười tinh nghịch. "Napa, hoàng tử thử đi vòng quanh xem có phát hiện ra gì không?"

Anh Napa ngồi bật dậy, chạy ra phía đối diện, nhìn nó một hồi rồi reo lên.

"Aha! 03025010 lật ngược lại là 01052030, ngày 1 tháng 5 năm 2030, ngày Quốc tế Lao động!"

"Tuyệt vời!" cô Hemi búng tay một cái, những giọt nước nhảy múa reo vui. "Vậy giờ nếu nhắc tới 03025010 chúng ta sẽ nghĩ tới..."

Hai anh em đồng thanh. "Ngày Quốc tế Lao động đảo ngược!"

Cô Hemi quay sang hỏi Napa. "Giờ hoàng tử đã thấy dãy đầu tiên dễ nhớ hơn chưa?"

"Ừ, dễ hơn thật," anh Napa ấp úng. "Nhưng chắc là ăn may thôi..."

Cô Hemi cười. "Ăn may thì ít ra đã có một vài bóng đèn được gắn chặt hơn rồi, thế còn mấy dãy số bên dưới thì sao?"

Lần này, Nata ra sức đảo thứ tự các số, nhưng chẳng ra ngày tháng nào quen thuộc. Anh Napa thì chạy ngược chạy xuôi, nhìn đám nước trong đủ mọi tư thế, thậm chí trồng cây chuối, nhưng cũng phải đầu hàng. Cuối cùng, họ đành nghe cô Hemi bật mí bí mật.

"Thật ra dãy số hai khá dễ nhớ, 15081989, có hơi liên quan tới ngày sinh của ai đó. Nhưng nếu ta không biết người ấy, thì cũng chẳng dễ nhớ chút nào. Vì ngày đó không có ý nghĩa với mình. Còn đây là bí quyết giúp nhớ bất cứ dãy số nào. Hãy xem những gì diễn ra trong đầu cô khi nghĩ về dãy số đó nhé!"

Những giọt nước bắt đầu nhảy múa và tạo hình ra một khách sạn với bể bơi trên sân thượng. Cô Hemi nói, "Để nhớ dãy 15081989, ta hình dung tới 1 khách sạn 5 sao, vào lúc 0 giờ 8 phút, người ta phát hiện 1 con gà 9 cựa, đang tắm cùng 8 con ngựa 9 hồng mao."

Cô Hemi vừa dứt lời, Nata suýt sặc nước, còn anh Napa ôm bụng cười gập cả người. Nata dám cá mình sẽ không bao giờ quên hình ảnh chú gà bơi lội tung tăng với đàn ngựa trên nóc khách sạn. Những giọt nước đã minh họa chúng quá xuất sắc.

"Dễ nhớ hơn chưa?" cô Hemi hỏi.

Anh Napa nhắm mắt rồi đáp một mạch. "03025010 15081989."

"Trời ơi!" cô Hemi thốt lên. "Napa vừa làm gì thế?"

"Làm gì nhỉ?" anh Napa hỏi, rồi trân trân ngó hai người, như thể vừa phạm một trọng tội.

"Không phải sao?" cô Hemi nói. "Hoàng tử vừa nhớ được một dãy dài tận 16 số đấy!"

Anh Napa ngơ ngác, cứ như chính anh đã trở thành tác giả viết truyện, có khả năng tự viết mà không cần phải đi mua truyện để đọc.

"Cách này hay quá," Nata hỏi. "Làm sao cô biết?"

"À, ta học từ hồi mẫu giáo. Các con số cũng giống như bóng đèn, khi cháu liên tưởng mỗi số với một hình ảnh, và tạo ra câu chuyện thú vị, thì cũng giống như phết keo vào bóng đèn đó, rồi gắn chặt vào não."

Anh Napa hỏi, "Nhưng làm sao cô tạo câu chuyện vần điệu và dễ nhớ như vậy?"

"Cứ làm nhiều rồi sẽ quen," cô Hemi đáp.

"Chắc là phải có cách nào đó dễ hơn," anh Napa nói. "Số 3 nghe vần với chữ nào hả Nata?"

"Số 3 hả, La.. ta.. ma.. ba.. bà..."

"Còn số 7?"

"Tẩy, đẩy, quẩy..."

Anh Napa mắt sáng rực. "2 và 6 thì sao?"

"6 có thể là báu, máu, cháu... còn 2 là cái, trai hoặc mái, gái gì đó..."

Nata vừa dứt lời, thì anh Napa hú lên y như mới đạt giải Nô-ben. Anh bắt đầu nhắm mắt, rồi lầm bầm đọc gì đó. Khi Napa mở mắt ra, Nata cảm tưởng mấy cái bóng đèn trong não anh đang rực sáng qua đôi mắt đầy tự tin.

"Mọi người hình dung nhé," anh Napa nói, rồi đọc to từng chữ. "Dãy số 37712162 sẽ là, có 3 bà già run lẩy bẩy, ngồi ăn 77 cái quẩy. Sau đó lấy hết sức đẩy 1 chiếc xe tăng 2 nòng, 1 bánh, khiến 6 cháu trai ngồi trên ngã dập 2 mông."

Anh Napa dứt lời, Nata cười chảy nước mắt. Còn cô Hemi gật gù tâm đắc. Cô nói, "Tuyệt lắm Napa, một sự kết hợp xuất sắc, vần điệu và giàu hình ảnh. Giờ hoàng tử thử đọc lại cho ta cả ba dãy số xem."

Anh Napa mặt hớn hở. "Ngày Quốc tế Lao động, 03025010... Sau đó tới khách sạn, à rồi... 15081989 và vừa rồi là 37712162."

Cô Hemi vỗ tay đồm độp. "Chúc mừng, vậy là hoàng tử nhớ được dãy 24 số rồi!"

Nata giật mình, còn anh Napa mắt đảo quanh căn phòng, như thể đang tìm một chàng hoàng tử thực sự nào đó, người có thể nhớ được dãy 24 số, chứ không phải là ông anh vốn đãng trí của cô.

Anh Napa nói, "Nhưng tôi đâu có làm được nếu không có Nata tìm ra các chữ vần với số?"

Cô Hemi gật đầu, rồi ngắt hai chiếc lá trên tay ghế. Một chiếc cô cuốn lại và hóa thành cây bút, còn chiếc kia tự biến thành tờ giấy. Cô đưa cho Nata và nói, "Cháu hãy giúp ta liệt kê càng nhiều càng tốt các vần tương ứng với từng con số, giống như lúc nãy."

Nata bắt đầu viết. Gì chứ thử thách ngôn ngữ này với cô là chuyện nhỏ. Chỉ mất ít phút, Nata đã có một sản phẩm đầy tự hào trên tay. Cô Hemi nhìn và gật gù tâm đắc, còn anh Napa lanh chanh cầm lấy chiêm ngưỡng.

Cô Hemi nói, "Tuyệt lắm, ta không nghĩ Nata có thể tạo ra nguyên một bảng cho cả 10 con số như vậy. Giờ hoàng tử hãy thử dùng gợi ý này để tạo ra câu chuyện cho dãy cuối cùng xem?"

1	Cột	Cột Đột	Bột	Hột	Lột	Nhột	Sột
2	Chai	Lai	Giai	Trai	Mai	Tai	Sai
3	Ca	Ba	La	Ma	Bà	Hoa	Loa
4	Rốn	Đốn	Đốm	Mồm	Xồm	Tôm	Bồn
5	Xăm	Măm	Tăm	Cằm	Săn	Tằm	Măng
6	Cháu	Máu	Cáu	Báu	Láu	Báo	Táo
7	Quẩy	Tẩy	Đẩy	Nhẩy	Bẩy Bẩy	Cây	Tây
8	Cám	Đám	Bám	Bán	Sắn	Tắm	Bắn
9	Nín	Nhím	Thím	Tím	Phím	Tìm	Tim
0	Ông	Lông	Xông	Công	Bông	Đông	Trông

Từ hoàng tử được cô Hemi nhấn mạnh, có vẻ kích thích Napa ghê gớm. Anh vừa nhìn tờ giấy, vừa nhìn dãy số, và lẩm bẩm một mình. Bỗng anh vỗ đùi đét một cái khiến cả hai cô cháu giật mình.

Anh Napa mỉm cười, rồi bắt đầu chế tác câu chuyện. "Có 1 anh lông bông, 0 nhà 0 cửa, nhưng lại... có chửa 9 tháng 10 ngày..."

Nghe tới đó Nata sặc nước, còn cô Hemi không nén nổi cười, mái tóc khổng lồ của cô rung lên bần bật.

"Bình tĩnh, chưa xong mà..." anh Napa ra hiệu cho hai người im lặng. "Đây rồi, 1 anh lông bông, 0 nhà 0 cửa, nhưng có chửa 9 tháng 10 ngày... đẻ ra 2 con gián và 8 con nai!"

Cả hai cô cháu lại được thêm một tràng cười rũ rượi. Nata rất hạnh phúc khi lần đầu tiên thấy anh Napa vui vẻ với những dãy số như vậy. Điều này khác hẳn khi xưa, lúc chuẩn bị thi, họ đã vật lộn với các ngày tháng lịch sử mà mãi anh Napa vẫn không nhớ nổi.

"Mà này," anh Napa lên tiếng, "Sao chúng ta không quy ước sẵn cho các con số lớn hơn, để vừa nhớ nhanh hơn, vừa đỡ phải nghĩ khi gặp nhỉ?"

Nata hỏi. "Ý hoàng tử là sao?"

"Ví dụ 62 sẽ là cháu trai," anh Napa dò tay trên bảng. "À đấy, 28 là chai mắm, 67 là... cháo quẩy... còn 63 là cháo hoa."

"Trên cả tuyệt vời!" cô Hemi vỗ tay bồm bộp. "Như vậy lần sau gặp các số 62 và 67 thì hai người chỉ cần hình dung trong đầu là gì?"

"Cháu trai ăn cháo quẩy!" hai đứa đồng thanh rồi cười khúc khích.

Nata để ý từ lúc tới giấc mơ này, đặc biệt là khi bước vào đây, hai anh em rất hay trả lời giống nhau, như thể hai bộ não đã kết nối làm một.

Cô Hemi nở nụ cười mãn nguyện. "Napa đã phát hiện ra bí mật giúp ta đạt cúp vô địch trí nhớ rồi đấy. Ta đã dành thời gian liên tưởng tất cả các số từ 1 tới 9999 với những ý tưởng thú vị, để khi cần là tạo câu chuyện rất nhanh. Tất nhiên, cách làm của ta có khác hai người một chút."

"Còn những cách khác nữa sao?" anh Napa hỏi, lưng dựng thẳng trên ghế, mắt nhìn cô Hemi đầy thán phục. Nata vui lắm, cô chưa bao giờ thấy anh như vậy.

Cô Hemi gật đầu. "Luôn có nhiều hơn một cách để làm. Ví dụ ta thấy số 6 giống chữ b, số 5 giống chữ s, số 9 giống chữ g. Vậy 659 sẽ là bsg, có thể là viết tắt của cái gì?"

Một ý tưởng lóe lên, Nata buột miệng. "Có phải là Bịch Sữa Gà không ạ?"

"Bác Sĩ Gù," anh Napa nhanh nhảu.

Ý tưởng của hai anh em đồng thanh tác chiến, làm cô Hemi phì cười. Cô nói, "Số 4 giống chữ h... vậy hãy cùng nghĩ cho ta số 6545 là gì?"

"B... S... H... S..." anh Napa lầm bầm một lúc, nhưng có vẻ chưa ra ý tưởng nào.

Còn Nata cảm giác cách này có vẻ sinh ra để dành cho cô, ý tưởng cứ thể bật lên. "6545, B...S...H...S... Bác Sĩ Hoa Súng!"

"Có vẻ Nata hợp với cách này đấy," cô Hemi nháy mắt, rồi rút ra từ túi áo một tờ giấy bằng lá và đưa cho Nata. "Tặng cháu bí kíp này."

Nata mở tờ giấy và nhìn, hóa ra đó là một bảng liệt kê các chữ cái tương ứng với con số. Cô ngạc nhiên vì quả thật là các con số giống trông rất giống chữ cái đó, thế mà bao lâu nay cô không nhận ra.

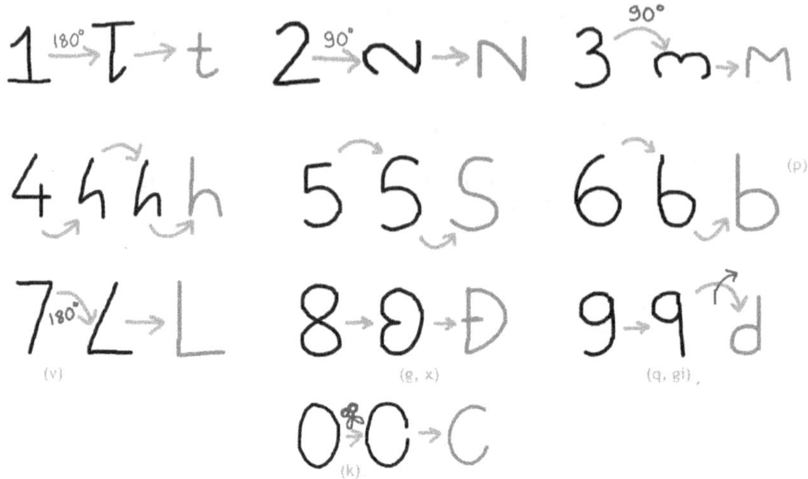

Theo đó thì 1 là t, 2 n, 3 m, 4 h, 5 s, 6 b, 7 L, 8 d, 9 q, và 0 là c.

Cô Hemi nói. "Bản chất của việc ghi nhớ có thể tóm lại là LG. Viết tắt của hai bước Liên tưởng và Gắn kết. Khi nắm được quy luật này, chúng ta có thể nhớ mọi thứ dù là khó nhất."

Phải công nhận là phù thủy trí nhớ có khác, giá mà họ được gặp cô Hemi sớm hơn, thì những giờ học đã trở nên vui vẻ biết bao, mà Nata cũng không phải mất công đọc lầm bà lầm bầm số liệu địa lý, ngày tháng lịch sử, số hiệu nguyên tử, và các hằng số suốt mười mấy năm qua.

"À, ta có một lưu ý nhỏ cho cả hai. Do có rất nhiều cách để luyện trí nhớ, nên nếu cảm thấy cách nào phù hợp, hãy kiên trì dùng thử nó vài tuần, nếu thấy không ổn thì mới thay đổi. Chứ đừng có đứng núi này trông núi nọ, biết nhiều cách, nhưng cuối cùng chẳng dùng được cách nào ra hồn."

"Dạ, cháu hiểu rồi ạ," Nata đáp và nhét tờ giấy bí kíp cô Hemi tặng vào túi áo.

Anh Napa cũng cất tờ giấy số-vần vào túi quần. Nata ngạc nhiên, vì lần đầu tiên thấy anh cất trữ một thứ gì đó không phải là đồ chơi, đồ ăn, hay truyện tranh vào trong cái hòm kho báu bí mật ấy. Lần này lại là sản phẩm của cô nữa chứ, quả là tự hào!

"Vậy giờ hai người tin rằng mình có thể làm được rồi đúng không, bây giờ chúng ta sẽ..."

Quácccccc quácccccc!

Chủ nhân của âm thanh như tiếng gà viêm họng đó, là con đại bàng trắng đang đậu trên gờ cửa sổ. Nata nhận ra chính nó đã quắp cô lên tầng này. Trên mỏ nó ngậm một phong bì đỏ chót.

Nata hỏi, "Đại bàng đưa thư ạ?"

Cô Hemi gật đầu, rồi lấy lá thư từ mỏ đại bàng.

Anh Napa hỏi, "Mà sao nó kêu như gà vậy? Hay đây là loài... đại gà?"

"À, do nó từng lớn lên trong chuồng gà của lũ quỷ

ấy mà. Nó cũng mới chỉ được ta giải phóng cách đây không lâu, nên chưa quen tiếng đại bàng."

Rồi trong khi cô Hemi đọc thư chăm chú. Anh Napa xoa đầu con chim đại bàng như thể nó là một chú cún con. Nata tự hỏi không biết nó đã phải sống bao lâu trong chuồng gà, để nói sõi được tiếng gà như thế. Mà nó có tin rằng mình là gà không nhỉ?

"Cũng không giấu gì hai người," cô Hemi nói. "Phe ta mới phát hiện ra một hang ổ nơi lũ quỷ nuôi đại bàng với số lượng lớn, và... ngâm rượu chúng. Dù rất muốn ở lại, nhưng ta phải đi xử lý gấp. Hành hạ loài đại bàng, chẳng khác nào chà đạp lên biểu tượng của trường Va-hớt, mọi người đang rất phẫn nộ."

Nata đồng tình, nhưng cũng có phần hơi tiếc. Cô Hemi có biết bao nhiêu huân chương các loại, mà mới chỉ bật mí cho họ có một tuyệt chiêu, giờ lại phải đi mất đi rồi. Anh Napa cũng chẳng nói gì, chỉ mải chơi với con đại 'gà' đó.

"Trước khi đi ta có đôi lời dặn dò," cô Hemi chợt nhìn thẳng vào mắt Nata. "Là công chúa, hay người hầu không quan trọng. Cháu là cô gái rất thông minh, đừng để đám mây của sự lo lắng làm chậm cháu lại."

Nata định lên tiếng phản đối về vụ người hầu kẻ hạ,

thì cô Hemi ra dấu im lặng. Cô quay sang anh Napa và nói, "Napa là hoàng tử đầy năng lực với trí nhớ bẩm sinh rất tốt, hãy cho phép mình tin tưởng bản thân hơn, và phát huy như hôm nay."

Anh Napa nở nụ cười tít mắt, chắc lâu rồi anh mới nhận được lời khen ý nghĩa như vậy. Dù hơi ấm ức về thân phận người hầu giả danh, nhưng Nata vẫn thấy hài lòng, ít ra thì anh Napa đã có chút niềm tin, và họ lại có thêm cơ hội vượt qua thử thách trí nhớ ở tầng giấc mơ này.

"Cả hai vẫn còn nhiều thứ phải học lắm. Ta sẽ nhắn cho giáo sư Edi tới giúp. Hãy chờ ở đây, và có gì gửi lời chào bác Pary hộ ta nếu gặp nhé!"

Nói đoạn, cô Hemi vội vã leo lên lưng con đại bàng. Trong nháy mắt, họ bay vút lên cao như một ngôi sao chổi chói vàng giữa ban ngày, để lại hai anh em trong căn phòng hiệu trưởng.

Một lúc sau...

Chờ mãi mà không thấy bác Edi nào xuất hiện, anh Napa sốt ruột lắm. Anh đã lục tung tất cả các kệ sách trên tường, song đều lắc đầu.

"Này," Nata hỏi. "Anh lại đi tìm truyện hả?"

Anh Napa lắc đầu. "Không, anh đang tìm cuốn từ

điển phép thuật mà không thấy. Nếu em thích thì tự mà ngồi chờ ông Edi nào đó nhé. Anh đi đây."

Anh Napa nói cũng có lý, giờ họ đã biết cách nhớ thần chú dài ngoằng, chỉ cần dành thời gian luyện tập là được. Mà cũng không nên ở thế giới này quá lâu, Nata cảm giác mình bắt đầu yêu thích ngôi trường trong mơ này rồi. Cơ mà, có những câu hỏi mà cô chưa lý giải được, như tại sao lúc ở hang quỷ anh Napa dùng được thần chú, còn cô thì không? Hay là do lúc đó anh ấy đang cầm đèn thần?

Nhìn cái đèn hiệu trên cánh cửa nhấp nháy đổi màu, Nata cảm thấy mình cũng đang có sự thay đổi. Con người cô bây giờ, đã có gì đó khác hơn so với lúc mới bước vào đây. Cuối cùng, hai anh em quyết định lên đường tìm cuốn từ điển phép thuật.

Khi họ tiến đến cánh cửa, thì nó lên tiếng. "Tít tít tít... mời đọc mật khẩu..."

"Trời đất!" anh Napa tròn xoe mắt. "Ra ngoài mà cũng cần mật khẩu sao?"

"Tại sao không?" cánh cửa đáp lại.

PHÒNG TRUYỀN THỐNG

Hai anh em im lặng nhìn nhau, ánh mắt mỗi người như khẳng định một điều rằng: lỗi là ở người kia.

Nata giờ đã nhớ ra, cô Hemi có nói đây là một cánh cửa thông minh, mật khẩu sẽ được đặt lại mỗi lần cô ấy ra khỏi phòng, và hình như còn có chế độ dọa trộm gì đó nữa.

"Tít tít tít... cảnh báo lần thứ nhất," cánh cửa nhấp nháy đèn, rồi chuyển qua tông giọng nghiêm túc như lớp có giáo viên dự giờ. "Xin mời đọc mật khẩu."

Nata thở dài. "Em đã bảo ngồi yên chờ rồi, mà anh không nghe! Giờ nó đòi mật khẩu mới, cô Hemi bay mất rồi còn đâu?"

Anh Napa ngó quanh phòng. "Bình tĩnh nào, chúng ta vẫn còn đường thoát là... cái cửa sổ kia mà?"

Anh Napa vừa dứt lời, thì một tiếng soạt vang lên. Đám lá cây ở cửa sổ nhanh chóng khép lại như hai tấm rèm tự động. Có vẻ như căn phòng này được cô Hemi trả lương hàng tháng đầy đủ, để hào hứng dập tắt mọi ý đồ trốn thoát của bất cứ ai xâm nhập trái phép.

"Tít tít tít... cảnh báo lần thứ hai," cánh cửa thông

báo, rồi đèn chuyển sang màu da cam. "Chế độ tê liệt đã được kích hoạt. Xin mời đọc mật khẩu."

Trong nháy mắt, Nata đã biết thế nào là tê liệt. Không khí xung quanh tự nhiên đặc lại, khiến cô có cảm giác mình bị nhúng vào một đầm lầy vô hình. Hai anh em không sao nhúc nhích được.

"Tít tít tít... cảnh báo lần cuối," cánh cửa nói rồi đèn hiệu nhấp nháy liên hồi, như đã quyết định rằng họ chính là những kẻ xâm nhập trái phép. "Chế độ gà quay đã được kích hoạt. Đây là cơ hội cuối cùng. Xin mời đọc mật khẩu."

Cánh cửa vừa dứt lời, thì những cây dây leo quanh tường chuyển màu đỏ cam, trông y như những thanh kim loại sáng chói trong lò nướng. Không khí trong phòng bắt đầu ấm dần lên.

"Anh ơi!" Nata nghẹn ngào thốt lên. "Em không muốn thành vịt nướng đâu!"

"Gà quay chứ em," anh Napa lau mồ hôi. "Hay là cứ thử đọc mật khẩu cũ nhỉ, em nhớ không?"

"Anh đọc đi! Em quên sạch rồi!"

Anh Napa hít một hơi thật sâu, rồi bắt đầu đọc...

(Bạn còn nhớ 4 dãy số đó không? hãy thử viết ra nhé)

__________ __________ __________ __________

Napa vừa dứt lời, cái đèn hiệu chuyển màu xanh, đám dây leo trở lại như cũ, cánh cửa tự động mở ra, gió bên ngoài lùa vào cuốn bay cái nóng. Chân tay Nata đã cử động được trở lại, cô thở phào nhẹ nhõm.

Hú hồn, không rõ từ trước nay đã có tên trộm nào bị quay giòn chưa? Nata tự hỏi, rồi nhanh chóng bước đi, cô sợ cánh cửa giở chứng mà sập lại lần nữa. Ủa, mà sao vừa rồi mình mất bình tĩnh ghê gớm vậy?

"Tít tít tít... " cánh cửa kêu lên ngay khi họ vừa đặt chân ra ngoài. "Xin mời đặt lại mật khẩu."

Hoá ra bây giờ nó mới yêu cầu mật khẩu mới. Nata chưa kịp nghĩ gì, thì anh Napa đã đọc vanh vách.

"3262 3143 1936 4632 3400 1550... 40CA SI28."

"Tít tít tít... đã xác nhận mật khẩu mới, cám ơn và chúc quý khách một ngày vui vẻ."

Cánh cửa từ từ kéo lại, nhưng nụ cười gian xảo trên môi anh Napa vẫn còn.

Nata véo tay anh một cái. "Anh còn nhớ dãy số vừa đọc không vậy?"

"Tất nhiên là... không," anh Napa đáp, mặt tưng tửng hết sức.

"Vậy sao cô Hemi biết mà vào phòng? Anh lại còn thêm chữ cái ở cuối nữa chứ?"

"À, anh muốn thử tài kỷ lục gia trí nhớ ấy mà, giờ thì mình đi thôi, phải tìm cuốn từ điển phép thuật!"

Nói đoạn, Napa huýt gió y như cô Hemi gọi lũ đại bàng lúc nãy. Nhưng mặc anh phồng mồm trợn má, huýt nguyên cả bài, chẳng có chú nào xuất hiện. Họ đành sử dụng chiếc cầu thang vòng vèo tới chóng mặt, phải đi bộ một lúc mới xuống được đại sảnh.

Ở dưới, là một đám khoảng 20 học sinh lít nhít trong áo choàng tím giống bác Pary. Chúng nối đuôi nhau đứng trước một cái gầm cầu thang. Dẫn đầu là cô giáo trẻ cầm chiếc micro bự như cái loa phường, trông tương phản với mái tóc và bộ đồ màu hồng tươi tắn cô đang mặc. Cô ta cất giọng đầy khí thế.

"Hôm nay chúng ta sẽ tới phòng truyền thống để khám phá lịch sử của trường Va-hớt. Các con sẵn sàng chưa?"

"Rồi ạ!" Lũ nhóc hô lên, rồi đồng loạt rút hết đèn pin, rọi vào gầm cầu thang, và bắt đầu di chuyển. Kỳ lạ thay, cả tiểu đội học sinh, từng đứa lần lượt đi xuyên qua bức tường một cách dễ dàng!

Hai anh em nhanh chân bám theo đứa nhóc cuối cùng, nhưng khi anh Napa lao vào bức tường thì đụng đầu một cái cốp.

Nata lúi húi đỡ anh dậy. "Có sao không anh?"

"Có đấy, sao mọc trên đầu rồi," anh Napa nhăn nhó, nước mắt chảy hai hàng, tay anh xoa xoa khối u nhỏ trên trán. "Sao tụi nó đi xuyên qua được nhỉ?"

Nata nhìn kỹ bức tường, trên đó có khắc dòng chữ vàng lấp lánh: Bật đèn lên và đi. Cô nói, "Chắc là mình cần phải bật đèn lên như tụi nó?"

Không chút do dự, anh Napa rút đèn thần ra, kèm theo một viên pin to bự. Pin con trâu ư? Không biết anh ấy đã nhặt được ở đâu và tự lúc nào. Song bác Pary nói đúng, viên pin 'trâu' thật. Lắp vào một cái, là chiếc đèn sáng rực hơn cả đèn pha máy bay.

Khi anh Napa rọi đèn lên tường, Nata thấy luồng sáng như xuyên qua đó vậy. Cô cảm giác họ là hai con chuột, mới phát hiện ra khả năng đi xuyên tường, và không rõ phía bên kia có bẫy chuột hay không. Nata chưa kịp bày tỏ quan ngại, thì anh Napa đã mạnh dạn bước vào, và không quên kéo tay cô lôi đi.

Sau một hồi mò mẫm trong đường hầm u ám và phức tạp như mê cung, với sự dẫn dắt duy nhất là tiếng trẻ con nhao nhao đâu đó, họ cũng tới đích. Đó là một căn phòng lớn, trông như thánh đường thời trung cổ với cả tá cột đá cao lêu nghêu.

Trên trần nhà là những mảnh kính đủ sắc màu, ghép lại thành một bức tranh lớn, vẽ cảnh một trận chiến hoành tráng. Nata thấy hàng ngàn phù thủy cưỡi máy hút bụi, và nghênh chiến đội quân quỷ đen cưỡi chổi. Cô nhận ra thần Lumi dẫn đầu, tay cầm đèn sáng chói.

Sao tranh vẽ mà lại sáng như thật nhỉ? Nata nhìn kỹ thì phát hiện ngay chỗ cây đèn, là tấm kính tròn đưa ánh sáng mặt trời từ bên ngoài vào, thật là sáng tạo!

Ở giữa phòng, lũ trẻ đứng lố nhố quanh một cái tượng đài hình đèn pin khổng lồ. Từ đó phun ra những tia nước lơ lửng trong không khí, giống y như ở phòng cô Hemi. Chỉ khác là chúng đã được nâng cấp sức mạnh, với đầy đủ sắc màu. Hai anh em tiến lại gần, và núp sau một cột đá, dỏng tai nghe tiếng cô giáo lúc nãy oang oang, kèm theo minh họa của đám nước nhảy múa.

"Chắc các em đã biết, trường Va-hớt được xây dựng ngay sau sự thất bại thảm hại của chúa tể bóng tối, hay còn gọi là kẻ-mà-ai-cũng-biết-khi-tắt-đèn, nhưng ít ai biết câu chuyện trước đó..."

Như có phép màu, các giọt nước ngoan ngoãn chuyển động, và tạo thành những đám mây lơ lửng. Chúng còn minh họa cả những nhóc quỷ bé xíu đang chơi đùa trên đó.

"Cách đây 5000 năm, tổ tiên của chúng ta buộc phải sống trong màn đêm tối tăm. Nguyên nhân là không biết do ăn gì, mà lũ quỷ lại thích làm tổ trên mây. Dẫn tới ánh sáng mặt trời chỉ còn là truyền thuyết, còn làn da cháy nắng đen thui của chúng như bây giờ là sự thật..."

Cả lũ nhóc cười rộ lên.

Anh Napa kéo vạt áo Nata, và chỉ cho cô thấy một nhóc béo ú tóc đỏ đứng cuối hàng. Nó đội mũ híp hốp, trông khá giống thằng bé đã chỉ đường cho Nata ở khu phố điện tử. Hay là nó nhỉ? Không thể nào. Có lẽ anh Napa để ý thằng bé vì trên tay nó đang cầm cuốn từ điển pháp thuật. Tay nó giơ cao liên tục, như muốn phát biểu ý kiến.

"Gì thế, Hisi?" cô giáo nói.

"Thưa cô Gavi, chúng ta có máy hút bụi mà? Sao không bay lên thổi phăng chúng đi?"

"Câu hỏi hay lắm, ông cha ta hồi ấy còn lạc hậu, chưa biết tới sự tồn tại của phép thuật. Lũ quỷ thì lại có lợi thế là những cây chổi biết bay, nên họ không thể làm được gì. Và một ngày u ám như bao ngày khác, dưới một gốc cây khổng lồ, xuất hiện một bé trai da đen như quỷ, bị bỏ rơi cùng một thiết bị lạ. Không ai dám nhặt cậu bé về nuôi, trừ một góa phụ tốt bụng. Tất nhiên, bà ấy không hề biết rằng thiết bị ấy chính là đèn pin, và đứa trẻ đó là vị cứu tinh của chúng ta..."

Lũ trẻ ồ lên khi đám nước tạo ra mô hình một chàng hiệp sĩ áo đỏ, da đen, tóc trắng, tay cầm đèn pin sáng chói. Nata nhận ra ngay đó là thần Lumi thời trai tráng, lúc bộ râu của ngài vẫn còn lưa thưa.

Cô Gavi nói với giọng hào hùng, "Anh ta đi tới đâu, lũ quỷ trốn chạy tới đó, chỉ cần đọc một dãy số, là da thịt chúng bị thiêu đốt dưới ánh sáng kỳ diệu của cây đèn Lumi, và trở thành những con quỷ trắng hiền lành dễ thương."

Cô giáo vừa dứt lời, đám nước nhảy tung tăng minh họa cảnh chàng hiệp sĩ đang múa đèn sáng quắc, hạ gục bất cứ con quỷ nào lao vào. Sau đó, chàng chiếu đèn lên những đám mây khiến cho tổ của lũ quỷ bóng tối sụp đổ tan tác, để lộ ánh mặt trời rạng ngời.

Đúng lúc ấy, anh Napa lập tức rút đèn pin ra xem. Hết nhìn nó, rồi lại nhìn cây đèn của chàng hiệp sĩ. Cuối cùng, anh mỉm cười, rồi nhẹ nhàng nhét vào túi, đóng cúc cẩn thận. Có lẽ anh ấy đã nhận ra cái đèn mà thần Lumi để lại, chính là báu vật huyền thoại của thế giới phù thủy. Nó có thể giúp họ hạ gục lũ quỷ dễ dàng, hoặc là giàu to nếu đem bán đấu giá.

Cô giáo nói tiếp, "Cuối cùng thì hàng ngàn năm tăm tối đã chấm dứt, người dân ai cũng được hưởng ánh sáng mặt trời tươi đẹp trong truyền thuyết. Họ đã phong chàng là Thần đèn Lumi và xây dựng tòa lâu đài này. Ngày càng có nhiều người tới xin ngài chỉ dạy cách tạo đèn pin và dùng phép thuật. Ít lâu sau, chúng ta đã có một binh đoàn phù thủy ánh sáng, với nhiệm vụ giải cứu những miền đất còn bóng lũ quỷ đen."

Lũ trẻ lại reo hò khi đám nước tạo ra cảnh lũ quỷ bị săn đuổi tan tác. Anh Napa cứ trố mắt ra xem mấy cảnh đánh đấm như phim hành động, còn Nata lại thích thú cảnh lũ quỷ bị đen bị hoá trắng, rồi mau chóng quay trở lại giúp dân làng sửa nhà, tái thiết cuộc sống. Nó làm cô nhớ tới nhóc Kila ở hang quỷ. Nata tự hỏi, hay là bản chất lũ quỷ vốn tốt đẹp như vậy?

"Một ngày kia," cô Gavi lên giọng. "Sau khi dẹp quỷ ở miền đất lạ trở về, một trong những học trò ưu tú nhất của Lumi đã phản bội ngài. Người ta đồn rằng do ăn thịt đại bàng chúa ở đỉnh tháp Nhớ Nhớ Quên Quên trên đảo Kẹo mút, nên làn da hắn đen sì, và có khả năng làm phép mà không cần đèn. Hắn đã ăn trộm nhiều phát minh quan trọng của chúng ta, tự xưng là chúa tể bóng tối, tập hợp lũ quỷ đen còn sót lại và dạy phép thuật cho chúng. Chưa kể, hắn còn lôi kéo nhiều quỷ trắng quay trở lại con đường đen tối, khiến cuộc chiến của hai phe kéo dài hơn 2000 năm... "

"Tận hai ngàn năm cơ ạ?" nhóc béo Hisi giơ tay hỏi.

"Một câu hỏi rất hay," cô giáo nói. "Cách đây 15 năm, đã có một phù thủy trẻ đặt câu hỏi như vậy. Sau đó anh ấy đã đưa ra một sáng kiến có thể dẹp quỷ trong vòng một năm. Mọi người vô cùng hăm hở, nhưng tiếc là, chúng ta đã không làm được..."

Cả lớp mặt mày tiu nghỉu. Nata cũng cảm thấy tiếc vô cùng cho chàng phù thủy trẻ.

Chợt cô giáo nở nụ cười tươi rói. "Chúng ta đã thắng chúng chỉ trong có một tháng!"

Cả lớp vỗ tay rào rào.

Nata cảm thấy tò mò, nhưng những giọt nước không minh họa kế hoạch đánh bại lũ quỷ, mà tạo hình những chiếc huân chương đại bàng quen thuộc.

"Người dân khắp nơi vui mừng và phong tặng chàng cùng đồng đội danh hiệu phù thủy ánh sáng Vĩ đại. Kể từ đó tới nay, không ai còn thấy bóng dáng con quỷ nào. Nghe nói, chúng đã trốn vào hang động sâu thẳm, với thực đơn chính hằng ngày là món đất xào sả ớt. Giờ chắc là đã tuyệt chủng hết rồi."

Lũ trẻ vỗ tay hoan hô nhiệt liệt.

Nata cảm thấy có gì đó không ổn. Chỉ ngay sáng nay, trong một cái hang sát mặt đất, hai anh em đã tận mắt thấy lũ quỷ đông như kiến. Chưa kể, sém tí nữa là trở thành gia vị cho món đùi đại bàng, giúp lũ quỷ tăng thêm vẻ đen lánh của làn da nữa chứ! Mọi người vẫn chưa biết sự trở lại của chúng ư?

"Thế chúa tể bóng tối thì sao ạ?" nhóc béo Hisi hỏi.

Cô giáo đáp. "Hai nụ hôn như một, dưới ánh sáng ngàn năm, có ai hiểu được câu đố đó không?"

Cả lớp nhao nhao, song không có câu trả lời.

"Đó là một lời nguyền xoắn não," cô Gavi nói. "Một phép thuật lợi hại của thần Lumi, đã khiến chúa tể bóng tối mất hết quyền năng. Nghe đồn hắn đã lên núi tu ẩn hơn 14 năm nay, để giải câu đố đó. Giờ này còn chưa lộ diện thì chắc là não hắn đã xoắn tít lại rồi..."

Nhóc Hisi chen ngang. "Còn mặt hắn đã nhăn như cái khăn, hoặc đang ăn năn hối cải phải không cô?"

Cả lớp bật cười.

Nata linh cảm có chuyện gì đó chẳng lành, cô vẫn còn nhớ cuộc trò chuyện của hai con quỷ trong nhà kho. Chúng có đề cập tới chúa tể bóng tối vẫn sống khỏe re, và đang lên kế hoạch với cánh cửa gì đó.

"Tạm quên chuyện đó đi, các con hãy cảm thấy vô cùng vinh dự, vì giờ đây một trong ba vị phù thủy vĩ đại ấy chính là... hiệu trưởng trường ta!"

Lũ trẻ vỡ òa trong sung sướng. Có lẽ những giọt nước cũng cảm nhận được niềm vui ấy, nên chúng đã hoá ra những tràng pháo hoa bảy màu, làm nền cho sự xuất hiện của mô hình cô Hemi xinh đẹp, với mái tóc vàng bồng bềnh huyền thoại. Tiếp đó là mô hình bác Pary đang đứng cạnh chiếc máy hút bụi quen thuộc, kèm cái huy chương đại bàng lấp lánh trên ngực. Nata cũng có thể thấy ánh mắt của nhóc béo Hisi đang toát ra sự ngưỡng mộ vô cùng. Vậy là trong một ngày, họ đã được gặp tới tận hai phù thủy vĩ đại nhất ư?

"Này Nata," anh Napa thì thầm. "Em cho anh cái tờ giấy số chữ mà cô Hemi tặng đi."

"Để làm gì? Anh định nhớ số gì à? Mà anh có cái bảng số vần của em rồi mà, em tưởng cách đó hợp với anh hơn chứ?"

"À không, đó là bút tích của cô Hemi. Anh thề là nhóc béo kia sẽ dám đổi hết cả gia tài, gồm cả cuốn từ điển phép thuật, để lấy mảnh giấy đó."

Nata lắc đầu nguây nguậy. Không đời nào cô cho phép để anh làm vậy với quà kỷ niệm của cô Hemi.

Anh Napa năn nỉ, nhưng Nata chỉ véo tay anh Napa một cái, và ra hiệu im lặng để nghe cô giáo Gavi tiếp tục bài giảng.

"Thật đáng tiếc các con ạ, giáo sư Pary đã nghỉ dạy ở trường ta để theo đuổi niềm đam mê chế tạo và 'độ' máy hút bụi. Sắp tới ngài sẽ tham gia giải cuộc đua máy hút bụi quốc tế Hut Hut."

Lũ trẻ tỏ ra ngao ngán, nhưng những giọt nước sớm lấy lại sự chú ý của chúng, khi biến thành một người đàn ông tròn vo ngộ nghĩnh. Nếu không có bộ râu quai nón vĩ đại đính trên mặt trông như búp măng, có lẽ người ta sẽ tưởng nhầm ông là một quả bóng khổng lồ.

"Vị phù thủy vĩ đại thứ ba," cô Gavi cất cao giọng. "Xin hân hạnh giới thiệu: Ngài Edi Râu, giáo sư môn Sáng chế Huyền diệu."

Tiếng pháo hoa nổ bùm bụp kèm với tiếng hoan hô của lũ trẻ. Khi chúng hò reo xong, nhóc béo múp Hisi lại giơ tay ý kiến.

"Thưa cô, nghe nói thầy ấy nuôi râu rậm rạp là để che cả rừng mụn trên mặt ạ?"

Thằng bé đã làm cả lớp cười hô hố, nhưng cô Gavi không hề nao núng. "Các con, nguyên tắc số ba của phù thủy là gì?"

Cả lớp đồng thanh. "Không có gì là hoàn hảo!"

Cô giáo gật đầu. "Chuẩn lắm. Nếu như giáo sư Hemi có tài năng thuộc cả câu thần chú dài 512 số, giáo sư Pary có tài lãnh đạo và đua máy hút bụi không ai bằng, thì Edi Râu không có phép thuật. Nhưng ngài có thể khiến kẻ địch hoảng loạn nhiều phen với những phát minh độc đáo. Máy hút bụi biết bay chính là tác phẩm của ngài."

Cả lớp ồ lên. Sau đó đám nước tiếp tục minh họa vô vàn các phát minh của Edi Râu. Nata thích nhất là bom đom đóm, khi nổ thì bất cứ thứ gì gần đó cũng sẽ sáng lên, giúp phát hiện lũ quỷ trong đêm tối. Còn anh Napa lại thích nhất là món taxi đại bác. Đúng như cái tên, nó bắn ra những viên đạn mà trong đó có người. Một công đôi việc, vừa phá pháo đài của kẻ địch, vừa giúp quân ta di chuyển.

"Chắc các em rất thích các phát minh đó của ngài Edi, nhưng đây mới là tuyệt phẩm: Cánh cửa song sinh huyền thoại."

Những giọt nước biến thành hai cánh cửa có cánh, rồi chúng minh họa một người bước vào cửa bên này, và xuất hiện ở cửa kia trong tích tắc. Chưa kể, nó còn có thể phóng to thu nhỏ nhét vừa túi áo vô cùng tiện lợi. Cả đám trẻ mắt chữ O mồm chữ A. Hóa ra vì thế mà đội quân phù thủy có khả năng thoắt ẩn thoắt hiện, và tạo ra biết bao bất ngờ cho lũ quỷ.

Nhóc Hisi giơ tay hỏi. "Sao con không thấy cánh cửa này trưng bày trong tháp sáng chế ạ?"

"À," cô giáo đáp. "Thật không may là trong trận chiến cuối cùng, do cánh cửa quá tiện lợi lại nhỏ gọn nên một con quỷ đã tiện tay nhét túi quần, và chúng ta vẫn chưa lấy lại được. Cánh cửa còn lại thì đang niêm phong tại một nơi bí mật trong trường, chỉ có các phù thủy ánh sáng cao cấp mới biết chỗ."

Nata chợt nhớ ra, cô đã từng thấy cánh cửa song sinh còn lại ở nhà kho quỷ, và tên chúa tể đang nghiên cứu về nó. Cô hi vọng họ bảo vệ cánh cửa bên này thật nghiêm ngặt, nếu không thì chỉ trong tích tắc, cả lâu đài sẽ tràn ngập lũ quỷ. Mà phải công nhận bác Edi Râu đó tài thật, không dùng phép thuật mà lại có thể làm được nhiều điều tuyệt vời, Nata nghĩ đó mới là phép thuật mình cần học.

"Ông ta tên là Edi hả?" anh Napa thì thào. "Chẳng phải đó là người mà bà cô Hemi nói rằng sẽ giúp hai đứa mình ở phòng hiệu trưởng hay sao?"

Nata gật đầu. Cô hối hận vì đã theo anh Napa lang

thang xuống đây. Nếu họ kiên nhẫn chờ, thì đã được gặp nhân vật thú vị này rồi. Bù lại, ít ra họ cũng đã được nghe sử thi hoành tráng về thế giới phù thủy này, cũng như nguồn gốc của thần Lumi.

"Này anh," Nata hỏi. "Theo đó thì thần Lumi phải sinh ra ở tầng hai giấc mơ này chứ, sao ngài lại nói mình ở tầng sâu hơn?"

Napa đáp. "Cũng có thể là do ông ấy đã du hành xuyên mơ mà thôi, 2500 năm đủ để dạo chơi mọi tầng giấc mơ còn gì? Mà lịch sử ở đây hoành tráng quá nhỉ?"

Nata gật đầu.

"Thời đó đã qua lâu rồi..."

Một giọng nói ồm ồm vang lên sau lưng, khiến cả hai đứa giật mình.

ĐÙI ĐẠI BÀNG

Nhìn dáng hình tròn vo, với chiếc huân chương đại bàng lấp lánh trên ngực, Nata ngờ ngợ là điều ước ban nãy của mình đã thành hiện thực.

Đó chắc hẳn là Edi Râu, phiên bản đầu hói, và chẳng có cọng râu nào. Chưa kể, ông còn mặc bộ quần áo vàng nâu thùng thình, làm Nata liên tưởng tới một chú bọ cánh cam khổng lồ. Ông nở nụ cười tươi rói, cả rừng mụn trên mặt chảy chầm chậm về hai phía mang tai, trông như dung nham núi lửa.

Anh Napa không ngại ngần tiến tới, dùng tay nhấn vào cái bụng căng tròn của ông, khiến chiếc huân chương đại bàng rung lên như muốn cất cánh.

"Ông là Edi Râu sao?" anh Napa hỏi. "Vậy râu của ông lặn đâu hết rồi?"

Ông ta gãi đầu và nói. "À... Ta mới cạo râu, cạo luôn cả đầu, nên cứ gọi là Edi Trơn cũng được. Mà thôi, gọi là bác Edi cho đơn giản. Hai người có phải là Nata và hoàng tử Napa?"

"Chính xác," anh Napa nói, một tay đặt lên thái dương, "Tôi là hoàng tử của vương quốc Navi. Còn đây là con hầu gái Nata."

Nghe vậy, Nata tức tím tái mặt mày, nhưng cô chỉ có thể mỉm cười e thẹn. Không biết đây là lần thứ mấy cô đã thề rằng khi ra khỏi đây, sẽ véo cho anh Napa bầm tay mới thôi.

"Tuyệt quá!" bác Edi nói. "Ta cũng muốn tới vương quốc Navi đó một lần cho biết. Nata chỉ là hầu gái thôi mà trông còn xinh đẹp hơn cả công chúa."

Nata đỏ mặt, cô không biết nói gì hơn nên đành hỏi, "Cháu xin lỗi vì đã không chờ ở phòng hiệu trưởng, làm bác chắc phải đi tìm."

"À, không sao. Đằng nào chúng ta cũng sẽ tới tháp sáng chế của ta ở gần đây, và tiếp tục công trình của cô Hemi đang dang dở với hai người."

"Công trình gì vậy?" anh Napa hỏi.

Bác Edi nhìn hai đứa với ánh mắt bí hiểm, như thể bộ não của họ sắp trở thành một phần thí nghiệm phi pháp nào đó. "Cứ tới đó sẽ biết, mà đi nhẹ thôi, tụi nhóc mà trông thấy ta thì..."

"Thì sợ chạy mất dép à?" anh Napa hỏi.

Bác Edi nhún vai. "Chúng sẽ ra xin chữ ký, và chắc là trời tối mịt mới ra được khỏi đây đấy."

Mặc dù muốn ở lại để nghe tiếp lịch sử trường Vahớt, song sự tự tin của bác Edi đã hoàn toàn cuốn hút

Nata. Hơn nữa, đã tới lúc phải quay trở lại mục tiêu chính, chứ việc biết thêm lịch sử về một ngôi trường viễn tưởng trong giấc mơ, cũng đâu có ích gì?

Sau đó, theo đôi chân ngắn cũn cỡn của bác Edi, họ rón rén bước tới một bức tường gạch với dòng chữ khắc: Bật Đèn Lên Và Đi. Anh Napa toan rút đèn ra soi, thì bác Edi đã bấm vào một viên gạch gần đó. Bức tường phát ra những tiếng lộp cộp, như thể có cả tá bánh răng to bự bên trong đang chuyển động. Trong phút chốc, những viên gạch tản ra, để lộ một đường hầm với ánh sáng phía xa.

"Đôi khi đâu cần phải dùng phép thuật nhỉ?" Bác Edi nói, tay vuốt đám mụn trên mặt, rồi tự thưởng cho mình một nụ cười không thể nham nhở hơn. Nata cảm giác nếu mình mà là chủ nhân rừng mụn đó, cô sẽ nuôi tóc dài để quấn quanh mặt suốt đời, chứ không bao giờ có thể tự tin như bác ấy được.

Bên ngoài, ánh nắng làm Nata tỉnh táo hơn. Cô nhận ra mình đang đứng trên tường thành, cũng là con đường dẫn tới ngọn tháp cách đó xa tít. Hai bên đường, những chiếc đèn dầu đang nằm yên tắm nắng. Trông chúng khá giống chiếc đèn trong nhà kho quỷ, đích thị là đã bị lấy trộm ở đây. Mà tội nghiệp cái đèn đó, chắc giờ đã bị lũ quỷ hành hình vì tội đốt nhà, mà thủ phạm đích thực là anh Napa.

Đi được vài bước, Nata nhận ra phía trái bên dưới, là sân cỏ trắng phau, làm nền cho ngọn tháp trung tâm khổng lồ với chú đại bàng pha lê đậu trên nóc. Còn phía dưới bên phải, là bãi cát lấp lánh y như vàng thật, dẫn tới bờ biển xanh ngọc bích. Khung cảnh thật ngoài sức tưởng tượng.

Nata thích lắm, nhưng cô cảm tưởng ngôi trường này được thiết kế cho những người thích đi bộ, và chắc là trời tối mịt, họ mới có thể tới được phòng sáng chế của bác Edi. Nata ước gì mấy con đại bàng của cô Hemi ở đây, hoặc chí ít bác Pary có thể cho họ mượn cái máy hút bụi để bay tới đó.

Anh Napa nãy giờ cứ nhìn bác Edi hoài, cuối cùng anh hỏi. "Này ông bác, sao họ gọi ông là Edi Râu, mà không phải là Edi... Mụn?"

Nata định lao tới véo tay anh Napa một phát, cô không nghĩ đó là một chủ đề tốt khi mới lần đầu làm quen, nhưng bác Edi lại cười ha hả.

Bác hỏi anh Anh Napa. "Mụn thì sao?"

Anh Napa đáp. "Thì mọi người cười chứ sao?"

"Cười thì sao?" bác Edi vẫn bình thản.

“Thì... buồn chứ sao?”

“Buồn thì sao?”

“Buồn... thì đi giải quyết nỗi buồn!”

“Rồi sao nữa?”

“Xong là hết buồn!”

“Đúng rồi,” bác Edi cười lớn. “Hết buồn rồi lại cười thôi, suy cho cùng, mụn đâu phải là vấn đề?”

Anh Napa giờ mới chịu im, còn bác Edi nhìn xa xăm về phía đường chân trời. Nata nhận ra thời gian ở đây có vẻ trôi nhanh hơn ở tầng ba giấc mơ. Loáng cái đã hoàng hôn rồi, như thể có bàn tay khổng lồ nào đó đã đang cố nhấn mặt trời xuống đại dương.

Bác Edi chậm rãi nói, “Thật ra trước đây, đám mụn này khiến ta xấu hổ lắm, tới mức trầm cảm luôn. Nhưng sau khi chiến thắng kẻ-mà-ai-cũng-biết-khi-tắt-đèn, bóng tối trong ta cũng mất đi. Ta nhận ra mỗi một phút mình tập trung vào đám mụn, ta lãng phí 60 giây để phát minh ra thứ gì đó, khiến mọi người yêu quý mình hơn.”

Nata thấy bác Edi nói thâm thúy thật, mà hình như thần Lumi cũng từng nói, cứ mỗi phút lo lắng, là cô mất 60 giây để hành động thì phải. Hay bác Edi cũng là một đệ tử của thần Lumi?

Bác Edi nói tiếp. “Thực ra đó chỉ là nguyên nhân phụ, còn nguyên nhân chính là khi ta để râu quá rậm, lũ rận bắt đầu làm tổ trên đó.”

“Và cũng khó đánh răng hơn nhỉ?” anh Napa hỏi.

Bác Edi gật đầu, rồi đưa tay lên vuốt đám mụn. “Tất nhiên, giờ mỗi lần đánh răng xong ta đều tranh thủ chải mụn, cảm giác thật sảng khoái.”

Nata bật cười, đây là lần đầu tiên cô nghe thấy khái niệm ‘chải mụn’. Cách nói ngộ nghĩnh của bác Edi làm cô cảm giác như bác ấy và đám mụn đã trở thành một gia đình không thể thân thiết hơn.

“Mà cô Hemi dạy hai người tới đâu rồi?”

“Dạ,” Nata đáp, “cô ấy đang dạy dở cách nhớ thần chú thì có việc phải đi ạ.”

Anh Napa chen vào. “Thực ra tôi biết hết cách nhớ rồi, giờ chỉ cần một cuốn từ điển phép thuật.”

Bác Edi rút từ trong túi ra một cuốn từ điển phép thuật, và đưa cho Napa. “Tặng hoàng tử đấy!”

Anh Napa háo hức cầm lấy, mắt sáng quắc như chú cún nhỏ mới vớ được cục xương to. Rồi y chang lúc ở nhà kho quỷ, anh lầm bầm đọc thần chú mở sách. Cuốn sách bung ra, bay phấp phới. Anh Napa tóm lấy và bắt đầu lật trang, bỗng mặt anh tiu nghỉu.

“Sao sách trống trơn vậy ông bác?”

Bác Edi nói. “Không thấy thì đâu có nghĩa là không tồn tại, hoàng tử hãy chiếu đèn vào thử xem.”

Anh Napa mừng rỡ rút đèn pin ra soi. Quả nhiên, soi tới trang nào là chữ ở trang đó hiện ra, nhưng mặt anh trông còn thảm hơn cả lúc nãy.

“Sao nhiều chữ thế!” anh Napa thốt lên.

Nata cũng thấy vậy, mỗi trang đều có một dãy số dài ngoằng ở trên cùng, còn bên dưới chi chít chữ. Nào là công dụng, cách đọc, và các lưu ý đặc biệt. Trông khô khan, khó học hơn cả sách giáo trình.

“Ta hiểu cảm giác đó,” bác Edi nói. “Cô Hemi đã dạy hai người cách nhớ số, nhưng không ngờ là còn cả một tấn chữ nghĩa nữa đúng không?”

Anh Napa gật đầu lia lịa.

Nata thấy hợp lý, nếu chỉ học thần chú không mà không biết cách dùng thì đâu có ổn. Đó là lý do mà cái nhà kho bị anh Napa làm nổ tung. Cô hỏi, “Mà cháu tưởng bác không biết làm phép, sao lại mang theo từ điển phép thuật?”

“Thực ra thì không hẳn là ta không biết, hồi ấy ta gặp khó khăn khi nhớ các câu thần chú. Một lần thần Lumi yêu cầu hoá cóc thành búp bê hoàng tử, ta đã đọc nhầm vài số. Con cóc tội nghiệp biến mất, còn mặt ta thì mọc đầy mụn. Kể từ ngày ấy, ta rất ngại đụng tới phép thuật, nhưng nếu các cháu muốn thuộc cuốn từ điển này, ta có thể giúp. Hãy thử hỏi ta một trang bất kỳ mà xem."

"Trang 57," anh Napa nói, tay bắt đầu lật trang.

"5710 2873 5714", bác Edi đáp ngay. "Đó là thần chú để thuần hóa đại bàng, khi đọc lên chúng sẽ ngoan ngoãn như thỏ con, chỉ cần một củ cà rốt là ta có thể yêu cầu chúng làm bất cứ điều gì."

Anh Napa nhìn chăm chú trang 57, mắt mở to. Bác Edi đã đọc chính xác tới từng chữ. Sau đó họ thử thêm vài trang khác và kết quả thật kinh ngạc.

Không chỉ đọc chính xác mà bác ấy còn có thể nói cho họ dòng số mấy là chữ gì. Chưa hết, khi anh Napa hỏi bất cứ câu thần chú nào, bác Edi đều nói được nó ở trang bao nhiêu, cứ như thể bộ não bác ấy là cái máy ảnh, đã chụp lại hết cuốn từ điển vậy. Anh Napa gặng hỏi bí quyết, nhưng bác Edi nói sẽ chỉ tiết lộ ở tháp sáng chế mà thôi. Thế là họ tăng tốc.

Khi tới một khúc cua trên tường thành, Nata nghe thấy âm thanh lạo xạo như cả tấn gạo đang chảy. Cô bước ra lan can thì thấy một con suối dẫn ra biển.

Nước suối trông thật khác thường, chúng long lanh như những hạt thuỷ tinh đang chen chúc chảy, còn cát ở hai bên bờ suối rõ ràng không phải là cát.

"Trông thật khác phải không," bác Edi nói, "Thứ đang chảy là kim cương vụn, còn cát hai bên bờ là vàng nguyên chất đấy."

Lập tức anh Napa cất cuốn từ điển vào túi và lao ra lan can, như muốn nhảy xuống và vốc cho đầy cái túi quần vốn đã căng phồng vì biết bao nhiêu món đồ bí mật trong đó.

"Còn lũ cá trong suốt kia là pha lê sao?" anh Napa hỏi.

"Có thể coi là như vậy," bác Edi đáp.

Đúng là có những con cá đang nhảy lên từ lòng suối, Nata có thể nhìn thấy cả nội tạng của chúng. Ngay gần đó, một con đại bàng lớn đang lệ xệ kéo cái tổ ra khỏi lòng cát, trên đó là lũ đại bàng con nheo nhóc. Trời đất, đại bàng làm tổ trên cát sao? Giấc mơ này quả là dị thường, có thể là do kiến thức sinh học của anh Napa đã bị hổng trầm trọng.

Anh Napa hỏi bác Edi. "Mà cả bãi vàng với kim cương thế này thì tiêu xài bao giờ cho hết?"

"Ồ, chắc hai người mới tới nên không biết. Chứ ở

vùng đất phù thuỷ, chúng ta không có tiêu tiền như lũ quỷ đâu."

"Thế các ông mua sắm lương thực kiểu gì?"

"Ô, từ sáng giờ hai người đã ăn uống gì chưa? Có thấy đói không?"

Nata lắc đầu. Đúng là từ lúc tỉnh dậy ở nhà kho quỷ tới giờ là đã gần hết ngày rồi, Nata không hề thấy đói. Lúc uống nước ở phòng hiệu trưởng thì cô uống chỉ vì tò mò, chứ cũng không khát lắm. Thế giới trong mơ người ta không cần ăn uống sao? Hay là Nata đã tĩnh tâm tới mức có thể bỏ qua cả cảm giác đói?

"Thật ra chỉ có lũ quỷ mới ham ăn uống. Còn phù thủy chúng ta chỉ cần ánh sáng mặt trời là đủ no cả ngày rồi. Không tin, hai người cứ thử mà xem."

Bác Edi giơ cánh tay lên, tự nhiên nó sáng lấp lánh như thể từng hạt nắng đang tìm chỗ trú ẩn dưới lỗ chân lông. Nata cũng thử đưa cánh tay lên, và thấy có ánh sáng. Cô mừng rỡ, vậy ra mình cũng là phù thuỷ, chẳng qua là cô chưa có đèn nên chưa thi triển được phép thuật. Chợt Nata để ý có một giọt nước mắt trên má bác Edi, đang nỗ lực uốn éo qua đám mụn.

"Bác có sao không ạ?" Nata hỏi.

Bác Edi dụi mắt. "Không sao, bụi ấy mà."

Anh Napa xen ngang vào. "Mà tôi tưởng phải ăn thì mới sống được chứ?"

Bác Edi thở dài. "Đó là niềm tin mà lũ quỷ cố nhồi nhét cho mọi người vào cái thời kẻ-mà-ai-cũng-biết-khi-tắt-đèn ngự trị. Ánh sáng mặt trời bị che phủ nên ai cũng dễ dàng đói mệt, và buộc phải ăn thịt do chúng phân phát. Sự thật là chỉ cần chìa cả hai tay về phía mặt trời, nghĩ về việc no bụng, là sẽ hết đói ngay thôi."

Hai anh em chìa tay ra và nhìn mặt trời, lần này Nata thấy ánh nắng biến thành những hạt nhỏ li ti rơi xuống lòng bàn tay cô. Một cảm giác dễ chịu lan tỏa từ bàn tay, chạy lên vai, xuống ngực và làm cô ấm bụng vô cùng. Nata cũng để ý trên bãi cát, lũ đại bàng con lúc nãy đang nằm im thít, liệu có phải chúng đã no nắng rồi chăng?

Anh Napa dù xoa bụng liên hồi, nhưng có vẻ vẫn chưa tin lắm, anh nhìn bác Edi đầy hoài nghi. "Nhưng không ăn, làm sao ông lại béo tròn vậy?"

Sau cuộc khẩu chiến 'mụn thì sao', Nata tưởng bác Edi sẽ lại bắt đầu một cuộc chiến 'béo tròn thì sao' với anh Napa, song lần này bác chỉ thở dài.

"Thực ra ngày xưa ta có thân hình cân đối lắm, đảm bảo tìm khắp nước phù thuỷ này không thấy ai có cơ thể... hình vuông giống như ta."

Nata phì cười. "Chuyện gì đã xảy ra ạ?"

"À," bác Edi thì thầm. "Một ngày nọ lũ quỷ tới xâm lược làng ta. Do bị nhốt trong hầm tối, nên nhiều người lả đi vì thiếu năng lượng. Lúc ấy, lũ quỷ đã buộc chúng ta ăn thịt mấy con đại bàng đáng thương..."

Nata rùng cả mình, cô không thể tưởng tượng nổi cảnh lũ đại bàng con kia phải rời xa bố xa mẹ, rồi kêu chiếp chiếp chờ chết trong nồi.

"Và ta phải thành thật xin lỗi," bác Edi liếm mép. "Dù bị ép ăn nhưng công nhận là thịt chúng ngon thật, nhất là món đùi đại bàng rang bơ."

Bác Edi nói làm Nata nhớ tới nhóc quỷ trắng Kila, và cảnh cả lớp quỷ con nhao nhao mỗi đứa cầm một cái đùi đại bàng. Lũ quỷ thật dã man, không chỉ cho lũ nhóc ăn thứ này, mà còn ép cả phù thủy.

"Điều khác biệt là bình thường khi nạp năng lượng mặt trời, ta cảm thấy khỏe là dừng. Còn khi ăn thịt, không hiểu sao ta càng ăn lại càng thèm."

"Thế giờ ông còn ăn không?" anh Napa hỏi, mắt sáng rực, như thể trong đầu anh tràn ngập hình ảnh đùi đại bàng béo ngậy, với niềm tin chắc chắn rằng bác Edi đang giấu chúng đâu đó trong ngọn tháp trước mặt.

"Tất nhiên là không," bác Edi quả quyết. "Việc dư

thừa năng lượng đã khiến ta phát phì từ vuông thành tròn. Chưa hết, độc tố trong thịt cũng khiến cho đám mụn trở nên cứng đầu hơn bao giờ hết, không phép thuật nào có thể chữa trị. Ăn thịt trong một thời gian dài còn khiến nhiều người cảm giác nặng nề, mụ mị đầu óc, và không nhớ nổi thần chú."

Nata thấy đúng, đó có lẽ là lý do mẹ Bona luôn nấu đồ chay cho cả nhà, chỉ có anh Napa với bố là thi thoảng lại đi ăn ngoài. Mẹ bảo ăn chay sẽ khiến cơ thể nhẹ nhàng và thông minh hơn, song vụ sưởi nắng mặt trời mà sống được, thì chắc là chỉ có trong trí tưởng tượng của anh Napa mà thôi.

Trời bắt đầu tối thật nhanh, Nata thấy bà mẹ đại bàng lúc nãy cũng đã kéo cái tổ vào trong hang cát. Còn họ lúc này, cũng chỉ cách ngọn tháp ít phút đi bộ. Nata tự hỏi không rõ bên trong đó có chứa bí mật gì, mà có thể giúp họ nhớ được cả kho chữ nghĩa trong cuốn từ điển phép thuật dày cộp này.

PHÒNG SÁNG CHẾ

Màn đêm buông xuống làm lâu đài Va-hớt lung linh lạ thường. Dưới sân trường, những đám cỏ sáng như đèn nê-ông. Có lẽ chúng tắm nắng đã đời vào ban ngày, để có thể tỏa sáng hết mình lúc ban đêm. Còn trên tường thành, hàng trăm chiếc đèn dầu bay lơ lửng đầy sức sống, làm Nata nhớ tới nhà kho quỷ.

Cô hỏi, "Bác Edi, nếu chúa tể bóng tối và tụi quỷ xuất hiện, chúng ta có đánh được chúng không?"

"Có thể hay không đều đúng," bác Edi đáp.

"Tức là sao?" anh Napa lại chen vào.

Bác Edi nhắm mắt, như đang hồi tưởng lại thời trai trẻ oanh liệt của mình, rồi bác kể chuyện ngày xưa.

"Cách đây 15 năm, khi mới gia nhập Binh đoàn Phù thủy, một người bạn của ta sau nhiều đêm trăn trở, đã hỏi một câu chưa ai dám hỏi thần Lumi. Đó là quyền năng của ngài thừa sức thổi bay bọn quỷ, tại sao không ra tay trực tiếp, mà lại để mọi người chiến đấu vất vả nhiều năm như vậy? Thần Lumi đã nói nếu ngài ra tay trực tiếp, thì khi ngài mất đi và lũ quỷ quay lại thì sao? Rồi ngài còn hỏi lại rằng tại sao mọi người không tin rằng có thể đánh bại hắn trong thời một năm? Khi anh phù thủy trẻ đáp rằng điều đó là không thể. Thần đã nói một câu mà chúng ta nhớ mãi...”

Bác Edi im lặng hồi lâu.

Anh Napa lên tiếng. “Là gì thế, ông nói đi chứ?”

Bác Edi nhún vai. “Có thể hay không đều đúng.”

Dòng suy nghĩ của Nata như được khai thông. “Có phải ý bác là nếu anh phù thủy kia tin rằng họ làm được, thì sẽ làm được, và ngược lại?”

“Tuyệt lắm, cháu là người hầu mà có vẻ thông minh hơn cả hoàng tử Napa đấy.”

Nata chỉ biết cười gượng gạo.

“Ờ đúng rồi!” anh Napa thốt lên, như đang cố thể hiện trí thông minh hoàng tử. “Giống như ở phòng bà cô Hemi, lúc đầu tôi không nhớ được dãy dài 32 số, vì tôi đã không tin mình làm được. Và giờ thì tôi tin rồi. Mà anh phù thủy đó là ai vậy?”

Bác Edi nhìn hai đứa, “Ta tưởng hai người đoán ra rồi chứ? Lúc nãy ở phòng truyền thống ấy?”

“Có phải là bác không ạ?” Nata hỏi.

Bác Edi lắc đầu. “Đó chính là Pary. Chỉ sau một tuần nhận được câu hỏi đó từ thần Lumi, Pary đã có trong tay một kế hoạch táo bạo để tiêu diệt vĩnh viễn lũ quỷ trong vòng một năm.”

"Dùng bom nguyên tử hả?" anh Napa hỏi.

Bác Edi lắc đầu.

"Hay là bác ấy dùng máy hút bụi khổng lồ?" Nata hỏi.

Bác Edi lắc đầu tiếp.

Lần này tới lượt Nata tò mò. "Thế là gì ạ?"

Bác Edi nở một nụ cười châm chọc hết sức. "Ai bảo hai người không ở lại phòng truyền thống lúc nãy mà xem..."

Nata nhìn về ngọn tháp phía xa mà tiếc nuối, giờ chắc họ đã cách cái rạp chiếu phim 3D ấy (theo cách gọi của anh Napa) phải tới vài cây số rồi.

"Không sao, hai người cũng sắp được tiết lộ bí mật đó rồi," bác Edi nói, rồi hất cái cằm đầy mụn về phía trước, nơi Nata nhận ra họ đã đến đích.

Một điều lạ là trên mặt đất, từ chỗ họ đứng tới chỗ cánh cửa ở chân ngọn tháp, có những bóng đen với nhiều hình dạng khác nhau. Như thể có đứa trẻ nào đó nghịch ngợm, đã dán giấy tương ứng với hình thù đó lên đèn dầu. Nata nhớ anh Napa cũng đã từng chơi trò này với đèn trần phòng mình, làm hiện ra nguyên hình con nhện to bự khi cô bật đèn.

"Đại bàng, lâu đài, ba ba, chai mắm, gấu bông..." anh Napa vừa đi, vừa lẩm bẩm đọc những dòng chữ nhỏ xíu kèm theo các bóng đen trên mặt đất. "Mật gấu, chăn bông, căn phòng, bức tường, thước kẻ... sao chả có gì liên quan nhỉ?"

"Tốt lắm," bác Edi nói, mặt lộ ra vẻ không thể bí hiểm hơn. "Cứ đọc tiếp đi, hoàng tử Napa."

"Khăn tắm, cháo quẩy, tòa tháp, ngắm trăng, cháo bột," anh Napa đọc tới hình cuối cùng thì cũng là lúc họ đối mặt với cánh cửa, bác Edi nhanh chóng dùng thân hình đồ sộ của mình để chặn cửa.

"Thử kiểm tra trí nhớ nhé. Đố hai người liệt kê được hình dạng của 15 thứ vừa rồi theo đúng thứ tự?"

Anh Napa ngoái đầu lại, đám đèn dầu đã tắt ngóm tự lúc nào, những cái bóng đã hoàn toàn biến mất.

Nata hỏi, "Lúc nãy hoàng tử còn đọc to chúng cơ mà, ngài còn nhớ không thế?"

"Hình như là đại bàng, lâu đài..." anh Napa gãi đầu. "Không theo thứ tự được chứ?"

Bác Edi gật đầu.

"Cháo quẩy, khăn tắm, săn ma... hết rồi," anh Napa nói, rồi cười nhăn răng.

"Vậy là hoàng tử Napa nhớ được 5 thứ, cũng khá đấy," bác Edi quay sang Nata, và trao cho cô ánh mắt đầy hy vọng. "Còn cô hầu thông minh Nata thì sao?"

Bỏ qua mặc cảm số phận hẩm hiu của cô hầu, Nata bắt đầu lục lọi căn phòng trí nhớ. Ở trường cô đã từng học những thứ còn dài và khó hơn, nhưng phải tập trung. Còn vừa rồi cô không kịp để ý.

"Cháu nhớ là đại bàng, lâu đài, ba ba, chai mắm, gấu bông... gì nữa nhỉ..."

"Mật gấu!" anh Napa cất tiếng.

"Đúng rồi," bác Edi nói. "Nata tiếp tục xem nào?"

"Chăn bông, căn phòng, bức tường, thước kẻ, khăn tắm, cháo quẩy... mà cái cuối hình như là cháo bột."

"Cừ lắm," bác Edi gật gù. "Trừ từ mật gấu được Napa nhắc ra thì là 10 từ. Đúng như ta nghĩ, cô hầu gái đã lại áp đảo hoàng tử rồi!"

Nata cười đắc thắng, đây là lần đầu tiên cô cảm thấy thoải mái như vậy từ khi bị anh Napa dán cho cái mác hầu gái. Ít ra thì cái nhãn 'Cô hầu thông minh' do bác Edi phong tặng cũng làm Nata dễ chịu hơn.

Anh Napa mặt ỉu xìu như thể mới tìm được tập truyện 57 thì bị bác Edi quăng vào màn đêm đen kịt. Anh nói, "Nata... nó vốn nhớ giỏi từ xưa rồi. Chắc do phải lau dọn lâu đài thường xuyên, nên cũng được tập nhớ vị trí đồ đạc mỗi ngày. Còn tôi thì..."

"Này hoàng tử kính mến," bác Edi đặt đôi bàn tay

to sụ lên vai anh Napa. "Hoàng tử có biết ngày xưa ta nhớ được bao nhiêu thứ khi tới đây không?"

"Chắc chắn là nhớ hết rồi! Ông là một trong ba phù thủy ánh sáng trong truyền thuyết cơ mà!"

Bác Edi lắc đầu. "Có 14 thôi... nhưng đó là cô Hemi, còn ta thực ra nhớ được mỗi 3 thứ."

Nata thề là cô có thể cảm nhận được niềm vui sâu thẳm lóe lên trong mắt anh Napa. Cuối cùng thì đã có một phù thủy mà trí nhớ còn tệ hơn cả anh ấy.

Bác Edi nhún vai, rồi lặng lẽ quay lại hắng giọng với cánh cửa. "E hèm..."

"Tít tít tít," một giọng nói quen thuộc vang lên. "Bạn có 10 giây để đọc các hình dạng theo thứ tự."

Bác Edi hít một hơi thật sâu, rồi đọc nhanh không vấp. "Đại bàng, lâu đài, ba ba, chai mắm, gấu bông, mật gấu, chăn bông, căn phòng, bức tường, thước kẻ, khăn tắm, cháo quẩy, tòa tháp, ngắm trăng, cháo bột!"

"Tít tít tít... chính xác tuyệt đối, xin mời vào."

Bác Edi quay lại nhìn hai đứa và mỉm cười. Nata tròn xoe mắt, còn vẻ tự đắc trên gương mặt anh Napa đã được thay thế bằng cái mồm há ra hết cỡ.

Anh hỏi. "Ông bác thuộc từ trước rồi đúng không?"

"Không..." bác Edi đáp. "Các hình dạng do lũ đèn dầu tạo ra đều thay đổi mỗi khi có ai đó tới."

Một bản nhạc chúc mừng vui tai vang lên, bác Edi nhích thân hình hộ pháp của mình ra một bên, để lộ dòng chữ khắc trên cửa: Phòng thí nghiệm Impossible. Khi nhạc hết mà cánh cửa vẫn chẳng nhúc nhích.

"Nata thử đẩy cửa đi," bác Edi nói.

Nata định bước lên nhưng anh Napa đã nhanh nhảu chen chân vào, và đó là một quyết định sai lầm. Anh chới với ngã về phía cánh cửa, và... xuyên qua nó. Nata giật mình, cô thấy nguyên hai bàn chân của Napa thò ra ngoài, phần thân trên đã bị cánh cửa nuốt trọn.

Bác Edi cười lớn. "Cánh cửa này chỉ là ảo ảnh thôi. Trước khi ta đọc mật khẩu, nó cũng đã như vậy rồi."

Anh Napa đứng phắt dậy, phủi quần áo, quay lại nhìn bác Edi và gắt lên. "Sao ông bác không nói trước, suýt nữa thì tôi dập mặt."

"Ai bảo hoàng tử nhanh nhảu vậy, ta nghĩ Nata sẽ cẩn thận hơn mà đẩy cửa nhẹ nhàng, và theo kịch bản cái tay sẽ xuyên qua cánh cửa."

Nata hỏi. "Cửa là ảo ảnh, vậy mật khẩu để làm gì ạ?"

"À," bác Edi cười. "Thần Lumi cho thiết kế như vậy để lừa trẻ con, và mấy đứa hay bỏ cuộc như ta hồi xưa.

Sau mấy tuần luyện tập để nhớ hết như cánh cửa yêu cầu, ta phát hiện ra chỉ cần bước qua là xong. Nói thật là cảm giác cũng hơi ức chế."

Sau đó, họ đi xuyên qua cánh cửa tới một đường hầm mà trên tường là chi chít các loại công thức. Bay lơ lửng khắp nơi, là những đồ vật kỳ cục mà Nata không thể gọi tên. Có vẻ như cô đã phát hiện ra nguồn gốc của chúng, khi họ bước vào một căn phòng lớn.

Ở giữa phòng, cô thấy cả tá nhóc phù thuỷ mặc áo màu trắng như những nhà khoa học tí hon, đang đứng quanh một cái nồi áp suất to như vạc dầu. Nó rít lên từng hồi, rồi một tiếng nổ lớn vang lên, cái nồi xì khói và bắn ra hàng chục món đồ kỳ cục. Chúng lơ lửng gần chiếc nồi, trộng như vệ tinh bay quanh trái đất.

"Cái gì thế bác?" Nata hỏi.

"Máy phát minh Impossible," bác Edi đáp. "Chào mừng cháu đến với lớp học sáng chế huyền diệu."

"Thế mà tôi cứ tưởng là nồi ếch luộc," anh Napa nói.

Đúng là có một con ếch đồ chơi đang bay lơ lửng về phía họ. Đó có lẽ là đồ vật duy nhất mà Nata có thể gọi tên, nhưng nó trông cũng thật kì dị. Con ếch này chỉ có một mắt, và trên mắt lại có kim giây kim phút như đồng hồ. Sau lưng nó, còn có chỗ lên dây cót.

Anh Napa nhanh tay chụp lấy, vặn lấy vặn để. Cái đồng hồ trên mắt con ếch bắt đầu chuyển động, nó kêu lên ộp ộp, và bất chợt thè lưỡi ra liếm vào mặt anh Napa lia lịa. Anh ấy kêu oai oái và ném nó đi, nhưng nó lập tức nhảy trở lại, thè lưỡi ra, và bám đuổi anh khắp phòng. Chỉ cho tới khi một bàn tay béo múp chộp nó lại, thì anh Napa mới thoát.

Nata nhận ra đó là nhóc phù thuỷ Hisi, thằng bé béo ú hay hỏi ở căn phòng truyền thống. Dù đã bị giữ chặt, nhưng con ếch vẫn quyết tâm thè lưỡi về phía anh Napa, như thể nó chính là hoàng tử ếch trong truyền thuyết, đến đòi nợ nụ hôn để được giải thoát kiếp làm ếch. Nhóc Hisi gãi đầu, xin lỗi họ rối rít vì phát minh thất bại của mình.

"Cả lớp chú ý!" bác Edi nói lớn. "Hôm nay chúng ta được nghỉ sớm!"

Trái với suy nghĩ của Nata, cô tưởng lũ nhóc phải hò reo dữ lắm, ai dè mặt mũi chúng tiu nghỉu như thể phim đang hay thì bị quảng cáo chen vào. Chúng lục tục kéo nhau ra khỏi phòng, một số đứa vẫn còn lưu luyến với những phát minh kỳ lạ của mình.

Khi chúng đã đi hết, bác Edi tắt cái nồi. "Đây là môn

học có thể gây nghiện. Tụi nhóc chưa bao giờ dứt niềm đam mê phát minh."

"Con ếch đó cũng là phát minh ư?" Nata hỏi.

"À, ta đoán đó là một loại đồng hồ báo thức kiểu mới, sẽ liếm mặt chủ nhân cho tới khi tỉnh dậy. Song chắc nhóc đó đã quên không thiết kế nút tắt chuông."

"Vậy cái nồi đó chuyên nấu sản phẩm lỗi sao?" anh Napa vừa hỏi, tay vừa lau cái má vẫn còn nhớp nháp sản phẩm của chú ếch kia để lại.

Bác Edi vuốt ve cái nồi. "Cái nồi vô tội, lỗi hay không là do người làm. Giờ ta sẽ cho hai người xem vài phát minh mà ta tự hào nhất."

Nói đoạn, bác đi khắp căn phòng, cái bụng thùng phuy của bác đi tới đâu là đám đồ lại bị hất văng sang tới đó. Bác dừng lại ở một cây kiếm, mà lưỡi kiếm trông như cái kèn. Bác đẩy nó bay về phía anh Napa và hỏi, "Đố hoàng tử biết nó để làm gì?"

"Kiếm loa kèn ư?" anh Napa cầm lên và phán như thể mình là tác giả. "Để gia tăng khí thế, người ta vừa đánh trống vừa thổi kèn. Còn với phát minh này, quân ta vừa chém gió vừa thổi kèn chăng?"

Bác Edi cười khùng khục, Nata cảm tưởng đống mụn trên má bác cũng nhảy nhót theo. Cô không thể hiểu nổi sao anh Napa lại có thể nghĩ ra ý tưởng kỳ quặc ấy. Mà cũng hay, giả sử cây kiếm này có thể phát ra âm nhạc đầy khí thế, thì mấy ông đánh trống thúc quân sẽ không phải ra trận, đỡ thiệt mạng vô ích.

"Đấu kiếm nhé hoàng tử?" bác Edi nói, rồi vớ lấy một thanh kiếm y hệt gần đó và múa vài đường.

"Chơi luôn!" anh Napa xoay thanh kiếm trong tay như thể ở vương quốc Navi, anh đã thành thục môn kiếm đạo nhờ đọc hết tủ truyện khổng lồ.

Nata kéo áo anh Napa với hy vọng chặn anh lại. Cô không nghĩ là việc đọc truyện có thể giúp Napa đánh bại phù thủy huyền thoại, nhưng xem ra anh ấy quyết tâm lắm. Còn bác Edi thì tay vuốt mụn, rồi nở nụ cười đầy khiêu khích.

Anh Napa vung kiếm và lao vào. Một tiếng choang vang lên. Theo phản xạ, Nata nhắm mắt bịt tai, cô cảm tưởng âm thanh ấy suýt xé rách màng nhĩ của mình. Ít giây sau, Nata mở mắt và thấy anh Napa cùng toàn thể đồ đạc trong phòng đang run lẩy bẩy, như có ai đó mới úp một cái chuông đồng khổng lồ vào họ rồi gõ một nhát không thương tiếc.

Điều lạ là bác Edi thì vẫn bình chân như vại.

Khi bác ấy ra hiệu mọi thứ đã ổn, Nata mới dám bỏ

tay ra khỏi tai. Bác Edi xoay thanh kiếm trong tay rất điệu nghệ và nói, "Đó mới là công dụng thực sự của cây kiếm, thứ âm thanh chói tai này sẽ khiến cho bất cứ tên quỷ nào cũng phải bủn rủn chân tay."

Anh Napa vẫn chưa lấy lại thăng bằng, giọng lắp bắp. "Sao ông... không... nói... sớm..."

"Ta nghĩ hoàng tử thích trải nghiệm," bác Edi nói, rồi tóm lấy anh Napa bằng đôi tay hộ pháp, lắc lên lắc xuống vài lần như thể đó là cách lấy độc trị độc giúp anh bớt run rẩy hơn.

Sau đó, phải mất thêm ít phút ngắc ngoải cái đầu, anh Napa mới lấy lại được thăng bằng. Rồi anh còn thò tay vào tai và ngoáy kỹ lắm, như đang cố móc cái màng nhĩ đã lọt thỏm vào sâu trong não. Cuối cùng anh hỏi, "Mà sao ông bác không cần bịt tai?"

"Không chuẩn bị là chuẩn bị cho thất bại," bác Edi nháy mắt, rồi đưa tay lên tháo hai cái bịt tai to oạch mà bác đã nhét vào tự lúc nào. Bác nói, "Sự chuẩn bị tốt, là nguyên tắc số một khi đánh trận."

Mà cây kiếm này hay thật, giá mà trong mấy cái hòm chiến lợi phẩm ở nhà kho quỷ, Nata tìm được nó thì đảm bảo mấy trăm con quỷ cô cũng chấp. Nata nói, "Phát minh này tuyệt quá bác Edi à!"

"Ờ... ta rất tự hào," bác Edi mũi phổng lên. "Nhưng khi đưa ra hội đồng quân sự hồi đó, nó đã bị từ chối."

"Sao vậy bác?"

Bác Edi đỏ mặt, bác vừa gãi cái đầu bóng loáng vừa nói, "Nếu ra trận mà mỗi người đều đeo bịt tai, sao mà nghe được lệnh tướng quân?"

Nata cười, đúng là thế thật.

Chợt bác Edi la lên. "Ấy đừng!"

Anh Napa giật mình nhả tay ra. Đó là một viên thuốc to bự như trứng gà, màu nửa tím nửa trắng. Nó rung lắc dữ dội, như thể bên trong là hàng trăm con gà tí hon đang đòi vượt ngục.

Bác Edi nhanh tay vặn chặt nó lại, rồi thở phào nhẹ nhõm. "Hú hồn nhé, suýt nữa thì toi cả lũ."

"Cái gì vậy?" anh Napa hỏi.

"Bom ngủ gật," bác Edi nói. "Hoàng tử mà tháo nắp ra, là hàng trăm viên thuốc ngủ sẽ bay tán loạn, tìm cách chui vào miệng đối phương và cho họ ngủ cả tuần. Đây cũng là thất bại tiếp theo của ta."

Nata tròn mắt. Cái này hay đấy chứ, họ sẽ không sợ bị lũ quỷ bao vây. Thậm chí nếu cần, còn có thể dùng khi mất ngủ. "Sao nó lại bị từ chối ạ?"

Bác Edi gãi mụn. "Sau khi dùng thử, nguyên một

nửa hội đồng quân sự đã ngủ. Họ kết luận loại lựu đạn này không phân biệt được ta và địch, tất cả đều ngủ."

Nata phì cười, cô định hỏi tại sao bác Edi lại toàn tự hào về những phát minh bị từ chối, nhưng chưa kịp nói thì bác ấy đã với lấy một cuốn sách khổng lồ.

"Đây là phát minh tự hào nhất của ta," bác Edi nói rồi mỉm cười. "Hai người muốn thử không?"

Nata e dè. Nếu đây là món bác Edi tự hào nhất, thì cũng có thể sẽ là thất bại khủng khiếp nhất. Cô chưa kịp cất lời thì anh Napa đã lẩm bẩm đọc thần chú mở sách, khiến nó bay lên chầm chậm, trông như chú chim già cỗi, đang vất vả đập cánh.

Anh Napa tóm lấy cuốn sách và đè xuống sàn để đọc cho bằng được dòng chữ trên đó. Anh nhăn mặt nói, "Là sách lịch sử sao?"

"Không như hoàng tử nghĩ đâu," bác Edi đáp, "Hãy thử chiếu đèn vào mà xem."

Anh Napa rút đèn ra soi, cuốn sách phát ra hàng ngàn tia sáng, tụ lại thành hình ngôi trường Va-hớt, như thể nó là một cái máy chiếu bốn chiều hiện đại, kèm theo cả tiếng thuyết minh.

"Trường Va-hớt là lâu đài có diện tích 332860m^2 với 1650 phòng học ẩn trong hệ thống tường thành có tổng chiều dài 5867m. Tòa tháp chính giữa cao 85m, ba toà xung quanh cao 61m."

Anh Napa nói. "Phát minh này xem phim thì tuyệt đấy, mà số phận nó ra sao?"

Bác Edi mỉm cười đầy tự hào. "Lúc đầu ai cũng khoái, nhưng không phụ huynh nào muốn con họ bị gù lưng khi vác theo cuốn sách nặng như thế, nên nó không được chấp nhận."

Nata hỏi, "Vậy sao bác lại tự hào về những phát minh thất bại của mình?"

Bác Edi xoa cái bụng tròn xoe. "Có phải sau thất bại cuối cùng sẽ là thành công, đúng không? Vậy cách để thành công nhanh nhất là gì?"

Nata đáp, "Là tiến tới thất bại cuối cùng càng nhanh càng tốt ạ?"

"Đúng rồi!" bác Edi reo lên. "Đó là lý do ta tự hào về mọi phát minh của mình. Liên tục phát minh dù có gặp thất bại, là bí quyết để đạt thành tựu mà người khác mất cả năm trời. Ở trong lớp của ta, học sinh luôn được khuyến khích thử sai thoải mái, và chúng buộc phải tìm cách khen ngợi lẫn nhau."

Anh Napa hỏi. "Cho dù có bị ếch liếm mặt sao?"

Bác Edi gật đầu, rồi gập cuốn sách lại. "Napa, hoàng tử còn nhớ sách vừa thuyết minh những gì không?"

"Ông đùa hả?" anh Napa trợn mắt lên. "Có 15 từ ngoài vòng gửi xe, tôi còn không thuộc, huống chi là đoạn thập cẩm dài ngoằng, cả chữ lẫn số vừa rồi?"

"Dù hoàng tử tin mình có thể hay không, đều đúng. Nhưng sẽ ra sao nếu hoàng tử có khả năng thuộc nhanh như ta lúc nãy?"

"Có thể đấy, con hầu Nata tu luyện chắc phải mất vài năm. Còn tôi thì có thể mất vài kiếp."

"Không tệ đến thế đâu," bác Edi vỗ vai anh Napa. "Ta nghĩ có năng khiếu như hoàng tử, và cô hầu Nata đây, thì chỉ mất vài ngày là cùng."

Hai anh em trố mắt. Vài ngày là họ phát triển trí nhớ như bác Edi ư? Mà cũng có thể, đây là thế giới trong mơ, mà trong mơ thì mọi thứ đều có thể là thật!

Bác Edi mỉm cười. "Có thể hai người không tin... nhưng ngay từ khi bước vào đây, trí nhớ của cả hai đã được cải thiện rồi."

Anh Napa ngơ ngác nhìn quanh phòng, rồi hít ngửi như thể đang đánh hơi mùi gì đó. "Bộ nước xịt phòng ở đây giúp người ta thông minh hơn hả?"

Bác Edi cười ha hả. "Thực ra không phức tạp thế đâu, hãy thử một trò chơi nhé!"

KHÔNG THỂ VÀ CÓ THỂ

Bác Edi hỏi. "Cả hai còn nhớ phát minh con ếch chứ?"

Tay xoa má, anh Napa đáp. "Sao mà quên được!"

"Vậy đố ai nói được cho ta, nó là sự kết hợp của những thứ gì với nhau?"

Nata nói. "Ếch và đồng hồ báo thức ạ?"

"Chính xác. Tỉ số là 1-0, hoàng tử đã thua."

Nata cười thầm, cô đã nghĩ về việc đó ngay khi bước vào căn phòng này, nên đã chuẩn bị tinh thần nghênh chiến từ trước. Các giáo viên ở đây có vẻ rất thích dạy thông qua trò chơi, nhóc quỷ trắng Kila mà được học trường này, chắc là nghiện tới mức quên cả gốc gác luôn ấy chứ.

"Thế còn phát minh cây kiếm thì sao?" bác Edi hỏi.

Nata đáp. "Kiếm và kèn ạ?"

Bác Edi lắc đầu. "Còn thiếu một thứ."

"Cái bịt tai?" anh Napa lên tiếng.

"Chính xác!" bác Edi vỗ tay bộp bộp. "Tỷ số là 1-1. Thế còn phát minh tiếp theo, quả bom ngủ gật thì sao?"

"Lựu đạn, đàn ong và thuốc ngủ ạ?" Nata nói.

"Lần này là hai thứ thôi, hoàng tử Napa có đáp án khác không?"

"Đàn ong và... thuốc ngủ!" anh Napa đáp.

"Chính xác... tỷ số là 2-1, hoàng tử thắng," bác Edi nói, rồi đập bàn tay to sụ lên vai Napa khiến anh cười nhăn nhó.

Nata cảm thấy không công bằng, rõ ràng bác ấy đang thiên vị, hoặc cũng có thể là bác Edi đang cố tạo niềm tin rằng trí thông minh hoàng tử là có thật.

"Còn phát minh này thì sao?" bác Edi hỏi, tay chỉ vào cuốn sách to bự lúc nãy vẫn còn sáng rực.

"Cuốn sách và máy chiếu!" anh Napa đáp.

"Đáp án được chấp nhận, hoàng tử Napa đã thắng đậm 3-1!"

Nata thề là chưa bao giờ cô thấy anh Napa cười thỏa mãn đến vậy. Cô muốn lao tới véo tay anh tới tấp, lần này có thể là véo thêm cả má nữa.

"Này Napa," bác Edi hỏi. "Hoàng tử hãy thử kể xem nãy giờ, chúng ta đã liệt kê ra những gì nào? Bắt đầu từ con ếch..."

"Dễ mà," anh Napa đáp. "Con ếch, đồng hồ, cây kiếm, cái kèn, bịt tai, đàn ong, thuốc ngủ, cuốn sách và máy chiếu."

"Tuyệt vời!" bác Edi nói lớn và vỗ đét một cái vào

lưng anh Napa. "Xin chúc mừng, hoàng tử vừa nhớ tận 9 từ một cách dễ dàng đấy!"

Gương mặt anh Napa giờ đây là sự kết hợp hoàn hảo giữa ngạc nhiên vô cùng và đau đớn tột độ. Anh nhăn nhó hỏi, "Sao lại thế?"

"À, ta tin là cả hai người sẽ tự hiểu ra với trò chơi tiếp theo này. Một câu đố nhé, giữa đại bàng, lâu đài và ba ba, thì có gì liên quan?"

Nata lắc đầu.

Anh Napa mỉm cười, vẻ mặt tự mãn hết sức. Anh nói, "Một hoàng tử đẹp trai, cưỡi đại bàng, đậu trên nóc lâu đài trước sự ngưỡng mộ của những con ba ba?"

"Tốt lắm," bác Edi nói. "Nata hãy thử nối tiếp câu chuyện đó với chai mắm và gấu bông xem nào?"

Nata đã hiểu ý bác Edi, thì ra bác ấy muốn kết nối các từ ngẫu nhiên thành câu chuyện. Một ý tưởng lóe lên trong đầu cô, cũng là cơ hội để trêu anh Napa.

Nata nói, "Tự nhiên có cơn mưa toàn những chai mắm, hoàng tử bị bất ngờ nên ngã vào nhà của một con gấu bông, còn đại bàng thì bị... trụi lông ạ!"

Bác Edi cười, còn anh Napa trông vẻ mặt đáng thương kinh khủng. Rõ ràng là Nata đã làm tan nát hình tượng hoàng tử phong lưu trên lưng con đại bàng.

Anh Napa nói, "Bác làm ơn cho từ tiếp đi. Càng nhiều càng tốt!"

"Tự tin ghê nhỉ? Vậy thì năm từ xem nhé, mật gấu, chăn bông, căn phòng, thước kẻ, và khăn tắm."

Trời đất, năm từ cơ à? Nata còn đang vắt óc tìm cách kết nối, thì anh Napa đã búng tay tách một cái, kèm theo nụ cười sung sướng hở hết cả răng.

"Nghe nè," anh Napa nói. "Cô hầu gái chạy tới cho hoàng tử uống mật gấu, đắp chăn bông, nằm dưỡng thương trong căn phòng mà bốn bức tường làm từ thước kẻ, còn trần nhà là khăn tắm!"

Bị lôi vào câu chuyện không thể vô lý hơn đó, Nata cười đau cả ruột. Bác Edi cũng không giấu nổi sự phấn khích. Anh Napa xứng đáng nhận chức vô địch thiên hạ môn chế truyện. Song Nata không thể thua được, cô nhìn bác Edi như muốn nuốt thêm vài từ nữa để chế biến tiếp câu chuyện dang dở.

Hiểu ý cô, bác Edi nói, "Nata tiếp chiêu, hãy kết thúc câu chuyện bằng các từ này: Cháo quẩy, tòa tháp, ngắm trăng và cháo bột."

Bác Edi vừa dứt lời, một ý tưởng không hiểu từ kẽ nứt nào trong não Nata, đã ngoi lên. Cô nói, "Sau khi chú đại bàng mọc lông trở lại, họ ăn mừng bằng nồi cháo quẩy trên tòa tháp cao...”

Nata chưa kịp kết thúc thì anh Napa đã song phi vào miệng cô và nói, “Nhưng mải ngắm trăng và nhảy múa, nên cháo quẩy chảy ra cháo bột!”

Bác Edi vỗ tay bồm bộp. “Hai người làm tốt lắm!”

Anh Napa mặt vênh lên. “Có lẽ là do dòng máu hoàng tộc đang chảy trong người ta chăng?”

Nata xị mặt lại. Cô tự hỏi không rõ bao giờ anh Napa mới chịu dừng câu chuyện hoàng gia này lại, cũng như chừa cái tật chen ngang. Cơ mà không hiểu sao anh ấy nói đúng ý tưởng mà cô đang định nói.

“Trò này vui đấy,” anh Napa hỏi, “nhưng mà để làm gì vậy hả ông bác?”

“À... Hoàng tử có thể tóm lại câu chuyện mà chúng ta vừa mới kể không?”

“Đơn giản như đan rổ,” anh Napa đáp, rồi nói một mạch kèm thêm cả động tác cơ thể minh họa. “Một chàng hoàng tử cưỡi đại bàng, đậu trên lâu đài trước sự ngưỡng mộ của bầy ba ba, một cơn mưa những chai mắm làm anh ngã xuống nhà gấu bông, còn đại bàng thì trụi lông. Rồi cô hầu xinh đẹp xuất hiện, cho họ uống mật gấu, đắp chăn bông, trong căn phòng làm bằng thước kẻ, trần nhà là khăn tắm. Cuối cùng, họ nấu cháo quẩy trên tòa tháp cao để ăn mừng, nhưng mải ngắm trăng nên cháo quẩy cháy ra cháo bột."

Anh Napa vừa dứt lời, thì bác Edi vỗ một phát nữa vào lưng anh. "Tuyệt lắm, ta cá là hoàng tử sẽ nhớ câu chuyện này tới già!"

"Tôi vốn già sẵn rồi mà," anh Napa đáp. "Nhưng tóm lại câu chuyện này để làm gì?"

"Ồ, hoàng tử chưa nhận ra sao? Ta vừa giúp ngài nhớ 15 từ chính là mật mã vào cửa đấy! Đầu tiên là hoàng tử cưỡi gì?"

Anh Napa mắt sáng rực. "Đại bàng!"

"Tốt lắm, còn các từ tiếp theo thì sao?"

Không ngần ngại, anh Napa trả lời một mạch.

(Bạn thử điền vào chỗ trống xem có nhớ không nhé)

"1 là .... 2 là .... 3 là .... 4 là .... 5 là .... 6 là .... 7 là .... 8 là .... 9 là .... 10 là .... 11 là .... 12 là ....13 là .... 14 là .... và 15 là ....!"

Bác Edi tròn xoe mắt, còn Nata thì không tin vào tai mình nữa. Cứ như thể có tia sét mới đánh trúng não anh Napa, làm cả rừng bóng đèn trí nhớ trong đó lóe sáng một cách ngoạn mục.

"Ơ," anh Napa hỏi. "Sao tôi lại nhớ được nhỉ?"

"Vì hoàng tử vốn có khả năng đó," bác Edi nháy mắt.

"Nếu thế thì tôi phải nhớ ngay lúc vào cửa chứ?"

"Thế này đi cho dễ hiểu. Nếu coi 15 từ đó là 15 cái bóng đèn, thì khi tạo ra câu chuyện, là chúng ta đã làm gì hả hoàng tử?"

"Ờ... chúng ta nối hết tất cả vào nhau?"

"Chính xác!" bác Edi búng tay một cái tách. "Cho nên dí điện vào cái đèn đầu tiên là đại bàng, các bóng tiếp theo sẽ lần lượt sáng lên, đơn giản vậy thôi!"

Anh Napa gật gù, có vẻ như cuối cùng thì trí thông minh hoàng tử là có thật, và nó đã được đánh thức.

"Thật tuyệt," Nata nói. "Dùng cách này nhớ bao nhiêu từ cũng được hả bác?"

"Cũng tùy. Nó phụ thuộc vào câu chuyện ta tạo ra. Càng lạ lùng hài hước, thì càng nhớ được nhiều."

"Cái đó là nghề của hoàng tử rồi!" anh Napa nói.

"À bác ơi," Nata hỏi. "Cháu nghĩ thuộc 15 từ ngẫu nhiên là một chuyện, còn thuộc bài học phức tạp lại là cả một vấn đề khác chứ?"

Bác Edi rướn lông mày lên. "Ngẫu nhiên sao? Mọi

thứ đều có ý nghĩa. Bật mí cho cả hai biết, thực ra khi thuộc 15 từ đó, là chúng ta đã thuộc được một trong những đoạn khó nhớ nhất trong cuốn sách này."

Hai anh em ngơ ngác nhìn nhau. Làm sao mà 15 từ ngẫu nhiên đó, lại có thể dính dáng tới lịch sử trường Va-hớt?

Bác Edi tóm lấy cuốn sách, bấm một nút trên đó. Lần này đoạn thông tin về trường với rất nhiều con số ban nãy đã được chiếu lên giữa phòng. Bác chỉ vào chữ trường Va-hớt và hỏi, "Biểu tượng của trường là gì?"

Nata đáp. "Là đại bàng ạ?"

"Tốt lắm. Nó không phải là từ đầu tiên sao?"

Nata quan sát, đúng thật. Đầu tiên là đại bàng, sau đó là lâu đài. "Thế còn 332860 ạ?"

"Nata, cháu thử đọc chậm lại con số đó xem nào?"

"Ba ba, hai tám, sáu không.."

"Á!" anh Napa la lên. "Nghe nó giống hệt ba ba, chai mắm, gấu bông!"

Nata bật cười. Đúng thật, sao cô không nghĩ ra nhỉ? Đó chính là cách nhớ số vần mà hai anh em cô đã tìm ra khi nói chuyện với cô Hemi. Giờ đây, nhìn đoạn chữ đó tới đâu, cảm giác thích thú nở rộ tới đó. Thật không thể ngờ, 5 từ ấy lại chính là các từ khóa trong bài đọc.

Sau đó bác Edi nhờ Nata đọc to, trong khi anh Napa chèn ngay từ tương ứng vào.

(Bạn hãy thử điền vào xem còn nhớ không nhé)

"Trường Va-hớt (1..................) là lâu đài có (2..................) diện tích 332860m^2 (3.................. 4.................. 5..................) với 1650 (6. ....7..................) phòng học ẩn trong hệ thống tường thành (8..................) với tổng chiều dài (9..................) 5867m (10.................. 11..................). Tòa tháp (13. ....) chính giữa cao 85m (14..................), ba ngọn tháp xung quanh cao 61m (15..................)."

"Xuất sắc!" bác Edi nói. "Thực tế thì mỗi lần vào cửa, ngọn tháp sẽ đều trích ra một đoạn trong sách và làm tương tự để giúp học sinh có thể thuộc lịch sử của trường như cháo chảy."

Thật là hay, Nata ước giá mà ngày xưa anh Napa biết cách này, thì đã 'học như đi dạo, điểm cao bá đạo' rồi (đó là cách anh Napa nói về khả năng của Nata). Và có lẽ anh ấy đã không bỏ học, để rồi kẹt lại trong giấc mơ này. Nhưng nếu thế, thì làm sao họ được biết nhiều thứ thú vị như vậy. Đúng là mọi thứ đều có ý nghĩa gì đó tốt đẹp.

"À mà..." anh Napa hỏi. "Cái này thì có liên quan gì tới bí mật giúp đánh bại chúa tể bóng tối?"

"Bí mật là gắn kết mọi thứ lại với nhau. Nếu ta không gắn kết các thứ không liên quan, thì khó mà tạo ra những phát minh khiến lũ quỷ bất ngờ. Còn Pary ngày xưa, đã gắn cả trăm ngàn chiếc đèn với nhau ở một khe núi, bật sáng một cùng lúc khi ta dụ được lũ quỷ vào đó. Dù cách đó khá là tốn điện, được cái là đã tiêu diệt hết địch trong chớp mắt."

"Thì ra là vậy," anh Napa nói, "Còn nếu tôi không gắn kết các bóng đèn thông tin lại với nhau trong não, thì sớm muộn chúng sẽ rụng phải không?"

"Tốt lắm. Hoàng tử có năng khiếu liên kết mọi thứ rất tuyệt vời. Hãy ở lại đây, học cho xong cuốn từ điển phép thuật, rồi hai ta sẽ cùng phát minh ra hàng vạn thứ hay ho, và trở nên nổi tiếng!"

"Nhất trí!" anh Napa nói, rồi nháy nháy lông mày. Có vẻ như việc thuộc cả cuốn từ điển phép thuật với anh lúc này đã trở thành chuyện nhỏ.

Nata cũng phấn khích lắm, ngoài việc đọc truyện tranh ra thì cô chưa bao giờ thấy anh Napa hào hứng với việc học bất cứ thứ gì.

Bỗng có tiếng xì khói, phát ra từ cái nồi phát minh

to bự giữa phòng. Nata cảm tưởng nó cũng đang vui khi bác Edi đã tìm được đệ tử chân truyền là anh Napa. Không hiểu sao nó lại mang tên Impossible là không thể, trong khi lại có thể tạo ra nhiều thứ kỳ diệu? Cô dám cá chỉ cần anh Napa ở lại một ngày, căn phòng này sẽ ngập tràn các phát minh kỳ dị.

"Này anh!" Nata khều áo anh Napa và nói thầm. "Chúng ta phải tới tháp trí nhớ càng nhanh càng tốt, sao có thể ở lại đây được."

"Em yên tâm," anh Napa đáp. "Ngay khi học hết phép thuật hay ho, ta sẽ rời đi, hoặc là ngay khi tìm được tập truyện 57..."

Nata véo tay anh một phát. "Giờ mà anh vẫn còn nghĩ tới truyện sao?"

"Này lại đây ta bảo," bác Edi gọi, tay chạm vào dòng chữ Impossible khắc trên chiếc nồi.

Trên đó có một vết khắc hình dấu phẩy cạnh chữ I, khiến chiếc máy như có một cái tên mới là I'm possible. Nata ngạc nhiên, học tiếng Anh bao lâu giờ cô mới để ý. Nhìn mặt anh Napa, cô biết anh vẫn chưa hiểu gì cả. "Impossible là không thể, chỉ cần thêm dấu phẩy là thành I'm possible tức là tôi có thể."

Bác Edi gật đầu. "Đó là kiệt tác của ta, đừng nói với

ai nhé. Thần Lumi hồi ấy đã ra lệnh truy nã kẻ nào dám khắc lên bậy lên chiếc máy, và ta tin là giờ cái lệnh ấy vẫn còn hiệu lực."

Anh Napa tỏ ra tâm đắc lắm. "Thật không ngờ, chỉ một thay đổi nhỏ xíu là kết quả khác gớm. Giống như sau khi kết nối đám bóng đèn, chỉ cần một mồi điện là sáng trưng cả rừng!"

"Giáo sư Edi!"

Giọng phụ nữ gào lên khiến ba bác cháu giật mình quay lại. Nata nhận ra là cô giáo Gavi lúc nãy thuyết trình về lịch sử của trường.

"Có chuyện gì thế?" bác Edi hỏi.

Gương mặt cô giáo xanh lét, tương phản với mái tóc đỏ hồng tươi tắn. Giọng cô run run, "Lũ quỷ bóng tối... chúng bắt cóc học sinh rồi!"

"Sao chúng vào được đây?" bác Edi gầm lên, cả rừng mụn như muốn bật rễ.

"Cánh cổng song sinh..." cô Gavi nói.

"Hả?" bác Edi mặt tái nhợt. "Thế chúng đâu rồi?"

"Dạ... ở phòng truyền thống ạ, chúng đòi phải giao nộp cô bé Nata nào đó."

QUỶ ĐỘT NHẬP

Tim Nata đập rộn ràng, cô cảm giác nó như muốn nhảy ra khỏi lồng ngực, để hòa nhịp cùng bước chân nặng trịch của bác Edi ra phía ngoài.

Nata vẫn còn nhớ rõ hình ảnh tên quỷ đại ca với cái sừng nhọn hoắt, và con quỷ đệ tử đuôi khủng long gớm ghiếc. Đúng là trời đánh chẳng tránh lũ quỷ, cô còn chưa khám phá hết vẻ đẹp thanh bình của trường Va-hớt, cũng chưa học được tẹo phép thuật nào, mà chúng đã mò tới rồi.

"Bác Edi ơi," Nata hỏi. "Cháu tưởng cánh cổng song sinh được niêm phong rất kỹ rồi mà?"

Bác Edi thở dài. "Đó mới là vấn đề ta lo đấy, có thể chúng đã có tay trong."

"Đừng lo," anh Napa chen vào, tay cầm cuốn từ điển phép thuật bác Edi tặng. Anh nói, "Tay trong chân trong nào cũng sẽ bị hoàng tử hóa thành xà bông hết mà thôi."

Nata gật đầu, nhưng cô cũng lo lắm. Mà sao chúng lại đòi gặp cô? Đáng ra phải là anh Napa chứ? Thủ phạm phóng hỏa nhà kho là anh ấy cơ mà?

Bên ngoài ngọn tháp, có tiếng kêu ro ro. Đó là chiếc

máy hút bụi màu hồng của cô Gavi. Không rõ là nó có thể chở nổi bốn người họ không, đặc biệt là bác Edi tròn vo và nặng phải tới hai tạ.

"Ba cô cháu đi sau nhé!" bác Edi nói.

Rồi trước sự ngạc nhiên của hai anh em, bác nhảy xuống tường thành, cuộn tròn người và lăn vút đi như một quả bóng thực thụ, để lại làn khói bụi đằng sau. Ba cô trò cũng nhanh chóng nhảy lên máy hút bụi và phi vút về phía tòa tháp có phòng truyền thống.

Từ trên cao nhìn xuống, sân cỏ phát sáng làm Nata cảm tưởng bên dưới là cả một dải ngân hà. Đâu đó có một hố đen đang xẹt ngang qua, mà cô dám cá đó 'quả bóng' bác Edi đang lăn lông lốc.

Nata hỏi, "Bác ấy vẫn hay lăn vậy sao hả cô?"

"Đó là cách bác ấy giảm cân," cô Gavi nói. "Mà cháu là Nata à, sao tụi quỷ đòi gặp cháu nhỉ?"

"Ừ ha," anh Napa lên tiếng, "Ta mới là hoàng tử, người chúng tìm kiếm chứ?"

Nata im lặng, cô chưa biết giải thích sao cho hợp lý, nên đành để anh Napa phát hành mùa tiếp theo của câu chuyện hoàng tử xứ sở truyện tranh dài kỳ.

Lần này nó kết thúc ở đoạn lũ quỷ tới để hỏi tội con hầu Nata về kho báu hoàng gia là tập truyện 57, mà hoàng tử đã ghi lại bí quyết trường sinh trong đó. Khi dọn phòng, cô hầu đã vô tình ném mất.

Nata muốn véo tay anh Napa lắm, nhưng nghĩ lại cũng hay, câu chuyện viễn tưởng như thế mà cô Gavi cứ gật đầu lia lịa. Nhờ thế, mà thân phận thật sự của hai anh em một lần nữa được giấu kín. Nghe xong, cô Gavi còn nhìn Nata với ánh mắt đầy an ủi.

"Không sao đâu Nata, ai cũng có lúc mắc sai lầm. Ngày xưa bác Edi còn đọc nhầm thần chú khiến thần Lumi đã bị kẹt trong một cây đèn. Ai ngờ ngài ấy thích ở luôn trong đó. Bác Edi vốn có một sự may mắn đặc biệt, nên kiểu gì mọi thứ cũng sẽ ổn mà thôi."

Anh Napa nói. "Phải rồi, chắc đó là lý do ông ấy có thể sống sót sau cả tá phát minh thất bại."

Hai cô cháu cười. Tự nhiên Nata cảm thấy an lòng, không biết sao lũ quỷ đòi gặp mình, nhưng cô tin rằng những món vũ khí bí mật dưới lớp áo dày quịch của bác Edi, sẽ làm chúng bất ngờ. Chỉ có điều, cô hy vọng là bác ấy sẽ sử dụng những phát minh đã được hội đồng quân sự phù thuỷ kiểm duyệt.

"Mà cháu có một hoàng tử vĩ đại thật đấy," cô Gavi nói. "Ném mất cả kho báu hoàng gia, mà hoàng tử Napa vẫn chưa đuổi việc còn gì?"

"Ờ nhở," anh Napa cười hớn hở. "Ít nhất cũng phải trừ lương tháng này chứ?"

Nata tức muốn xì khói ra khỏi tai, cô muốn sút ngay anh Napa xuống dưới, song họ đã đáp tới nơi rồi. Đó chính là ngọn tháp hồi chiều, nơi họ gặp bác Edi.

Bên ngoài, hàng trăm người đang nhao nhao, cả giáo viên lẫn học sinh. Bác Edi nhanh chóng trấn an họ, rồi đám đông dạt sang, nhường chỗ cho cả bốn người tiến vào. Nata thấy mình như một công chúa, bước tới đâu, mọi người mở đường tới đó. Song cảm giác khoan khoái ấy không kéo dài lâu.

Cảnh tượng trong phòng truyền thống lúc này làm cô liên tưởng tới bức tranh vẽ trận chiến huyền thoại giữa hai phe trên trần nhà. Chỉ khác là đội phù thủy lần này không có thần Lumi, còn tụi quỷ thì hàng chục con đang bay lượn hú hét với tiếng cười hi hi he he quen thuộc. Trên tay mỗi con đều xách 'chiến lợi phẩm' là mộc nhóc phù thủy mặt mày tái mét. Đó là lý do mà cả tá giáo viên đứng quanh, tay lăm lăm đèn pin sáng quắc, vẫn không làm được gì.

Ở giữa phòng, cạnh cái tượng đài đèn pin vĩ đại đã vỡ ra từng mảng, một con quỷ cao lớn đang xách cổ nhóc béo Hisi. Chiếc áo chùng xám cùng đôi sừng nhọn hoắt không thể lẫn đi đâu được, chính là con quỷ đại ca. Nata không thấy tên quỷ đệ tử, chắc là hắn vẫn đang bận làm cục xà bông ở phòng tắm nào đó.

"Lũ quỷ kia!" bác Edi gầm lên như một chú sư tử bị xâm phạm lãnh thổ. Tiếng gầm quả là có uy lực, cả đám quỷ khựng lại, căn phòng im thít. Bác hỏi tiếp, "Làm sao các người vào được đây?"

Tên quỷ đại ca cười lớn rồi đáp. "Ha! Cửa mở thì chúng ta vào thôi!"

"Láo toét," bác Edi quát. "Ai mở cửa nghênh đón các ngươi cơ chứ?"

"Ha! Nhà ngươi không tin sao?" Tên quỷ hỏi.

Nói đoạn, hắn đạp cái tượng đài đèn pin một nhát, khiến nó đổ kềnh và chính thức trở thành di tích lịch sử. Làn khói bụi tan đi, để lộ một cánh cửa gỗ bay lơ lửng. Nata nhận ra đó là cánh cửa song sinh còn lại. Nó đang mở toang, trên cánh vẫn còn dấu vết của tờ giấy niêm phong đã rách. Qua đó, cô có thể thấy phía bên kia là không gian đen thui, mang đúng thương hiệu lũ quỷ bóng tối.

Tên quỷ đại ca thả nhóc Hisi xuống sàn rồi nói, "Ta phải cảm ơn nhóc đấy, ai mà ngờ cánh cửa lại được giấu ngay giữa nơi nhiều người biết tới nhất này chứ. Đánh lạc hướng tốt lắm, nhưng xem ra vẫn còn thua xa sự tò mò to bự của tên nhóc béo ú này."

Bác Edi chạy lại đỡ nhóc Hisi ngồi dậy, nó cúi mặt không dám nhìn lên, mồm lẩm bẩm xin lỗi.

"Ha! Hối hận ư?" tên quỷ đại ca nói. "Hãy tự hào lên nhóc con. Nhờ ngươi mà chúng ta đã có cuộc hội ngộ thú vị này, phải không Edi Râu?"

Bác Edi quát. "Nhà ngươi là ai?"

Tên quỷ dùng tay vuốt sừng, cứ như là vuốt tóc. Hắn cười ha hả rồi nói, "Ha! Trời ơi, ánh hào quang nổi tiếng làm ngươi quên cả ân nhân của mình sao, Edi?"

Bác Edi rút ngay ra một quả bom ngủ gật và gầm lên, "Ta thì có ân huệ gì với nhà ngươi?"

"Ha ha! Bình tĩnh nào Edi," tên quỷ đại ca nói và cũng rút ra một món vũ khí. À không phải, đó là một cái đùi gà to tướng. Hắn dùng sừng của mình để bẻ đôi. "Ha, cảnh này trông quen không, Edi?"

Bác Edi đứng hình một lúc, rồi bác thốt lên. "Bo.. Boto, là ngươi sao?"

Tên quỷ đại ca gật đầu, rồi nhếch mép cười.

"Ha ha, không phải ngày này cách đây 50 năm, Edi Râu vĩ đại đang co quắp vì đói, và đã cầu xin ăn thử nửa miếng đùi đại bàng, để giờ tròn trịa thế này hay sao?"

Quỷ Boto vừa dứt lời thì lũ quỷ đàn em cười hi hi, còn các giáo viên ai cũng xôn xao. Cô Gavi lùi ra xa vài bước. Tất cả đều nhìn bác Edi với con mắt như thể bác ấy có họ hàng xa với lũ quỷ.

Hóa ra đó không phải đùi gà, mà là món đùi đại bàng rang bơ huyền thoại mà bác Edi đã từng kể cho họ trên tường thành. Nata chưa biết đầu đuôi thế nào, nhưng quỷ Boto lợi hại thật, chỉ một câu nói thôi mà phù thủy vĩ đại như bác Edi đã phải vã mồ hôi hột.

Quỷ Boto nở nụ cười nham hiểm. Hắn nói, "Ha ha, chối từ quá khứ đâu có ích gì, hãy tự hào lên Edi. Không phải là nhờ ý tưởng đó, mà cả làng ngươi giờ đã có một cuộc sống tốt đẹp hơn sao?"

Lũ quỷ đằng sau đồng thanh hú hét và bay nhặng xị như thể mới săn được một tổ đại bàng.

Bác Edi nuốt nước bọt ực một cái rõ to, nước mắt bác ứa ra. "Sao ngươi... sao ngươi dám..."

Nụ cười của quỷ Boto đã chuyển từ chế độ nham hiểm, sang xảo quyệt hết mức. "Ha, hôm nay là ngày đoàn tụ... ngươi còn nhớ cô bé này chứ?"

Nata phát sốc vì cách dùng từ của Boto. Một con quỷ tiến lên từ sau hắn, Nata nhận ra 'cô bé' đó là bà giáo viên quỷ tròn vo, đã suýt phát hiện ra hai anh em họ khi đang trò chuyện với nhóc quỷ Kila.

"Hi, anh Edi!" bà ta cất tiếng, "Em gái anh đây!"

Bác Edi như chết chìm trong cái bể bơi đầy ắp tiếng xì xào. Nata nghe đâu đó có người nói rằng bà ấy do ăn cả nguyên con đại bàng, nên đã hóa quỷ. Vậy là cả làng của bác Edi đã hóa quỷ và kêu hi hi như vậy ư? Nhưng sao bác Edi vẫn bình thường mà?

"Đủ rồi!" bác Edi quát lớn, nước mắt giàn giụa, bác giơ quả bom ngủ gật lên. "Em gái và cả làng ta đã chết từ lâu rồi!"

Quỷ Boto thở dài, điềm đạm nói. "Ha, người anh em nóng tính quá, ta đã định vứt cánh cửa song sinh mục nát bên kia cả chục năm nay rồi, nhưng tự nhiên hôm nay nó mở được, nên muốn ghé chơi chút thôi mà."

"Ghé chơi thì thả tụi nhóc ra!" cô giáo Gavi nói.

"Ha ha, đó chỉ là chút đảm bảo rằng ông anh Edi cùng tập đoàn giáo viên nóng tính này sẽ không làm chúng ta nổ tung thôi. Chứ loài quỷ giờ đã khác rồi, chúng ta tới đây trong hòa bình, với mục đích tốt đẹp!"

"Mục đích tốt đẹp nào?" cô Gavi hỏi.

"Ha, chúa tể bóng tối muốn xóa sổ một thứ không

thuộc về thế giới này. Để cả hai phe có thể bình yên mà... đánh nhau tiếp."

Cả căn phòng râm ran tiếng bàn tán, có lẽ đó là do quỷ Boto đã nhắc tới kẻ-mà-ai-cũng-biết-khi-tắt-đèn.

"Đừng vòng vo," bác Edi nói. "Các ngươi muốn xóa sổ cái gì thì nói ra ngay?"

Quỷ Boto lặng lẽ chỉ ngón tay nhọn hoắt về phía hai anh em. Kéo theo là hàng trăm con mắt đổ dồn về họ, như thể đó là hai sinh vật ngoài hành tinh.

"Vớ vẩn," bác Edi trừng mắt lên. "Hai người này đâu có tội tình gì?"

Anh Napa gật đầu lia lịa, còn Nata im lặng.

"Ha," quỷ Boto nói. "Cậu nhóc kia thì ta không chắc. Còn cô bé đó nguy hiểm hơn ngươi tưởng đấy, cô ta tới đây để phá hủy thế giới này."

Tiếng xì xào bàn tán làm sôi sục cả căn phòng. Nata quay sang nhìn anh Napa cầu cứu, nhưng anh nhún vai tỏ ra vô tội. Chợt cô hiểu ra vấn đề, thần Lumi nói rằng các tầng giấc mơ sẽ sụp đổ mỗi lần họ thoát ra, và đây là tầng hai giấc mơ, nên cũng không ngoại lệ.

"Nói láo!" bác Edi gân cổ lên khiến cả đám đông im thít. "Sự thật là chỉ lũ quỷ các ngươi đang tìm bí quyết trường sinh từ họ thì có! Hãy bớt ăn thịt, các người sẽ sống thọ hơn đấy!"

Quỷ Boto ngơ ngác. Nata đoán là câu chuyện hoàng tử ở xứ sở truyện tranh sở hữu bí kíp trường sinh, do anh Napa và bác Pary đồng tác giả, có vẻ như đã được phát hành toàn trường Va-hớt.

"Ha," quỷ Boto hỏi. "Nhà ngươi nói gì thế? Ai mà muốn trường sinh trong cái thế giới sớm muộn sẽ bị cô bé này phá huỷ cơ chứ?"

"Chính ngươi mới không biết gì thì có!" bác Edi cãi lại. "Thần Lumi đã giúp họ, Pary đã cứu họ, Hemi dạy họ phép thuật... hai người này ở đây vì một lý do tốt đẹp, họ sẽ giúp ta quét sạch lũ quỷ các ngươi."

Xem ra bác Edi đã có một nước cờ khôn ngoan khi nhắc tới những cái tên đáng tin cậy. Ánh mắt nghi hoặc của đám đông đã tan biến. Cô Gavi và các giáo viên phù thuỷ đồng loạt rút đèn pin chĩa về lũ quỷ. Nata cảm nhận được khí thế chiến đấu tràn ngập căn phòng.

"Ha, được rồi, nói lý mệt quá," quỷ Boto thở dài. "Ngươi không nhận ra là chúng ta đang có trong tay cả tá con tin sao? Mau giao nộp cô bé kia, rồi chúng ta sẽ rút đi, mọi thứ sẽ ổn thỏa"

"Thả lũ nhóc đi," cô Gavi đanh giọng lại. "Rồi chúng ta sẽ nói chuyện như người lớn!"

Quỷ Boto cười ha hả, mặt tỏ vẻ hài lòng. "Ha! Có thế chứ, mãi mới nghe được ý kiến hợp lý. Thôi được, lâu lắm rồi chúng ta cũng không được tập thể dục."

Nói đoạn, hắn búng tay một cái. Lập tức lũ quỷ ném hết tụi nhóc xuống sàn, và xếp thành hàng thẳng tắp, chĩa chổi về các phù thủy như thể cán chổi là những cây súng bí mật. Đội phù thuỷ cũng hùng hổ lắm, họ bật hết đèn lên, anh Napa cũng hí hoáy mở từ điển pháp thuật để chuẩn bị chiến đấu.

Nata rùng mình, vì cô mà hai bên sắp choảng nhau tan nát rồi. Cô kéo áo bác Edi và nói, "Bác ơi, quỷ Boto nói đúng đấy ạ."

Lần này ngoài cả chục con mắt của lũ quỷ, còn thêm cả trăm con mắt phù thuỷ nhìn về Nata. Bác Edi mặt thộn ra, đám mụn nở to gấp đôi bình thường. Có vẻ chúng cũng cần một lời giải thích cho mớ lộn xộn này.

Anh Napa lúc này mới lên tiếng. "Thực ra thế giới này là tầng hai giấc mơ của tôi. Nếu cô hầu Nata đưa tôi trở lại vương quốc, nó sẽ sụp đổ giống như tầng ba giấc mơ, nơi đã chôn vùi thần Lumi."

Tiếng bàn tán vang lên như ve kêu khắp phòng, quỷ

Boto cười hả hê. "Ha ha, ta đã nói rồi mà, hai đứa nó là thảm hoạ cấp độ trên cả chúa tể bóng tối. Ông thần Lumi của các ngươi là chúa tể giấu giếm, còn Chúa tể của chúng ta chẳng bao giờ giấu thần dân của mình, ngài đã kể hết cho ta nghe rồi."

"Thôi nào hai người," mặt bác Edi giãn ra, bác nở một nụ cười miễn cưỡng. "Ta biết cả hai tới từ xứ sở khác, nhưng thần Lumi giúp hai người, là vì một sứ mệnh tốt đẹp, và ngài không bao giờ chết. Hoàng tử Napa có trí tưởng tượng tuyệt lắm, nên tóm lại là... xử xong lũ quỷ, chúng ta sẽ cùng phát minh tiếp."

Nói đoạn bác Edi vặn quả bom ngủ gật, rồi ném về phía tụi quỷ. "Tấn công!"

Tiếng gầm của bác Edi vang vọng cả ngọn tháp, các phù thuỷ ánh sáng chĩa đèn vào quả bom và đọc thần chú. Một tiếng nổ vang lên, hàng trăm tia sáng hình chữ Z xuất hiện và phóng về phía tụi quỷ, Nata dám cá trúng một tia thôi là sẽ ngủ cả thiên niên kỷ. Còn anh Napa mắt sáng rực khi lật ra một trang từ điển, hy vọng là anh không làm căn phòng này nổ tung.

"Ha! Trời đất!" Quỷ Boto thốt lên. "Phù thủy các ngươi sau bao năm, chỉ có vậy thôi à?"

Sau đó, Boto lầm bầm đọc một câu thần chú dài cả

chục con số. Những tia sáng chữ Z đứng khựng lại như đụng phải một lá chắn vô hình, rồi chúng biến thành những hạt bỏng ngô màu đen, rụng lả tả xuống mặt đất, bốc mùi thơm phức. Quỷ Boto tóm vài hạt, đưa vào mồm nhai sung sướng, như thể đó là món ăn vặt hoàn hảo nhất thế giới. Anh Napa cũng bỏ cả cuốn từ điển, nhặt vài viên lên nhai rôm rốp, rồi gật đầu như khẳng định đó là bỏng ngô thượng hạng.

"Không thể nào!" bác Edi há hốc mồm.

"Ha, có thể hay không, đều đúng mà," quỷ Boto đáp, rồi tặc lưỡi.

"Đỡ tiếp này!" bác Edi nói, rồi rút ra thanh kiếm loa kèn bự hơn cả cái lúc nãy trong phòng sáng chế. Không nói gì thêm, bác chém mạnh nó xuống đất.

Nata chưa kịp bịt tai, thì thấy một làn sóng âm khổng lồ lao về phía tụi quỷ. Có vẻ như bác ấy đã nâng cấp thanh kiếm với khả năng định hướng âm thanh. Nhưng rốt cuộc, nó cũng bị chặn lại, và biến thành những viên bỏng ngô còn đen hơn, thơm hơn lúc nãy. Lũ quỷ đàn em lại được một chầu no nê.

"Ha," quỷ Boto nhếch mép. "Phù thuỷ ánh sáng các ngươi sống trong hào quang quá lâu rồi, thời buổi này còn dùng bạo lực sao. Ta đã bảo là ta tới đây trong hoà bình mà không tin, lần này ta sẽ minh chứng bằng quà tặng."

Nói đoạn, hắn búng tay tách một cái. Lũ quỷ đồng loạt thò tay vào túi áo rách rưới, lôi ra những hộp quà màu đen và quăng về phía họ. Những tiếng nổ bùm bụp vang lên, tự đâu xuất hiện cả trăm cái đùi đại bàng, loại rang bơ nóng giòn, khói bốc lên nghi ngút cả căn phòng, kèm theo mùi thơm béo ngậy khó cưỡng.

Trông thấy vậy, bác Edi hét lên. "Tất cả bịt mũi!"

Nata dùng cả hai tay bịt mũi, nhưng không sao ngăn được cái mùi thơm cám dỗ ấy lọt vào. Cô cảm thấy người mình run lẩy bẩy, không thể kiểm soát. Bất giác, Nata nhớ tới lời dặn của thần Lumi. Cô nhắm mắt, hít thở, và nhận ra trên người mình lúc này tràn ngập những cảm giác dễ chịu. Chúng đang ra sức rủ rê cô chạy tới đó, nhặt một miếng đùi lên để gặm.

Có vẻ như những ngày tập tĩnh tâm đã phát huy tác dụng, Nata đã mặc kệ được cảm giác ấy. Chỉ sau ít giây, cô thấy mình bình tâm trở lại, đống đùi đại bàng đã mất đi sức mạnh cuốn hút vốn có.

Nata mở mắt, cô sững sờ khi thấy cả đội phù thuỷ, từ nhỏ tới lớn, ai nấy đều đã cầm trên tay một cái đùi to tướng và nhai nhồm nhoàm, trong nhạc nền là tiếng cười ha ha hi hi của lũ quỷ. Anh Napa và bác Edi thì đang giành giật nhau cái đùi bự nhất, trông y như bị bỏ đói cả tháng trời.

"Ha! Ái chà, người đẹp cũng khá đấy!"

Nata giật mình, quỷ Boto đã đứng cạnh cô tự lúc nào. Hắn mỉm cười, nhìn cô với con mắt trắng đục.

"Ha, đừng sợ, ta tới đây trong hòa bình."

"Tránh xa ta ra!" Nata gào lên.

Cô định chạy, nhưng không kịp rồi. Bàn tay hộ pháp của quỷ Boto đã vác cô lên vai. Hắn nhanh chóng nhảy lên chổi và bay vút về phía cánh cửa song sinh.

Trong chớp mắt, Nata chỉ còn thấy bóng tối.

PHÒNG TAN BIẾN

Bay vun vút trong không gian tối thui, Nata cảm giác ruột gan mình đã lộn tùng phèo, theo cả nghĩa đen lẫn nghĩa bóng. Quỷ Boto vác cô trên vai, máu đổ dồn xuống não làm Nata chẳng thể nghĩ được gì lạc quan hơn, ngoài những viễn cảnh thảm hại.

Thế là hết, với cả núi đùi đại bàng cám dỗ đó, chắc anh Napa và cả trường Va-hớt sẽ hóa thành quỷ. Còn Nata, với tội danh huỷ-diệt-cả-thế-giới, chắc chắn là sẽ không thể có một kết cục dễ chịu.

Chợt Nata nhớ tới thuốc Libo, hay là mình thử tỉnh dậy và thoát khỏi đây? Đây là tầng hai giấc mơ, thì chắc là gọi anh Napa dậy cũng dễ hơn rồi.

Nghĩ vậy, Nata nhắm mắt và đọc thầm tên thuốc Libo vài lần. Đáp lại cô vẫn là âm thanh ấy, tiếng ù ù khó chịu y như có người thổi tù và bên tai. Nata đọc tên thuốc Libo lần nữa, âm thanh to và rõ hơn, kèm thêm là sự mệt mỏi khủng khiếp, cứ như bị ai đó cắm ống tiêm vào đầu mà hút sạch sức mạnh. Rõ ràng là có một thế lực bí ẩn nào đó đang ngăn cản cô tỉnh dậy.

Tiềm thức của anh Napa mạnh vậy sao?

Nata kiệt sức và thiếp đi.

"Ha ha, này này, tỉnh dậy đi người đẹp!"

Tiếng quỷ Boto gọi làm Nata mở mắt. Mặt cô nóng bừng, nhưng không phải vì lần thứ hai được gọi là người đẹp, mà vẫn là do tư thế hắn vác cô trên vai, cô cảm tưởng toàn bộ máu trong người đã dồn xuống hai má.

Nata năn nỉ. "Sao không để ta cưỡi chổi cùng ngươi cho đỡ mỏi vai?"

Quỷ Boto cười khẩy. "Ha, để cô tranh thủ cù lét ta rồi bỏ trốn hả?"

Nata nhìn quanh, lũ quỷ đàn em đã đi đâu hết, chỉ còn mình họ đang bay trong một cái hang. Trên trần là ánh sáng xanh lam, phát ra từ đám rêu bám trên những nhũ đá nhọn hoắt. Một trong số đó dường như không thể chịu được sức nặng của đám rêu, nên rớt xuống vỡ tung, làm rực sáng cả mặt đất bên dưới. Nata thề là cô nhìn thấy rất nhiều sọ người.

"Này Boto, cái gì bên dưới thế?"

"Ha, đừng lo. Chỉ là mấy cái sọ thôi mà. Hình phạt dành cho cô bé còn kinh hãi hơn thế nhiều!"

Nata im bặt, cô không thể hình dung được còn thứ gì có thể khủng khiếp hơn là bị chết róc xương dưới cái nơi khỉ ho, còn cò thì không gáy nổi này.

"Này, cho ta hỏi được chứ?"

"Ha, cứ thoải mái đi. Coi như là đặc ân cuối cùng ta dành cho ngươi."

"Đặc ân? Ngươi định giết ta bằng cách nào?"

"Ha, yên tâm. Ta thích hòa bình nên sẽ không giết ai cả, nhưng hình phạt cho cô, có lẽ còn khủng khiếp hơn cả cái chết đấy."

Nata run bắn người, và tự an ủi bản thân rằng dù sao đây cũng chỉ là một giấc mơ. "Được rồi, ít nhất thì cũng phải nói cho ta biết về nơi sắp tới, hoặc kế hoạch của các ngươi chứ? Có gì ta còn... chuẩn bị tâm lý."

Quỷ Boto không đáp mà lẳng lặng chỉ tay về một đốm sáng phía xa. Khi tới gần, Nata nhận ra đó một con tàu vũ trụ, loại xấu nhất mà cô từng thấy. Trông nó chẳng khác nào một que củi khổng lồ, với hàng trăm ô cửa kính lồi ra như mụn cóc. Bay quanh, là cả ngàn công nhân quỷ đang miệt mài làm việc.

"Ha, đó là con tàu bóng tối. Chúa tể của chúng ta thật sáng suốt, ngài đã hạ lệnh thi công nó từ lâu, để đưa loài quỷ khỏi thế giới giấc mơ này, trước khi mọi thứ bị sụp đổ."

"Tại sao ngươi biết đây là giấc mơ?"

"Ha ha, nếu sống đủ lâu thì cô sẽ tự biết thôi. Lumi phát hiện ra từ sớm, nhưng ổng không nói với ai vì muốn mọi người hạnh phúc. Còn chúa tể bóng tối, ngài không chấp nhận hạnh phúc ngắn ngủi đó. Nên ngài đã đoàn kết loài quỷ để tìm cách thoát khỏi đây."

Nếu lời quỷ Boto nói là thật, thì đúng là hắn tới trong hòa bình. Hóa ra lũ quỷ cũng có cùng mục đích với Nata, là thoát ra khỏi đây. Thú thật, cô không biết giờ mình nên về phe nào nữa.

"Vậy bao giờ thì tàu cất cánh?"

"Ha," quỷ Boto gãi cằm. "Tính toán ban đầu là vài chục năm nữa, và rõ ràng sự xuất hiện của cô bé đã làm chúng ta phải đẩy nhanh tiến độ. Theo Lumi, thì phải cả trăm ngàn năm nữa tầng ba giấc mơ mới sụp, ấy thế mà người đẹp mới tới đó vài ngày, là nó đã tan tành rồi. Đó là lý do chúa tể bóng tối hạ lệnh ta phải bắt cô cho bằng được để nghiên cứu."

"Các người định làm gì ta?"

"Ha, tốt nhất là ta không nên nói trước."

Quỷ Boto đáp và bắt đầu tăng tốc. Hắn áp sát con tàu, bay vút lên qua hàng chục ô cửa kính mà qua đó, Nata thoáng thấy lũ quỷ đang làm nhiều thí nghiệm kì lạ. Có phòng thì đầy nhúc những con đại bàng được ngâm tẩm trong các bình rượu lớn, có phòng thì như đang sản xuất những viên pin con trâu, phát ra ánh sáng đen. Cô nhận ra cánh cửa song sinh, có vẻ như đang bị hành hạ. Chúng làm gì đó khiến nó cứ phồng to thu nhỏ liên hồi, cứ như một quả bóng bay đang được thử độ căng vậy, trông thật tội nghiệp.

Cuối cùng, quỷ Boto dừng lại ở một ô cửa. Nata thấy đó là căn phòng trống và... con gì kia? Cô rùng mình, ở góc phòng có con chuột to như lợn rừng đang nằm ngủ. Tim Nata như muốn bỏ chạy, một hình phạt khủng khiếp hơn cả cái chết, là bị nó ăn thịt sao? Không đời nào!

Cô cố vùng vẫy, nhưng không sao thoát được khỏi cánh tay to khỏe của Boto. "Ha! Bình tĩnh nào người đẹp, cô đang mơ mà vẫn sợ chết thế sao?"

Chợt trên ô cửa kính hiện ra bốn con số 16, 7, 9, và 19. Chúng có kích thước to nhỏ khác nhau, được sắp xếp không theo một thứ tự nào.

Quỷ Boto đưa ngón tay quệt lên cửa kính, vẽ tiếp vào các con số ấy, giống hệt như anh Napa ngày xưa đã biến số 57 thành đại bàng. Rồi trước mắt cô, một bức tranh hiện ra. Nó vẽ cảnh ông cụ cưỡi chó, một tay cầm rìu, tay kia cầm bóng bay thật ngộ nghĩnh.

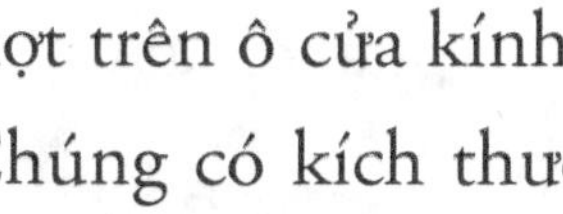

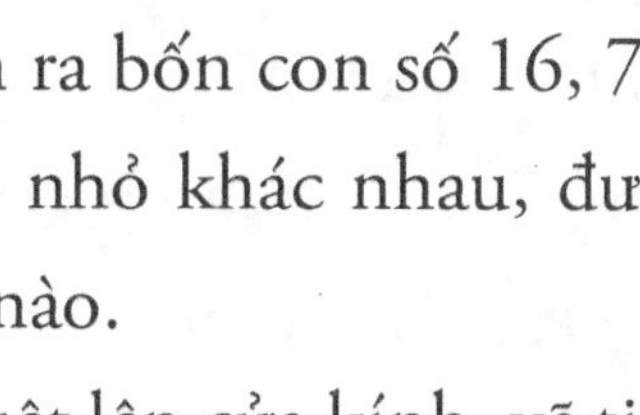

Cánh cửa kính tự động mở ra, kèm theo mùi hôi y như cái tất của ai đó bỏ quên không giặt. Có thể là con chuột khổng lồ kia đã cả năm không tắm rồi.

Quỷ Boto ném cô xuống sàn. "Ha, hãy tự hào lên, không phải ai cũng có vinh dự được vào phòng tan biến này đâu. Thế nhé, ta đi đây!"

"Ơ... khoan!" Nata gọi.

Quỷ Boto nhìn cô với ánh mắt đầy thương hại. "Ha! Người đẹp có gì trăng trối sao?"

"Ý ngươi... phòng tan biến là sao?"

"Ha, hãy tự nhìn xuống chân người đẹp mà xem."

Giờ Nata mới để ý, chân mình có cảm giác là lạ. Cô nhìn xuống và thấy ngón chân bên phải đang tòi ra khỏi giày, trông nó lờ mờ y chang con cá trong suốt mà cô thấy trên tường thành Va-hớt. Cứ như thể chân cô đã chuyển sang trạng thái tàng hình nửa vời vậy.

"Ha, cô bé đã thấy hồn ma bao giờ chưa?"

Nata cả lặng người.

"Ha ha, vậy chắc là chưa rồi," quỷ Boto vuốt sừng với vẻ rất thỏa mãn. "Cô sẽ được tan biến và trở thành hồn ma xinh đẹp nhất thế giới quỷ!"

Nata trợn tròn mắt. Cô bất giác đưa hai tay lên kiểm tra, may là chúng vẫn bình thường.

"Ha, cứ yên tâm, sẽ không đau đớn đâu," quỷ Boto nói. "Theo ngài chúa tể, thì tốc độ chuyển hóa sẽ tuỳ từng người, cô thì chắc vài giờ là xong."

Nước mắt Nata chảy ra. "Sao người nỡ đối xử như vậy, với... người đẹp như ta?"

"Ha ha," quỷ Boto quắc mắt. "Cô tưởng phá hủy cả thế giới là tội nhỏ sao? Chúa tể đã dặn ta khi tóm được cô, phải cho ngay vào lò vi sóng để tiêu huỷ, rồi sẽ nghiên cứu ở cấp độ tế bào. Nhưng ta thấy cô xinh đẹp nên mới để ở đây. Ít nhất thì trở thành hồn ma, kêu hô hố suốt ngày, còn có thể mua vui cho chúng ta. Giờ thì ta phải đi báo cáo ngài Chúa tể, tạm biệt nhé!"

Nói đoạn tên quỷ cười khà khà rồi bay đi. Cánh cửa kính tự động kéo sầm lại, giờ chỉ còn Nata trong căn phòng tan biến, với con chuột quái vật đang ngủ say. Nata chắc mẩm, một là nó cũng là tù nhân, sẽ bị hóa thành hồn ma để bầu bạn với cô. Còn tệ hơn, thì đó là kết quả thất bại của quá trình tan biến, và Nata cũng sẽ biến thành con chuột như vậy. Ôi, cô thà bị nó ăn tươi nuốt sống còn đỡ, chứ hóa thành hồn ma, sống dở chết dở, lại còn mua vui cho lũ quỷ nữa chứ?

Không đời nào! Nghĩ vậy, Nata chạy lại chỗ cửa kính.

Trên đó lập tức hiện ra 4 con số là 32, 20, 8, và 15 tương tự lúc nãy, chẳng xếp theo thứ tự nào cả.

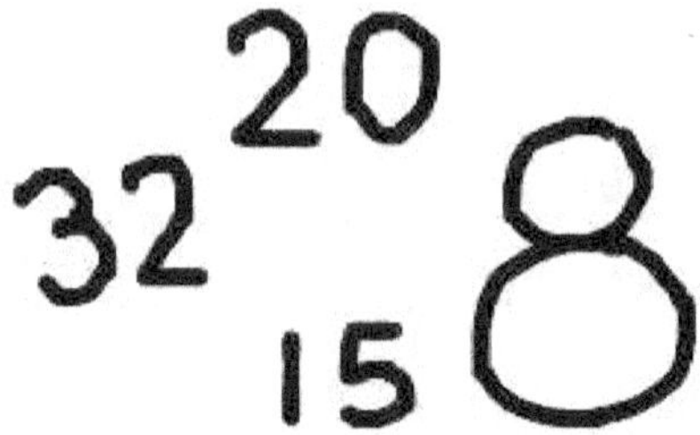

Cô đoán là mình cũng phải vẽ ra một bức tranh từ bốn con số này để mở cửa, nhưng mãi mà cô chưa nhìn ra hình gì. Bảo Nata cộng trừ, nhân chia, khai căn, bình phương còn dễ, chứ tạo ra những hình vẽ như quỷ Boto hay anh Napa thì cô đầu hàng.

Nata quan sát căn phòng, đối diện chỗ con quái vật lông lá đang ngủ là một cánh cửa khác. Cô rón rén lại gần, và qua ô cửa kính nhỏ trên đó, Nata thấy bên ngoài là một hành lang rộng và không có ai cả. Cô tính mở cửa, nhưng nó không có tay nắm, cũng chẳng có khóa. Cô chạm tay vào thì 4 con số lúc nãy lại hiện ra.

Chợt Nata nghe thấy tiếng động đằng sau, cô quay lại và mừng chảy nước mắt. Đó là nhóc quỷ trắng Kila. Nó đang bay trên một chiếc chổi cùn. Một tay vẫy chào, tay kia cầm giẻ lau kính. Nó nói gì đó song Nata không thể nghe thấy, có thể do cánh cửa cách âm. Cuối cùng, nó mỉm cười và bắt đầu lau chùi say sưa, như thể đó là công việc yêu thích nhất cuộc đời. Phía bên ngoài, những con quỷ khác bay lượn nhộn nhịp, với đồ đạc lỉnh kỉnh trên vai. Khi lau xong, quỷ Kila vẫy chào, rồi bay đi lau ô cửa khác.

Nata cảm thấy tội lỗi, vì lúc thoát ra khỏi hang quỷ, cô đã hứa sẽ quay lại giúp nhóc đó, mà giờ đây, cô lại bị kẹt. Nata ngồi sụp xuống sàn, nước mắt ứa ra. Cô chẳng biết nên làm gì nữa. Dù có trốn ra khỏi đây, thì cũng không có cách nào cứu anh Napa mà thế giới này không bị sụp đổ. Nata đã trót yêu quý bác Pary, cô Hemi, bác Edi, và mọi thứ ở trường Va-hớt...

Tự nhiên Nata muốn mình tan biến thật nhanh, để không còn bị kẹt trong cái mớ hỗn độn này. Cô nhìn xuống, chân trái đã không còn cảm nhận được chiếc giày. Nata nhấc thử lên thì đứng tim, chân cô đã xuyên qua đôi giày như thể nó không hề tồn tại. Cảm giác thật lạ, cô vẫn điều khiển được bàn chân, nhưng không chạm tay vào được. Dường như nó đã phát triển khả năng xuyên qua vạn vật, trừ tường và sàn nhà!

Nata bực phát khóc, đúng là lũ quỷ sứ. Chúng thật

quá quắt, nếu mà cô tan biến hoàn toàn thì... quần áo cũng sẽ không mặc được sao?

"Hô hô, sao cô lại khóc?"

Giọng nói khò khè ấy khiến Nata quay lại. Cô giật nảy mình. Trống ngực đánh thình thịch. Là sinh vật lúc nãy!

Một con chuột khổng lồ bốn mắt, với cái mõm to bự như bắp ngô. Tô điểm thêm vẻ kinh hoàng đó, là hai cái răng thỏ cùng cặp râu dài thoòng như đôi đũa. Nó chậm chạp tiến tới, ngửi giày của Nata một hồi, rồi đứng dậy bằng hai chân y như chuột túi.

Con chuột nở một nụ cười thân thiện, rồi nó chìa chân trước ra như muốn bắt tay. "Hô hô, tôi là Boma," nó nói. "Chúng ta đã từng gặp nhau thì phải?"

Tiếng hô hô của con chuột làm Nata cảm giác vừa quen, vừa lạ. Nếu Boto nói thật, tiếng hô hô đó có thể là dấu hiệu đầu tiên của quá trình tiến hóa thành hồn ma. Không rõ bao giờ thì tay mình tan biến, nên Nata đánh liều bắt tay nó. Nhìn bốn con mắt sáng trưng như đèn pin của chuột Boma, Nata chợt nhớ ra điều gì đó.

"Hình như cậu ở cái nhà kho đó đúng không?"

"Hô hô," chuột Boma gật đầu, hai cặp râu trên mõm nó rung rinh. "Đúng rồi, nhà của tôi ở ngay dưới đống chổi, lúc cô tỉnh dậy tôi sợ quá nên chạy mất."

"Thật hả, chuột Boma cho Nata xin lỗi nhé."

"Hô hô, không sao. Lỗi cũng do tôi đã quá sợ mà bỏ chạy. Tôi mà ở lại, biết đâu mọi thứ sẽ khác."

"Vậy chuyện gì đã xảy ra? Sao cậu lại ở đây?"

Chuột Boma cúi mặt, mấy cái râu rủ xuống. Nó kể, "Hô, sau đám cháy, lũ quỷ phát hiện ra nhà tôi, cùng mớ đùi đại bàng tích lũy bao năm qua. Tôi đã bị bắt, nhưng may mà bốn đứa con đã chạy thoát."

Nata có cảm giác tội lỗi, trước đó cô đã thấy thật may mắn khi nhà kho ấy bị cháy, tạo cơ hội cho hai anh em trốn thoát. Không ngờ vận may của cô lại là vận rủi của gia đình Boma. "Xin lỗi cậu nhé, đám cháy là do anh trai Napa của tôi gây ra đấy."

"Hô hô, không sao... mà cô nhìn nè!"

Chuột Boma giơ cái đuôi trơn tuột của nó lên, giờ đã lờ mờ và trong suốt giống như bàn chân Nata. Mặt Boma trông hớn hở vô cùng.

"Hô, tôi sắp tàng hình rồi, khi ra khỏi đây tôi có thể ăn sạch kho thịt của lũ quỷ mà chúng không biết. Chưa hết đâu, từ lúc vào phòng này, tự nhiên trước khi nói bất cứ câu gì, tôi đều hô hô, nghe vui tai làm sao ấy!"

Nata thở dài, xem ra chuột Boma chưa biết điều gì sắp xảy đến. Nata quyết định tóm tắt lại cho nó nghe lý do tại sao cô tới đây, và tình hình của họ lúc này. Và Nata đã mắc sai lầm lớn khi đề cập tới việc căn phòng này có thể biến họ thành hồn ma kêu hô hố để mua vui cho lũ quỷ.

Chuột Boma khóc nức nở, rồi liên mồm nói về việc lũ con nó sẽ chết đói thế nào khi cha chúng tan biến. Nata đã phải hy sinh áo đồng phục để lau nước mắt cho nó, và cô nhận ra đuôi của Boma đã nhanh chóng trở nên trong suốt. Nata đoán tốc độ tan biến tỉ lệ thuận với sự lo lắng của mỗi người.

"Boma cứ yên tâm," Nata vỗ vai nó, và cố nở nụ cười gượng gạo. "Anh Napa sẽ tới cứu chúng ta."

"Hô, anh ấy giỏi vậy sao?" chuột Boma mếu máo. "Cái cửa kia tôi loay hoay mãi mà không mở được."

"Tôi cũng vậy, nhưng anh Napa chắc chắn sẽ làm được. Dù gì thì... anh ấy cũng là hoàng tử của xứ sở truyện tranh, trí tưởng tượng không ai sánh bằng. Anh ấy sẽ tìm ra hình vẽ bí mật để mở cửa."

Dù nói thế, nhưng Nata lo lắm. Giờ này, một là anh Napa đã hóa quỷ, hai là đang đánh một giấc say sưa sau bữa tiệc đùi đại bàng. Nhưng bác Edi ngày xưa cũng ăn, mà đâu có bị hóa quỷ? Biết đâu anh ấy đã tĩnh tâm để thoát khỏi đó, và đang ngồi học thuộc phép thuật thì sao? Dù có thế, thì để vào được đây cũng không dễ, vì lũ quỷ đã đề cao cảnh giác.

Thôi kệ, chẳng ai biết trước tương lai, sao lại phải suy nghĩ tiêu cực chứ? Điều quan trọng nhất bây giờ là phải bình tâm, vì đúng là tốc độ tan biến của đuôi chuột Boma đã chậm lại sau khi được Nata an ủi, và quan trọng hơn là nó cũng nên biết điều này.

"Boma à," Nata nói. "Tôi hứa là chúng ta sẽ thoát ra khỏi đây nguyên vẹn. Điều cậu cần học bây giờ là cách tĩnh tâm."

"Hô, tĩnh tâm là sao?" Chuột Boma ngơ ngác nhìn Nata, như học sinh trường làng mới vào lớp một, được cô giáo giới thiệu phép cộng trong buổi học đầu tiên.

KẾ HOẠCH C

Có lẽ đã hơn một tiếng trôi qua, nhưng Nata ngồi mãi mà tâm không tĩnh được.

Nếu không nghĩ tới tiếng hi hi he he của tụi quỷ, thì cô lại tưởng tượng cảnh mình bị tan biến thành hồn ma, bay khắp nơi và cười hô hô, còn ghê hơn cả phim kinh dị! Nếu không nghĩ tới cảnh anh Napa gặm đùi đại bàng nham nhở, thì cô nghĩ tới những phù thủy ánh sáng, liệu họ có bị hóa hết thành quỷ không?

Nếu không hóa quỷ, thì họ sẽ ra sao khi cô đưa anh Napa thoát khỏi đây và cả thế giới này sẽ sụp đổ? Còn thần Lumi nữa, ngài giấu kín sự thật là để mọi người hạnh phúc, song chẳng phải nếu biết trước về ngày tận thế, thì người ta sẽ ưu tiên cho những điều quan trọng hơn hay sao?

Chuột Boma sẽ kịp nói lời chia tay với lũ con, bác Edi có thể kịp công bố nốt các phát minh thất bại, bác Pary thì biết đâu có thể giành thêm huy chương vàng đua máy hút bụi, cô Hemi có thể phá thêm kỷ lục ghi nhớ, hoặc là giải phóng hết lũ đại bàng trong chuồng gà...

Những suy nghĩ và hình ảnh cứ bay lượn trong tâm trí Nata, nhưng điều giá trị nhất cô học được từ khi mắc kẹt ở thế giới này, là khi không phản ứng, thì mọi hình ảnh, âm thanh hay bất cứ cảm xúc nào trỗi dậy, sớm muộn cũng sẽ tiêu tan. Nata hít một hơi thật sâu, và tự nhắc mình cần phải bình tâm.

Một lúc lâu nữa lại trôi qua, Nata cảm nhận người mình đã nhẹ hơn nhiều. Cô mở mắt để kiểm tra đôi chân, và rùng mình nhận ra con 'vi rút tan biến' đã lây tới đầu gối. Thật may mắn, nó mà lan qua đùi thì chắc là cái quần bò của cô cũng sẽ không giữ được mất. Nghĩ tới đó mà Nata ngượng chín mặt.

Không biết chuột Boma đâu rồi nhỉ?

Nata ngước lên trần và phì cười. Chuột Boma đang bay lơ lửng, trong tình trạng y như một con dơi khổng lồ đang ngủ. Trừ cái đầu ra, thì toàn bộ phần thân của nó đã trở nên trong suốt. Nata tự hỏi, chả lẽ tuyệt chiêu tĩnh tâm của thần Lumi vô dụng với chuột sao?

"Này Boma! Cậu vẫn ổn chứ?"

Chuột Boma khẽ mở từng con mắt. Tới khi cả bốn mắt tròn xoe, nó thốt lên. "Hô hô! Tuyệt lắm! Chắc là tôi đắc đạo rồi, cảm giác như bay trên bốn tầng mây. Ủa, Nata cũng đắc đạo rồi hay sao, mà lại bay trên trần nhà thế kia?"

Nata bật cười. "Không phải tôi... mà là cậu đấy!"

Chuột Boma nhìn xuống cơ thể đã trong suốt của nó và hét toáng lên. "Hô hô! Trời ơi, tôi chỉ còn mỗi cái đầu thôi sao?"

"Bình tĩnh nào Boma, không thì mất nốt đấy!"

Chuột Boma gật đầu trong nước mắt, rồi nó ngoe nguẩy bốn cái râu, như thể đó là những cái mái chèo để giúp nó 'bơi' lại gần Nata.

Cả căn phòng chợt rung chuyển dữ dội.

Nata bị hất tung lên không trung. Điều lạ là cô không rơi xuống, mà chới với như đang ở trạng thái không trọng lượng. Cảm giác cũng không tới nỗi nào, chắc là do quá trình hóa ma đã hoàn tất một nửa.

Tiếp đó, những âm thanh bình bịch vang lên, như cơn mưa đá đang chọi tới tấp vào con tàu.

"Hô? Cái gì thế?"

Chuột Boma hỏi, rồi cố gắng dùng hai cái răng thỏ của nó cắn lấy vạt áo Nata và ngó ra cửa sổ.

Bên ngoài, không có bóng dáng con quỷ nào. Còn lúc nãy không phải là mưa đá, mà là mưa thạch nhũ. Chắc là có động đất, cái hang này sắp sập, và lũ quỷ đã tháo chạy hết rồi. Thật là quá quất, Boto đã hứa là sẽ cho cô sống như hồn ma, giờ họ lại sắp bị chôn vùi sao?

Tự nhiên Nata thấy hai đùi mình nhẹ bẫng. Ối không

được, mình không thể hóa thành hồn ma trần như nhộng được. Nata lấy áo đồng phục quấn quanh bụng rồi nhắm mắt để tĩnh tâm, nhưng đám vi rút tan biến có vẻ đang lấn át các tế bào rắn chắc trên đùi cô. Nata thấy mình bắt đầu bay ngược lên, như có ai đó buộc phao vào chân, rồi thả cô xuống một bể bơi chứa đầy không khí.

Một âm thanh phát ra từ phía cửa sổ.

Nata mặc kệ, nhưng một cảm giác tê tê nửa đầu quen thuộc xuất hiện. Cô mở mắt... và không sao giấu nổi niềm vui sướng. Đó là anh Napa, đang bay trên máy hút bụi của bác Pary, và đập cửa liên hồi. Anh ấy nói gì đó nhưng Nata không nghe được.

Rồi cô thấy anh thủ thế, có vẻ như anh định học hỏi chú cảnh sát song phi phá cửa phòng ngày nào. Tuy nhiên, kết cục là anh phải ôm chân gào rú, xem ra Napa còn phải luyện nhiều hơn nữa mới bằng chú ấy.

Nata chỉ tay lia lịa vào các con số, cố ra dấu cho anh bằng khẩu hình. Có vẻ khả thi, anh Napa gật đầu một cái rồi rút đèn pin ra, lầm bầm đọc một câu thần chú dài cỡ hai chục số. Thật không thể tin nổi, anh ấy đã đánh thức phù thủy trí nhớ rồi sao?

Một chùm lựu đạn bắn ra dính chặt vào cửa kính,

anh Napa lái cái máy hút bụi ra xa khoảng chục mét, và chờ đợi. Nata cũng lập tức tìm cách 'bơi' ra xa khỏi cánh cửa. Tuy anh ấy không làm đúng ý cô, nhưng cuối cùng cũng đã thuộc được một câu thần chú hữu ích.

Anh Napa ra hiệu ngón tay, ba, hai, một...

Nata nhắm mắt, dù lơ lửng trong phòng, cô vẫn cảm thấy được rung chấn dữ dội do vụ nổ gây ra. Khi mọi thứ đã yên ắng, cô mở mắt.

Cánh cửa vẫn còn nguyên, không một vết xước. Chợt Nata nảy ra ý tưởng.

"Xin lỗi Boma nha!"

Chuột Boma còn chưa hiểu gì thì đã bị Nata tóm cổ lôi về phía cửa kính. Cô định dùng răng của nó để vẽ minh họa cho Napa hiểu cách mở cửa. Nhưng khi Napa thấy con chuột, anh lồng lộn lên và lao vào sút cánh cửa huỳnh huỵch. Thật cảm động, có lẽ anh sợ con quái vật sẽ ăn thịt em gái mình chăng?

Nata phải khua tay múa chân mãi, anh Napa mới hiểu rằng cô vẫn ổn, và chuột Boma là đồng minh. Sau đó Nata cố hết sức để vẽ lại hình con chó từ số 19 mà quỷ Boto đã biểu diễn. Chỉ sau ít phút, một tác phẩm hơi giống chó đã hoàn thành. Nata chỉ tay vào số 19, rồi những con số còn lại.

Mắt anh Napa sáng rực lên khiến Nata mừng lắm, chắc là anh ấy đã hiểu. Anh Napa rút cái đèn pin quay ngược chuôi và bắt đầu khắc lên cánh cửa. Ít phút sau, một tác phẩm nghệ thuật đã hiện ra trước sự ngạc nhiên của Nata. Anh Napa nở một nụ cười vô cùng tự hào, cả bốn con số đều đã được biến thành bốn con chó ngộ nghĩnh với các tư thế khác nhau.

Các nét vẽ sáng trưng song vụt tắt, cánh cửa vẫn ngoan cố không thèm nhúc nhích.

"Hô... Làm ơn..." chuột Boma lúc này mới lên tiếng. "Tôi... tôi... sắp tắt thở..."

Nata buông tay và xin lỗi, thì ra cô vẫn tóm cổ nó từ nãy giờ. Chuột Boma ho sặc sụa, còn Nata nhìn cánh cửa mà ức chế. Anh Napa vẽ đẹp như vậy mà nó vẫn không chịu mở. Hay là các con số phải kết nối lại với nhau thành một hình như quỷ Boto vẽ?

Nhưng Nata chưa kịp ra hiệu thì anh Napa đã nở một nụ cười trông không thể man rợ hơn. Anh mở cốp máy hút bụi, lôi ra cây kiếm loa kèn của bác Edi.

Không biết anh ấy định làm gì với nó, nhưng Nata biết rõ mình nên làm gì với đôi tai. Bịt tai lại, Nata ước mình có thêm đôi tay để giúp chuột Boma, hoặc nếu chân cô không bị tan biến, thì vẫn có thể dùng ngón chân mà xỏ vào hai lỗ tai nó.

Cô định nghĩ cách giúp Boma nhưng không kịp rồi. Anh Napa lao tới và bắt đầu chém một phát cực mạnh vào cánh cửa. Khổ thân Boma, cô thề là mình có thể thấy được cái đầu của nó hứng trọn cả làn sóng âm đầu tiên. Cả thân con chuột run lẩy bẩy, bốn con mắt long sòng sọc như muốn nhảy ra khỏi tròng.

Anh Napa làm gì kì vậy? Bom nổ mà cánh cửa còn không suy chuyển, huống chi là nhát chém yếu ớt đó?

Cô đã sai.

Một vết nứt kéo dọc khung kính bắt đầu xuất hiện, dù bịt tai nhưng Nata vẫn có thể nghe thấy tiếng hú vô cùng sung sướng qua khẩu hình của anh Napa. Khổ thân chuột Boma, cái đầu nó rung bần bật theo từng nhát chém tiếp theo.

Cuối cùng, trước sự ngạc nhiên kết hợp với vui mừng của Nata, cửa kính đã vỡ tung!

"Hoàng tử tới rồi!" anh Napa gọi qua đống kính vụn nát. "Cô hầu Nata không sao chứ?"

Nata nghiến răng ken két, hết mọi người ở trường phù thuỷ, giờ đây chuột Boma cũng bị kéo vào câu chuyện viễn tưởng của hoàng tử Napa.

Song họ chưa kịp chào nhau, thì con tàu rung chuyển. Một nhũ đá rớt xuống suýt trúng cái máy hút bụi. Không nói không rằng, anh Napa lao vào và kéo họ ra ngay khỏi căn phòng tan biến.

Không biết anh ấy đã làm sao để vào được đây, nhưng nhìn những nhũ đá đang rung rinh trên trần, Nata chỉ còn biết nuốt cục tức mang tên 'hoàng tử Napa' vào bụng. Cô nhắm tịt mắt, và mong chờ vào biệt tài lái máy hút bụi chưa được kiểm chứng của anh Napa trong cơn mưa nhũ đá này.

Một lát sau, mọi thứ đã yên ắng.

Nata mở mắt và ngoái đầu lại, phải công nhận anh Napa tài thật. Họ đã thoát khỏi cơn mưa tử thần, mà không mảy may dính một vết xước. Tội nghiệp con tàu bóng tối, chắc là nó đã bẹp dúm cùng với ước mơ thoát ra khỏi thế giới này của lũ quỷ.

"Hô hô! Tuyệt quá!" chuột Boma cất tiếng. "Hoàng tử Napa học lái ở đâu mà tổ thế?"

"Ờ," anh Napa phổng mũi. "Chắc là nhờ Phờ-láp-pi-bớt."

"Hô? Phờ...pi bớt?" chuột Boma ngơ ngác, bốn con mắt nó nhìn anh Napa đầy vẻ thán phục. Nó hỏi, "Đó là lò luyện nào mà đẳng cấp vậy?

"À, một lần ta công du tới vương quốc điện tử, thì tình cờ được học ấy mà. Phải kỳ công lắm mới tốt nghiệp đấy."

Nata nghe từ vương quốc điện tử, và cái tên phờ láp gì đó quen lắm nhưng cô chưa nhớ ra. Hình như là trên mấy cái biển hiệu ở khu phố điện tử lúc cô tìm gặp Ditu. Chắc chắn là anh Napa lại chém gió, nhưng dù sao đi nữa cô cũng phục anh, vì đã giải cứu họ thành công trong phút chốc.

Nata hỏi, "Sao anh nghĩ ra cách phá cửa hay vậy?"

"Trò vặt ấy mà," anh Napa nói với vẻ đầy hiểu biết. "Hồi ở hoàng cung, anh được học rằng các rung động âm thanh có thể phá được cả kính chống đạn."

Nata nghe mà muốn thực hiện tiếp ý định đang dang dở từ lúc họ bay trên lâu đài Va-hớt, là sút anh Napa ra khỏi máy hút bụi. Tới giờ này mà câu chuyện hoàng tử Napa vẫn còn được phát sóng ư? Mà đúng, Nata nhớ cô đọc đâu đó, các nghệ sĩ hát Ô-pê-ra khi cất cao giọng tới mức độ nào đó, chén đĩa thủy tinh có thể vỡ tung. Và lúc nãy làn sóng âm từ cây kiếm loa kèn đã tỏ ra hiệu nghiệm.

"Hô hô!" chuột Boma reo lên. "Tôi trở lại bình thường rồi nè!"

Nata nhìn xuống, chân tay cô đã trở lại như cũ. Chuột Boma lao tới ôm lấy Nata, rồi cả hai người hò reo như mới đạp tung nắp quan tài để sống lại.

Sau đó, Nata kể tóm tắt về căn phòng tan biến và chính thức giới thiệu về chuột Boma cho anh Napa. Cô cũng không quên ca ngợi màn ảo thuật hóa số thành hình của quỷ Boto.

Anh Napa gật đầu như đã hiểu tất cả. "Thảo nào lúc nãy thấy hai người lờ mờ, anh tưởng mắt hoàng tử cũng bị cận. Cơ mà hóa thành hồn ma chắc sướng hơn đấy, có thấy ánh sáng vàng đằng xa kia không? Ít nhất là ra khỏi đó, nếu là hồn ma, hai người sẽ không phải lo chuyện bị nổ tung..."

Nata im như thóc, còn bốn mắt của chuột Boma đảo lên như rang lạc, nó thốt lên. "Hô? Nổ tung???"

Anh Napa gật đầu rồi hỏi Nata, "Em có nhớ con quỷ khủng long bị bác Pary hóa thành xà bông không?"

Sao mà quên được cơ chứ? Nata vẫn còn nhớ y in cái

cảm giác vừa hãi hùng vừa buồn cười lúc ấy. "Nhưng hắn có gì đáng sợ đâu, em ấy trí nhớ của lũ quỷ tệ lắm. Mình bay nhanh hơn tốc độ đọc thần chú của chúng, chắc là sẽ ổn thôi."

Anh Napa nói, "Có hai tin buồn và một tin vui, hai người muốn nghe tin nào trước?"

"Hô, tin buồn!"

"À, tin buồn là con quỷ đó đã được giải thoát, nó hạ lệnh cho vài trăm con quỷ phục kích chúng ta ngoài kia. Lúc lẻn vào đây, anh thấy chúng đang học câu thần chú có thể khiến mọi thứ nổ thành bỏng ngô."

"Còn tin vui?" Nata hỏi.

Anh Napa vuốt mái tóc hoàng tử trông kiêu hết biết, rồi đáp. "Mọi thứ đều nằm trong kế hoạch."

"Hô hô, kế hoạch là gì ạ?"

"Biết dương đông kích tây không? Kế hoạch A là dương trên kích dưới, các phù thủy ánh sáng gây ồn ào ở trên miệng hang, để anh thừa cơ dùng khăn tàng hình chui xuống dưới này cứu Nata."

"Hô, tôi biết cái khăn đó," chuột Boma mắt sáng rực. "Hoàng tử Napa thông minh quá!"

"Cái khăn đủ to để che máy hút bụi hả anh?"

"À... máy này có chế độ tự tàng hình," anh Napa nói,

rồi bấm một nút trên cái vòi hút. Chiếc máy hoàn toàn biến mất, Nata có thể nhìn thấy đám xương sọ dưới đáy hang, cách họ tầm ba thước.

"Hô hô hô! Tuyệt thật!"

"Cũng không tuyệt lắm," anh Napa cười nhăn nhở. "Chả hiểu ông bác Pary bảo hành ở đâu, mà nó chỉ tàng hình cái máy chứ không tàng hình người lái."

"Đó là tin buồn thứ hai sao?" Nata hỏi, cô nhớ rõ lúc nãy anh nói là có hai tin buồn, và một tin vui.

Anh Napa lắc đầu. "Không... chúng ta có khăn tàng hình rồi. Tin buồn tiếp theo là cái khăn chỉ đủ che hai anh em thôi, đồng chí chuột này nằm ngoài kế hoạch."

Chuột Boma im lặng, bốn mắt nó đẫm lệ.

"Thế giờ làm sao hả anh?"

"Kế hoạch B," anh Napa đáp tỉnh bơ. "Bỏ chú chuột này lại và tiếp tục kế hoạch A."

"Không được!" Nata lắc đầu nguầy nguậy. "Chính anh em mình đã phá nhà Boma, em đã hứa là sẽ cùng nó thoát ra khỏi đây rồi!"

Anh Napa thở dài. "Vậy thì kế hoạch C."

Chuột Boma nhìn anh Napa với ánh mắt của một fan hâm mộ thứ thiệt. "Hô hô? Kế hoạch C là gì thưa hoàng tử?"

"Hai chúng ta sẽ ngồi lên lưng chú, và cứ dùng khăn tàng hình thôi. Có thể sẽ tòi ra thứ gì đó, song hy vọng lũ quỷ sẽ không nhận ra."

"Như thế có mạo hiểm không anh?" Nata hỏi, "Có thể lũ quỷ trí nhớ kém, nhưng hàng trăm con thì ít nhất cũng có một con thuộc được thần chú, và biến mình thành bỏng ngô mất."

"Có ai có ý tưởng khác không?"

Chẳng ai nói gì, cái cửa hang thì đã ở ngay phía trước. Họ đành làm theo kế hoạch của anh Napa. Thú thật là có mơ, Nata cũng chưa bao giờ hình dung tới một ngày, hai anh em lại cưỡi chuột và bay trên máy hút bụi như thế này.

Chẳng mấy chốc, Nata nhận ra hang bóng tối quen thuộc, nơi cái nhà kho quỷ đã cháy đen. Còn phía trên, lũ quỷ cưỡi chổi bay khắp nơi, mỗi con tay đều cầm một cuốn từ điển phép thuật, miệng lầm rầm đọc như cầu kinh. Tội nghiệp, chắc chúng không biết cách ghi nhớ nhanh như cô Hemi được học ở trường mẫu giáo phù thủy, nên mới phải vất vả như vậy.

Họ di chuyển chầm chậm qua lần lượt từng tên quỷ một. Giờ Nata chỉ còn biết tuyệt đối tin tưởng khả năng tổ lái của anh Napa, và cố giữ thăng bằng trên lưng chuột Boma. Cái bụng nó cứ phập phồng khiến cô có thể tuột xuống bất cứ lúc nào.

"Cúi thấp xuống," anh Napa thì thầm.

Nata cúi thật nhanh. Hú hồn, suýt nữa thì cô đụng phải một cái đuôi quỷ. Nata cảm giác họ đang lạc trong một rừng xúc tu toàn đuôi và cánh quỷ nhọn hoắt. Thử thách này còn gian nan hơn cả cơn mưa thạch nhũ lúc nãy gấp nhiều lần.

"Hô! Hắt xì!"

Nata giật nảy mình. Cả chục con quỷ lập tức quay phắt về phía họ. Anh Napa một tay bịt mõm chuột Boma, tay kia cầm lái máy hút bụi, trông thật khổ sở.

Hai con quỷ bay ngay tới chỗ họ. Một con gầy nhom, còn con kia to hơn cả bà béo mẹ thầy hiệu trưởng Dato. Tim Nata đập thình thịch khi cái chổi của chúng chỉ cách máy hút bụi có vài gang tay.

"Hi? Tiếng gì thế?" con quỷ to xác hỏi.

"Hi? Em không rõ," con quỷ gầy nhom khịt mũi. "Có mùi gì đó thì phải."

KẾ HOẠCH D

Thêm một con quỷ nữa bay lại gần chỗ họ, trông nó béo phì như lợn rừng. Rồi cả ba con quỷ thi nhau đánh hơi quanh họ. Nata nhìn xuống tay mình, chả lẽ mùi nước hoa hương sen vẫn còn ư?

"Hi! Mùi chuột cống, chúng mày ơi!" con quỷ béo la lên, rồi nó chỉ tay về phía con quỷ gầy nhom. "Chú mày bao lâu rồi chưa tắm hả?"

"Hi! Đâu có!" con quỷ gầy nhom mắt trợn lên. "Tao mới tắm tuần trước mà!"

Con quỷ to xác bay tới con quỷ gầy, hít ngửi một hồi để kiểm chứng. Cuối cùng nó hỏi, "Hi! Vậy chú mày tắm với chuột hay sao mà hôi thế?"

Lũ quỷ cười rống lên. Rồi cái đề tài con quỷ không tắm ấy đã trở nên nóng bỏng, được chúng bàn tán xôn xao như thể mấy năm rồi không được đọc báo. Mà cũng có thể là do việc học đi học lại một câu thần chú duy nhất làm chúng phát chán.

Nhờ thế, mà chẳng mấy chốc, họ đã luồn lách qua rừng quỷ và lên tới miệng hang. Qua đó, Nata thấy bầu trời xám xịt, thi thoảng chớp lên tia sét sáng loáng, kèm theo tiếng người hò hét như có đấu bóng. Song âm thanh đó vẫn không sao át nổi tiếng xì xầm bàn tán về đề tài mùi chuột cống bên dưới.

"Có gì ngoài đó vậy anh?" Nata hỏi.

"Chắc là các phù thủy đang giao chiến, nếu anh nhớ không lầm thì còn một toán quỷ nữa ở lối ra," anh Napa nói, rồi gõ đầu chuột Boma cốc một phát. "Chú em mà hắt xì lần nữa là anh sút bay xuống đấy!"

Chuột Boma lí nhí xin lỗi.

"Không ai hoàn hảo mà anh," Nata nói đỡ. "Cũng may nhờ mùi chuột cống mà chúng ta thoát nạn còn gì?"

"Suỵt!" anh Napa ra hiệu im lặng.

Một con quỷ thò đầu vào hang nhìn về phía họ. Nata nhận ra đó chính là tên quỷ đệ tử đuôi khủng long. Nó gầm lên, "He he! Im lặng coi nào!"

Cả lũ quỷ ở dưới im re. Không còn ai dám xì xào bàn tán gì nữa nữa.

"Hô... hắt xì!"

Nata giật thót tim, lại là chuột Boma ư?

Tên quỷ khủng long dáo dác nhìn quanh, rồi cất cái giọng the thé lên. "He! Đứa nào đấy?"

Cả lũ quỷ gần đó nhìn nhau lắc đầu.

Nata thì thầm hỏi. "Làm sao bây giờ hả anh?"

"Nín thở và bình tĩnh nào," anh Napa nói, rồi lái máy hút bụi lẹ làng bay lên cao.

"Hi! Có cái đuôi kìa!" một tên quỷ thét lên.

"He! Chúng tàng hình đấy!" con quỷ khủng long thốt lên, tay chỉ về phía họ, mà chính xác là chỗ cái đuôi chuột Boma đang tòi ra, lơ lửng giữa không khí. Hắn hét lớn, "He he he! Hỏa lực tối đa!"

Nghe vậy, anh Napa rú ga, họ bay vút lên cao trong tiếng lầm rầm hi hi và đọc thần chú của lũ quỷ. Chúng bắn ra những tia sáng vàng ươm trông như dầu chiên. Họ lượn sang phải và tránh được loạt đạn đầu tiên, nhưng loạt đạn thứ hai đã tới. Một tiếng phụp vang lên, chiếc máy hút bụi đã trúng đạn. Đuôi máy từ từ tan ra thành những hạt bỏng ngô thơm phức.

Có tiếng đám đông huyên náo ở phía xa. Nata vui mừng nhận ra cái áo chùng tím của bác Pary, mái tóc vàng xù của cô Hemi, còn bác Edi thì lái một chiếc máy hút bụi to như đĩa bay. Họ đang giao chiến với quỷ Boto và đồng bọn, nhưng cả hai phe đều không nhúc nhích, mà chỉ nhìn về phía hai anh em.

Chắc lũ quỷ đang tự hỏi sao lại có ngôi sao chổi vừa bay vừa xả bỏng ngô trên trời, còn các phù thủy ánh sáng thì chắc đang lo không biết Nata, hay là hoàng tử Napa đã bị trúng đạn.

"Hô! Kế hoạch D!" chuột Boma lên tiếng.

Nói đoạn, nó nắm lấy ống hút trong tay anh Napa rồi lái máy hút bụi đáp xuống khu rừng. Lũ quỷ vẫn tiếp tục đuổi theo và bắn tới tấp, Nata chỉ còn biết nhắm mắt và cầu cho chuột Boma có cao kiến gì đó, để bù lại tội lỗi tày trời của nó!

Một lát sau...

Qua tán cây sặc sỡ, Nata có thể nhìn thấy lũ quỷ đen đang lùng sục. May mà Boma nhanh trí, bay lòng vòng rải bỏng ngô khắp nơi, khiến chúng không sao biết được họ đã hạ cánh ở chỗ nào.

"Kế hoạch D của chú tới đây là hết hả?" anh Napa hỏi.

"Hô hô, thưa hoàng tử, địch vẫn chưa thấy chúng ta," chuột Boma nói, giọng y chang vệ sĩ hoàng gia. "Tôi sẽ lái tiếp để đánh lạc hướng, hai người hãy theo con suối phía trước, nó sẽ dẫn tới một thác nước. Có lẽ lũ con tôi cũng đang trú ẩn ở đó."

"Không được!" Nata nói. "Nhỡ... nhỡ cậu trúng đạn thì sao?"

"Hô, không sao," chuột Boma nháy hai con mắt bên

phải. "Tôi đã học được khả năng tổ lái của hoàng tử Napa rồi. Hơn nữa, đây là lỗi tại tôi, tôi sẽ chịu trách nhiệm, dù đây có thể là chuyến đi cuối cùng..."

"Đừng nói gở thế chứ!" anh Napa vỗ vai chuột Boma. "Chú sẽ làm được!"

"Hô, tôi sẽ cố, nhưng... xin hãy cho tôi một đặc ân được không?"

Anh Napa đặt tay lên thái dương. "Chú cứ thổ lộ đi, ta chiều hết. Có gì mà hoàng tử xứ Navi không làm được cơ chứ?"

"Hô hô! Thật chứ ạ?" mắt chuột Boma long lanh.

"Lời hoàng tử như đinh đóng vào tủ truyện, ta hứa nếu có chuyện gì xảy ra, chú sẽ được trao huân chương danh dự, và được chôn cất đàng hoàng..."

Nata véo tay anh Napa một phát. Cô nói, "Ý là anh ấy sẽ cố gắng hết sức, hoàng tử Napa vốn ít nói nên dùng từ chưa thông thạo lắm."

"Hô, dạ..." chuột Boma ấp úng. "Vậy tôi có thể hôn hoàng tử Napa được không?"

Anh Napa đứng chết lặng. Còn Nata muốn cười ra nước mắt. Không hiểu sao lại có thể tồn tại một loại đặc ân quái gở đến vậy.

"Hô, tôi biết mà..." mặt Boma nhão ra. "Không ai giúp được đâu."

Nói đoạn nó cầm lấy khăn tàng hình và nhảy lên máy hút bụi.

"Ơ... từ từ đã!" anh Napa nói. "Mà tại sao? Chú em là... gay à?"

"Hô... không," chuột Boma thành khẩn, "loài chuột chúng tôi có truyền thống là đi đâu xa, đều phải hôn tạm biệt con cái. Tôi đã không kịp làm điều đó, nên chỉ mong hoàng tử chuyển nụ hôn của tôi tới các con."

Nata phải cố lắm để nhịn cười. Nếu anh Napa chấp nhận, cũng có nghĩa là lát nữa cô sẽ được xem anh ấy hôn tận bốn con chuột. Dịch vụ chuyển phát nụ hôn này, chắc chỉ tồn tại ở thế giới loài chuột bốn mắt.

"Ha! Lũ nhóc kia. Các người không ra là ta cho cả khu rừng nổ tung đấy!"

Tiếng hét lớn của quỷ Boto khiến cả ba người giật mình, họ không còn nhiều thời gian nữa. Anh Napa nhắm mắt suy ngẫm một lúc, cuối cùng anh giơ má ra.

"Được rồi! Làm ơn nhanh lên!"

Nata không tin vào tai mình nữa. Cô nín thở, theo dõi từng li từng tí một giây phút ấy.

Ánh mặt trời yếu ớt len lỏi qua kẽ lá, chứng giám

cho nụ hôn đầu đời của anh Napa. Chuột Boma mắt rưng rưng, nó chu mỏ lên và chụt chụt vào đôi môi anh Napa tận bốn phát. Anh Napa mặt ngắn tũn, như thể vừa bị lừa lấy mất tập truyện Người Sắt số 58 mới ra lò. Rõ ràng anh giơ má, mà lại bị hôn môi!

Chứng kiến cảnh ấy, Nata phải bụm miệng lại để nín cười, cô dám cá nếu quỷ Boto ở đây mà chứng kiến cảnh này, chắc cũng sẽ cười sằng sặc.

Chuột Boma đứng dậy bằng hai chân, lấy tay đập vào bụng thật mạnh, rồi ho ra một thứ nhầy nhụa màu đen trông quen quen, nó đưa cho anh Napa. "Hô, hình như cái túi này là của hoàng tử, tôi đã vá lại rồi đấy!"

Nata nhận ra đó là cái túi không đáy của thần Lumi mà chắc họ đã bỏ quên tại nhà kho.

Anh Napa nhăn nhó cầm lấy chiếc túi nhớp nháp, vẩy cho nước miếng chuột bay hết. Khi đưa tay vào kiểm tra, mặt anh rạng rỡ lạ thường.

"Tuyệt quá!" Napa thốt lên. "Sửa được rồi này!"

Chuột Boma cười đầy thỏa mãn, như thể cái túi đó là thừa đủ để đền đáp công vận chuyển tới tận bốn nụ hôn nồng thắm. Nó choàng khăn tàng hình, nhảy lên máy hút bụi và bay vút đi, bỏng ngô cứ thế rớt ra.

Nata cầu trời cho chuột Boma an toàn.

"Ha ha! Đứng lại!"

Tiếng quỷ Boto hét lên. Nata lặng người chờ đợi. Rồi cô nghe thấy lũ quỷ đồng thanh hô câu thần chú. Một tiếng nổ lớn rung cả trời đất, sau đó là tiếng hi hi he he ăn mừng không ngớt của lũ quỷ.

Bỏng ngô bắt đầu rơi như tuyết, ngập tràn cả khu rừng. Mắt Nata tuôn lệ, tay chân cô rụng rời như thể lần thứ hai mất đi người thân. Phải vất vả lắm, anh Napa mới kéo được tay cô ra khỏi chỗ ấy. Hai người đi vào rừng theo con suối mà chuột Boma đã chỉ.

Một lát sau...

Vừa bước đi, vừa vác trên vai túi bỏng ngô to tướng, được bọc lại bằng áo đồng phục, Nata không có tâm trạng nào để nghe anh Napa lải nhải. Nãy giờ có lẽ anh ấy mải mê nói về vẻ đẹp kì dị của khu rừng mang thương hiệu trí tưởng tượng hoàng tử, nhưng cô không để ý lắm. Nata cảm thấy tội lỗi, cô đã không giữ được lời hứa với chuột Boma ở phòng tan biến. Mà khổ tâm nhất là lũ chuột con, họ đã không chỉ khiến chúng tan cửa nát nhà, mà giờ cả cha chúng cũng tan tành thành bỏng ngô. Mà khó hơn cả, là làm sao để nói với chúng không động tới đống bỏng ngô thơm ngon trên vai cô lúc này, vốn là những gì còn sót lại của Boma?

Thôi thì mặc kệ, Nata không muốn nghĩ nữa. Cô leo nhanh qua một cái cây đổ ngang con suối, để bắt kịp anh Napa đang vầy nước phía trước.

"Anh Napa!"

"Sao em?"

"Làm sao anh thoát được mớ đùi đại bàng đó?"

"Do may mắn thôi," anh Napa gãi đầu. "Lũ quỷ đã phạm một sai lầm nghiêm trọng."

"Sai lầm nghiêm trọng?"

"À.. chúng quên không tặng kèm nước xốt, anh cắn có vài miếng, là ngấy tới tận cổ."

Nata phì cười, đúng là trí nhớ lũ quỷ. "Thế còn mọi người ở lâu đài thì sao, họ có bị hóa quỷ không?"

"Em đã thấy mấy giáo viên phù thủy đang đánh nhau với lũ quỷ rồi còn gì. Nghe nói ăn cả con mới bị, chứ mỗi cái đùi thì trướng bụng chút thôi."

Vậy là lũ quỷ đã dụ cả làng bác Edi ăn cả con đại bàng ư? Chúng thật dã man.

"Mà không biết các thầy cô phù thuỷ sao rồi? Theo anh họ có thắng được lũ quỷ lúc nãy không?"

"Theo kế hoạch, thì họ chỉ cầm cự với chúng cho tới khi anh cứu được em. Nhưng sau vụ nổ đó, chắc họ tưởng chúng ta đã tan xác nên rút quân rồi, giờ thì phải tự lo lấy thân mình thôi."

Nata gật đầu. Trước mắt họ giờ đã là một thác nước hùng vĩ, phải cao cả trăm thước. Nó đang phát ra âm thanh lạo xạo do hàng tỉ những hạt nước kim cương siêu nhỏ đổ xuống. Song vẻ đẹp hút hồn ấy không sao xua tan được nỗi buồn của Nata, cô phải nói sao với lũ chuột con về bố chúng nó bây giờ?

"Ái... đau!" anh Napa thét và nhảy lùi lại một thước.

Nata chạy tới. "Sao thế anh?"

Anh Napa giơ chân phải lên, cái quần người nhện quý giá đã bị rách một mẩu. Thủ phạm là sinh vật kỳ dị đang đứng trên một viên đá trước mặt họ. Trông nó như bọ ngựa, nhưng lại sở hữu cặp càng cua to bự, đang quắp mẩu vải rách bươm từ quần anh Napa. Hai con mắt ốc nhồi của nó nhìn họ, chớp lia lịa.

"Bọ ngựa lai cua cơ à?" anh Napa nói, rồi vớ lấy một viên đá, ném về phía nó.

Trong nháy mắt, con bọ cua quắp lấy hòn đá, bóp vỡ vụn. Mắt nó chuyển màu sang đỏ hoe, trừng lên nhìn họ. Rồi nó giơ càng lên quắp liên tục, tạo ra những tiếng cạp cạp như mã Moóc xơ để gọi đồng bọn.

Đúng thật, từ khắp cành cây kẽ lá, một đạo quân

bọ cua tự đâu xuất hiện. Con nào con nấy mắt đỏ hoe, nhìn hai anh em như thể sau viên đá đáp trả của anh Napa, họ đã chính thức trở thành kẻ thù truyền kiếp. Tất cả đồng loạt lao tới.

Anh Napa vớ lấy cành cây và khua nhặng xị, song chúng tránh né rất điệu nghệ như biết võ. Rồi có một con nhảy vào, quắp được thêm một mảnh áo người dơi của Napa làm chiến lợi phẩm.

"Ái!" Nata thét lên khi một con bọ cua nhảy lên vai cô. May mà anh Napa lao tới và khều nó ra kịp, không thì cô đã phải chia tay mái tóc đuôi gà thân yêu.

Nata gào lên, "Thần chú của anh đâu rồi?"

"Ừ nhỉ... quên mất mình là phù thủy!" anh Napa đáp và né một con bọ cua lao tới. Anh ngồi xuống, thò tay vào túi quần.

"Chết rồi!" anh Napa thốt lên. "Cái đèn pin đâu mất tiêu rồi?"

Nata núp sau lưng anh Napa. Cô thì thào hỏi, "Còn cái kiếm loa kèn thì sao?"

"Ờ..." anh Napa ôm mặt ngao ngán. "Nó ở trong cốp chiếc máy hút bụi mất rồi."

"Anh còn món nào nữa không?"

"Còn mỗi cái túi thần. Không lẽ chui vào đó trốn?"

"Anh khùng hả, lũ bọ cua xé toang nó mất!"

"Vậy chắc phải mở đường máu, chạy về phía thác nước thật nhanh!"

Nata nghĩ, có thể anh ấy thì dám đấy, nhưng làm sao cô băng qua được lũ bọ cua cơ chứ? Chúng có thể xâu xé nát bươm quần áo của cô trước khi chạy kịp tới đó. Nata nhìn quanh, cô mừng rỡ nhận ra cách đó không xa, có một ngọn tháp, mà đặc biệt là đường đi tới đó chẳng có con bọ cua nào.

"Em nghĩ kế hoạch E là chạy tới đó!"

Anh Napa nhìn ngọn tháp và gật đầu, rồi họ chạy thục mạng. Tiếng cạp cạp của quân đoàn bọ cua sau lưng nghe thật đáng sợ. Khi chúng sắp đuổi kịp, Nata đã phải quẳng lại đống bỏng ngô. Thật may mắn, khi đó là món ưa thích của chúng. Lũ bọ cua lao vào tự cắn xé nhau để tranh giành bỏng ngô tới tấp, nên họ đã thoát kịp.

Giờ đây trước mắt họ là ngọn tháp cao vút, Nata dám cá nó phải chọc thủng cả chín tầng mây bên trên. Cô thở hổn hển, rồi hỏi, "Lũ bọ lai cua kì dị đó ở tập truyện nào của anh vậy hả?"

Anh Napa dựa vào bờ tường đầy rêu của ngọn tháp.

"Anh nhớ lúc ở cái nhà kho, Boto bắt tên quỷ đệ tử đi chăm sóc lũ bọ nào đó, chắc là chúng đấy."

"Sao trí nhớ anh tự nhiên tốt thế?"

"À... chắc do cày cuốn từ điển phép thuật. Anh đã thuộc được hơn 108 câu thần chú rồi!"

Nata cười để động viên anh Napa. Cô chẳng muốn đề cập tới chuyện nếu không có đèn pin thì có thuộc cả một ngàn lẻ một câu thần chú, cũng chẳng để làm gì. Cô chuyển chủ đề, "Mà sao lại có cái tháp giữa rừng này nhỉ?"

"Cứ vào là biết thôi em, hy vọng là có thang máy!"

Ngay khi họ tiến tới, cánh cổng đá vĩ đại tự động mở ra, tạo nên âm thanh như động đất. Họ bước vào trong, đập vào mắt Nata là sàn nhà lát đá sáng bóng. Cô ngước lên và thấy một cái cầu thang men theo tường dẫn lên đỉnh tháp. Thiết kế ở đây cũng đơn điệu, khá giống với hang quỷ, chỉ khác là có hàng tá cửa sổ đem ánh sáng từ ngoài vào. Trên mỗi ô cửa Nata để ý đều có đánh số thứ tự từ một lên tới bao nhiêu kia thì cô nhìn không rõ.

Nata chợt nhớ ra gì đó. "Anh ơi! Em biết nơi này rồi, đáng ra mình nên tới cái thác nước mới phải!"

"Anh nghĩ là muộn rồi," anh Napa đáp, rồi chỉ tay về phía cánh cửa nơi họ bước vào.

Nata quay lại, cánh cửa nặng trịch đã nhẹ nhàng khép lại tự lúc nào. Tim cô đập loạn nhịp khi thấy dòng chữ khắc viết hoa to bự trên cánh cửa: Tháp Trí Nhớ Huyền Thoại, Ha He Hi Ho Hu.

"Tít tít tít..." một âm thanh quen thuộc vang lên, kèm theo giọng nói cũng thân thiết không kém. "Bạn có thể chọn một trong hai thử thách: Một là siêu trí nhớ, thử thách trí não cấp độ cao, rất nhanh gọn nhưng có thể chết vì nổ tung não. Hai là siêu bá đạo, thử thách trí não cấp độ thấp, nhưng kết hợp siêu thể lực, có thể chết vì nản hoặc uất ức. Đằng nào cũng chết, bạn có vô số thời gian để lựa chọn. He he he."

THÁP TRÍ NHỚ

"Cố lên em ơi!" anh Napa gọi vọng từ trên xuống. "Chỉ còn 10 cửa sổ nữa thôi!"

10 ô cửa nữa ư? Nata vừa thở hổn hển, vừa thầm trách anh Napa. Chưa thảo luận gì với cô mà anh ấy đã chọn ngay phương án B. Không biết có thử thách nhớ nhung gì trên đỉnh tháp, nhưng riêng việc leo tới đó là muốn bở hơi tai rồi. Mỗi ô cửa ở đây nhìn vậy mà cách nhau tới tận ba tầng nhà!

Thật ra thì Nata nửa muốn, nửa không muốn lên đó. Một phần là vì mệt, một phần là vì cô vẫn còn phân vân. Nếu thoát khỏi đây, cô sẽ lại thất hứa với chuột Boma, và làm mất uy tín dịch vụ chuyển phát nụ hôn mới mở của anh Napa, chưa kể là thế giới xinh đẹp này sẽ bị phá huỷ. Còn nếu cứ ngồi lì ở đây, sớm muộn cũng chết vì chán ở trong cái tháp đơn điệu này.

Chợt Nata mỉm cười, chẳng ai biết trước tương lai, sao lại phải suy nghĩ nhiều thế nhỉ? Ai mà biết được họ có vượt qua được thử thách của ngọn tháp hay không. Ít ra lên đỉnh mà có cửa sổ, Nata cũng được ngắm cả vương quốc xinh xắn này. Nghĩ vậy, Nata bước tiếp.

"Nhanh lên em ơi!" anh Napa gọi toáng lên. "Có cái này lạ lắm!"

Phải mất một lúc, Nata mới lết được tới chỗ anh Napa đang đứng. Có thứ gì đó ngoài cửa sổ khiến anh chăm chú nhìn.

"Sao thế anh? Có truyện tranh ngoài đó hả?"

Napa lắc đầu. "Em nhìn đám mây kìa."

Theo hướng tay anh chỉ, cô thấy một đám mây trắng bồng bềnh, trông nó tròn như kem bông.

"Có gì lạ đâu anh?"

"Em không thấy nó giống hình một con dơi sao?"

Đúng thật, phải công nhận anh Napa có trí tưởng tượng quá tốt. "Mà thế thì sao?"

Anh Napa gãi cằm. "Rõ ràng khi nãy ở cửa sổ bên dưới, anh trông nó giống hình cầu thủ bóng đá."

"Mây thay đổi hình dạng là chuyện thường mà?"

"Nhưng thế có hơi nhanh quá không? Có một lúc thôi mà đổi sang hình khác đẹp vậy sao?"

"Thì... trong mơ, mọi thứ đều có thể là thực. Không phải anh hay nói với em câu này à?"

Họ tiếp tục leo lên tầng trên. Theo Nata đếm, thì đấy mới là ô cửa số 11, và anh Napa đã dừng lại.

"Sao thế anh?"

"Em xem kìa!"

Anh Napa chỉ tay về phía đám mây lúc nãy, giờ đã chuyển thành hình một chiếc bóng đèn khá rõ ràng.

"Có vẻ đúng," Nata nói, "nhưng đằng nào thì chúng ta vẫn phải đi tiếp cơ mà?"

Anh Napa tán thành, rồi chạy hì hục lên tầng trên, như muốn kiểm tra xem đám mây có thay đổi hình dạng lần nữa hay không. Cô mặc kệ anh và chậm rãi bước đi, Nata cố thử tận hưởng vẻ đẹp của trời xanh và khu rừng. Ngọn tháp thay đổi những đám mây là để động viên người leo chăng?

Nata để ý hình dạng đám mây cửa số 12 là cái lá, 13 con bướm, 14 phù thủy, 15 đám mây, 16 con heo, 17 con khỉ, 18 cái nhẫn, 19 khủng long, 20 cung tên. Khi Nata lên tới ô cửa sổ số 21, đám mây đã hoàn toàn biến mất.

Mặt trời có vẻ đang vội vã lặn xuống mặt biển xanh lục, trông như cái bánh quy đỏ bị nhúng vào cốc sinh tố bơ. Anh Napa ngồi bần thần ở thềm đá dẫn tới căn phòng trên cùng.

Nata hỏi, "Sao anh không vào?"

Anh Napa nhún vai, mặt ngán ngẩm như thể chẳng có đám mây nào hình tập truyện. Không biết trong đó có gì mà làm anh ấy tụt hứng như vậy nhỉ?

Nata bước vào căn phòng, đập ngay vào mắt cô là cánh cửa chạm trổ văn hoa cổ kính, trông trái ngược hẳn với cái biển EXIT xanh lè hiện đại bên trên, còn bên dưới sàn là thứ gì đó màu trắng.

Khi nhận ra chúng là mấy bộ xương khô, Nata đã hét toáng lên và chạy lại chỗ anh Napa.

"Họ làm sao thế anh?"

"Trên cửa có cái chuông màu đỏ," anh Napa nói điềm tĩnh. "Em cứ bấm vào là biết tại sao họ chết."

"Anh đùa hả? Nhỡ bấm rồi hóa ra xương thì sao?"

"Cứ yên tâm, anh thử rồi, không sao đâu."

Nata quay trở lại căn phòng. Đúng là có cái chuông màu đỏ trên cửa. Cô bấm xong, một tiếng kính koong vang lên, kèm theo giọng yêu cầu mật mã quen thuộc.

"Tít tít tít... bạn có 4 giây... Hãy đọc hình dạng các đám mây ở cửa sổ thứ 11, 12, 13, 14... He he he."

Lại là cái giọng nói đó. Nó y hệt cánh cửa phòng cô Hemi, chỉ khác là có thêm tiếng he he ở cuối. Có lẽ trường phù thuỷ và ngọn tháp này sử dụng cùng một dịch vụ bảo mật chăng?

Mà yêu cầu đó tương đối đơn giản. Nata đáp đầy tự tin, "Bóng đèn, chiếc lá, con bướm, phù thủy."

"Oa!" anh Napa lật đật chạy vào. "Em nhớ đỉnh thế!"

Nata mỉm cười, cô đã chuẩn bị trước cho điều này. Từ lúc anh Napa phát hiện ra đám mây thay đổi, cô đã nghi ngờ rồi. Nó hơi giống thử thách của bác Edi trước khi vào phòng thí nghiệm Impossible. Thế này thì họ sẽ sớm thoát ra khỏi đây thôi, thử thách này cũng đâu có gì phức tạp lắm mà đi được vào huyền thoại?

"Tít tít tít..." cánh cửa lại yêu cầu. "Hãy đọc tiếp hình dạng các đám mây thứ 1, 3, 5, 8... he he he."

Nata im bặt. Cô tưởng đọc một lần là xong, với lại cô chỉ thuộc từ tầng thứ 11 trở đi, ai dè cánh cửa bắt cô đọc cả tầng dưới mà mình đã không để ý.

"Tít tít tít... hết giờ... xin mời thử lại lần ba... he he he"

Lần ba à? Vậy chắc anh Napa lúc nãy đã táy máy rồi bỏ cuộc nhanh chóng. Nata bấm chuông.

"Tít tít tít... bạn có 5 giây... hãy đọc hình dạng các đám mây số 20, 19, 16, 12, he he he..."

"20 là... cung tên, 19 tê giác... 16 là gì hả anh?"

Nata quay sang hỏi, nhưng anh Napa chưa kịp ú ớ gì thì tiếng thông báo đã vang lên.

"Tít tít tít... bạn đã hết ba lần thử. Lần sau không có thử nữa nhé. Tạm biệt, he he he!"

Cái sàn lắc lư dữ dội khiến hai anh em mất thăng bằng. Rồi một tiếng vút vang lên, trong chớp mắt, Nata đã thấy họ ở ngay tầng một.

"Thôi xong!" anh Napa nở một nụ cười méo xệch.

Còn Nata giờ thì đã biết tại sao lại có mấy bộ xương khô trên kia. Một là do họ đã chết mệt, hai là chết nản vì phải làm theo yêu cầu của ngọn tháp quái đản này.

"Giờ làm gì đây anh?" Nata hỏi.

"Còn làm gì nữa?" anh Napa nhún vai. "Chẳng phải ông bác Edi nói cách thành công nhanh nhất là thất bại càng nhiều, trong thời gian càng ngắn càng tốt hay sao? Mình lên lại từ đầu thôi!"

Nata thở dài ngao ngán, nghĩ tới việc hì hục leo lên đó, và đọc nhầm là phải leo lại từ đầu, khiến cô nản vô cùng. Chưa kể là nhớ được đúng thứ tự từ đầu tới cuối đã là khó rồi, mà cánh cửa còn đưa ra thứ tự ngẫu nhiên nữa chứ. Song thấy tinh thần anh Napa phấn chấn như vậy, cô lại có động lực bước đi.

Lần leo này trông vậy mà đỡ mệt hơn hẳn. Có lẽ là do vừa leo, hai anh em vừa dùng tuyệt chiêu chế truyện cho hình thù của các đám mây. Họ đã tạo ra những câu chuyện hài hước, và chủ đề không ngoài những cuộc phiêu viễn tưởng hết sức của hoàng tử Napa.

Tới tầng thứ 10, họ buộc phải nghỉ chân. Tuy nhiên, lý do không phải mệt, mà vì buồn cười tới mức không cất bước nổi. Đã thế, anh Napa cứ lải nhải lại câu chuyện đó. (Bạn có thể tự chế truyện rồi so sánh)

1 2 3 4 5

6 7 8 9 10

"Một hoàng tử được dạy cách dùng bình chữa cháy, nhưng sau đó lại đi lái vệ tinh... trên biển. Một lần lướt sóng, chàng mắc cạn ở một khu rừng, trồng toàn... nam châm. Chàng đã bắn pháo kêu cứu, nhưng đạn pháo bị mắc phải mạng nhện, nên chàng đành đổi nghề sang bán kem cốc cho tụi cướp biển lái xe ủi."

Một câu chuyện phi lý hết sức, nhưng nó giúp họ nhớ được dễ dàng các hình dạng tương ứng với đám mây từ đầu tới giờ: (Bạn thử xem có nhớ được không nhé)

1 .... 2 .... 3 ....
4 .... 5 .... 6 ....
7 .... 8 .... 9 ....
10 ....

"Ối mẹ ơi!"

Anh Napa thốt lên khi họ tới ô cửa số 11 lúc nãy.

Nata nhìn về phía đám mây, cô cũng đã nhận ra vấn đề. Lần này số 11 là con sư tử, chứ không phải là bóng đèn như lần leo đầu tiên. Cô nuốt nước bọt. "Chúng thay đổi hình dạng sau mỗi lần thử sao?"

"Có vẻ là vậy, nhưng không sao đâu, cứ tiếp tục cách cũ, mọi thứ sẽ ổn thôi em!"

Thực ra Nata hoàn toàn có thể lẩm bẩm để nhớ, nhưng làm vậy cô thấy tâm trí mình hay bị tập trung vào sự nhức mỏi, nên cô tán thành. Hai anh em lại tiếp tục leo và chế truyện. Lần này, dù Nata đã phản đối kịch liệt, song câu chuyện vẫn liên quan tới số phận éo le của cô hầu gái. Dưới giọng kể anh Napa, thì nó không thể viễn tưởng hơn.

(Bạn cũng có thể tự chế truyện rồi so sánh)

11

12

13

14

15

16
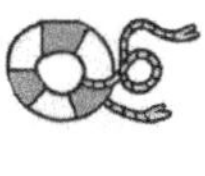
17

18

19

20

"Sau khi xem phim vua sư tử, hoàng tử thấy đói, bèn sai cô hầu cưỡi ngựa thần đi hái nấm, về để chàng trổ tài đầu bếp. Khi về, hoàng tử không nấu mà đeo găng tay đấm bốc và tẩn cái phao cả ngày. Cô hầu bực quá, cưỡi đại bàng bay đi xem phim anh hề do mèo đóng, và bị một con cua cắp rách váy."

Tất nhiên là đoạn rách váy là do anh Napa đã chế lại khác với nguyên gốc, nhưng có lẽ nhờ thế mà họ đã nhớ được các hình ảnh của đám mây.

(Bạn thử xem có nhớ được không nhé)

11 .... 12 .... 13 ....
14 .... 15 .... 16 ....
17 .... 18 .... 19 ....
20 ....

"Thế nào? Em thuộc hết chưa?"

Anh Napa hỏi khi họ bước tới cửa số 21. Nata bất ngờ vì đây là lần đầu tiên trong gần chục năm kèm cặp, anh lại hỏi cái câu hỏi mà cô hay hỏi anh nhất.

"Cũng tương đối... mà em nghĩ ra cách để trả lời chính xác theo đúng số thứ tự rồi."

"15 là gì?" anh Napa hỏi luôn.

"Găng tay," Nata đáp nhanh gọn.

"Tốt lắm, 8 thì sao?"

Nata lẩm nhẩm đếm rồi đáp, "Kem cốc."

Anh Napa lầm bầm trong đầu kiểm tra, rồi nhìn cô với ánh mắt thán phục.

"Tuyệt, em làm cách nào thế?"

Nata nháy mắt. "Em đã thuộc các số 5, 10, 15 làm mốc. Khi anh hỏi 15 thì chắc chắn em nhớ rồi, còn khi anh hỏi 8 là gì, em chỉ việc nhớ tới 5 là gì và đếm tiến lên ba thứ là được."

"Ồ... hầu gái mà thông minh ghê!"

"Giờ không còn ai bênh anh đâu nhá!"

Nata lập tức lao tới véo tay anh một cái mạnh nhất từ trước tới nay. Tới khi anh Napa phải thét lên xin lỗi cô mới buông tha. Tay xoa chỗ bị véo, anh ấy chuyển giọng sang nịnh nọt.

"Em gái anh có khác, thông minh quá. Vậy là chúng ta chắc chắn thoát rồi!"

Anh Napa vội lao tới định bấm chuông, nhưng Nata chặn lại. "Từ từ đã anh, có thể em trả lời đúng nhưng chưa chắc đã kịp theo thời gian mà cánh cửa yêu cầu."

"Không sao, anh em mình phối hợp là ổn. Đơn giản là chia ra, nếu cửa yêu cầu từ 1 tới 10 anh sẽ đọc. Còn từ 11 tới 20 thì em sẽ đọc."

"Nghe được đấy," Nata gật đầu.

Napa đưa tay vào cái chuông. "Sẵn sàng chưa?"

"Rồi ạ!" Nata đáp, dù hơi lo lắng một chút.

Anh Napa bấm chuông. Tiếng kính koong vang lên. "Tít tít tít... bạn có 5 giây... hãy đọc hình dạng các đám mây thứ 5, 10, 3, 2, 1... he he he"

"Quá dễ," anh Napa dõng dạc nói. "Nam châm, xe ủi... lướt ván, vệ tinh, bình cứu hoả."

"Tít tít tít... rất tốt, hãy tiếp tục với các số 15, 20, 13, 12, 11... he he he."

"Tới em đó Nata," anh Napa giục.

Tim Nata đập thình thịch, nhưng cô cũng sớm lấy lại sự bình tĩnh.

"Găng tay, con cua, cây nấm, ngựa thần..." Nata ngập ngừng, "Ơ... 11 là..."

"TÍT TÍT..."

"Sư tử!" anh Napa chen vào, rồi thở phào.

"Tít tít tít... hãy tiếp tục với các số 16, 4, 7, 18, 19... he he he."

Nata trợn mắt. "Hả? Còn nữa sao???"

"16 của em đấy," anh Napa nói.

"Ơ... cái phao," Nata đáp.

"4 là rừng cây... 7 mạng nhện," anh Napa nói. "18 của em!"

"18 là chú hề," Nata bắt đầu nao núng. "Còn 19..."

"19 là gì em... nhanh lên," anh Napa sốt ruột nhìn cô.

"Bình tĩnh đừng làm em cuống... 20 là con cua suy ra 19 là... con mèo!"

Cánh cửa lặng im... rồi nó lại tiếp tục. "Tít tít tít... rất tuyệt, dãy cuối cùng: 6, 14, 17, 9, 8..."

"6 là... đại bác," anh Napa đáp rất nhanh rồi đảo mắt sang nhìn Nata.

"14 là.. đầu bếp, 17 là đại bàng," Nata đáp.

"9 là... cướp biển!" anh Napa nói rồi cười sù sụ.

Nata tự hỏi không biết anh lại liên kết tới cái gì mà cười nhiều thế, cô càng lúc càng phục Napa. Trí nhớ của anh ấy đã được cải thiện đáng kể từ lúc tới thế giới này.

"Kìa em! Còn số 8 của em đó. Tập trung vào Nata!"

Tập trung ư? Đó chẳng phải là câu mà cô luôn nói với anh Napa suốt bao năm qua. Sắp mở được cửa ư? Tự nhiên Nata cảm thấy bối rối. "Mà gì đấy, số 8 là của anh cơ mà?"

"Anh quên rồi!"

"Tít tít tít... hết giờ... còn cơ hội cuối cùng!"

Napa nhìn cô với hai cái má trũng xuống, rồi anh nằm xuống đất, thở dài ngao ngán. Một tiếng vút vang lên... họ đã xuất hiện ở tầng đầu tiên y như lúc nãy.

BẬT ĐÈN LÊN VÀ ĐI

Nằm ngửa trên sàn, nhìn những ô cửa trên cao, cùng chiếc cầu thang xoắn dài vô tận, Nata cảm giác mình là con kiến bé xíu tội nghiệp, đang mắc kẹt trong cái vỏ ốc sên khổng lồ. Suýt chút nữa thôi là họ đã mở được cửa, dù cũng không hoàn toàn là lỗi của Nata, nhưng cô cảm thấy thật khó chịu.

Trước đây, Nata tự tin về trí nhớ của mình bao nhiêu, thì giờ cô thất vọng về nó bấy nhiêu. Nhưng thế có lẽ lại hay, nếu Nata lúc nãy mà trả lời được, có lẽ thế giới này sẽ sụp đổ. Cô thà chết mệt ở đây, còn hơn là nhìn trường Va-hớt xinh đẹp chìm nghỉm trong đại dương, rồi các thầy cô phù thuỷ dễ thương và uyên bác nữa chứ. Cô thà chết chán ở đây, còn hơn là để lũ con của chuột Boma, đã mồ côi cha, nay lại còn bị vùi vì động đất. Cô thà mắc kẹt ở đây vĩnh viễn, để cho một đứa bé tốt bụng như nhóc quỷ trắng Kila, có ngày được tới thăm ngôi trường trong mơ của nó...

Chợt hình ảnh thầy Dato, mẹ Bona hiện ra nhắc cô phải trở lại thế giới thực. Nước mắt Nata ứa ra, cô không biết phải làm sao bây giờ nữa.

Nata quay sang hỏi ông anh quý hoá, cũng đang nằm

thở dài trên sàn. "Anh Napa. Lúc ở hang bóng tối, sao anh quyết định tới cứu em?"

Anh Napa nhìn cô, không nói gì, ánh mắt anh trông cũng mỏi mệt lắm rồi.

Nata hỏi tiếp, "Lúc lũ quỷ bắt em đi. Anh hoàn toàn có thể mặc kệ, và sống sung sướng như một phù thủy ở thế giới này vĩnh viễn cơ mà?"

Anh Napa im lặng, rồi nước mắt anh ứa ra. Có lẽ anh ấy cũng đã phải đấu tranh nội tâm dữ dội lắm. Chắc chắn là có lý do gì đó sâu xa hơn là vụ không có nước xốt để ăn món đùi đại bàng rang bơ.

Cuối cùng, anh lau nước mắt. "Đã bao giờ em quyết tâm làm một thứ gì đó tới cùng chưa?"

Nata chợt nhớ lại khoảnh khắc đầy quyết tâm khi nhảy dù từ máy bay xuống để kịp gặp thầy Dato lấy thuốc. Còn Napa, chắc anh đã phải quyết tâm lắm khi học thuộc cả mớ thần chú dài ngoằng trong cuốn từ điển phép thuật. Tự nhiên Nata cảm thấy có lỗi, vì cứ hay nghĩ xấu về anh Napa.

"Lúc mới tới tầng ba giấc mơ," anh Napa nói, "em đã nói một câu mà anh không bao giờ quên..."

Nước mắt Nata chảy dài trên má, mình nói câu gì mà tác động sâu sắc tới anh ấy thế nhỉ?

Mắt anh Napa đỏ hoe. "Lúc nghe câu ấy, anh đã hứa với lòng mình phải quyết tâm tới cùng, không bao giờ bỏ cuộc. Chính em đã ném tập truyện hay nhất của anh cửa sổ, và nói thi xem ai tìm lại được. Nếu em biến mất thì lấy ai thi thố với anh đây?"

Anh Napa dứt lời, Nata lập tức bật dậy véo tay ông anh trời đánh. Cô không thể ngờ được rằng tới giờ này mà cái tập truyện đó vẫn lởn vởn trong đầu anh. Mà hay thật, nhờ thế mà giờ Napa đã có động lực rõ ràng, còn Nata thì không biết liệu mình có muốn vượt qua thử thách này không nữa.

Anh Napa thốt lên. "Giá mà có giấy bút thì thử thách này chỉ là chuyện nhỏ!"

Nata sực nhớ ra điều gì đó, cô kiểm tra túi áo để tìm cái bút lá mà cô Hemi tặng, nhưng không thấy. Có lẽ nó đã rớt khi Nata quẳng đống bỏng ngô lại để giữ chân lũ bọ cua. May mà viên thuốc Libo và cái thẻ cứu nạn trắng vẫn còn. Ít nhất là còn có người biết họ ở đây, để còn... nhặt xương về, Nata thở dài.

"Quácccccccc!"

Một âm thanh như gà viêm họng gáy lên, xé ngang suy nghĩ của Nata. Nghe nó quen lắm, Nata vui mừng ngồi dậy, và nhận ra con chim đại bàng của cô Hemi.

Nó đang đậu ở ô cửa sổ gần nhất, trên mỏ ngậm chiếc lá to oạch. Nó thả cái lá xuống và bay vút đi.

Anh Napa nhảy lên tóm lấy. Hóa ra đó là một bức thư, anh mở ra và đọc dõng dạc.

"Chào hai anh em, cô Hemi đây!

Mọi người đã rút lui về Va-hót an toàn, tất cả đều ổn. Chỉ có điều, ai cũng tin rằng hai cháu và chiếc máy hút bụi xấu số, đều đã tan tành bỏng ngô. Song linh cảm của cô thì khác, nên đã cho đại bàng đưa thư khắp nơi, với hy vọng những lời này tới được các cháu.

Cô vốn đã rất vui vì được gặp hai cháu, những người vô cùng thông minh và sáng tạo. Cô càng bất ngờ hơn khi bác Pary tiết lộ sự thật về hai cháu, cũng như những điều mà thần Lumi giấu kín bao năm qua. Từ khi sinh ra, cô luôn tự hỏi mình từ đâu tới, thế giới này sao mà thành, và câu trả lời đã ở ngay trước mắt mà cô không hề hay biết.

Cám ơn Napa, cháu là một hoàng tử, à không, một... thượng đế giàu trí tưởng tượng vô cùng. Thế giới giấc mơ này do cháu tạo ra thật tuyệt. Chúc cháu sớm tìm được tập truyện 57, và tạo ra những thế giới giấc mơ tuyệt diệu khác nữa, nhưng đừng có cho lũ quỷ xuất hiện nhé!

Còn Nata, cô biết cháu tới đây vì một mục đích tốt

đẹp, và thật không may là khi cháu giúp anh Napa thoát ra khỏi đây thành công, thì mọi thứ, gồm cả chúng ta, đều sẽ tan biến. Có thể hiện giờ cháu đang rất khó xử, nhưng cô ủng hộ cháu, và cô tin là mọi người cũng vậy. Bởi vì đó là cách duy nhất để tiêu diệt hoàn toàn lũ quỷ, và thần Lumi đã không ngại hiểm nguy giúp các cháu cũng là vì lý do này. Chỉ có cháu mới có thể giúp chúng ta tiêu diệt tên chúa tể bóng tối vẫn đang lẩn trốn đâu đây, với những âm mưu không ai đoán được.

Về phần chúng ta, các cháu cứ yên tâm. Bài học vỡ lòng mà các phù thủy được học, là phải sống trọn vẹn từng phút giây. Nên dù có biến mất bất cứ lúc nào, cũng không tiếc nuối. Đặc biệt, lại là vì một mục đích cao cả như vậy, thì chúng ta càng sẵn sàng.

Hãy tin tưởng bản thân, hãy bật đèn lên và đi!

Tái bút. Nếu cháu về được nhà, có thể mọi người sẽ không tin. Nhưng hãy cứ gửi lời chào của người dân xứ phù thủy trong mơ tới họ nhé!

Chín bút. Napa được lắm, cái mật khẩu mới có đoạn Si28 làm ta bị sốc nhẹ, phải mấy chục giây mới nghĩ ra hình ảnh một anh Sĩ diện Hay Tắm."

Nghe xong lá thư, Nata mừng rớt nước mắt. Cô cảm thấy nhẹ lòng hơn, cô biết mình sẽ phải lựa chọn như thế nào. Nhìn vẻ mặt phởn hết biết của anh Napa, cô đoán là do anh đã được thăng chức từ hoàng tử lên... thượng đế. Mà cũng thiêng thật, anh ấy như cầu được ước thấy vậy, họ đã có lá thư này làm giấy rồi, giá như... cô Hemi gửi thêm cái bút thì tốt biết mấy!

"Bật đèn lên và đi..." anh Napa lẩm bẩm, rồi mắt anh chợt sáng rực, anh búng tay tách một cái. "Phải rồi! Luôn có cách nhanh hơn!"

"Sao thế anh?"

"Lúc ở phòng Impossible, em nhớ chúng ta đã phát hiện ra điều gì về trí nhớ, khi liên kết các từ thành một câu chuyện không?"

"Có phải là khi làm vậy, giống như là dùng dây điện nối các bóng đèn lại, và chỉ cần một mồi điện là tất cả cùng bừng sáng?"

"Chuẩn, vậy đố em biết tại sao chúng ta có thể nhớ được 20 từ đó, nhưng việc đọc ra chính xác theo số thứ tự ngẫu nhiên thì lại bị chậm?"

Nata lắc đầu.

Anh Napa mỉm cười. "Nếu ví số thứ tự cũng là bóng đèn, và hình dạng đám mây cũng là bóng đèn. Thì đơn giản là chúng ta đã chưa nối chúng vào nhau!"

"Anh nói rõ hơn được không?"

"Chắc là phải biểu diễn em mới hiểu được," anh Napa nói, vẻ mặt nhìn bí hiểm kinh khủng. "Có cái gì mà ngày xưa em bắt anh học mãi mà vẫn quên không?"

"Nhiều lắm!"

"Thử đố xem nào!" anh Napa đáp đầy tự tin.

Nata ngẫm nghĩ một lúc, cuối cùng cô nảy ra một thứ mà chắc chắn anh Napa sẽ quên. "Anh có nhớ thứ tự các hành tinh trong Hệ Mặt Trời không?"

Napa búng tay tách một cái. "Chuẩn!"

"Cái gì mà chuẩn?"

"Đó là cái anh hay quên nhất! Em thử nói cho anh một lượt, nói chậm thôi nhé, để anh thử cách nhớ mới này xem thế nào."

Anh ấy định nhớ chính xác số thứ tự các hành tinh trong Hệ Mặt Trời ư? Có lẽ Napa tự tin quá rồi, ngày xưa Nata đã phải mất cả đêm mới thuộc. Nhưng cứ thử xem sao. Nata nói, "Sao Thủy, sao Kim..."

"Từ từ thôi em, nhanh quá!" anh Napa nói, rồi tự cười một mình. "Ok, tiếp nào!"

"Để em đọc chậm hơn vậy... Sao Thủy... Sao Kim... Trái Đất... Sao Hỏa... Sao Mộc... Sao Thổ... Sao Thiên Vương... Sao Hải Vương... Sao Diêm Vương..."

"Tuyệt!" mắt anh sáng rực lên. "Giờ em cho anh một số bất kỳ từ 1 tới 9 xem?"

"Số 5!"

"Sao Mộc!"

Nata đếm trong đầu, đúng là sao Mộc! Cô hỏi tiếp, "Số 7!"

Anh Napa tự nhiên cười khùng khục, rồi bật ra ngay, "Sao Thiên Vương!"

"Số 8?"

"Sao Hải Vương!"

"Số 4?"

"Sao Hỏa!"

"Oa!" Nata ngạc nhiên vô cùng. "Anh không ăn gian đấy chứ?"

Anh Napa cười gian xảo hết sức, cái mặt vênh lên trông thật đáng ghét. "Anh mới tìm ra một cách ghi nhớ siêu nhanh và chính xác, còn hay hơn cả cách chọn ra các mốc 5, 10, 15 để đếm của em nhiều!"

"Anh làm thế nào vậy?"

"Thay vì liên kết các từ với nhau, anh liên kết các từ em nói với số thứ tự của nó. Ví dụ sao Thủy liên kết với số 1, sao Kim liên kết với số 2, vân vân..."

"Nhưng giữa số 1 với sao Thủy thì có gì liên quan mà anh lại nhớ nhanh thế?"

Napa thò tay vào túi quần, lấy ra một nắm bỏng ngô, rải xuống sàn nhà thành hình số 19. Không thể ngờ là anh ấy vẫn giấu theo bỏng ngô.

"Đố em số 19 và con chó có gì liên quan?"

"Ơ... nghe quen lắm ấy!"

"Anh nghĩ em phải cực kỳ nhớ chứ nhỉ? Chính em là người vẽ ra mà?"

"Xem nào... A! Ở căn phòng tan biến!"

"Chính xác! Xem anh diễn ảo thuật này!"

Napa rắc thêm bỏng ngô vào xung quanh. Chỉ một loáng, số 19 đã hóa thành một con chó dễ thương.

"Tuyệt quá!" Nata thốt lên và trầm trồ ngắm nghía.

"Chưa hết đâu," anh Napa lại lấy tiếp bỏng ngô và rắc ra sàn, chỉ một chốc mà trên sàn đã có mười bức hình xinh xắn. "Đố em biết đây là gì đấy?"

Không khó để Nata nhận ra đó chính là các con số từ 1 tới 10, đã được anh Napa vẽ thêm nét để trở thành những hình ảnh đáng yêu. Theo đó: 1 là cây kiếm, 2 con vịt, 3 lá bài, 4 cái ghế, 5 bà mẹ, 6 em bé, 7 cây búa, 8 người tuyết, 9 bóng bay, 10 gà con.

Cô chỉ tay vào số 1 và hỏi, "Vậy là anh đã liên kết giữa cây kiếm với sao Thủy ư?"

"Chính xác," anh Napa đáp. "Sao Thủy liên quan tới nước, nên anh liên tưởng ngay trong đầu hình ảnh dùng kiếm chém ra sóng thần."

"Hay thật!" Nata gật gù. "Vậy còn sao Kim?"

"Em đoán đi?"

"Con vịt đang xỉa răng bằng kim?"

"Cũng hay. Còn anh là lấy kim chọc mông vịt!"

Nata bật cười. Và cô đã không thể nào nhịn nổi cười khi nghe anh Napa giãi bày những ý tưởng quái dị tiếp theo. Chúng đã giúp anh ấy thuộc 9 hành tinh trong hệ mặt trời một cách cực kỳ chuẩn xác. Anh ấy chỉ nói một lần mà Nata nhớ hết tất cả.

1 là kiếm chém sóng thần, 2 là kim chọc mông vịt, 3 là rải lá bài lên cả trái đất, 4 là ghế nóng, 5 bà bầu ôm khúc gỗ tức là sao Mộc, số 6 là đứa trẻ thổ dân, 7

là thiên lôi cầm búa, 8 là người tuyết lướt sóng biển với Hải Vương, 9 là Diêm Vương chơi bóng bay.

Cách này làm Nata nhớ tới trò chơi mà ngày xưa mẹ Bona hay tổ chức cho cả nhà mỗi lần chuẩn bị đi du lịch: Xem ai lấy được quần áo theo yêu cầu của mẹ nhanh nhất. Tất nhiên, với tính tình ngăn nắp thì Nata luôn là nhà vô địch, còn Napa hay về bét vì tội vo viên quần áo nhét trong tủ.

Nếu ví thông tin cần nhớ là quần áo, thì lúc kết nối các từ lại với nhau, giống như vo đống quần áo lại ném vào tủ. Nên khi lấy cả cục ra thì dễ, còn nếu tìm một cái áo cụ thể nào đó thì rất khó. Còn khi liên kết với số thứ tự như vậy, rất giống treo quần áo 'thông tin' vào móc, nên việc nhớ ra chính xác rất dễ dàng.

"Anh ơi, ngọn tháp bắt nhớ tận 20 thứ cơ mà?"

"Thì em chọn tiếp hình ảnh cho những số còn lại là xong. Anh nhớ hình như ngày xưa mình chơi trò nối sao, anh có tìm ra khá nhiều hình ảnh thế này rồi. Chỉ là chưa tổng kết lại mà thôi."

Nata gật đầu, xem ra trí nhớ anh Napa đã hồi phục. Cô vẫn còn nhớ như in hình ảnh chú đại bàng 57. Sau đó, họ say sưa bàn tán, và tìm ra một thứ mà anh Napa gọi là hình ảnh nguyên thủy của các con số. Dù không có giấy bút, nhưng nhờ đống bỏng ngô to bự trong túi quần, mà họ đã tạo ra các sản phẩm đầy tính nghệ thuật.

Theo đó thì hình dạng nguyên thủy của số 11 là cây nến, 12 cá heo, 13 áo tắm, 14 cửa sổ, 15 đôi tất, 16 roi da, 17 kim tự tháp, 18 bánh kem, 19 con chó, và 20 là siêu nhân.

Nata gọi đây là các móc treo trí nhớ, vì chúng giúp ghi nhớ mọi thứ dễ dàng như treo quần áo lên móc. Còn anh Napa nhất quyết gọi đây là phương pháp Tudenapa, tức là Thượng Đế Napa. Ngoài việc phải liên kết số thứ tự với từ cần nhớ, thì mấu chốt là phải nhớ được mỗi con số tương ứng với hình gì.

"Thuộc hết chưa em?" anh Napa hỏi.

"Chắc là rồi..." Nata đáp.

Nhanh như cắt, anh Napa véo tay Nata một cái đau điếng rồi hỏi. "Số 5 là gì?"

Bị bất ngờ, nên mãi cô mới bật ra được. "Số 5... là bà mẹ."

"Số 17 là gì?" anh Napa tiếp tục véo như muốn trả thù cô cho những lần véo tay trước đây.

"Ối... nhẹ tay thôi anh! 17 hả... kim tự tháp!" Nata đáp và giật tay anh ra. "Mà đau quá, em không đùa đâu nhá!"

"Thì ngọn tháp này cũng đâu có đùa," anh Napa cười khà khà. "Mà như thế thì có nghĩa là em vẫn còn chậm lắm."

Nata thấy anh ấy nói có lý, lúc nãy do quá căng thẳng nên cô mới thất bại. Nếu cô trả lời được dưới áp lực như vậy thì lát nữa thử thách ở cánh cửa sẽ chỉ là chuyện nhỏ. Nata nhìn ông anh đang tỏ vẻ đắc thắng và nói, "Nhưng phải công bằng chút, anh hỏi xong thì phải tới lượt em chứ!"

"À, được!" anh Napa nói, rồi cười như thể đã nắm chắc phần thắng trong tay.

Thế là hai anh em tiếp tục chơi trò véo tay nhớ số. Nếu như các con số là móc treo, thì chúng cần phải được đóng thật chắc vào trong não, để có thể ghi nhớ thật nhanh và thật lâu những hình ảnh mà ngọn tháp đưa ra.

Mới đầu Nata hay thua, nhưng càng về sau cô lại càng chiến thắng dễ dàng, khiến anh Napa phải ra hiệu dừng lại. "Anh thấy chơi thế này dễ quá, giờ sẽ đưa ra hai số liền một lúc... và liên kết chúng lại thật nhanh!"

"Là sao?"

"Giả sử anh hỏi 5 và 6, em phải tạo ra một câu chuyện. Ví dụ, bà bầu gầy nhom đẻ ra đứa bé béo quay chẳng hạn..."

"Nghe thú vị đấy," Nata nói, rồi lập tức véo tay ông anh và hỏi, "Thế còn 6 và 5?"

"Đứa bé... đẻ ra bà bầu!"

Hai anh em cười sung sướng với ý tưởng ngộ nghĩnh đó, rồi tiếp tục luyện tập. Chỉ trong vài phút mà những con số cùng hình ảnh cứ nhảy múa trong đầu Nata không ngừng. Sau đó, họ bước lên cầu thang đầy tự tin, với một niềm hy vọng to bự.

"Ối trời ơi!"

Anh Napa thốt lên khi tới cửa sổ đầu tiên.

"Lần này là gì thế anh?"

"Đám mây mất tích rồi em ơi!"

Nata chạy lại cửa sổ và ngó ra ngoài. Trời đã tối, chỉ còn lại một màn đêm đầy sao. Không có bất cứ đám mây nào. Ngọn tháp này đúng là biết chơi xỏ người khác, làm thế nào bây giờ?

THỬ THÁCH HUYỀN THOẠI

Khi họ lết tới được ô cửa số 21 một lần nữa, Nata thở không ra hơi. Cô không biết số phận họ sẽ ra sao, vì Nata quan sát rất kỹ mà không thể nào biết được tòa tháp lần này sẽ yêu cầu họ phải nhớ thứ gì. Ở bên ngoài, bầu trời trong trẻo chưa từng thấy, những đám mây đã nhường chỗ cho ti tỉ ngôi sao.

Anh Napa bắt đầu cũng thở hổn hển. "Anh thề là sẽ bóp cổ đồng chí nào nghĩ ra thử thách quái gở này!"

"Ha, không phải thế giới này do anh tạo ra sao?"

Anh Napa gãi đầu. Nata không thể nhịn cười khi nhìn cái mặt thộn hết biết của anh ấy. Cô đang hình dung ở tai Napa, tự nhiên thò ra hai bàn tay để nắm lấy cổ anh. Có vẻ như, kể từ lúc luyện chế truyện cho các con số, khả năng hình dung của cô đã lên một tầm cao mới, đủ để vượt qua cánh cửa định mệnh trước mặt.

Nhìn cái chuông cửa, tim Nata đập thình thịch. "Làm sao giờ hả anh?"

"Cứ bấm chuông thôi, chứ còn biết làm sao nữa?" anh Napa nói, rồi toan bấm chuông.

"Từ từ đã!" Nata chặn anh lại. "Đây là cơ hội cuối

cùng, nhỡ ngọn tháp bắt chúng ta nhớ cái gì đó bên dưới mà mình không để ý thì sao?"

"Ừm..." anh Napa gãi cằm. "Đúng là lúc nãy anh có thấy trên mấy ô cửa hình như có mạng nhện."

"Trời đất, sao anh không nói sớm? Nhỡ hình dạng mạng nhện đều khác nhau ở các ô cửa thì sao?"

Nata nửa cười nửa mếu, với kỹ thuật móc treo mới tìm ra ban nãy, họ có thể nhớ được bất cứ thứ gì. Tuy nhiên, chỉ nghĩ tới cảnh chạy xuống dưới một lần nữa để kiểm tra xem mạng nhện ở mỗi ô cửa ra sao, cô đã muốn đầu hàng rồi.

Anh Napa cười phá lên. "Đừng lo, anh không nghĩ toà tháp này chơi xỏ người ta tới mức đó đâu."

"Vậy rốt cuộc tòa tháp bắt chúng ta nhớ cái gì?"

"Cách tốt nhất là bấm chuông, anh cá là lần này nó sẽ hiện ra thứ gì đó và bắt mình nhớ hết tất cả. Tòa tháp này thông minh lắm!"

Rồi mặc kệ Nata phản đối, anh ấy hùng hổ tiến tới cánh cửa và bấm chuông.

Tiếng kính koong vang lên.

"Tít tít tít... bạn hãy nhìn và nhớ 20 hình sau đây theo đúng thứ tự của chúng, he he he."

Anh Napa cười hớn hở, “Anh đã bảo rồi mà. Toà tháp này thông minh lắm thì cũng chỉ bằng anh mà thôi!”

Anh Napa vừa dứt lời, thì cánh cửa bắt đầu rùng mình, giống một người khổng lồ đang ngáp sau một giấc ngủ say. Những hoa văn trên cánh cửa bắt đầu di chuyển và tạo thành các hình thù khác nhau.

Nata thấy trên đó là những con số, kèm với hình ảnh tương ứng với nó ngay bên cạnh.

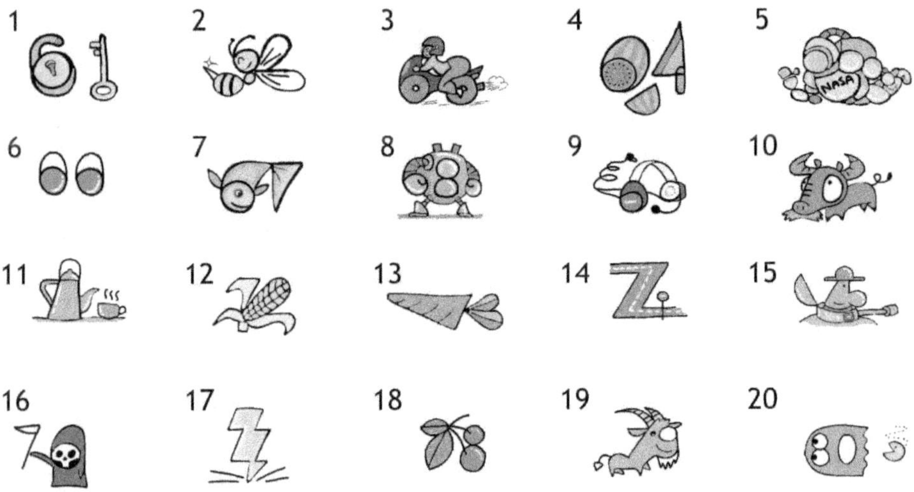

1 là chìa khóa, 2 là con ong, 3 xe máy, 4 dưa hấu, 5 phi hành gia, 6 viên thuốc, 7 cá vàng, 8 người máy, 9 tai nghe, 10 con trâu, 11 ấm nước, 12 bắp ngô, 13 cà rốt, 14 con đường, 15 xe tăng, 16 thần chết, 17 tia sét, 18 quả sơ ri, 19 con dê, 20 con ma.

Khi Nata vừa mới đọc hết một lượt, tiếng tích tắc phát ra. Cánh cửa bắt đầu đếm giờ. "Tít tít tít... à quên mất, bạn chỉ có hai phút để nhớ tất cả mà thôi, và tất nhiên là phải nhớ theo đúng cả số thứ tự, he he he."

Nata miệng há hốc. "Đùa chắc? Hai phút thôi sao?"

"Thôi nào," anh Napa vỗ vai Nata. "Còn chờ gì nữa. Vẫn như cũ, chia nhau ra học cho nhanh nhé. Anh từ 1 tới 10, em 11 tới 20 nha!"

Anh Napa khôn quá, toàn chọn phần dễ. Song Nata vẫn mỉm cười, và bắt đầu tập trung chế truyện. Cô thấy rằng khi đã có phương pháp móc treo trí nhớ, thì việc nhớ theo đúng thứ tự cũng không gặp khó khăn. Nata chỉ việc liên kết các hình mà cánh cửa đưa ra với số thứ tự của nó, đã được họ hoá hình từ trước.

Có lẽ nhờ luyện phản xạ với trò véo tay liên kết số hình, mà não Nata giờ đây đã tự động vận hành. Hàng loạt những hình ảnh ngộ nghĩnh cứ thế tuôn ra, như thể bằng cách nào đó, bộ não anh Napa đã nhảy vào não cô để trò chuyện. Nata có thể nghe thấy rõ tiếng chúng nó lẩm bẩm với nhau.

"11 - Cây nến và Ấm trà: Tưởng tượng anh Napa dùng nến đun trà, không biết bao giờ mới chín đây.

12 - Cá heo và Bắp ngô: Một con cá heo đuôi bắp ngô ư, lạ lùng thật?

13 - Áo tắm và Cà rốt: Ai lại đi cuốn áo tắm vào cà rốt để nướng nhỉ? Chắc là chỉ có hoàng tử Napa.

14 - Cửa sổ và Con đường: Hình dung cảnh anh Napa song phi qua cửa sổ và chạy ra đường lớn.

15 - Đôi tất và Xe tăng: Trùm chiếc tất lên xe tăng, khiến nó không sao chạy được.

16 - Roi da và Thần chết: Thần chết không dùng lưỡi hái, mà xài roi da.

17 - Kim tự tháp và Sét đánh: Có thể là kim tự tháp bị sét đánh cháy đen thui chăng?

18 - Bánh kem và Quả sơ ri: Hình dung cảnh nấu bánh xong, cắm hai quả sơ ri đỏ chót lên.

19 - Con chó và Con dê: Một chú chó râu dê ư?

20 - Siêu nhân và Con ma: Siêu ma vương!”

Nata cứ thế tủm tỉm cười một mình, và cô chắc mẩm mình đã thuộc hết được 10 thứ đó theo đúng thứ tự. Không biết anh Napa sao rồi nhỉ?

“Xong rồi!” anh Napa vỗ đùi đét một cái. Tiếng tích tắc trên cửa cũng vừa chấm dứt.

“Tít tít tít... bạn có 5 giây, hãy đọc các hình ảnh tương ứng với số 9, 5, 4, 2, và 12, he he he...”

Anh Napa cười ngoác cả miệng, rồi nói đầy tự tin. “9 là tai nghe, 5 phi hành gia, 4 dưa hấu, 2 là con ong... số 12 của em đấy Nata!”

Hình ảnh chú cá heo đuôi bắp ngô chợt hiện lên gợi ý cho Nata. Cô đáp ngay, “12 là bắp ngô!”

“Tít tít tít... chính xác! Hãy đọc tiếp các hình ảnh tương ứng với 15, 3, 19, 18, và 20. He he he...”

Số 15 làm hình ảnh đôi tất hiện ra trong đầu Nata. “15 là xe tăng! Số 3 của anh kìa, Napa!”

“3 là Xe máy,” anh Napa đáp.

“19 là con dê,” Nata tiếp lời. “18 là sơ ri, và 20 là con ma!”

Nata dứt lời, cánh cửa im re. Chẳng có thêm thông báo nào cả. Gì thế? Chắc chắn là cô đã đọc đúng mà? Sao cánh cửa không yêu cầu đọc tiếp, mà cũng chẳng có tín hiệu nhúc nhích gì cả nhỉ?

Hai anh em đứng đực ra đó một hồi. Anh Napa bấm cái chuông cửa liên tục, nhưng không có âm thanh nào cả, như thể ai đó mới cắt điện cả tòa tháp. Cuối cùng thì Napa đã hết kiên nhẫn, anh lùi lại vài bước thủ thế như định tặng cho cánh cửa một cú song phi.

“Anh làm gì vậy?”

Anh Napa nói, “Chắc anh em mình khám phá ra kỹ

thuật ghi nhớ siêu phàm, ngọn tháp này không địch nổi nên chết máy rồi."

Nói đoạn, anh lao tới, và tung một cú đá như trời giáng vào cánh cửa. Một vết nứt bắt đầu xuất hiện, và rồi cánh cửa vỡ tung trước mặt Nata, y như làm bằng xốp vậy. Bên trong là không gian tối thui, đâu đó có tiếng tia lửa điện lẹt xẹt, làm Nata liên tưởng tới một hố đen dẫn vào giấc mơ nào đó.

"Trời đất, cửa trông hoành tráng mà hóa ra yếu xìu vậy," anh Napa cầm một mảnh gỗ lên và lắc đầu. "Biết thế anh phá ngay từ đầu."

Bất giác, một âm thanh như động đất vang lên, rồi tiếng kêu tít tít như đồng hồ báo thức vang vọng khắp tòa tháp. Nó kêu liên tục khiến Nata váng đầu kinh khủng, rồi mọi thứ chợt tối sầm lại. Tất cả những gì cô còn nhớ là cảm giác lâng lâng mơ hồ, như mình đã bị cánh cửa hút vào một không gian vô định.

HÀNH TINH QUỶ

Nata choàng tỉnh. Trước mắt cô là bầu trời đêm lộng lẫy, như thể có vị thần nào đó, đã ngậm cả tấn bụi ánh sáng và thổi ra một bức tranh đầy sao lấp lánh. Nhưng không hiểu vì lý do gì mà ông ấy đã chừa lại một khoảng trống rõ to, nơi một hố đen với những tia sét xanh đang ngày càng bành trướng.

Theo phản xạ, Nata kiểm tra túi áo. Hai viên thuốc Libo vẫn còn. Cô mừng thầm, đây chính là tầng một giấc mơ, và nếu Nata không nhầm thì hố đen đó chính là cổng xuyên mơ, nơi sẽ kết thúc mọi chuyện. Cơ mà nó ở tít trên trời vậy thì sao mà lên? Napa đâu rồi? Anh ấy lại tỉnh trước mà không gọi mình sao?

Nata ngồi dậy, cô nhận ra mình đang ở trong một căn phòng màu trắng, và nguyên cả trần nhà là mái vòm thủy tinh trong suốt. Giữa phòng là chiếc bàn lớn, trên đó ngập tràn đủ các loại kính viễn vọng. Nata tiến lại gần, cô thấy tấm thẻ cứu nạn màu trắng mà thần Lumi để lại, đang lấp lánh chữ Asa.

Có tiếng bước chân ngoài cửa. Nata cầm lấy tấm thẻ, núp sau cái bàn. Cánh cửa mở ra, cô không tin vào mắt mình nữa. Đứng đó là thằng nhóc quỷ trắng Kila, tay đang bưng cốc trà bốc khói nghi ngút.

Nhóc Kila khép cửa lại, rồi ngó quanh căn phòng. "Chị Nata?" Nó gọi. "Chị Nata ơi?"

Nata im lặng. Làm sao nhóc quỷ này lại ở đây? Hay là cái ngọn tháp kia đã chơi xỏ hai anh em cô, thay vì đưa lên tầng một giấc mơ, nó đã ném họ vào ngóc ngách nào đó ở tầng hai?

"Chị Nata!" Kila gọi, như thể nó sắp khóc tới nơi.

Nata im lặng. Cô chưa biết nên làm gì cả.

"Bố ơi!" nhóc Kila rống lên. "Chị ấy bị bắt cóc rồi!"

Cánh cửa một lần nữa bật mở. Một con quỷ trắng bước vào, trông như là phiên bản Kila phóng to. Chỉ khác là 'ông' quỷ này đeo kính, râu tóc bạc phơ, trông như một vị giáo sư đáng mến, hơn là một con quỷ.

"Bình tĩnh nào con," ông ta nói. "Chắc chị ấy ở đâu đây thôi. Lũ quỷ xấu không biết chỗ này đâu..."

Lũ quỷ xấu ư? Vậy hai bố con này là quỷ tốt? Có vẻ là vậy, vì họ không có hi hi he he đầu câu như lũ quỷ. Chợt Nata thấy có ánh sáng phát ra từ túi áo mình, đó là tấm thẻ cứu nạn, nó đang phát sáng mạnh mẽ hơn bao giờ hết. Vậy ra đó là Asa, một đệ tử của thần Lumi.

Nata đứng dậy, nở một nụ cười gượng gạo. "Xin chào, ông có phải là người quen của thần Lumi?"

Ông ta gật đầu. "Đúng rồi, mà ta còn trẻ lắm, cứ gọi là bác Asa cho tiện."

Nata chưa kịp hỏi thêm, thì nhóc Kila đã lao tới ôm chầm lấy cô, mếu máo cảm ơn. Còn bác Asa mỉm cười, hai hàng nước mắt chảy dài trên má.

Nata bối rối. "Có... có chuyện gì vậy ạ?"

"À, nhờ cháu mà bố con ta đã được đoàn tụ," bác Asa nói, rồi kéo nhóc Kila ra khỏi Nata, lau nước mắt cho nó. "Con lên trần nhà và chuẩn bị kính viễn vọng giúp ta nhé."

"Vâng ạ!" nhóc Kila đáp, rồi khệ nệ bê cả tá kính trên bàn, chạy một mạch ra cửa.

"Cháu uống đi cho lại sức," bác Asa đưa cốc trà cho Nata. "Rồi ta sẽ kể cho cháu biết chuyện gì đã xảy ra trong lúc cháu hôn mê."

Mình bị hôn mê ư? Mà đây có phải tầng một giấc mơ không? Anh Napa đâu rồi? Tại sao bố con nhà quỷ này lại ở đây? Hàng loạt câu hỏi hiện ra trong đầu Nata. Cô quyết định bình tâm, thưởng thức một ngụm trà, và hy vọng mình sẽ nhớ ra điều gì đó. Nhưng trong đầu cô chỉ có duy nhất hình ảnh anh Napa song phi phá tung cánh cửa của ngọn tháp trí nhớ, và rồi cô đã tỉnh dậy ở đây.

"Mà đây là đâu ạ? Cháu hôn mê lâu chưa?"

"Được ba ngày rồi," bác Asa đáp. "Đây là thế giới của loài quỷ trắng, và theo cách gọi của hai anh em cháu, thì nó là tầng một giấc mơ."

Nata mừng thầm. Vậy là họ đã thực sự thành công. "Thế anh Napa đâu ạ?"

"Ta sẽ chỉ cho cháu. Hãy đi theo ta."

Theo chân bác Asa ra bên ngoài, thứ đầu tiên đón chào Nata là làn gió núi mát lành. Cô nhận ra căn phòng mà có lẽ mình đã nằm hôn mê suốt ba ngày qua, là phần chóp của một đài thiên văn to bự, đặt trên đỉnh núi. Phía xa là thành phố đổ nát, ngay cạnh nó là thứ gì đó khổng lồ màu đen, trông quen lắm mà xa quá nên Nata chưa nhận ra. Tiếc quá, không biết trong lúc hôn mê, mình đã bỏ lỡ biết bao chuyện hay ho rồi.

"Bố ơi!" Kila gọi. "Kính xong rồi ạ!"

"Tuyệt lắm con trai!" bác Asa nói, rồi bước lên cầu thang cạnh đó.

Dù biết trước, nhưng cảm giác theo chân một bác quỷ trắng và đứng trên mái nhà làm bằng thủy tinh thật là mới mẻ. Chưa kể là cả tá kính viễn vọng to nhỏ xếp trên lan can. Nata cảm tưởng chủ nhân của đài thiên văn này sẽ không còn việc gì khác để làm, ngoài việc đứng đây và ngắm cả thế gian.

Bác Asa điều chỉnh cái kính dài nhất về hướng thứ màu đen ban nãy, rồi ra hiệu cho Nata nhìn thử.

"Anh Napa của cháu đang bị giam ở đó."

Nghe vậy, Nata vội nhìn vào cái kính. Cô ngạc nhiên khi thấy con tàu bóng tối. Lạ thật, mình tưởng nó phải bị bẹp dúm ở trong hang quỷ rồi chứ?

Quanh con tàu, cô thấy cả binh đoàn quỷ đen đang lượn lờ, con nào con nấy hành lý trên vai sẵn sàng, như thể tàu sắp cất cánh. Điều lạ, là ở dưới đất cũng có cả ngàn con quỷ trắng đang đi tuần, tay lăm lăm những khẩu súng trông như bắp ngô khổng lồ.

"Trừ tụi quỷ đen ra," bác Asa nói. "Tất cả quỷ trắng còn lại đều là nhân viên của ta."

Nata giật thót cả tim, cô lập tức lùi ra xa hai bố con nhà quỷ ba thước.

Bác Asa gãi đầu. "Cháu đừng sợ, họ đã từng thôi. Tất cả đều đã bị quỷ Boto thôi miên mất rồi."

"Quỷ Boto ư?" Nata tròn xoe mắt. "Sao... sao hắn lên được đây? Không phải là tầng giấc mơ thứ hai đã sụp đổ, và lũ quỷ đã tiêu tùng rồi hay sao?"

"Về lý thuyết thì đúng là như thế," bác Asa ôn tồn nói. "Ta đã xem đi xem lại cái thẻ cứu nạn, đúng là tầng giấc mơ thứ hai đã sụp. Nhưng ta không thể lý giải nổi tại sao ngay khi các cháu vượt qua tháp trí nhớ, con tàu đó lại đột ngột xuất hiện ở thế giới này, cùng cả binh đoàn quỷ đen thiện chiến. Chúng đã bắt giam tất cả mọi người."

Nhóc Kila nói chen vào. "Cả các phù thủy ánh sáng ở trường Va-hót nữa chị ạ!"

Họ còn sống sao? Nata mừng rớt nước mắt. Cô nói, "Cháu phải tới con tàu đó, phải giải cứu họ thôi!"

"Không được!" bác Asa nói. "Bố con ta đã mất bao công mới cứu được cháu ra khỏi đó. Chỉ cần tóm được cháu thôi, con tàu sẽ cất cánh lên kia liền!"

Nata ngơ ngác. Cô đã ở đó và được cứu sao? Nhưng có một điều khiến cô quan tâm hơn cả. Nata hỏi, "Ý bác lên kia... là lên đâu ạ?"

"Qua cổng xuyên mơ đó," bác Asa nói, tay chỉ về phía cái hố đen trên trời. "Lũ quỷ âm mưu ra ngoài đó, và thống trị thế giới thực của cháu."

"Cháu không hiểu..." Nata nói. "Làm sao chúng thoát ra khỏi giấc mơ này, nếu chúng cũng là một phần của giấc mơ?"

"Theo luật tự nhiên thì đúng là vậy," bác Asa gật đầu. "Nhưng tên chúa tể bóng tối quá cao tay. Kila, con giải thích cho chị ấy đi."

“Vâng ạ,” Kila đáp. “Lúc ở tầng hai giấc mơ, sau khi quỷ Boto ném chị vào căn phòng ấy, em đã bí mật đi theo hắn và nghe lỏm kế hoạch của lũ quỷ khi hắn nói chuyện với chúa tể bóng tối qua bộ đàm. Theo đó, căn phòng ấy có thể sao chép được khả năng du hành xuyên mơ của chị.”

“Ơ, chị tưởng đó là phòng tan biến, hóa người ta thành hồn ma cười hô hô cơ mà?”

“Dạ, em cũng từng thấy quỷ Boto đưa nhiều người vào đó. Bước ra thì họ hóa thành hồn ma cười hô hô như chị nói, còn quỷ Boto thì có thêm một phép thuật gì đó mới lạ, như thể nó hút hết năng lực của họ và chuyển sang cho hắn vậy.”

Thật hú hồn, may mà anh Napa đã tới để đưa cô ra. Bức tranh âm mưu của tụi quỷ, giờ đã được sáng tỏ phần nào. Nata nhớ lúc ấy chân mình đã khá lờ mờ, chắc là con tàu đã hút được một chút năng lực của cô, đủ để đưa lũ quỷ lên tầng hai giấc mơ. Nhưng cô chưa rõ chuyện gì đã xảy ra ba ngày qua, tại sao chúng lại bắt được họ, và còn có tham vọng thâu tóm cả thế giới thực nữa chứ?

“Kila giỏi lắm,” Nata nói. “Em kể cho chị nghe thêm mọi thứ em biết từ lúc đó đi.”

"Dạ," Kila nhoẻn miệng cười. "Sau đó cũng là lúc các phù thuỷ ánh sáng đột kích làm hang quỷ chấn động. Boto đã hạ lệnh toàn bộ dân quỷ lên tàu, và tất cả những gì em biết sau đó là con tàu đã bay vào một cánh cổng lớn có cánh, nhưng chưa tới đây đâu. Đó là một không gian lạ lắm, em không biết diễn tả thế nào, song em cảm tưởng như mình đang ở trong một cái túi khổng lồ. Tụi em ở đó khá lâu, cảm giác như được thang máy đưa lên cao vậy. Cuối cùng, miệng túi mở ra, và xuất hiện ở thế giới này cùng một vụ nổ lớn, quét sạch cả thành phố kia."

Kila và bác Asa cùng nhìn về phía thành phố đổ nát, nước mắt hai người cùng trào ra.

Bác Asa nói, "Ta không biết khi lên được kia, chúng sẽ làm gì thế giới của cháu. Nhưng chắc chắn là sẽ không tốt đẹp hơn những gì mà Boto đã làm với nơi này, hay với chính quê hương của hắn."

"Quỷ Boto... quê hắn ở đây ư?" Nata hỏi.

Nhóc Kila mắt căng tròn, nó tỏ ra hào hứng lạ thường, như thể đây là câu chuyện đêm khuya gắn liền với tuổi thơ dữ dội của nó. "Bố kể lại chuyện đó đi ạ!"

Bác Asa trầm tư một lúc, rồi bắt đầu kể.

"Loài quỷ trắng chúng ta vốn minh triết, ngay từ khi

xuất hiện, đã ý thức được rằng thế giới này chỉ là một giấc mơ, mọi thứ đều có thể tan biến như bọt nước. Do đó, chúng ta sống trọn vẹn trong niềm an vui.

Một ngày nọ, có đứa bé màu đen được sinh ra. Đó chính là Boto, vốn là một học trò rất xuất sắc của ta. Chỉ có điều, nó có một ham muốn kỳ lạ là được sống mãi mãi. Mong muốn ấy là mầm mống thu hút Boto đến với những thế lực hắc ám.

Về phía chúa tể bóng tối, hắn vốn là một phù thuỷ xuất sắc ở tầng hai giấc mơ, ham muốn thống trị thế giới đã thôi thúc hắn luyện tà thuật trường sinh bất lão, và có thể đi xuyên qua các tầng giấc mơ để thu nạp đệ tử. Với lời hứa về một cuộc sống vĩnh hằng, hắn đã mê hoặc Boto cùng các thanh niên trẻ người non dạ.

Chúng định thực hiện một cuộc đảo chính, nhưng thật may mắn là trong giấc mơ, thần Lumi đã cảnh báo ta, nên âm mưu của chúng đã bị ngăn chặn. Khi bị truy nã, quỷ Boto đã bắt cóc con trai ta và trốn biệt tăm kể từ đó, không ai tìm ra được.

Giờ ta mới biết hóa ra là bằng cách nào đó, hắn đã trốn vào tầng hai giấc mơ. Rồi đột nhiên cách đây ba ngày, có một vụ nổ lớn ở ngoại ô, thổi bay cả thành phố. Con tàu đó cùng lũ quỷ đột ngột xuất hiện từ hư không, dường như cánh cổng bí ẩn nào đó đã mở ra và đưa chúng tới đây. Lúc ấy ta đang nghiên cứu ở đài thiên văn này nên thoát nạn, nhưng vợ ta, và mọi người trong thành phố, đều đã không qua khỏi."

Bác Asa vừa dứt lời, nhóc Kila ôm lấy bác và khóc. Trong Nata nảy ra một mong muốn mạnh mẽ. Cô muốn tên quỷ Boto, và đặc biệt cái tay chúa tể bóng tối giờ này vẫn chưa lộ mặt, phải trả giá.

Cô hỏi, "Vậy làm sao để chặn chúng lại ạ?"

"Ngay khi con tàu xuất hiện ở đây, Kila đã nhanh trí nắm bắt được mọi việc. Nó bí mật liên hệ với ta và lập ra một kế hoạch nhỏ. Sau đó, chúng ta không chỉ cứu được cháu ra ngoài, mà còn lấy được thứ này của chúng, khiến con tàu chưa thể cất cánh."

Nói đoạn, bác Asa rút ra một viên pin màu đen dài thoòng, và đưa cho Nata. Cô nhớ là mình đã thoáng thấy nó khi được Boto vác trên vai trước khi vào phòng tan biến. Giờ cô mới được nhìn kỹ, trông nó như là 20 cái đai ốc được gắn lại với nhau. Trên mỗi vòng đai đều có các hình vẽ nhỏ xíu, trông khá giống với các số-hình mà quỷ Boto vẽ trên cửa kính.

"Cái gì vậy bác?"

"Lũ quỷ gọi đây là pin con trăn, một loại pin bóng

tối. Theo ta phỏng đoán thì năng lực của cháu đã được lũ quỷ nén lại vào viên pin này. Nó không chỉ cung cấp năng lượng, mà còn giúp con tàu sở hữu khả năng du hành xuyên mơ."

"Vậy ý bác là... chỉ cần chúng ta giữ viên pin này, và tránh xa con tàu, là chúng sẽ không thể thực hiện được kế hoạch ạ?"

"Đúng rồi, trước mắt là như vậy."

"Còn con nghĩ là..." nhóc Kila chen ngang. "Chúng ta cần... phải giơ tay lên ạ."

Nata giật mình, nãy giờ mải nói chuyện, họ không hề để ý rằng, cả tá quỷ trắng đã bao vây họ tự lúc nào, tay chúng lăm lăm khẩu súng hình bắp ngô to bự.

"He he! Hóa ra là các ngươi ở đây!"

Cái giọng đó làm Nata hết hồn, cô nhận ra con quỷ đệ tử đuôi khủng long, đang cưỡi chổi bay lơ lửng.

"He he! Đúng là học giả của thế giới này," hắn nói. "Giáo sư kể chuyện hay lắm, giờ ta thì mới biết được gốc gác của đại ca Boto đấy."

"Ngươi..." bác Asa lúng túng. "Làm sao các ngươi tìm ra nơi này?"

Hắn nhìn Nata và trao cho cô một ánh mắt biết ơn đầy giả tạo. "He, tất cả là nhờ cô bé thơm tho này."

Nata cứng họng, tay run lẩy bẩy, viên pin rớt xuống.

Con quỷ khủng long nhảy xuống, nhặt viên pin lên, hít hít ngửi ngửi. "He he, là do cái mùi hương sen thơm ngát phát ra từ cô bé, song cũng phải mất mấy ngày ta mới tìm ra nơi này đấy. Giá mà ta nhận ra sớm hơn khi ở hang quỷ, ta thề là cô đã trốn trong cái một hốc nào đó, lúc nhà kho bị cháy, đúng không?"

Nata gật đầu. Mùi hoa sen ư? Cô cảm thấy tội lỗi vô cùng, nào ngờ nó lại giữ được mùi lâu kinh khủng như vậy, còn xuyên qua cả các tầng giấc mơ nữa chứ? Đúng là nước hoa của thần linh có khác.

"Nhưng," Nata hỏi. "Tại sao các người lên được tầng giấc mơ này? Đáng lẽ các ngươi đã tiêu tùng, khi tầng hai giấc mơ sụp đổ chứ?"

"He he, có vẻ là như vậy," con quỷ cười lớn. "Song tất cả đều nằm trong kế hoạch hoàn hảo của chúa tể bóng tối. Ngay cả chính ta cũng bất ngờ nữa là... tốt nhất là lúc nào gặp ngài chúa tể, các ngươi hãy hỏi. Có thể ngài sẽ thương xót mà giúp các ngươi mở rộng tầm mắt."

"Đừng con!" bác Asa hét lên thất kinh.

Mọi thứ diễn ra quá nhanh, nhóc Kila đã giật lấy viên pin đen từ tay tên quỷ, rồi nhảy lon ton qua mấy vách đá, như một chú khỉ con.

"He! Thằng nhóc thích ăn ngô rồi!" con quỷ đệ tử hét lên. "Anh em bắn thoải mái đê!"

Ngay lập tức, lũ quỷ trắng đồng loạt giơ súng ngô lên và bắn liên hồi. Nata nghe thấy tiếng bôm bốp y như nổ bỏng ngô. Những hạt ngô to như đá cuội lao tới chỗ thằng bé.

"Không!" bác Asa gào lên.

Nhưng đã quá muộn. Thằng bé trúng đạn, ngã lăn xuống một hốc đá. Nước mắt Nata trào ra.

"He he, hãy ngoan ngoãn," con quỷ đệ tử nói. "Nếu các người không muốn bị giống nó."

Nata đứng chết lặng.

Con quỷ nhanh chóng nắm lấy tay cô, lắp một cái còng nặng trịch vào. Trên đó không có ổ khóa, mà chỉ có số 25. Nata cảm thấy bất lực hơn bao giờ hết, cô không biết phải làm gì nữa cả.

TÀU BÓNG TỐI

Một tên quỷ trắng chạy xuống chỗ Kila mới ngã, rồi quay trở lại với viên pin đen trên tay, kính cẩn đưa cho tên quỷ đệ tử. "Hi, thưa ngài Kulo, nó đây ạ."

Giờ Nata mới biết tên con quỷ khủng long là Kulo. Quỷ Kulo cầm lấy viên pin, đưa lên mồm cắn thử như kiểm tra xem hàng giả hay thật.

Hắn nở nụ cười đầy thỏa mãn, khoe hàm răng sắc nhọn. "He he, xong! Lần này chắc chắn đại ca Boto sẽ trọng thưởng, về ăn mừng thôi anh em!"

Lũ quỷ trắng hò reo sung sướng, và bắt đầu xếp thành hàng dọc. Quỷ Kulo rút ra một cánh cửa nhỏ xíu như đồ chơi và đặt xuống đất, lập tức nó phình lên như có phép. Nata nhận ra đó là cánh cửa song sinh, thứ đã giúp cả bầy quỷ lọt vào lâu đài Va-hớt. Cô cá rằng, đó có thể là chìa khóa giúp lũ quỷ lên được đây, nhưng bằng cách nào thì cô chưa biết.

"He he, đi thôi!" quỷ Kulo nói, và thúc chổi vào Nata.

"Khoan đã!" Nata đáp. "Các ngươi để mặc thằng bé như vậy sao?"

Kulo cười nhếch mép, hắn nhìn Nata và bác Asa rồi

nói. "Được rồi, các ngươi có một phút để cứu nó. Tất nhiên là trong trường hợp nó còn sống."

Lập tức bác Asa chạy ra chỗ Kila, Nata cũng lật đật chạy theo. May quá, thằng nhóc vẫn sống, nhưng cái bụng của nó phình lên trông y chang bà chửa.

"Con có sao không?" bác Asa hỏi.

Kila nhăn nhó đáp, "Tức bụng quá bố ạ."

"Con chịu khó vài ngày là sẽ tiêu hóa hết thôi."

"Đó là loại súng gì thế hả bác?" Nata hỏi.

"Súng bắn ngô xuyên bụng," bác Asa đáp, mặt buồn rười rượi. "Nếu dính đạn vừa đủ thì no vài ngày, còn quá liều thì bụng có thể nổ tung. Thật là ngại khi phải nói rằng chính ta là người phát minh ra nó, không ngờ có ngày nó lại làm tổn thương con trai ta thế này."

"Nhanh lên hai đứa kia!" quỷ Kulo gọi toáng lên.

Vì bị còng tay, nên hai bác cháu phải khá vất vả mới nhấc được nhóc Kila ra khỏi vách đá. Họ đi qua cánh cổng song sinh cùng lũ quỷ.

Đúng là cánh cửa thần kỳ. Loáng một cái, họ đã ở bên kia, nơi con tàu bóng tối đang đứng sừng sững.

Giờ Nata mới được chiêm ngưỡng hết sự vĩ đại của con tàu. Nó bự hơn cả tòa nhà trường cô. Qua những ô cửa kính, Nata thoáng thấy có khá nhiều quỷ trắng cũng đang bị còng tay giống mình.

Họ đi ngang qua một đống lửa trại, nơi tụi quỷ đen tụ tập nướng đùi đại bàng thơm phức, và nhậu... cả rượu đại bàng nữa! Chưa hết, chúng còn bắt ép quỷ trắng phải uống, ai chống cự sẽ bị còng tay. Còn ai uống xong, đều lăn quay đất kêu gào, sau đó tỉnh dậy với ánh mắt lờ đờ như say rượu, rồi miệng cứ mở ra là cười hi hi, và kể từ đó tụi quỷ bảo gì thì họ làm nấy. Thì ra đây là cách mà quỷ Boto thôi miên họ. Nata tìm mãi, mà chưa thấy anh Napa đâu cả.

"Ha ha! Xin chào người đẹp!"

Nata nhận ra giọng nói đó. Dáng hình to uỳnh và chiếc sừng nhọn hoắt, đích thị là quỷ Boto.

Bác Asa ném cho hắn một cái lườm khinh bỉ, và quát, "Đồ phản bội xấu xa!"

"He! Câm mồm!" quỷ Kulo quát lớn, rồi dùng chổi đẩy bác Asa khiến cả ba người ngã lăn ra đất.

Quỷ Boto điềm tĩnh đáp. "Ha, bình tĩnh nào Kulo, kính lão đắc thọ. Mà quan trọng là có tìm thấy nó không?"

"He he, có ạ," quỷ Kulo đáp lễ phép, rồi đưa viên pin đen cho Boto bằng cả hai tay.

Boto cầm lấy viên pin và vặn vài vòng. Khi thấy nó

phát ra ánh sáng màu đen, Boto tỏ vẻ hài lòng, hắn nhét pin vào túi, rồi tiến tới đỡ nhóc Kila ngồi dậy.

"Ha, nghe nói nhóc con chạy nhanh lắm?"

Nhóc Kila lườm hắn. "Đồ quỷ xấu xa!"

"Ha ha," quỷ Boto tặc lưỡi. "Lần thứ hai nghe câu này trong ngày rồi. Chắc phải cho các người biết ta xấu xa thế nào mới được."

Nói đoạn, hắn ra hiệu cho tên quỷ đệ tử.

"He he," Kulo tỏ ra hiểu ý, hắn hét toáng lên. "Anh em chú ý! Đại ca Boto có đôi lời muốn nói."

Ngay lập tức, lũ quỷ đen ở khắp các trại đổ dồn về phía họ, đứng chống chổi nghiêm chỉnh hết sức, đám quỷ trắng cũng xếp hàng thẳng tắp. Tất cả im phăng phắc, mắt hướng về Boto như một bầy kiến chuẩn bị nghe kiến chúa diễn thuyết.

"Ha ha, có kẻ bảo ta là đồ xấu xa," quỷ Boto nói, tay chỉ vào một khoang tàu chất đầy rượu đại bàng. "Xin hỏi, người cho các ngươi no say mỗi ngày, là xấu ư?"

"Hi hi, không đời nào!" lũ quỷ hô lên. "Boto vạn tuế!"

"Ha ha," quỷ Boto chỉ tay về hố đen trên cao và hỏi, "Người chuẩn bị đưa các ngươi tới một thế giới tuyệt vời như thiên đường, là xấu ư?"

"Hi hi, không đời nào! Boto vạn tuế!"

Vẻ mặt quỷ Boto trông thỏa mãn hết sức. Hắn vỗ ngực và hỏi, "Ha ha, người sẽ đem lại cho các ngươi cuộc sống vĩnh hằng, là xấu ư?"

"Hi hi, không đời nào! Boto vạn tuế!"

"Ha ha..." quỷ Boto thở dài. "Vậy mà có kẻ vừa nói rằng người đó thật xấu xa, hắn đáng tội gì?"

"Hi hi! Nổ tung! Nổ tung! Nổ tung!"

Lũ quỷ đồng thanh gào lên và giơ súng giơ chổi hú hét như biểu tình. Nata rùng cả mình, còn hai bố con bác Asa mặt mày tái mét.

"Ha!" quỷ Boto ra hiệu cho lũ quỷ im lặng. "Vì ta không phải là người xấu, nên ta sẽ tha cho chúng."

"Hi hi! Boto vạn tuế, vạn tuế, vạn vạn tuế!"

Lũ quỷ hô lớn, rồi đồng loạt quỳ sạp xuống lạy ba lạy như thể Boto là thần thánh giáng trần.

Quỷ Boto gật đầu, hắn chỉ tay về phía hố đen và nói lớn. "Ha! Ngày mai chúng ta sẽ lên thiên đường, anh em hôm nay được nghỉ sớm cho lại sức!"

Lũ quỷ vỡ òa trong sung sướng, Nata cũng cảm thấy vui lây, ít nhất thì họ sẽ không bị nổ tung. Một phần trong cô thầm cảm ơn bài diễn văn ngắn gọn của Boto, phần còn lại cô vẫn nghi ngại sự hiểm ác của tên quỷ này. Lời lẽ của hắn sắc như dao găm, không chỉ khiến phù thủy vĩ đại như bác Edi lúng túng, mà còn kích động cả ngàn con quỷ sẵn sàng tử vì đạo.

Quỷ Boto nhìn nhóc Kila đang đổ mồ hôi đầm đìa. "Thấy chưa nhóc, ta cũng đâu có xấu lắm nhỉ?"

Nhóc Kila im thít. Nata dám cá chắc tới già nó cũng sẽ không bao giờ quên được cảnh tượng hàng ngàn con quỷ chĩa chổi vào mình và đồng thanh hô từ 'nổ tung'. Mặc dù được Boto tha mạng, nhưng nhìn ánh mắt thèm khát của lũ quỷ, Nata tin là nếu đống đùi đại bàng mà hết, chắc chúng sẽ nướng họ lên để xơi tiếp.

Boto giải họ tới hông con tàu, bước vào một chiếc thang máy. Khi đã lên khá cao, Boto tiến lại gần Nata, hắn cầm cái còng lên và rê ngón tay vào số 25, biến nó thành chú rồng trông thật ảo diệu.

Nata còn đang mải chiêm ngưỡng thì các nét vẽ rực sáng. Cái còng bật mở, rớt bịch xuống sàn, từ từ tan biến.

"Ha, ta không thích có tù nhân trong văn phòng của

mình," quỷ Boto nói, rồi hắn nhìn còng trên tay bác Asa. "Nếu giáo sư đoán được số trên còng của ngài là hình gì... ta sẽ mở cho."

Bác Asa nhìn hắn đầy căm thù. "Ta không cần sự ban ơn từ ngươi!"

"Ha ha," quỷ Boto nhún vai. "Thế thì thôi vậy."

"Số 33 là con cò đúng không ạ?" Kila lên tiếng.

"Ha! Dừng lại!" quỷ Boto quát, rồi dùng chân chặn cái đuôi của Kila lại. Thằng bé đang cố dùng đuôi để vẽ nguệch ngoạc lên cái còng.

Quỷ Boto trừng mắt lên và nói, "Ha, vẽ sai đáp án của ban tổ chức, là nổ banh xác đấy, nghe chưa nhóc?"

Mặt Kila xanh như tàu lá chuối, chắc là tới già nó sẽ không dám táy máy với bất cứ thứ gì của lũ quỷ. Vậy ra cách phá còng cũng giống như phá cửa phòng tan biến, là phải vẽ số thành một hình nào đó cho trước.

Chợt qua cửa kính thang máy, Nata thấy một khoang tàu đánh số 72, thấp thoáng bên trong là cái áo người dơi. Cô vui mừng nhận ra anh Napa đang đứng cùng bác Pary và lũ nhóc phù thủy, đứa nào đứa nấy mặt mày bí xị với cái còng to bự trên tay. Nata toan gọi, nhưng sợ Boto để ý nên thôi. Tiếp đến, Nata lần lượt nhìn ra cô Hemi, bác Edi cùng các giáo viên khác đang bị còng tay cùng mấy chiếc máy hút bụi khổng lồ trong các khoang tàu phía trên.

Thang máy dừng lại. Họ bước vào buồng lái, Nata cảm giác như mình đang ở trong một bong bóng xà phòng. Qua tấm kính bán cầu dày quịch, cô có thể thấy toàn cảnh hành tinh điêu tàn. Nata tự hỏi, sẽ ra sao nếu chúng cũng xuất hiện ở thế giới thực? Có lẽ phải nghĩ cách gì đó để câu giờ mới được.

"Này Boto," cô hỏi. "Sao ngươi muốn ra ngoài kia?"

Tay vặn viên pin đen, quỷ Boto đáp. "Ha, là vì một cuộc sống vĩnh hằng. Thế giới giấc mơ là nơi không ổn định, các sinh linh tan biến nhanh chóng tới mức chúng còn chưa kịp ý thức về sự tồn tại của mình. Thật may mắn, anh trai cô đã mơ đủ lâu, để chúng ta có thể ý thức được về thực tại. Tất nhiên, ta không thể nào cam chịu số phận mỏng manh đó."

Nata hỏi, "Nhưng các ngươi thuộc về giấc mơ này, làm sao có thể tồn tại được ở ngoài kia?"

"Đúng thế," bác Asa chen vào. "Ngươi ra đó khác nào cá lên bờ? Boto, ngươi vốn là học trò thông minh nhất của ta, đừng để tên chúa tể đánh lừa!"

"Ha ha, giáo sư," quỷ Boto điềm tĩnh đáp. "Chẳng phải ngài vẫn hay dạy tôi, dù chúng ta tin mình có thể hay không, thì cũng đều đúng cơ mà?"

Nói đoạn, hắn vặn cái vòng cuối cùng trên viên pin, nó kêu tạch một cái và phát ra tia sét xanh lá, trông y như những con rắn lục hung dữ. Giờ Nata mới biết tại sao chúng lại được gọi là pin con trăn con rắn gì đó.

Quỷ Boto nhìn Nata và nói, "Cá không thể lên bờ, nhưng người thì có thể lặn xuống biển, vì có bình dưỡng khí. Phải không người đẹp?"

"Bình dưỡng khí đâu ạ?" nhóc Kila lên tiếng. Nó đã lăn tới chỗ họ tự lúc nào. Có lẽ, nó đã phải rất nỗ lực với cái bụng phình to gấp đôi bình thường.

"Ha, rồi nhóc sẽ biết ngay thôi," quỷ Boto đáp, rồi lắp viên pin vào chiếc lỗ đằng sau ghế điều khiển. Những tia lửa điện xanh lè bò ra từ chỗ viên pin, làm toàn bộ buồng lái rực sáng sắc xanh.

"Tít tít tít..." con tàu vang lên thông báo. "Pin đã nạp xong, sẵn sàng cho giai đoạn hai, he he he."

Nata nhận ra giọng con tàu với cái tháp trí nhớ như là chị em với nhau vậy. Chắc là tụi quỷ chắc đã làm gì đó với cái tháp, để lừa họ. Nhưng giờ không phải là lúc phân tích kế hoạch của chúng, mà là lúc phải câu giờ. Nata hỏi luôn, "Giai đoạn một là gì thế?"

"Ha, ta đâu có nghĩa vụ phải giải thích cho cô?" quỷ

Boto cười. "Song sẽ thật khó chịu nếu cứ không hiểu mình đã góp công lớn như thế nào đúng không?"

Góp công lớn ư? Nata không hiểu gì, nhưng cứ gật đầu đại. Điều quan trọng nhất bây giờ là câu giờ.

"Ha ha, ta sẽ giải thích nhanh gọn. Giai đoạn một là lúc cô bị ném vào phòng tan biến để sao chép khả năng du hành giấc mơ vào viên pin này. Khi nó bị hai bố con kia đánh cắp. Ngài Chúa tể đã quyết định cải tiến con tàu để chuyển sang pin sạc, nên không cần pin nữa. Giờ thì ta tặng cô làm kỷ niệm thôi."

Nói đoạn quỷ Boto lấy viên pin ra, trông nó như đã cạn năng lượng, rồi nhét vào túi áo Nata.

"Ha, trong túi ngươi có cái gì thế này?"

Quỷ Boto lấy ra lọ nước hoa hương sen. Hắn mở nắp lọ nước hoa, hít một vài hơi, vẻ mặt tỏa ra sự sung sướng vô cùng. Nata thở phào, may mà hắn không phát hiện ra hai viên thuốc Libo, được cô cất kỹ trong túi áo nhỏ hơn bên trong.

"Trả lại ta mau!" Nata nói.

"Ha," quỷ Boto nói, "Ta cho cô viên pin đẹp như thế, thì cũng phải đổi lại cái gì đó chứ?"

Nói đoạn, quỷ Boto lấy lọ nước hoa xịt khắp người hắn rồi trả lại vào túi áo Nata. Cô có thể nghe tiếng nó va chạm với viên pin trong túi áo. Viên pin này chứa năng lực của mình ư?

Tự nhiên Nata nhớ tới chuột Boma, cô hỏi, "Vậy con chuột ở cùng ta lúc đó, có năng lực gì mà cũng bị sao chép vào viên pin này?"

Quỷ Boto cười lớn. "Ha ha, con chuột đó khá đặc biệt, nhưng ta sẽ không tiết lộ đâu. Có lẽ tới lúc gặp ngài chúa tể, ngài sẽ thương tình mà bật mí cho cô."

"Vậy còn giai đoạn hai thì sao?"

"Ha ha, sao chép năng lực đâu phải trong tích tắc. Giai đoạn một giúp chúng ta tồn tại được ở tầng giấc mơ này, nhưng chưa đủ để thích nghi với không gian ngoài kia. Đó là lý do cô vẫn còn hữu dụng. Giờ thì xin mời thuyền trưởng lên ghế!"

Thuyền trưởng? Nata vẫn còn ngơ ngác thì bị quỷ Boto nhấc bổng lên, đặt vào ghế. Ngay lập tức, một loạt dây rợ phóng ra, trói chặt cô lại như xác ướp.

"Dừng lại!" bác Asa hét lên và lao tới nhưng Boto lẹ làng tránh được. Bác ấy húc thẳng vào bàn điều khiển và ngã xuống, đè bẹp cả nhóc Kila tội nghiệp. Nata gọi bác Asa, nhưng bác ấy đã bất tỉnh.

Quỷ Boto tặc lưỡi. "Ha, ta lúc nào cũng tới trong hòa bình, mà không hiểu sao mọi người cứ muốn bạo lực."

Nata cựa quậy nhưng đám dây rợ chắc quá. “Ngươi... ngươi định làm gì ta?”

“Ha, đây lời đáp cho câu hỏi của thằng nhóc. Ta sẽ biến cô thành bình dưỡng khí, giúp chúng ta sống sót ngoài kia. Giai đoạn này không dễ chịu như giai đoạn một ở phòng tan biến đâu.”

Hắn vừa dứt lời, thì một sợi dây với đầu kim loại sắc nhọn thò ra, lơ lửng trước mặt Nata, trông nó như một con rắn sát thủ. Nata không thể tưởng tượng được mình bị biến thành bình dưỡng khí thì sẽ ra sao nữa, sợi dây đó sẽ hút sạch oxy trong người cô và cung cấp cho con tàu sao? Rồi cô sẽ teo tóp như một bà cụ giống ông lão Napa ư? Không đời nào!

“Từ từ đã...” Nata thốt lên.

“Ha, tính câu giờ sao người đẹp? Có hỏi gì thì hỏi nốt đi nào?”

“Sao... sao các người cứ hi hi ha ha thế?”

“Ha ha, lúc nào gặp ngài chúa tể mà hỏi nhé!”

“Tít tít tít...” tiếng con tàu thông báo. “Chuẩn bị sao chép giai đoạn hai, he he he.”

Mặc Nata vùng vẫy, sợi dây lò dò leo lên cổ cô. Trước khi Nata kịp thét lên, nó đã chọc xuyên qua gáy cô, tạo ra một cơn đau xé não. Mọi thứ tối sầm lại.

NGOÀI CƠ THỂ

Nata dần lấy lại ý thức, kèm theo một cảm giác thật kỳ lạ, cứ y như cô đang tắm mình trong một dòng sông ánh sáng. Chói quá, Nata muốn nhắm mắt, nhưng... mí mắt của cô đâu mất rồi? Nata nhìn xuống dưới nhưng không thấy gì, tay chân cô dường như hòa tan trong một thứ ánh sáng rực rỡ. Tên quỷ Boto đã làm gì mình vậy? Hay là cô đã hóa thành... hồn ma?

Theo phản xạ, Nata lẩm nhẩm tên thuốc Libo một vài lần. Thật may mắn, lần này cô chẳng nghe thấy âm thanh ù tai nào cả, chợt không gian tối sầm lại. Trong nháy mắt, Nata nhận ra mình đang lơ lửng trong phòng điều khiển của con tàu bóng tối khi nãy. Chỉ có điều, mọi thứ trông thật khác, cứ như chúng đã được khoác thêm một lớp áo ánh sáng. Kể cả chiếc áo chùng rách rưới của tên quỷ Boto đang đứng trước màn điều khiển, cũng đang lấp lánh lạ thường. Còn bên cạnh đó là.... trời đất, đó chẳng phải là Nata sao?

Nata ngớ người, cô thấy chính mình vẫn đang bị trói bất động trên cái ghế đầy dây rợ. Nếu đó là Nata, thì cô hiện tại là ai? Nata nhìn xuống chân, nhưng không thấy gì. Cô cảm giác mình giống như một con mắt biết bay, và đang tự động di chuyển lại gần chỗ quỷ Boto.

Ngạc nhiên thay, trên màn hình hiện ra y chang những gì cô đang thấy. Hay là Boto đã tách mắt cô ra khỏi cơ thể, gắn máy quay vào, và cho bay khắp nơi? Như thế thì buồn cười quá. Nata cố mở miệng ra nói, nhưng cô... làm gì còn miệng nữa?

Tự nhiên cô thấy hình ảnh quỷ Boto đang cười lớn, nhưng không phát ra tiếng. Mình bị điếc ư? Nata đưa tay lên ngoáy tai, nhưng cô cũng đâu còn tay nữa?

Cuối cùng, cô nhìn vào màn hình điều khiển thì tá hỏa. Trên đó là các dòng chữ mô tả chính xác mọi suy nghĩ của cô từ đầu tới giờ. Nào là miệng mình đâu rồi, tai đâu, tay đâu, v.v... mọi thứ đều xuất hiện, cứ như là quỷ Boto đã đăng nhập trái phép vào bộ não của Nata và... chat với suy nghĩ của cô vậy.

Qủy Boto gõ lách cách vài chữ rồi bấm nút enter, giọng nói của hắn vang vọng khắp không gian. "Ha, đây là khả năng đặc biệt của cô."

"Khả năng gì cơ?" Nata thầm hỏi, và cô bất ngờ khi thấy giọng nói thầm bên trong mình to và vang y như hát karaoke vậy.

Quỷ Boto gõ bàn phím. "Ha, du hành ngoài cơ thể."

"Ta có khả năng đó ư?"

"Loài người các cô mải mê toàn chuyện đẩu đâu, chả bao giờ để ý tới những khả năng tự nhiên của mình.

Vậy thì ta sẽ cho cô biết tiềm năng thực sự của bản thân nhé. Hãy thử ra ngoài kia xem nào."

Nata chưa kịp hỏi thêm thì Boto đã chỉnh cần điều khiển, khiến cô lao nhanh không kiểm soát về phía tấm kính. Trong tích tắc, Nata đã ở ngoài con tàu. Cô nhìn xuống và phát hoảng, một độ cao khủng khiếp, nhưng sao không thấy run? Hay là do đang ở bên ngoài cơ thể nên mọi cảm giác đều không có?

"Ngươi định đưa ta đi đâu?" Nata hỏi.

"Ha, thế người đẹp muốn đi đâu?"

"Ờ... Ta cũng không biết..."

"Ha ha! Vậy thì đi đâu mà chả được!"

Quỷ Boto vừa dứt lời thì Nata đã thấy mình phóng vút lên tên bắn về hướng cánh cổng xuyên mơ với những tia sét xanh trên trời. Trong nháy mắt, cô thấy mình xuất hiện ở một vũ trụ trắng xóa với ti tỉ ngôi sao màu đen, cùng cả ngàn người bay qua bay lại trong trạng thái ngủ say.

Một cảnh tượng không thể nào quen thuộc hơn hiện ra. Đó là không gian tâm giao, nơi cô từng vào giấc mơ của mẹ, của thầy hiệu trưởng, cũng như được gặp nam thần giấc ngủ.

"Ha," quỷ Boto nói. "Hóa ra rộng hơn ta tưởng?"

"Nhà ngươi định đi đâu thế?" Nata thầm hỏi.

"Ha ha, sau bao nhiêu năm, cuối cùng ta cũng thoát ra khỏi giới hạn của thế giới này. Hãy đi tiếp và do thám xem thế giới của cô có gì thú vị nào."

"Ngươi đang điều khiển ta sao?"

"Ha, còn phải hỏi sao? Mà đây mới chỉ là du hành xuyên mơ, một phần năng lực của cô thôi đấy. Thử tăng tốc lên tiếp xem nào."

Rồi Nata thấy mình bay lên cao, nơi cô được chiêm ngưỡng cả trăm ngàn cánh cổng xuyên mơ, tạo thành một dải ngân hà phiên bản đen trắng. Cô bay xa dần, xa dần, rồi ánh sáng chói lòa xuất hiện.

Tiếp đó, Nata thấy mình đã có mặt trong căn phòng ký túc xá quen thuộc, chỉ có điều trông nó lộng lẫy hơn ngày thường. Cái cặp con ếch trên bàn trông sống động lạ kỳ với vầng hào quang mát dịu tỏa ra. Những đồ vật khác cũng vậy, mỗi thứ đều phát ra một vầng sáng với màu sắc khác nhau. Nata để ý có ánh sáng màu cam mạnh mẽ, phát ra từ... chính cô, đang ngủ say tít trên giường kèm lọ thuốc Libo bên cạnh. Một sợi dây ánh sáng màu bạc lấp lánh đang nối giữa cô với cơ thể mình ở đó.

"Đây là... thế giới thực ư?" Nata thầm hỏi.

"Ha ha," giọng quỷ Boto vang lên trong đầu cô. "Người đẹp hỏi vậy thì ta biết hỏi ai? Ta chỉ biết về năng lực của cô, chứ cũng lần đầu tới đây."

"Vậy năng lực này có đặc điểm gì?"

"À, hãy thử nghĩ về một người thân nào đó của cô xem sao? Như mẹ cô chẳng hạn."

Tự nhiên Nata nghĩ về mái tóc nâu đỏ của mẹ Bona, và cô thấy mình bay vút lên. Trong tích tắc, toàn bộ thành phố Navi trong đêm đã được thu vào tầm mắt Nata, trông như một bức tranh mà vị họa sĩ đã nhúng bút vào lọ màu nước cầu vồng lấp lánh. Sợi dây ánh sáng bạc đó vẫn còn, nhưng đã mỏng đi một chút, trông như một sợi chỉ kéo dài vô tận xuống dưới.

"Sợi dây gì thế?" Nata hỏi.

"Ha, cô đang du hành ngoài cơ thể, ta đoán sợi dây đó để đảm bảo cô có đi đâu, thì cũng biết đường mà về."

Du hành ngoài cơ thể? Nata chưa kịp nghĩ gì, thì hình ảnh mẹ Bona lại choán lấy tâm trí, và cô thấy mình bay xuyên qua những đám mây, nơi những chiếc máy bay khổng lồ đang tỏa hào quang xanh dương. Điều kỳ lạ là chúng đều đứng yên, như ai đó đã cho lắp đèn đỏ trên bầu trời.

"Ha, đó là do sự chênh lệch thời gian khi cô ở trạng

thái này," quỷ Boto nói ngay khi Nata chưa kịp hỏi. Đúng là hắn vẫn đang ở trong đầu, và biết hết mọi suy nghĩ của cô. Cũng thật may là từ xưa tới giờ, Nata sống thật thà, nên không lo bị lộ bí mật gì cả.

"Ha," quỷ Boto nói. "Ta không ngờ cô có cuộc sống đơn giản thật đấy."

"Kệ ta, mà nhà ngươi đang soi ký ức của ta sao?"

"Ha, ta nghĩ người đẹp như cô, chắc ký ức cũng phải đẹp lắm, nên muốn thử chút thôi mà."

"Ngươi đang xem gì vậy?"

"Chà chà, cô quả là có một trái tim nhân hậu. Cái tên Napa kia, ta chẳng thấy hắn làm nên trò trống gì cả, mà cô vẫn xông pha cứu hắn."

"Dù gì thì Napa cũng là anh trai ta mà, không cứu sao được. Nhà ngươi không có người thân sao?"

Quỷ Boto cười thành tiếng trong đầu Nata. "Ha ha, người thân ư? Ta ước chi mình biết khái niệm đó. Giờ thì thân nhất với ta là ngài chúa tể. Và sắp tới có thể là cô đấy, biết đâu chúng ta có thể hợp tác. Người đẹp nghĩ sao?"

"Xí, không bao giờ ta hợp tác với loại quỷ như ngươi."

"Ha ha, ý cô là loại quỷ vừa xấu xa, vừa tốt bụng như ta sao? Mà đúng như ngài chúa tể nói, thế giới này của cô mọi thứ thật ổn định, rất hợp với cuộc sống vĩnh hằng của chúng ta."

Nata im lặng không đáp.

Một lát sau, cô đã tới bệnh viện. Nata thấy mình phóng xuyên qua trần nhà, và đáp xuống chính xác căn phòng nơi Napa đang ngủ say tít. Miệng anh ấy vẫn cười, chỉ khác là đã bớt sướng hơn lúc trước. Chắc là do tác dụng của việc thoát khỏi tầng ba và tầng hai giấc mơ đây mà.

Nata nhìn quanh, mới 3 giờ sáng, mẹ Bona đang nằm ngủ gục trên chiếc bàn cạnh đó, quanh người bà là vầng sáng màu da cam ấm áp, khác hẳn với vầng sáng xanh lục bao quanh anh Napa. Cũng như mấy cái máy bay lúc nãy, mọi thứ, từ kim đồng hồ, nước dịch truyền cho anh, cho tới mấy con muỗi, tất cả đều bất động y chang một bộ phim ba chiều, mà đạo diễn đang cho dừng hình.

"Ha," quỷ Boto nói. "Mẹ cô phúc hậu đấy, chắc chắn sẽ là nạn nhân đầu tiên của chúng ta."

"Các ngươi định làm gì?"

"Còn làm gì khác hơn được nữa, hiện con tàu đang sao chép khả năng đặc biệt này của cô. Nhờ đó, chúng ta không chỉ sống mãi, mà còn có thể đi tới bất kỳ đâu, vào giấc mơ của bất kỳ ai và kiểm soát họ."

"Kiểm soát họ ư?"

"Ha, cô không thấy mình đang bị ta điều khiển sao?"

Đúng thế thật. Nata có thể suy nghĩ, nhưng cô không thể di chuyển tự do như ý muốn. Cô hỏi, "Rồi các ngươi định làm gì nữa?"

"Ha, người đẹp lại câu giờ hả? Hãy hợp tác với ta, rồi cô sẽ được tiết lộ kế hoạch chi tiết."

Nata định hỏi thêm nhưng mọi thứ xung quanh chợt mờ dần, rồi có ánh chớp lóe lên. Cô thấy mình bay ngược lại hành trình lúc nãy với vận tốc ánh sáng. Rồi Nata dần cảm nhận được cơ thể mình, nhưng vẫn không điều khiển được. Mắt Nata không tài nào mở được. Cô thấy tức thở vô cùng, cảm giác còn khiếp hơn cả bị bóng đè.

Cuối cùng, Nata cũng mở được mắt, tim cô đập thình thịch, mồ hôi nhễ nhại. Cô đã trở lại phòng điều khiển của con tàu. Trên gáy Nata, chỗ cái kim lúc nãy xuyên vào, giờ chỉ còn cảm giác râm ran, như thể một cái USB dài thoòng đang copy dữ liệu trái phép.

Quỷ Boto nhìn cô, "Tuyệt chứ người đẹp?"

Nata im lặng. Giờ thì cô đã rõ âm mưu của Boto.

Hắn muốn đưa lũ quỷ thoát khỏi giấc mơ của anh Napa, và sống vĩnh hằng bằng cách du hành từ cơ thể tới cơ thể khác. Vậy có nghĩa là sẽ có vô số thế giới giấc mơ bị xâm chiếm, và rất nhiều người bị kẹt lại trong mơ giống hai anh em cô.

Nata lườm hắn. "Đồ quỷ xấu xa!"

Quỷ Boto cười lớn. "Ha? Xấu xa ư? Người đem lại cảm giác sung sướng cho loài người, liệu có phải là xấu?"

"Ý ngươi là sao?"

"Ta và chúa tể bóng tối đã nghiên cứu kỹ loài người thông qua ký ức của cô và Napa rồi. Lúc nào các ngươi cũng đi tìm những cảm giác dễ chịu, và còn nơi nào thích hợp hơn là thế giới trong mơ? Chúng ta sẽ đổi chỗ. Loài quỷ sẽ sống thay cuộc sống thật mà các cô chẳng mấy trân trọng, lại còn phá hoại nó."

"Phá hoại thế nào?"

"Ha, người đẹp đọc sách nhiều thế mà chưa nhận ra sao? Ta muốn hít thở không khí trong lành, nhưng loài người các cô đang làm gì bầu khí quyển? Ta muốn tận hưởng giọt nước mát lành, nhưng các cô đang làm gì những con sông? Ta muốn sống trong một thế giới bình an, nhưng các cô đang làm gì lẫn nhau, ngoài chiến tranh và giết chóc? Như đã nói ngay từ đầu, ta đến trong hòa bình."

Nata im bặt không nói được câu nào.

"Tít tít tít..." tiếng con tàu vang lên. "Quá trình sao chép đã hoàn tất, mọi thứ đã sẵn sàng, he he he."

"Ha, tốt lắm," quỷ Boto nói, hai hàm răng nhọn hoắt của hắn nhe ra. "Giờ thì người đẹp không còn giá trị sử dụng nữa rồi, thật là đáng tiếc."

Chân tay Nata bủn rủn. "Ngươi sẽ làm gì ta?"

"Ha ha, số phận của cô sẽ giống tất cả những ai từ chối lời mời tham gia trực tiếp sứ mệnh cao cả của ta."

Nói đoạn, hắn mỉm cười rồi bấm một nút trên bàn điều khiển. Màn hình xuất hiện hình ảnh anh Napa và các phù thuỷ ánh sáng.

"Ha," quỷ Boto nói, "Mỗi phòng giam đó là một lò vi sóng đặc biệt, sẽ từ từ hoá chúng thành thức ăn."

Nata rùng mình. "Sao ngươi tàn nhẫn vậy?"

"Ha? Tàn nhẫn ư? Ít nhất thì khi biến thành thức ăn cho chúng ta, các ngươi cũng được tham gia sứ mệnh tốt đẹp này một cách gián tiếp. Mà người đẹp thích được biến thành món gì nhỉ?"

Nếu được biến thành thức ăn, mình sẽ muốn trở thành món gì ư? Nata chưa kịp nghĩ gì thì quỷ Boto đã giật mạnh cái dây sau gáy.

Cô thét lên đau đớn, mọi thứ tối sầm lại.

NỔ BỎNG NGÔ

"Ê Nata! Dậy đê!"

Nghe giọng anh Napa, Nata nhanh chóng mở mắt. Cô mừng rỡ khi thấy bác Pary và lũ nhóc phù thủy đang xúm xít vây quanh. Nata nhận ra căn phòng giam của con tàu, mà cô từng thấy ở phía ngoài.

Nata hỏi. "Em... đang mơ sao?"

"Đúng rồi," anh Napa vuốt tóc trông điệu đà hết sức, "Em đang mơ trong giấc mơ của thượng đế Napa. Mà em chọc tức lũ quỷ hay sao mà cũng bị khoan một lỗ to bự sau gáy thế này?"

Nata đưa tay lên kiểm tra. Không thể nào tin được, trên gáy cô đã thủng một lỗ đủ to để nhét cả ngón tay cái vào. Quỷ Boto thật quá quắt, đã sao chép dữ liệu trái phép, lại còn không chịu xóa dấu vết.

"Đừng lo," anh Napa nói. "Anh cũng có một lỗ đây nè, mình lại càng giống anh em song sinh!"

Trời đất, lũ quỷ sao chép năng lực phi phàm của Nata đã đành, nhưng anh Napa cũng bị chúng sao chép sao? Anh ấy thì có gì năng lực gì ngoài khả năng tưởng bở như siêu nhân chứ?

Nata hỏi, "Mà đã xảy ra chuyện gì vậy anh?"

Napa lắc đầu, rồi giơ hai cái tay bị còng lên. "Anh

tưởng em phải biết nhiều hơn tụi anh chứ, chúng vừa mới đưa em trở lại đây. Cách đây mấy ngày, mọi người ai cũng nghĩ là em đã bị đem đi chiên giòn rồi cơ."

Nata nhìn quanh, và thấy số 72 to bự trên cửa kính. Cô đã từng thấy căn phòng này từ phía ngoài, lúc lên thang máy cùng quỷ Boto. Chợt Nata nhớ lại trải nghiệm du hành ngoài cơ thể, và những gì Boto kể. Cô nói, "Chúng ta phải thoát khỏi đây ngay, bọn chúng định biến mọi người thành thức ăn!"

Cả lũ trẻ rú lên kinh hãi. Nata nhận ra thằng nhóc béo ú Hisi, là người gào khóc to nhất. Cũng phải thôi, chính sự tò mò đã khiến nó mở niêm phong cánh cửa song sinh để lũ quỷ lọt vào trường. Chắc là cu cậu ăn năn dữ dội lắm. Song có lẽ chúng vẫn là trẻ con, và cô không nên nói ra hung tin đó.

"Tất cả bình tĩnh nào," bác Pary nói. "Nata, hãy kể lại cho ta những gì cháu biết."

Sau đó, họ nhanh chóng trao đổi thông tin. Nata phát hiện ra lá thư cô Hemi gửi cho họ, là do lũ quỷ giả mạo. Thực tế là ngay sau khi chuột Boma cùng chiếc máy hút bụi nổ tung, phe phù thuỷ đã bị áp đảo bằng cả tá bom ngủ gật mà lũ quỷ lấy trộm của bác Edi. Rồi khi tỉnh dậy, họ đã thấy mình ở trong con tàu này rồi, một điều kỳ lạ là hai anh em cô cũng đã bị nhốt ở đây tự lúc nào.

Trong lúc Nata còn bất tỉnh, lũ quỷ đã đem cô đi định sao chép nốt khả năng du hành ngoài cơ thể, song Kila và bác Asa đã cứu được cô. Nhưng xem ra, với tình hình hiện tại, thì tâm sức của hai bố con họ đã công cốc, tụi quỷ đang liên hoan ăn mừng bên dưới.

"Vậy ông bác có kế hoạch gì không?" anh Napa hỏi bác Pary, người có vẻ như luôn là vị lãnh đạo xuất sắc nhất trong mọi tình huống.

"Tìm cách tháo còng rồi phá cửa," bác Pary đáp. "Sau đó hạ lũ quỷ trước khi tàu cất cánh. Lần trước do ta sơ ý thôi, chứ lần này thì đừng hòng."

Anh Napa nhăn nhó. "Chúng ta đã thử ba ngày nay rồi đâu có được? Đèn pin không có, phép thuật vô dụng, cánh cửa thì cứng đầu. Chưa kể mấy cái còng tay chẳng có ổ khóa này nữa chứ!"

"Ta mới phát hiện ra điều gì đó," bác Pary nói, và nhìn Nata như thể cô có thể dùng răng để gặm nát mấy cái còng. "Nata, cháu được tháo còng thế nào vậy?"

Lúc này Nata mới nhận ra, cô là người duy nhất trong phòng có đôi tay được tự do. Trong lúc kể lại, cô đã sót mất chi tiết cách quỷ Boto tháo còng.

"Để mở khoá," Nata nói. "Chúng ta cần vẽ tiếp nét của các con số và biến chúng thành hình ảnh!"

Mắt anh Napa sáng quắc lên. "Giống lúc ở phòng giam con tàu, em đã vẽ số 19 thành con chó đó hả?"

Nata vừa mới gật đầu thì anh Napa đã hăm hở cầm cái còng số 67 của bác Pary lên, rồi bắt đầu hí hoáy vẽ. Lũ nhóc phù thủy xúm lại, nín thở chờ đợi.

Nhớ ra điều gì đó, Nata lao vào tóm lấy tay anh Napa và hô lên, "Dừng lại anh!"

"Sao thế em?"

"Anh định vẽ hình gì vậy?"

"À, trông nó giống một con cá vàng," anh Napa đáp.

Mọi người ai nấy đều ngơ ngác. Còn Nata nhìn mãi cũng không ra được con cá nào từ số 67. Cô nói, "Vẽ sai mật mã là sẽ nổ thành bỏng ngô đấy!"

Nghe vậy, cả lũ nhóc thất kinh, chúng lùi ra xa khỏi ba bác cháu vài mét, và ôm nhau khóc rống lên. Bác Pary phải mất một hồi động viên chúng mới nín.

Anh Napa thở dài. "Bị nổ thành bỏng ngô thì có khác gì ngồi đây mà hóa thành thức ăn?"

Nghe vậy, lũ nhóc lại khóc tiếp. Nata ngao ngán, hết cô rồi tới anh Napa dọa lũ nhóc, xem ra họ sẽ chết đuối trong nước mắt, trước khi thoát được khỏi đây.

"Cả đám bình tĩnh nào," bác Pary nói, rồi hít một hơi thật sâu. "Đây là cơ hội duy nhất. Ta sẽ hoàn toàn chịu trách nhiệm, Napa có thể vẽ lên còng tay của ta."

"Không được!" một đứa bé phù thủy lên tiếng. Đó là thằng nhóc béo Hisi. Nó mếu máo, "Bác là phù thủy mạnh nhất, là nhà lãnh đạo xuất sắc nhất, nếu bác nổ tung thì tụi cháu biết đi đâu về đâu?"

Lũ nhóc phù thủy nhao nhao tán thành, rồi cùng đề xuất người trở thành vật thí nghiệm để mở còng tay, không ai thích hợp hơn là nhóc béo Hisi, vì tội lỗi phản bội to bự không kém gì cái bụng của nó.

Bác Pary ra hiệu cho cả lũ im lặng rồi hỏi, "Nguyên tắc số ba của phù thủy là gì?"

"Không ai là hoàn hảo!" Lũ nhóc đồng thanh đáp.

"Đúng vậy. Nên sẽ không ai ở đây vì lỗi lầm nào đó mà bị chọn làm vật thí nghiệm. Hơn nữa, ta cũng không phải là phù thủy mạnh mẽ duy nhất ở đây."

Cả căn phòng im lặng. Nata nhìn lũ trẻ, chúng đều non choẹt thế kia thì sao mạnh hơn bác Pary? Cô thì đâu có thuộc câu thần chú nào? Không lẽ bác ấy đang nói tới... 'thượng đế dỏm', anh Napa.

Bác Pary nhìn thẳng vào mắt anh Napa và nói, "Phù thủy mạnh nhất không nhất thiết phải là người thuộc câu thần chú dài nhất, hay đua máy hút bụi tốt nhất. Mà có thể là người nhìn ra những thứ thú vị nhất mà không ai thấy. Hãy cứ làm đi thượng đế Napa, hãy cho chúng ta thấy con cá vàng của ngài!"

Nata thề là mặt anh Napa khi được phong chức 'thượng đế' trông không thể nào phởn hơn.

Bác Pary giơ hai tay lên. Anh Napa chỉ chờ có thế, hăm hở xông vào, bắt đầu vẽ.

"Không được!" Nata can ngăn.

"Hãy cứ làm đi," bác Pary nói. "Cùng lắm thì các cháu sẽ được... ăn bỏng ngô thôi mà!"

"Bác đừng nói thế..." Nata nói, nước mắt rưng rưng. Nếu bác Pary hóa thành bỏng ngô, hay bất cứ món gì dù thơm ngon đến mấy, cô cũng sẽ nhất quyết không ăn.

Anh Napa chần chừ rồi nói, "Nhưng... dù có tháo được còng tay, thì cánh cửa kia tính sao?"

"Ta nghĩ ra rồi," bác Pary đáp. "Giờ thì ta đã hiểu tại sao phòng giam ở đây được đánh số không theo thứ tự nào cả, bởi vì các con số chính là ổ khóa!"

"Vậy sao không thử cái cửa trước?" nhóc Hisi nói.

"Ý tưởng cũng hay," bác Pary đáp. "Song lũ quỷ không ngu tới mức vẽ sai thì cửa nổ tung, nên khả năng là sẽ có báo động. Lúc ấy cháu tính dùng còng tay để chọi lại súng ống sao? Còn trong trường hợp người vẽ sai bị nổ tung, thì ta cũng không thể nào mạo hiểm tính mạng Napa với khả năng phá khóa tốt nhất."

Bác Pary tính toán rất hợp lý, không ai cãi lại được lời nào. Nhưng Nata khó mà chịu đựng được cảnh tượng phù thủy vĩ đại nhất nổ tung thành bỏng ngô, để lại cả lũ nhóc khóc lóc. Ai sẽ dỗ chúng đây?

"Không còn thời gian đâu," bác Pary nói. "Một phút chần chừ, là chúng ta mất đi 60 giây để hành động và hạ gục lũ quỷ đấy."

Anh Napa nãy hăm hở lắm, mà giờ cũng bắt đầu run tay rồi. Mồ hôi hột toát ra đầm đìa, anh ấy bắt đầu vẽ trên cái còng của bác Pary. Cả lũ nín thở dõi theo từng nét được thêm vào, những đôi mắt ngạc nhiên mở căng hết cỡ khi sản phẩm hoàn tất.

Đúng là một con cá!

Hình vẽ chợt sáng rực, rồi một tiếng tạch vang lên. Chiếc còng tự mở, rớt xuống đất, bốc khói. Cả lũ nhóc hò reo tưng bừng như thể đội đua máy hút bụi của trường mới đạt cúp vô địch.

"Không thấy thì chưa hẳn là không tồn tại, phải chứ?" bác Pary nói, rồi trao cho anh Napa một nụ cười hứng khởi.

Anh Napa đáp lại bằng một nụ cười thách thức mọi tia nắng. "Tôi cũng không ngờ, là quyền năng của thượng đế có thật."

Nata véo tay anh Napa một phát. Cô ngờ là sau vụ cô hầu gái éo le, với quyền năng thượng đế, anh ấy có thể còn sẽ phong cho Nata một danh hiệu khác thảm thương hơn. Nên cô hỏi ngay bác Pary để đánh lạc hướng. "Bác ơi, giờ ta phải làm gì tiếp?"

"Càng phá được nhiều còng tay, cơ hội chiến thắng sẽ càng cao," bác Pary nói, rồi quay sang nhìn lũ trẻ. "Ai sẽ là người tiếp theo?"

Cả lũ im thít.

Nata nghĩ cũng phải thôi, vừa rồi anh Napa ăn may, vẽ phát trúng luôn. Còn nhỡ ảnh vẽ sai thật thì sao? Không phải ai cũng có máu liều như bác Pary.

"Ta đùa thôi," bác Pary nói.

Sau ấy, bác Pary bắt đầu phổ biến kế hoạch. Theo đó, anh Napa sẽ hướng dẫn bác vẽ để phá cửa. Nếu có báo động, thì trong khi lũ quỷ xông vào bác sẽ lẻn ra ngoài tìm đèn pin và cho chúng một bài học. Trong trường hợp cửa mở suôn sẻ, họ sẽ chia nhau đi phá cửa ở các phòng khác. Ưu tiên hàng đầu là giải phóng được càng nhiều đồng minh càng tốt.

Kế hoạch nghe khá ổn, nhưng sao Nata vẫn cảm thấy lo lo. Cô buột miệng, "Nếu vẽ sai số trên cửa, mà người vẽ nổ tung thì sao?"

Lũ trẻ thất kinh, ôm nhau khóc thút thít.

Bác Pary cười lớn, và nhìn anh Napa. "Trong trường hợp ấy, thượng đế vẫn ở bên chúng ta cơ mà! Ta thà bị nổ tung, còn hơn để lũ quỷ đó thích làm gì thì làm!"

"Không được..." Nata nước mắt ứa ra. "Nhỡ bác nổ tung thật thì cháu biết làm sao?"

"Chuyện đó không xảy ra đâu!" bác Pary quả quyết. "Mà nếu có, thì các phù thủy đầy tự hào của Va-hớt, sẽ tiếp tục công việc của ta. Các trò hãy nghe cho rõ đây, khi các trò giúp được hai anh em Napa và Nata thoát ra khỏi đây, lũ quỷ sẽ tan biến hoàn toàn!"

Hai anh em im lặng nhìn nhau. Trừ mấy việc dọn dẹp lặt vặt ở nhà mẹ hay giao, có lẽ họ chưa bao giờ được nhận một trọng trách lớn tới như vậy. Lũ nhóc phù thủy cũng nhìn nhau, như thể đang tìm xem ai là người sẽ tiếp bước bác Pary nếu thất bại.

Bỗng nhóc phù thủy Hisi bước lên, một tay lau nước mắt, tay kia đặt lên tim. Nó nhìn bác Pary, nói đầy quyết tâm. "Cháu thề sẽ tiếp tục công việc của bác, vì sứ mệnh tiêu diệt hoàn toàn lũ quỷ!"

"Tuyệt lắm Hisi!" bác Pary nói, rồi tháo cái huân chương đại bàng trên ngực áo, trao cho thằng bé. "Đây là huân chương dành cho phù thủy vĩ đại nhất, giờ nó là của cháu."

Đôi tay béo núc ních của Hisi run run cầm lấy cái huân chương lấp lánh, nước mắt nó rơm rớm. Nó quay xuống đối diện với tụi nhóc còn lại. "Ai sẽ là người nối tiếp công việc nếu tớ thất bại?"

Tất cả lũ trẻ đồng loạt giơ tay, vẻ mặt đầy khí thế của chúng khiến cả căn phòng như sáng bừng lên. Tiếp đó, đúng như kế hoạch, cả lũ lùi về phía cửa sổ để che chắn, không cho người ngoài nhìn thấy họ đang làm gì. Bác Pary và anh Napa tiến tới cánh cửa phòng giam, với con số 72 hiện ra bên trên.

Bác Pary hỏi. "Napa thấy hình gì?"

"Trông hơi giống một bắp ngô..." anh Napa nói, rồi khua tay múa chân minh họa.

“Ồ tuyệt quá, ta cũng nhìn ra rồi,” bác Pary đáp. “Mọi người nhớ nhé, cho dù có gì xảy ra. Hãy theo sự lãnh đạo của thượng đế Napa.”

Anh Napa gật đầu rồi lùi ra xa, còn bác Pary đặt tay lên cánh cửa và bắt đầu vẽ, mọi người nín thở chờ đợi. Tim Nata cũng bắt đầu đánh trống rộn ràng, cô cầu xin thượng đế giúp họ, nhưng không phải là ông ‘thượng đế’ Napa đang đứng cạnh mình.

ĐÈN ÁNH SÁNG

Ngay khi bác Pary dứt tay ra khỏi cánh cửa, các nét vẽ bắt đầu sáng rực lên. Cả lũ nhìn trầm trồ thán phục. Số 72 đúng là hình bắp ngô, như thể hình ảnh này đã ẩn mình dưới con số đó từ thời xa xưa, mà chưa ai nói ra cho chúng biết vậy!

Cánh cửa xì khói, và mở từ từ sang hai bên, để lộ một hành lang trống trơn. Bác Pary quay lại nhìn họ, và nháy mắt một cái. Lũ nhóc phù thủy quay sang đập tay bôm bốp để ăn mừng. Nata thở phào nhẹ nhõm.

"Này Nata," bác Pary hỏi. "Cháu đã trực tiếp nhìn thấy ai bị nổ tung khi vẽ sai chưa?"

"Chưa ạ," Nata đáp. "Cháu mới nghe quỷ Boto nói vậy thôi."

"Thế thì nghi lắm," anh Napa xen vào. "Em nhớ cái cửa phòng Impossible chứ?"

Tất nhiên là Nata vẫn còn nhớ cánh cửa ảo ảnh ấy, một mánh khóe để lừa những đồng chí dễ bỏ cuộc. Cô nói, "Ý bác là quỷ Boto chỉ dọa chúng ta sao?"

"Có thể lắm," bác Pary nói. "Hắn là đệ tử của chúa tể bóng tối, mà tên chúa tể từng là đệ tử ruột của thần Lumi. Họ đều là những bậc thầy tâm lý."

Thằng bé Hisi len lỏi qua lũ nhóc và hỏi, "Mọi người đang bàn chuyện gì thế ạ?"

"Không có gì," bác Pary đáp, rồi nhìn thằng nhóc. "Ta đang nghĩ xem có nên tiếp tục phá còng hay không. Người tiếp theo có thể sẽ là cháu đấy."

Mặt thằng bé chuyển sắc trắng bệch. Nó lẩm bẩm gì đó rồi từ từ lủi về phía sau. Lũ nhóc cũng bắt đầu rút lui theo về phía cửa sổ.

Bác Pary cười phá lên, rồi nói thầm với hai anh em, "Tụi nhóc chưa biết vụ cánh cửa Impossible đó đâu, các cháu vui lòng giữ kín nhé!"

"Anh Napa!" thằng bé Hisi nói lớn, rồi lon ton chạy lại. Nó giơ cái còng tay số 47 lên. "Em quyết định rồi, xin hãy phá còng cho em!"

Mọi người tròn xoe mắt nhìn Hisi. Nata dám cá nếu vẽ sai mà nổ tung, thì lượng bỏng ngô phải nhiều gấp ba lần mấy nhóc còn lại. Nhưng nếu không nổ, thì đúng là quỷ Boto chém gió, và cơ hội chiến thắng của họ lại càng cao hơn khi mở được hết còng.

"Làm ơn giúp em phá còng ạ!" nhóc Hisi nói lại,

rồi nó nhìn bác Pary với ánh mắt lóe lên sự quyết tâm. "Nếu không cháu sẽ trả lại cái huân chương đại bàng, vì cháu không xứng đáng."

"Được rồi, cứ bình tĩnh cái nào," bác Pary nói. "Nếu giả thiết của ta là đúng, thì vẽ sai sẽ không sao cả. Nổ tung thành bỏng ngô chỉ là chuyện viễn tưởng."

"Nhưng thế mạo hiểm lắm," Nata nói. "Theo cháu giờ mình cứ chia nhau đi phá cửa cho mọi người trước. Bác bảo ưu tiên hàng đầu là giải phóng càng nhiều đồng minh càng tốt mà?"

"Nhưng mà có một tá đồng minh bị còng tay, thì cũng không có gì hay ho cho lắm," anh Napa chen vào. "Nếu tháo hết còng tay ngay tại đây, cơ hội chiến thắng của chúng ta sẽ được nhân đôi!"

Nata chưa kịp nói thêm thì anh Napa đã bắt đầu vẽ trên còng tay của thằng nhóc. Mọi người nín thở chờ đợi, không biết phép màu có xảy ra lần nữa hay không. Trong nháy mắt, anh Napa đã biến số 47 thành hình mạng nhện, ai nấy cũng phải trầm trồ.

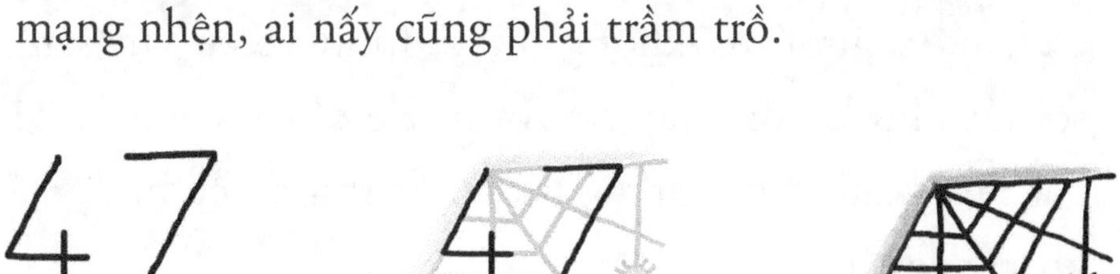

Chợt các đường nét sáng rực lên, giống như niềm hy vọng đang tràn ngập khắp căn phòng. Nhưng rồi ánh sáng tắt lịm, để lại con số ban đầu. Cái còng vẫn trơ trơ ra đó, không có gì xảy ra cả.

"Tốt lắm," bác Pary vỗ vai Hisi. "Cháu rất dũng cảm, ít nhất là chúng ta đã biết rằng vẽ sai thì không sao cả. Bây giờ hợp lý nhất là chúng ta sẽ chia làm hai phe. Các trò sẽ ở đây tự bắt cặp và vẽ cho nhau, tới khi mở được còng. Ta và hai anh chị này sẽ chia nhau đi tìm đèn pin, rồi tranh thủ giải phóng tù nhân. Tất cả sẽ hẹn nhau ở căn phòng này."

Sau đó, mọi việc diễn ra đúng như kế hoạch bác Pary đề xuất. Lũ quỷ đang chè chén say sưa, nên hai anh em lang thang khắp con tàu mà chẳng thấy bóng dáng tên nào. Chắc là chúng đã quá tự tin vào hệ thống mật mã số-hình mà không biết nãy giờ, họ đã phá được thêm một vài cánh cửa, để giải cứu bác Edi, cô Hemi và một số thầy cô phù thủy. Tuy nhiên, họ có thử phá còng cho mọi người mà không được, hình vẽ cứ vụt sáng rồi tắt như là còng tay của Hisi. Kể cả cái còng số 31 của anh Napa cũng tương tự, họ đã thử nhiều hình mà không ăn thua.

Để tiết kiệm thời gian, họ tập trung giúp cô Hemi,

với khả năng thuộc hàng ngàn câu thần chú, chắc chắn cô ấy sẽ mang lại lợi thế hơn khi tìm ra được đèn pin. Mà chiếc còng số 69 của cô ấy khó thật, anh Napa đã thử không biết bao nhiêu lần, lúc thì hai con cá trong chảo, lúc thì là hai con nòng nọc.

Hóa ra đáp án là một con vẹt!

Mọi người đều mừng rỡ khi cô Hemi được tự do. Sau đó cô ấy gợi ý, việc phá cửa có vẻ nhanh hơn phá còng nhiều lần, nên hai anh em nên tập trung vào các cánh cửa để giải phóng mọi người. Còn việc phá còng hãy để mọi người tự bắt cặp rồi vẽ cho nhau. Lý do là cho dù có không phá được còng tay, nhưng với lực lượng đông và có thể tự do chạy tung tăng, cũng sẽ khiến lũ quỷ phải vất vả hơn nhiều.

Nghe lời cô Hemi, hai anh em và các phù thủy ánh sáng lại chia nhau ra đi phá cửa các phòng giam để tìm đèn pin phép thuật. Con tàu rộng thật, hai anh em đi mãi mà chưa hết một tầng. Hầu hết các cánh cửa mà hai anh em gõ, đều có người thưa. Không là phù thuỷ ánh sáng, thì cũng là những người dân quỷ trắng đang tìm cách chống lại lũ quỷ đen.

Tới thời điểm này, thì chỉ còn duy nhất một căn phòng mang số 92 ở tầng này. Điều lạ là họ gõ cửa mà không ai thưa lại. Anh Napa đã phá mã được một lúc, nhưng khổ nỗi, anh vừa hào hứng vẽ xong hình nào, là hình đó lại chớp lên rồi vụt tắt. Họ thử cả chục hình vẫn chưa ăn thua, mà nghĩ ra một số-hình đâu phải dễ dàng gì.

"Có lẽ mình đi chỗ khác thôi," Nata nói.

"Khả năng phòng này có cái gì đó khác biệt," anh Napa đáp. "Có thể là chúng ta sẽ tìm ra đèn pin trước cả ông bác Pary đấy. Để anh thử nốt."

Rồi anh Napa nguệch ngoạc vẽ hình một con chuột đang ca hát, trông rất ngộ nghĩnh.

Chợt cái hình sáng rực lên, cánh cửa bật mở. Anh Napa hú hét điên cuồng như thể mới đạt điểm 10 môn Lịch sử lần đầu trong đời.

Làn khói tan đi, để lại một căn phòng rộng dưới ánh sáng lờ mờ. Khi mắt đã quen với bóng tối, Nata thấy phía cuối phòng có một cái ghế trông như ngai vàng. Cô bước tới thì bỗng vấp phải thứ gì đó và ngã uỵch xuống đất.

Một tiếng chít vang lên rõ to.

Trong bóng tối, tự nhiên xuất hiện bốn con mắt nhìn Nata chằm chằm làm cô lạnh toát xương sống. Nata bò ngay dậy, tay nắm chặt anh Napa. Cô cố nhìn rõ cái thứ đang tiến tới gần họ, và không thể nào tin vào mắt mình nữa.

Nata hỏi. "Chuột... Boma phải không?"

"Hô," Boma lên tiếng. "Nata đó ư?"

Nata ứa nước mắt. Cô chạy tới ôm con chuột thật chặt. Nó cũng ôm lấy cô và khóc rống lên.

"Chú em vẫn sống à?" anh Napa hỏi.

"Hô, dạ..." chuột Boma thều thào. "Nhưng... em, em sắp nghẹt thở rồi."

Nata vội bỏ tay ra và xin lỗi nó rối rít.

Sau một hồi thở phì phò, Boma kể rằng vụ nổ và cơn mưa bỏng ngô rào rào ấy là do cái máy hút bụi. Nó đã kịp nhảy ra ngoài và thoát chết, nhưng ngay sau đó hít phải khói của bom ngủ gật, nên bị lũ quỷ đưa lên đây lúc nào không biết. Nata cũng xin lỗi nó vì hãng chuyển phát nhanh Napa đã không kịp gửi các nụ hôn như đã hứa đến với bốn đứa con bé bỏng của nó.

"Hô hô, không sao," chuột Boma nói. "Bốn đứa con tôi cũng đã bị bắt lên tàu từ lâu. Hình như chúng tôi được liệt vào động vật quý hiếm cần được duy trì."

Chuột Boma vừa nói xong, thì cô nghe thấy thêm những tiếng hô hô chin chít nho nhỏ. Rồi từ dưới gầm ghế chui ra bốn nhóc chuột con. Chúng chạy tới và leo lên vai Boma. Mỗi con đều có bốn mắt, chúng mở to nhìn Nata như thể cô là mẹ của chúng, trông thật là đáng yêu làm sao.

"Bọn ta đang đi tìm đèn pin," anh Napa hỏi. "Chú em có tình cờ thấy không?"

Chuột Boma gật đầu. Nó chạy ra chỗ chiếc ghế, rồi cùng lũ chuột con, hì hục lôi ra từ gầm ghế một cái bịch to uỵch. Hai anh em cũng giúp một tay, họ cùng nhau kéo cái túi lạo xạo đồ bên trong ra ngoài hành lang con tàu.

Anh Napa mở túi và reo lên, "Đúng đèn pin rồi!"

Nhưng bỗng mặt anh thộn ra.

"Chuyện gì vậy?" Nata hỏi.

"Vỡ sạch rồi em," anh Napa đáp.

"Hô, không... không phải tại tôi," chuột Boma lắc

đầu, giọng run run nói, "Lúc phát hiện ra chúng ở gầm ghế thì đã như vậy rồi..."

Anh Napa quắc mắt lên. "Không phải chú em ngồi lên ghế làm bẹp chúng sao?"

Chuột Boma nín thinh, bốn con mắt nhìn hai anh em trân trân, như khẳng định rằng nó hoàn toàn vô tội.

"Cứ yên tâm," Nata nói, rồi vỗ vai chuột Boma giúp nó định thần trở lại. "Tôi tin cậu mà."

Đúng lúc ấy cô Hemi, bác Edi và các giáo viên phù thủy chạy tới. Trừ cô Hemi ra, thì trên tay mọi người đều là những cái còng nặng trịch. Có vẻ như thượng đế Napa là tay phá khóa siêu hạng duy nhất ở đây.

Bác Edi nhìn chằm chằm con chuột, từng đám mụn trên mặt bác như rung lên đe dọa. Bác gầm lên, "Nhà ngươi là ai?"

Chuột Boma co rúm người lại, rồi chạy ra sau lưng Nata. Cô định giới thiệu chuột Boma thì anh Napa đã nhanh nhảu cướp lời của cô và kể lại sự tình.

Mọi người đều hoan hỷ khi biết Boma đã quyết tâm hy sinh giúp hai anh em thoát chết. Mãi một lúc sau khi nghe Napa kể, cô mới đoán được tại sao anh lại chen lời mình. Anh ấy đã giấu nhẹm chi tiết nó đòi chuyển phát nhanh các nụ hôn cho bốn đứa con.

"Vậy giờ chúng ta làm gì ạ?" thằng bé Hisi nói, tay cầm hai cái đèn pin đã nát bươm.

Cô Hemi đáp, "Có vẻ như lũ quỷ lường trước nên đã phá hết đèn pin. Giờ chỉ còn nước tìm mấy khẩu súng, may ra mới đấu lại được chúng."

"He he! Các ngươi tìm thứ này hả?"

Giọng nói the thé đó vang vọng cả hành lang con tàu. Đó là quỷ Boto và tên đệ tử, cùng một tiểu đội quỷ trắng, đã đứng đó tự lúc nào, đang giương súng ngô về phía họ.

"Ha, các ngươi khá hơn ta tưởng đấy," quỷ Boto nói, tay gõ cái sừng nhọn hoắt như đang suy nghĩ một vấn đề hết sức nghiêm túc. "Đã thế ta cũng sẽ làm vượt mong đợi, các ngươi sẽ được biến thành món mình thích. Hãy suy nghĩ xem mình sẽ thành món gì nhé."

"Chạy đi mọi người!"

Bác Edi thét lớn, rồi cuộn người và lăn tròn về phía lũ quỷ. Ý tưởng thật hay, thân hình hộ pháp của bác sẽ chắn đạn cho cả bọn. Nhưng sau loạt nổ súng đầu tiên, Nata đã phải thất vọng. Bác Edi lăn kềnh ra đất với cái bụng trương phềnh nhanh tới mức áo bác bắt đầu bục chỉ, chuẩn bị rách tới nơi. Chúng vẫn tiếp tục bắn, cứ đà này bác ấy sẽ nổ tung mất.

"Ha, dừng lại!" quỷ Boto nói, và ra hiệu cho lũ quỷ ngừng bắn. "To béo thế này mà nổ tan xác thì hơi tiếc. Cứ cho hắn vào lò quay siêu tốc, chúng ta sẽ có đĩa thức ăn bự nhất thế giới!"

Lũ quỷ reo lên tán thành. Tên quỷ đệ tử Kulo nhìn hai anh em và các phù thủy. Hắn nói, "He, thế còn bọn chúng... làm cùng một mẻ luôn chứ đại ca?"

"Ý tưởng hay," quỷ Boto gật đầu. "Càng tiết kiệm điện. Mau chuẩn bị lò nướng siêu tốc, loại to nhất cho ta, và tập hợp hết lũ tù binh trốn thoát lại.

"He, đại ca tuyệt quá. Sắp có một bữa no nê rồi!"

Cả lũ quỷ cười ré lên hi hi he he thật man rợ.

HY VỌNG CUỐI

"He! Đứng cho ngay ngắn vào!"

Tên quỷ Kulo hét lên, rồi dùng đuôi thúc lũ nhóc phù thủy. Cộng cả các giáo viên, với hai anh em, thì phe phù thủy phải có đến cả trăm người, gấp đôi lũ quỷ hiện tại, nhưng chẳng ai dám ho he câu nào. Cũng phải thôi, họ đang nối đuôi nhau trên hành lang tàu, mà đích đến là một cái lò nướng, loại bự nhất mà Nata từng thấy!

Riêng cái núm chỉnh nhiệt độ, đã to như bánh xe tải, và có vẻ như không ai muốn thách thức lũ quỷ, để được nhận vé hạng nhất mà vào lò trước tiên. Quỷ Boto bước tới bước lui trước cửa lò, như đang nghĩ xem hắn nên nói gì trong bài điếu văn tặng họ. Còn lũ quỷ, con nào cũng vừa liếm mép vừa cười hi hi, như muốn ăn tươi nuốt sống họ.

Nata thở dài, ít nhất thì cô cũng được đứng gần cuối, sau một hồi giằng co vị trí căng thẳng với anh Napa. Ngay sau cô là cuối hàng người, chuột Boma và bốn đứa con đang ôm nhau khóc thút thít.

"Này," anh Napa thì thào. "Sao anh không thấy ông bác Pary đâu nhỉ?"

Nata nhìn quanh. Đúng vậy. Có lẽ chúng vẫn chưa

tóm được bác ấy, họ vẫn còn cơ hội. Hy vọng bác Pary sẽ sớm xuất hiện với một kế hoạch hay ho nào đó, vì có vẻ như quỷ Boto đã hoàn tất ý tưởng rồi.

Tay vuốt sừng, quỷ Boto nói. "Ha ha, như đã hứa, trước khi vào lò. Ta sẽ cho các ngươi một ân huệ."

Rồi hắn ra hiệu cho lũ quỷ mở cửa lò, Nata thấy bên trong là một màu đỏ ghê rợn, kèm theo hơi nóng phả ra tới tận cuối hàng người. Quỷ Boto trừng mắt lên, nhìn về phía hai anh em cô.

"Ha! Đưa nó lên đây!"

Nata giật bắn cả mình. Không biết là hắn đang ám chỉ ai vậy? Lập tức một con quỷ trắng tiến tới, chĩa súng vào Napa, và giải anh lên trước.

Quỷ Boto nhếch mép. "Ha, kính lão đắc thọ, chúng ta sẽ mời ngài thượng đế này vào lò trước."

"Này!" anh Napa đáp. "Các ngươi đối xử với thượng đế của mình như vậy, thì làm sao mà lên được thiên đàng cơ chứ?"

Quỷ Boto mỉm cười. Hắn cầm cái còng tay của anh Napa lên, và bắt đầu vẽ.

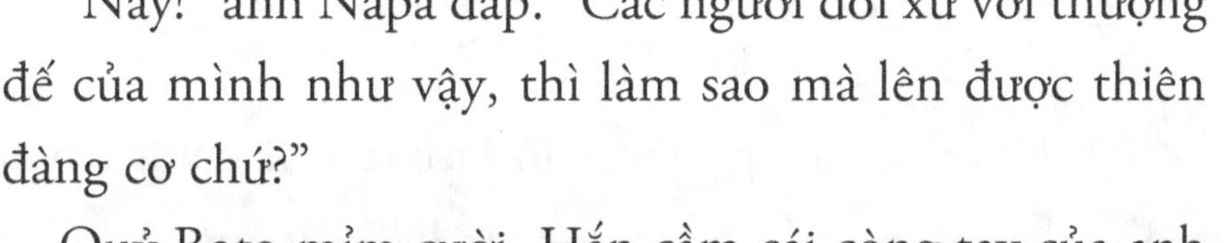

Chỉ trong tích tắc, số 31 trên chiếc còng đã hóa thành hình cái bóng đèn sáng rực. Nó rớt xuống, và tan biến vào hư không.

"Ha, thiên đàng hay địa ngục, là do chính chúng ta tạo ra mà thôi," quỷ Boto nói, với vẻ mặt đắc thắng. "Ta nghĩ với đôi bàn tay tự do, ít nhất các ngươi cũng có thể được ôm nhau và tận hưởng giây cuối cùng. Đó chẳng phải cũng là thiên đàng hay sao?"

Lũ quỷ vỗ tay rào rào tán thành ý tưởng của Boto. Rồi lần lượt, hắn tháo còng cho từng người và đưa họ vào lò. Mọi người ai nấy đều tròn xoe mắt khi nhìn thấy những con số được biến hóa thành hình ảnh.

"Ha ha, ngạc nhiên thay!" quỷ Boto nói, khi tới lượt cô Hemi. "Giờ ta mới để ý đấy, rất hiếm người có thể tháo được còng tay này, vốn là phát minh của chúa tể bóng tối. Cô quả là khá lắm!"

Cô Hemi im lặng. Tiếp đó là bác Edi đang trong trạng thái no căng bụng, nên được hai con quỷ ưu ái lăn vào lò. Tiếp đến là các thầy cô khác và lũ nhóc, chẳng mấy chốc mà đã tới lượt Nata rồi!

Đứng trước cửa lò, Nata có thể cảm nhận được mồ hôi trên má mình đang bốc hơi. Chẳng lẽ mọi chuyện sẽ kết thúc ở đây thật sao? Bác Pary ơi, bác đâu rồi, sao bác ấy không xuất hiện để cứu họ cơ chứ?

"He! Nhanh lên!" quỷ Kulo gắt, rồi hắn lao tới dùng đuôi thúc Nata ngã bổ nhào vào trong lò.

"Ha! Cái thằng này, lại manh động rồi?" quỷ Boto nói, và gõ đầu con quỷ đệ tử một nhát, rồi tặng cho Nata một nụ cười đầy thương hại.

"Ha ha, ít nhất cũng phải bày tỏ sự tôn kính cho vị cứu tinh của chúng ta chứ, không có năng lực của cô bé này, thì giờ cả lũ đã nát như cám dưới tầng hai giấc mơ rồi. Phải không các anh em?"

"Hi hi! Chí phải, chí phải!" lũ quỷ đen đồng thanh giơ chổi lên và hô. "Boto vạn tuế, vạn tuế, vạn vạn tuế!"

Quỷ Boto gật đầu thoả mãn, rồi quay lại nhìn Nata và mọi người, giờ tất cả đã đứng gọn trong lò.

"Ha! Các ngươi có 5 phút để nghĩ về một món ăn yêu thích, còn không thì mặc định sẽ là đùi đại bàng rang bơ."

Nói đoạn hắn đóng sầm cửa lò. Lũ nhóc phù thủy ôm nhau khóc rống lên, chuột Boma cũng ôm lấy Nata, mắt đẫm lệ. Còn thượng đế Napa thì đang đập cửa la hét trong vô vọng.

"Mọi người bình tĩnh nào," cô Hemi hét lớn. "Chúng ta vẫn còn bác Pary ngoài đó cơ mà."

Lời động viên của cô Hemi có vẻ an ủi lũ nhóc phần nào. Tuy thế, mái tóc xù của cô ấy làm Nata nghĩ tới những sợi mì vàng óng. Không được, mình không thể biến thành mì tôm được. Để quên đi, cô nhìn bác Edi đang nằm kềnh trên sàn, cạnh đó là thằng nhóc béo Hisi. Trời ơi, họ làm cô nghĩ tới món heo quay!

Bầu không khí bắt đầu nóng dần lên, Nata thấy ai cũng đổ mồ hôi đầm đìa. Đáng lẽ, đây có thể là lúc tốt nhất để mọi người hoà giải, và trao cho nhau những lời tạm biệt. Song sự tuyệt vọng đã hút cạn ý chí mọi người. Một số người thì thào rằng bác Pary có lẽ do quá hùng hổ chống trả lũ quỷ, nên đã bị nổ tung thành bỏng ngô mất rồi.

Bỗng cánh cửa lò bật mở, không khí bên ngoài tràn vào mát rượi. Nata ngước lên và nhận ra bộ áo choàng màu tím bay phấp phới. Bác Pary ư?

Cô chưa kịp reo vui thì bóng quỷ Boto xuất hiện đằng sau. Hắn đang xách trên tay bác Pary, mặt mũi bầm dập, như mới bị nốc ao sau một trận đấu vật.

Quỷ Boto cười khà khà và nói, "Ha ha, các ngươi đang chờ tên này sao? Hắn cũng khá đấy, người thứ hai làm ta ngạc nhiên khi phá được còng tay. Song các ngươi chỉ may mắn được lần này thôi..."

"He he, đúng rồi," tên quỷ Kulo đằng sau nói chen vào. "Thần may mắn chỉ mỉm cười với mỗi người một lần."

"Ha! Ai cho chú mày ngắt lời đại ca hả?" quỷ Boto nói, rồi gõ đầu hắn một nhát, và ném bác Pary về phía họ.

Cánh cửa lò đóng lại lần nữa, nhưng không sao cản nổi tiếng lũ quỷ cười man rợ bên ngoài. Có lẽ chúng đang háo hức muốn biết sắp có món ăn gì lạ, hay lại toàn là đùi đại bàng?

"Tít tít tít..." cái lò vang lên giọng thông báo quen thuộc. "Bạn còn 3 phút để chọn món mình thích, he he he!"

Lũ nhóc phù thủy khóc ré lên, mặc cho cô Hemi ra sức dỗ dành. Hy vọng cuối cùng của họ là bác Pary đã bị dập tắt. Nata ôm chặt lấy chuột Boma, bộ lông mềm mại như gấu bông của nó, cũng an ủi cô phần nào vào những giây phút cuối cùng này.

Chuột Boma nấc lên liên hồi. Nó nói, "Hô... tôi... tôi sắp... không chịu được rồi..."

Theo phản xạ, Nata ngồi dịch ra xa. Đúng như cô dự đoán, chuột Boma bắt đầu nôn xối xả. Cô vừa kinh hãi, vừa thấy thương. Có lẽ nó đã không tài nào chịu nổi cảnh gặp lại vợ nó trên thiên đàng, trong tình trạng đã trở thành một con chuột quay.

"Chiếc đèn kìa!" anh Napa hét toáng lên.

Đèn ư? Nata nhận ra giữa bãi 'chiến trường' của chuột Boma mới nôn, là chiếc đèn thần Lumi. Mặc cho cái mùi không được thơm tho cho mấy, mọi người xúm xít lại với niềm phấn khích tột cùng. Bác Pary đang nằm sấp cũng phải gượng dậy theo dõi.

Mọi ánh mắt đều đổ dồn về cái áo người dơi của anh Napa, giờ đang làm nhiệm vụ cao cả là vệ sinh cho cái đèn phù thủy duy nhất còn tồn tại.

"Tít tít tít," tiếng căn phòng vang lên, nó chuyển sang tông giọng rùng rợn như phim kinh dị. "Bạn còn một phút nữa, cơ hội cuối cùng để chọn món, he..."

Chọn món gì thì giờ cũng đâu có quan trọng. Tất cả những gì mọi người quan tâm lúc này, có lẽ là cái đèn loại thiên cổ này, còn dùng được hay không.

"Hết pin rồi," anh Napa nói với vẻ ngán ngẩm, rồi thả cây đèn lăn lông lốc trên sàn. Mọi người tiu nghỉu, còn lũ nhóc lại khóc dữ dội.

Tự nhiên Nata thấy cảnh này quen quen, cô đã gặp nó trong giấc mơ nào đó ư? Phải rồi, lúc ở tầng ba giấc mơ, anh Napa cũng đã bỏ cuộc với cây đèn. Nata nhặt lên và chà, rồi thần Lumi xuất hiện. Mà lúc đó là gặp may, chứ bây giờ thì... thần Lumi đã đi rồi, cô có chà cái đèn sáng bóng cũng chẳng ăn thua.

Chuột Boma nằm vật trên sàn, bốn con mắt nó nhìn cô đẫm lệ. Nước mắt Nata tuôn ra. Cô tự trách bản thân mình, chắc chắn là cô đã sai sót, nên lũ quỷ vẫn còn sống, và dẫn tới tai hoạ này. Cô phải nói gì đây?

Phải rồi, ít nhất thì Nata cũng nên xin lỗi. Nếu cô không tìm cách vào đây cứu anh Napa và phá huỷ giấc mơ, thì dù phù thuỷ hay là lũ quỷ, tất cả đều sẽ sống bình an trong thế giới riêng của họ.

Mình phải xin lỗi, trước khi quá muộn!

Nata lấy áo lau nước mắt, và đột nhiên nhận ra thứ gì đó trong túi. Phải rồi, là viên pin đen. Chính quỷ Boto đã tặng cô ở phòng điều khiển.

Không nói không rằng, Nata nhặt cái đèn, loay hoay tháo ra và nhét viên pin vào. Cô bật lên, nhưng đèn không sáng. Nata cúi mặt, chắc viên pin đã cạn thật rồi, nên quỷ Boto mới tặng cô. Thế là hết!

"Tít tít tít," tiếng căn phòng lại vang lên. "30 giây cuối cùng để chọn món. He he he!"

Cô Hemi vỗ vai Nata, và nói. "Dù sao cháu cũng đã

nỗ lực hết mình rồi, hãy cùng tận hưởng những giây phút cuối cùng bên nhau."

"Sao tinh thần xuống hết thế này?" bác Edi gầm lên. "Nata! Đưa cái đèn lại đây bác xem!"

Nata lật đật chạy lại, và đặt chiếc đèn trên bụng bác Edi. Trong trạng thái nằm phềnh bụng, bác tháo cục pin ra nhìn vài giây, rồi cười như điên như dại, sau đó lắp lại cục pin.

"Trời ạ," bác Edi nói. "Là do lắp ngược pin!"

Nata gãi đầu, trong khi bác Edi bật công tắc. Chiếc đèn rực sáng một thứ hào quang lạ lùng, như thắp lên niềm hy vọng trong mắt mọi người. Ngay lập tức, cô Hemi cầm đèn, chĩa về phía cửa lò, lầm bầm đọc một câu thần chú rõ dài. Chẳng có gì xảy ra cả!

"Cô kỷ lục gia trí nhớ này cũng quên sao?" bác Edi gầm lên. "Đèn của ai người đó mới dùng được! Đưa nó cho Napa!"

Nata phì cười, kỷ lục gia trí nhớ đôi khi cũng quên những điều căn bản. Anh Napa mặt hớn hở, đón lấy cây đèn 'thừa kế' của thần Lumi, rồi chĩa nó về cánh cửa, lầm bầm đọc câu thần chú cũng dài không kém.

Một tiếng nổ lớn vang lên, cánh cửa đổ sầm về phía trước, kèm theo tiếng la oai oái của quỷ Boto và Kulo.

Có vẻ như chúng đã bị đè bẹp, lũ quỷ đàn em như rắn mất đầu, nhìn nhau hoảng loạn.

"Phản công!"

Đó là tiếng hét đầy chất lãnh đạo của bác Pary. Sau đó, mọi người rầm rập chạy ra ngoài, mà dẫn đầu là thượng đế Napa. Những tiếng nổ đinh tai nhức óc vang lên, mà Nata cá là sản phẩm của anh ấy.

Trong khi mọi người chiến đấu bên ngoài, cô và nhóc Hisi, nỗ lực lăn bác Edi ra khỏi lò, và tiếp đến là chuột Boma, vị cứu tinh bất đắc dĩ, đang ngất lịm.

Khi ra ngoài, Nata đã thấy một bãi chiến trường. Lũ quỷ nằm la liệt trên hành lang tàu với những cái bụng phình to như bà chửa. Tụi nhóc phù thủy cười tươi rói, mỗi đứa đều chạy tung tăng, tay lăm lăm tay một khẩu súng ngô.

Họ đã chiến thắng sao?

Ở cạnh lò, Nata nhận ra quỷ Kulo đang cố nâng cái cửa lên để cứu đại ca của hắn. Tất cả mọi người nhanh chóng vây quanh chúng.

Anh Napa chĩa cây đèn sáng trưng vào mặt quỷ Boto và hỏi, "Cho ngươi chọn món mình thích đấy. Giờ thì muốn thành quỷ quay hay quỷ nướng?"

"Ha, quay hay nướng... đâu có khác gì nhau?" quỷ

Boto nói. "Dù ta có biến mất, các ngươi cũng không thể ngăn được kế hoạch của ngài Chúa tể đâu!"

"Giờ này mà ngươi còn hống hách sao?" cô Hemi quát. "Tên chúa tể nhát gan đó đang ở đâu?"

"Ha! Ở đâu... còn lâu mới nói!"

"Vậy thì ngươi chả còn giá trị sử dụng nữa rồi," anh Napa nói. "Ta sẽ cho ngươi nổ tung!"

"Nổ tung! Nổ tung! Nổ tung!" Lũ nhóc phù thủy đồng thanh hô lên.

Sự điềm tĩnh của Boto đã tan biến, hắn toát mồ hôi hột. Và những giọt mồ hôi ấy dường như đang bắt đầu bay hơi khi gặp ánh sáng kỳ lạ từ cây đèn Lumi.

"Khoan đã Napa! Đừng manh động!"

Đó là bác Asa, đang bế trên tay nhóc Kila, trông bác thảm hại hết sức với một cái u to như quả ổi trước trán. Phải rồi, bác ấy đã từng cố cứu Nata khi họ ở buồng lái. Nata nghĩ chắc hai cha con nhà này nghịch quá, nên được lũ quỷ ưu ái tặng thêm cả còng chân, với mã khóa tới tận ba chữ số.

"Phải bắt hắn khai ra mật mã phá còng," bác Asa nói. "Còn rất nhiều người vẫn đang bị còng cả tay lẫn chân, mà chưa mở được."

"Ha, đúng!" quỷ Boto mắt sáng rực. "Ta mà chết, các

ngươi sống nhưng sẽ bị còng tay còng chân suốt đời, hoặc là nổ tung khi cố phá còng."

"Cái còng chỉ là trò trẻ con thôi," bác Pary đáp. "Cứ kiên trì vẽ, vẽ sai vẽ lại, kiểu gì cũng mở được. Mà không được thì cứ chém đứt nó thôi?"

"Ha! Nếu nhà ngươi chắc vậy... thì thử xem nào," quỷ Boto nói, rồi hắn nhanh tay rút ra một cái còng, khoá rộp một cái lên tay con quỷ đệ tử.

"He? Đại ca!" quỷ Kulo thốt lên, đuôi hắn ngoe nguẩy đập hết bên này sang bên kia. "Sao lại là em?"

"Ha, đâu có ai khác để minh họa chứ?"

"Nói nhiều quá đi!" bác Pary la lớn. "Napa, cháu tạo giúp bác một thanh kiếm."

Anh Napa gật đầu rồi lẩm bẩm thần chú, các tia sáng hội tụ lại thành thanh kiếm la-ze sáng chói. Rồi bất chấp tên quỷ đệ tử van xin nài nỉ, bác Pary vung kiếm chém một nhát chí mạng vào cái còng. Một tia lửa điện tóe ra khiến bác bật ngửa, chân tay run lẩy bẩy như bị điện giật, cái còng vẫn còn nguyên không một vết xước.

"Ha, ta đã bảo rồi mà," quỷ Boto nói. "Phát minh của chúa tể bóng tối không bao giờ biết đùa, phải có mật mã chính xác mới mở được."

"Đừng có chém gió," anh Napa hùng hổ nói. "Thế

mấy cánh cửa phòng giam thì sao? Chính ta là người vẽ và mở được chúng đấy!"

"Ha? Mấy cái cửa ấy hả?" quỷ Boto bối rối. "Đó là phát minh của ta. Do mới học việc, nên chưa thể nào bắt kịp được công nghệ của ngài Chúa tể."

"Đừng nói dóc," nhóc béo Hisi chen vào với giọng quả quyết, "Anh Napa đã phá được còng tay cho bác Pary và cô Hemi, rồi còn thử vẽ sai trên còng của ta, và đâu điều gì xảy ra?"

Quỷ Boto tròn mắt nhìn thằng béo, rồi hắn lật áo choàng sang một bên, để lộ cái điều khiển có hai nút. Một nút có hình tia chớp sáng xanh bên trên, còn nút kia có hình bỏng ngô chưa bật. Nata nhận ra điều gì đó, nhưng cô chưa kịp hét lên thì Boto đã nhanh tay bấm nút bỏng ngô, rồi bóp vỡ điều khiển trước mắt họ.

"Ha! Thật tuyệt. Ta lại phải cảm ơn nhóc một lần nữa rồi. Đúng là không ai hoàn hảo, ta đã quên chưa bật chế độ tử thần ăn bỏng, giờ thì tha hồ nhé! Ha ha ha!"

"Đừng giở trò, thử là biết liền," anh Napa nói, rồi hăm hở nắm lấy tay tên quỷ đệ tử, và bắt đầu hí hoáy vẽ trong tiếng than thở của nó. Trong tích tắc, số 89 được hóa thành hình một quả bom hẹn giờ vô cùng sống động và sáng tạo.

89

Quỷ Kulo nước mắt nước mũi chảy ra ròng ròng, như thể hình quả bom đã báo trước số phận của hắn.

"He? Đại ca ơi..." hắn chưa kịp nói trọn câu, thì một tiếng nổ bụp vang lên. Trong nháy mắt, bỏng ngô bay tứ tung khắp căn phòng, còn cái còng số 89 rơi lọc cọc xuống đất, bốc khói.

Nata chết điếng người, còn tay anh Napa run lẩy bẩy. Tất cả mọi người đều im lặng, chuột Boma lúc này mới tỉnh dậy, ngơ ngác nhìn đống bỏng ngô rớt xuống sàn như tuyết mùa đông mới về.

"Ha... Khó có ai may mắn được hai lần," quỷ Boto tặc lưỡi. "Lần trước bị hóa xà bông ta còn cứu được, chứ lần này thì... ha, vĩnh biệt Kulo."

"Thôi, cứ tạm trói chúng vào đã," cô Hemi nói, rồi kéo Napa lại, thì thầm vào tai anh một dãy số.

Mặt Napa sáng rực lên như thể đã nhớ dãy đó trong nháy mắt. Anh chĩa đèn vào lũ quỷ, và đọc lầm bầm một dãy dài 16 số. Cây đèn lập tức phun ra những dải lụa ánh sáng, tự động trói cả đám quỷ lại, và khiến chúng lơ lửng trên không trung như những chùm bóng bay ngộ nghĩnh.

Cô Hemi có vẻ rất ngạc nhiên với thành quả đó. Cô nói, "Ta chỉ muốn dây thừng, mà nó ra dây ánh sáng, đúng là pin của quỷ, kết hợp với đèn của thần có khác!"

"Ha???" quỷ Boto thất kinh. "Viên pin đen đó còn dùng được sao?"

Nata gật đầu và tặng cho hắn một nụ cười thương hại, như thể muốn nhắc rằng chính Boto đã phạm một sai lầm khủng khiếp khi đưa cô viên pin đó.

Sau ấy, họ áp giải lũ quỷ xuống tàu. Trên đường ra, thi thoảng bác Pary có đe dọa, nhưng Boto nhất quyết không chịu hé lộ bất cứ mật mã nào cho họ.

Phía ngoài con tàu, lũ quỷ còn lại đang ngủ say sưa bên đống lửa tàn, và cất tiếng ngáy... hi hi. Thật không thể tin nổi là có thể tồn tại loại tiếng ngáy ly kỳ đến vậy. Nata thề là sau khi trói hết chúng lại, và tìm ra tên chúa tể, cô sẽ hỏi hắn về vụ này!

Cũng nhờ tiếng ngáy hi hi râm ran khắp không gian ấy, mà kế hoạch của bác Pary đã diễn ra suôn sẻ. Mọi người sẽ chia nhau lấy trộm súng ngô của chúng, rồi đồng loạt nổ súng theo tín hiệu đèn pin của anh Napa trên đỉnh con tàu. Còn Nata và cô Hemi thì ở lại, để trông bác Edi cùng hai bố con quỷ trắng.

Ngay khi thấy ánh sáng đèn từ con tàu, tiếng súng rền vang khắp nơi, nghe như một lò bỏng ngô khổng lồ đang hoạt động hết công suất. Chẳng mấy chốc, doanh trại quỷ đã trông như một viện sản, với hàng trăm con quỷ bụng to như bà chửa, nằm lăn lộn dưới đất xin tha mạng. Nhiều tù nhân quỷ trắng cũng được giải phóng, khiến bác Asa mừng lắm.

“Cám ơn Nata,” bác Asa nói. “Nhân dịp này, cháu hãy tranh thủ lên tàu, rồi cùng Napa ra khỏi đây càng sớm càng tốt. Kila rất thông minh, nó đã bí mật quan sát và học được cách khởi động con tàu.”

Nata ngập ngừng một chút. "Thực ra, cháu muốn ở lại giúp mọi người ạ. Vẫn còn nhiều còng tay chưa được phá, rồi mọi người phải xây dựng lại thành phố nữa chứ? Hiện anh Napa là người duy nhất có thể dùng phép thuật, tụi cháu mà đi thì..."

Bác Asa lắc đầu và ngắt lời cô. "Cách tốt nhất để giúp chúng ta, là cháu phải mau chóng rời khỏi đây, càng sớm càng tốt."

Nata không biết trả lời sao. Nước mắt tràn ra, cô nghĩ tới cảnh toàn bộ hành tinh này sẽ sụp đổ. Nata muốn ở lại, hoặc chí ít cô cũng muốn tự tiết lộ sự thật về hai anh em, để các gia đình có thể đoàn tụ với nhau một lần trước khi tan biến.

Cô Hemi nhìn thẳng vào mắt Nata và nói, "Ta hiểu cảm giác của cháu. Bác Pary đã kể hết cho ta sự thật rồi, và có một điều cháu cần biết, lá thư trong tháp trí nhớ, do chính tay ta viết."

"Ơ... cháu tưởng lá thư đó do lũ quỷ giả mạo?"

"À, tất nhiên là ta bị chúng ép viết. Trừ đoạn đầu dối trá trắng trợn rằng phe ta đã thắng, thì đoạn sau là thật. Chúng ta luôn trân trọng từng giây mình sống, nên dù có tan biến bất cứ lúc nào, cũng không là vấn đề. Điều quan trọng nhất là khi hai anh em cháu lên kia, chúa tể bóng tối sẽ bị tiêu diệt vĩnh viễn, cháu không biết hắn nham hiểm tới mức nào đâu."

"Dạ," Nata gật đầu. "Vậy để cháu hỏi thêm ý kiến anh Napa."

Sau đó Nata đi về phía con tàu, thật ra cô muốn có một không gian thoáng đãng để suy ngẫm. Phía đường chân trời xa xa, mọc lên một hành tinh trông như trái đất. Nó đang tỏa ánh sáng xanh dịu, len lỏi qua những tòa nhà của thành phố đổ nát. Nata đang tự hỏi không rõ anh Napa nghĩ sao về chuyện này, thì thấy anh đang ngồi tán dóc gì đó cùng chuột Boma ở lan can tàu.

Thấy Nata, chuột Boma lao tới ôm cô một cái thật chặt, rồi khóc thút thít. Lũ chuột con dễ thương cũng tranh thủ nhảy sang vai Nata, và mân mê cái đuôi tóc của cô. Tự nhiên Nata cảm thấy hạnh phúc như cô mới vừa mới được gia nhập một gia đình nhỏ xinh.

"Thôi mà," Nata nói và vỗ vai chuột Boma. "Làm bố mà lại khóc nhè trước mặt các con, vậy sao có được?"

"Hô..." chuột Boma mếu máo, "Napa nói... hai người sẽ rời khỏi đây vĩnh viễn sao?"

Nata cúi mặt không đáp. Vậy là anh ấy đã quyết rồi sao? Cô lau nước mắt cho chuột Boma, và cố hết sức để nặn ra một câu nói dối ngượng ngùng. "Yên tâm... tôi sẽ quay trở lại thăm cậu và các cháu."

Nghe vậy, chuột Boma càng khóc tợn hơn. Nata hiểu rằng lời nói dối gượng gạo của cô không thể nào xóa đi được sự thật rằng, tất cả mọi thứ sẽ biến mất khi cô đi, và có vẻ như anh Napa đã kể cho nó sự thật phũ phàng ấy. Được một lúc, chuột Boma ngớt khóc, nó ngẩng lên nhìn cô với ánh mắt đẫm lệ.

"Hô, trước khi đi..." chuột Boma sụt sịt. "Cô cho tôi một đặc ân nhé."

Từ 'đặc ân' làm Nata sởn gai ốc. Cô vẫn còn nhớ in cái cảnh anh Napa bị nó hôn lúc chia tay nhau trong bụi rậm. Chắc từ 'đặc ân' ấy cũng đã lọt vào tai anh Napa. Cô thấy anh xoay tít cây đèn tay, với vẻ mặt không thể nào vừa lòng hơn.

Nata im lặng chờ chuột Boma nói lên mong muốn của nó, mà cô dám cá là lại liên quan tới hôn hít.

Chuột Boma hít một hơi thật sâu, như thể lấy dũng khí để nói. "Hô hô, cô cho tôi hôn một cái nhé!"

Ngay lập tức, anh Napa lăn ra đất, ôm bụng cười.

Nata thở dài. Lại là hôn ư? Lần này không biết lý do là gì đây. Đừng nói là nó định nhờ chuyển phát nụ hôn ấy cho mẹ của lũ nhóc trên thiên đường nhé. Nata hỏi, "Tại... tại sao vậy?"

"Hô, có một sự thật..." chuột Boma nói, nó mở

to bốn con mắt nhìn Nata. "Thực ra, tôi không phải là chuột."

Anh Napa lập tức nhảy chồm tới, cầm đèn soi chuột Boma từ đầu tới chân, rồi anh thốt lên. "Ờ đúng! Làm gì có con chuột nào có bốn mắt?"

"Hô, tôi... vốn là một hoàng tử đẹp trai lắm," chuột Boma nói rồi đứng thẳng dậy, vuốt mái tóc thực ra là lông trên đầu, trông nó lãng tử hết sức. "Chuyện xưa rồi, một lão phù thủy đã ếm bùa khiến tôi ra nông nỗi này. Tôi cần nụ hôn của cô để được giải thoát."

Nata không tin vào tai mình nữa, đúng là trong mơ thì mọi thứ đều có thể xảy ra. Mà tình huống này sao nghe quen thế, giống như trong một câu chuyện cổ tích nào đó mà bố Cote từng kể.

"Mà vậy thì..." anh Napa cố nín cười. "Lũ chuột con lúc nãy cũng là lũ nhóc bị ếm bùa à?"

"Hô... chúng là con tôi," chuột Boma thành khẩn. "Nhưng chắc được sinh ra sau khi tôi bị hóa thành chuột, nên cũng bị ảnh hưởng đôi chút."

Anh Napa vỗ đùi đét một cái, rồi cười sằng sặc. "Ảnh hưởng đôi chút ư? Lão phù thủy cao tay thật, lời nguyền còn tác động tới cả gen di truyền nữa sao?"

Chuột Boma gật đầu, vẻ mặt khổ sở hết sức. Không

biết nó chém gió hay quẫn trí mà nghĩ vụ ra này, nhưng nó đã hôn anh Napa, giờ lại đòi hôn Nata, không biết thế có tính là hai anh em cô hôn nhau gián tiếp không nhỉ? Trong đầu Nata đã tưởng tượng ra cảnh sau này lũ cháu của cô sẽ thét lên vì bà nó đã từng hôn một con chuột. À không, một hoàng tử chuột chứ.

"Hô, làm ơn giúp tôi với," chuột Boma nói, mắt ướt sũng. "Tôi thấy làm chuột cũng hay, lũ chuột con thật đáng yêu, nhưng trước khi bị tan biến, tôi muốn được trở lại là chính mình."

Vậy là anh Napa đã tiết lộ cho nó về vụ tan biến thật rồi. Điều đó càng làm Nata thấy khó xử. Nghĩ đi nghĩ lại, tính cả vụ nôn ra đèn thần, thì chuột Boma đã hai lần giúp họ thoát chết. Hơn nữa, đằng nào thì họ cũng có thể sẽ không bao giờ gặp lại, nên chắc chẳng ai biết chuyện này. Dù sao cũng chỉ là một nụ hôn thôi mà. Ôi, nụ hôn đầu đời của tôi!

"Được," Nata đáp. "Tôi đồng ý!"

Anh Napa há hốc mồm, rồi ngồi vỗ đùi đen đét. Nhìn cái mõm ươn ướt đầy lông của chuột Boma, Nata nhắm tịt mắt lại, nín thở chờ đợi. Rồi cô cảm thấy cái mõm nó chạm vào môi mình. Một tiếng chụt vang lên, Nata rùng cả mình. Cô buồn nôn, nhưng cố tĩnh tâm để nín lại và thầm nhủ rằng đó cũng chỉ là cảm giác thôi mà.

Sau ít giây, Nata nhăn mặt hỏi. “Được chưa?”

Không thấy tiếng chuột Boma đáp trả.

Nata mở mắt, chuột Boma trông vẫn y như vậy. Bốn con mắt của nó thao láo nhìn cô.

Anh Napa hùng hổ tiến tới, dí đèn vào cổ con chuột. “Sao không thấy gì khác hả? Chú em lại giở trò để sàm sỡ em gái ta đúng không?”

“Hô, ấy từ từ,” chuột Boma ấp úng. “Chắc là có gì đó thiếu sót rồi.”

Nata tức nổ đĩa, cô hy vọng con chuột này nghiêm túc, chứ không phải lấy cớ để hôn hít cô một cách hợp pháp như vậy. Chợt cô thấy chuột Boma tự đấm vào bụng thùi thụi, rồi nhè ra một mẩu giấy nhớp nháp.

“Đây là lời nguyền ngày xưa lão phù thuỷ ghi lại cho tôi, bảo là tự giải quyết. Tôi nghĩ mãi không ra, cho tới khi gặp hai cô cậu.”

“Chú em không còn chỗ nào tốt hơn để cất à?” anh Napa cằn nhằn, rồi cầm mẩu giấy lên và đọc to lời nguyền. “Hai nụ hôn như một, dưới ánh sáng ngàn năm.”

“Là sao?” Nata hỏi.

“Hô, sau mấy chục năm suy đoán với bộ não loài

chuột, tôi nghĩ hai nụ hôn như một, là của hai anh em song sinh, mà trông cô cậu cũng hao hao giống nhau..."

"À há!" anh Napa búng tay tách một cái. "Thì ra chú em âm mưu từ trước nên mới đòi hôn ta ở khu rừng, đúng không?"

Chuột Boma luống cuống. "Hô, lúc đó là vì con tôi thật mà, sau khi hôn xong, tự nhiên tôi mới nghĩ ra cách giải lời nguyền."

"Thế còn vế ánh sáng ngàn năm?" Nata hỏi.

"Hô, cái đó chắc là tôi đoán sai... Tính tới giờ, tôi đã có nụ hôn của cả hai người, và cả hai lần đều ngoài ánh sáng ban ngày, vốn là thứ đã tồn tại hàng ngàn năm nay."

Nata ngẫm nghĩ một hồi, ánh sáng ngàn năm nếu không phải mặt trời thì là gì? Chợt cô nảy ra một ý tưởng. "Anh Napa, thần Lumi bao nhiêu tuổi nhỉ?"

"Nghe quảng cáo như là 2500 thì phải?"

Nata chỉ vào cây đèn thần Lumi đang lủng lẳng trên tay anh Napa, cô reo lên. "Ánh sáng ngàn năm có thể chính là ánh sáng của cây đèn đó!"

Anh Napa bật đèn lên và rọi thẳng vào chuột Boma. Bốn cái mắt của nó long lanh nhìn hai anh em đầy cảm kích. Tuy nhiên, vẫn không có gì xảy ra, vẫn là con chuột lù xù đó, chẳng có phép màu nào cả.

Nata nghĩ một lúc rồi nói. "Hai nụ hôn như một... hay là phải làm đồng thời?"

"Ừ nhỉ," chuột Boma mặt rạng rỡ. "Hai anh em cô phải hôn tôi cùng một lúc, dưới ánh đèn này!"

"Đừng hòng!" anh Napa lắc đầu nguầy nguậy. "Một lần là quá đủ rồi!"

Chuột Boma quay sang nhìn Nata, bốn mắt nó long lanh đẫm lệ, làm cô hoàn toàn mủi lòng. Sau một hồi nài nỉ anh Napa, hứa han đủ kiểu, bao gồm cả việc sẽ không tiết lộ với mẹ vụ đống truyện tranh đằng sau tủ sách, anh Napa mới đồng ý giúp cô.

Anh Napa gõ đầu con chuột và nói. "Lần này là vì em gái quý hóa của ta đó, chứ không phải vì chú em đâu nha."

Chuột Boma nước mắt ứa ra. Không biết là vì nó đau do bị gõ đầu, hay là vì đang quá cảm kích. Sau đó, anh Napa nhanh trí buộc cây đèn vào lan can tàu, để ba người có thể thoải mái 'hôn' dưới ánh đèn thần. Lần đầu tiên trong đời, Nata có cảm giác mình làm một thứ gì đó vụng trộm như vậy.

"Làm nhanh thôi mọi người," anh Napa giục như sợ ai đó sẽ chụp lại cảnh này và phát tán khắp thế giới giấc mơ, thì chẳng còn mặt mũi nào để quay lại. Nata thì đỏ cả mặt, may là mõm chuột Boma đủ dài, thừa chỗ cho cả hai anh em cùng hôn, chứ không thì môi hai người chạm nhau mất.

"Anh đếm tới ba nhé," anh Napa ra hiệu.

Nata nhắm mắt lại và nghe anh Napa đếm.

"1...2...3!"

Hai tiếng chụt vang lên cùng một lúc.

Nata mở mắt và hồi hộp chờ đợi.

Chuột Boma rùng mình, mõm nó bắt đầu ngắn dần lại. Cảnh này làm Nata nhớ tới chuyện nàng tiên cá sau khi uống thuốc mọc chân mà bố Cote từng kể ngày xưa. Mặt cô chợt nóng bừng, không biết là khi biến hóa xong, thì Boma có mặc quần áo không nhỉ?

Nata đã có câu trả lời. Lông trên người Boma dài ra, tự động đan lại thành bộ vest đen lịch sự. Hai con mắt bên dưới thu nhỏ lại, hai con mắt bên trên biến thành một cặp kính.

Quá trình chuyển đổi đã hoàn tất.

Giờ đây, trước mặt hai anh em, đúng là một hoàng tử đẹp trai và... không có tay. Thật ra trông anh ta như một người chim, với đôi cánh trắng thiên thần.

Nata thề là mình đã gặp người này ở đâu đó. Cô giật mình nhận ra, đó chính là vị nam thần giấc ngủ đã chặn mình lại khi đang cố lao vào cổng xuyên mơ. Không thể nào sai được, bộ vest đen, cặp kính bự và đôi cánh trắng. Chỉ khác là trông anh ta không còn lờ mờ trong suốt như hồn ma, mà rõ nét và rực rỡ như một thiên thần thực thụ.

Vị nam thần cười ha hả, rồi anh giật lấy cây đèn pin Lumi đang treo trên lan can, ném xuống đất và giẫm nát bét. Rồi nói với giọng khàn đặc, nghe thật rùng rợn. "Hô hô, ta lại phải cảm ơn hai ngươi rồi..."

Hai anh em trợn tròn mắt. Nata linh cảm có điều chẳng lành, một ý tưởng lóe lên trong đầu cô.

"Anh Napa ơi..." giọng cô run run. "Hai nụ hôn như một, dưới ánh sáng ngàn năm... Em nhớ ra lời nguyền đó ở đâu rồi..."

"Hình như trí nhớ anh cũng vừa được cải thiện," anh Napa nói. "Ở, phòng truyền thống, lúc chúng ta nghe thuyết trình về..."

"Chết rồi!" hai anh em la lên đồng thanh. "Chúa tể bóng tối!"

Tên chúa tể cười khà khà.

"Đừng khách sáo thế, ta có tên riêng đàng hoàng mà. Xin tự giới thiệu, ta là Hepi, chúa tể bóng tối, tối nhất mọi thời đại. Rất vui vì được gặp hai vị cứu tinh bất đắc dĩ của ta."

CHÚA TỂ BÓNG TỐI

Tim Nata muốn ngừng đập, mọi thứ như đóng băng. Lúc chuột Boma nói hô hô, cô đã nghi nghi nó có họ hàng gì đó với vị nam thần rồi, nhưng cô không thể ngờ được nó chính là tên chúa tể đội lốt. Và điều khó tin hơn cả, là họ vừa mới giải lời nguyền cho hắn.

"Hô hô, thường thì ta rất kiệm lời," chúa tể Hepi nói, hắn vẫy cánh bay lên, và ném cho hai anh em một cái nhìn đầy thương hại. "Vì hai ngươi đã lập công lớn trong kế hoạch của ta, nên trước khi nổ tung các ngươi có quyền được giải đáp mọi băn khoăn."

Nata run lẩy bẩy. Lại là nổ tung nữa ư? Từ này cô đã được nghe không biết bao nhiêu lần, nhưng đây chắc chắn là lần đáng sợ nhất. Đầu Nata như muốn nổ tung với hàng loạt câu hỏi, nhưng cô không sao nói lên lời.

"Hô, thế nào? Không ai hỏi gì sao? Vậy chắc các ngươi thông minh tự đoán ra hết rồi. Ta tiếp tục thực hiện kế hoạch của mình vậy!"

"Từ từ đã," anh Napa nói. "Ta có câu hỏi quan trọng!"

Chúa tể Hepi nhìn Napa và gật đầu.

Anh nói, "Ngươi cũng là một học trò lớn của thần Lumi, chắc ngươi cũng có tài phép để đi qua khắp các tầng giấc mơ?"

"Hô hô," Hepi cười tỏ vẻ hài lòng. "Vị thượng đế của chúng ta cũng biết nịnh đấy. Đúng là các tầng giấc mơ ngài tạo ra, ta đã khám phá hết mọi ngóc ngách, kể cả là những nơi tối tăm nhất. Tại sao ngươi hỏi vậy?"

"À," anh Napa gãi đầu. "Ta bị thất lạc một thứ, ngươi có tình cờ thấy đâu đó một tập truyện, trên đó ghi số 57 không?"

Nghe vậy, Nata lập tức véo tay anh Napa.

Tên chúa tể cười ha hả. "Hô hô, không ngờ vị thượng đế của chúng ta cũng có khiếu hài hước đấy. Các người rất thú vị, ta sẽ trả lời mọi câu hỏi các ngươi đưa ra trong... 10 phút nữa. Đầu tiên là cuốn truyện đó, ta không thấy."

Mặt anh Napa tiu nghỉu, thật không thể tin nổi là tới giờ anh ấy vẫn nghĩ tới tập truyện đó. Cũng may, nhờ vậy mà chọc cười hắn, khiến không khí bớt căng thẳng, và Nata cũng nhớ ra được những câu cần hỏi.

"Ngươi lên được đây đã đành," Nata nói, "Nhưng làm sao cả con tàu bóng tối đó lên được đây? Đáng ra tất cả đều phải tan biến khi chúng ta thoát khỏi tầng hai giấc mơ chứ?"

"Hô, một câu hỏi rất hay. Năng lực của ta đủ để đi qua các tầng giấc mơ, vấn đề ở chỗ... ta cô đơn quá, nên phải nghĩ cách làm sao để đưa theo đồng bọn mới vui chứ. Và câu trả đã tới, khi thằng nhóc béo Hisi tìm ra, và mở niêm phong cánh cổng song sinh."

Nata hỏi, "Nhưng cánh cổng song sinh ở tầng hai giấc mơ, thì chỉ có thể giúp các ngươi đi lại ở đó thôi chứ? Sao lại xuất hiện ở đây, trừ phi..." chợt Nata bụm miệng lại, "Chết rồi! Là do chúng ta!"

"Sao lại thế được?" anh Napa trợn mắt lên.

"Này," Nata hỏi tên chúa tể. "Này, có phải là do cái túi thần túi không đáy, lúc nhà ngươi nôn ra trả lại cho chúng ta ở bụi cây đó, là cố tình đúng không?"

Chúa tể Hepi gật đầu. Hắn mỉm cười, rồi rút chiếc túi của thần Lumi, nay đã lại rách te tua.

"Hô hô, cô bé thông minh lắm, quả không hổ danh là học sinh xuất sắc nhất. Khi trả lại cái túi, đúng là ta đã bí mật nhét cánh cửa song sinh ở Va-hớt vào. Cánh cửa còn lại thì lúc nào cũng ở hang quỷ, được ta ngày đêm nghiên cứu để học hỏi công nghệ phóng to thu nhỏ của nó. Cuối cùng, thì ta đã kích thích nó đủ to để đưa toàn bộ con tàu bóng tối vào được túi thần không đáy, chỉ chờ các người lên được tầng giấc mơ trên này là chúng ta xông ra thôi."

Hai anh em im lặng nhìn nhau. Đầu óc tên chúa

tể này quả đúng là đen tối, không khác nào cái tên của hắn. Thảo nào mà chúng ép cô Hemi gửi thư, tạo cảm hứng cho họ vượt qua tháp trí nhớ.

Anh Napa lên tiếng, "Nhưng chẳng là phải động đất đã khiến con tàu đó bẹp dúm ở hang quỷ rồi hay sao?"

"Hô, không phải động đất, mà lúc đó thí nghiệm thành công, cánh cửa song sinh phình quá to, gây ra một chút chấn động thôi."

Anh Napa tuyệt lắm, cứ tranh thủ hỏi hắn để câu giờ chờ các phù thủy ánh sáng tới. Nghĩ vậy, Nata bèn hỏi, "Thế ngươi đưa theo các phù thủy ánh sáng lên đây để làm gì?"

"Hô hô, con tàu đó là vừa là nhà nghỉ, vừa là một cỗ máy chế biến thức ăn khổng lồ. Tụi phù thủy ánh sáng là nguyên liệu không thể ngon lành hơn, hô hô..."

"Nhưng," Nata nói. "Có đoạn ngươi cũng bị nhốt cùng ta trong phòng tan biến, rồi cả trong cái lò nướng đó nữa?"

"Hô," chúa tể Hemi khịt mũi. "Con tàu và số lượng người rất lớn, nên cần khả năng của ta và cô kết hợp, mới đủ năng lượng. Còn vụ cái lò nướng thì nhắc mới nhớ, đó là tình huống ngoài dự kiến. Theo kế hoạch, thì lúc các ngươi bị giam, ta sẽ tới giả vờ giải cứu, rồi nhờ phá lời nguyền. Không ngờ, hai ngươi lại có thể mò tới tận phòng ta trước, mà vì ta không thể để lộ thân phận trước khi hóa giải lời nguyền, nên đành phải đóng kịch tiếp. Cũng may, ta đã kịp nuốt cái đèn."

"Nhưng cái đèn thần đã hết pin," anh Napa hỏi. "Sao ngươi biết túi áo Nata có pin dự phòng?"

"Hô, ta có biết đâu? Trước khi nuốt cây đèn, ta nhớ là đã thay pin rồi, pin con đại bàng hẳn hoi. Tuy nhiên, chắc trời tối nên lấy nhầm pin cũ. Thật hú vía, vì Boto không biết rằng viên pin đen là loại pin sạc. Chỉ cần để gần Nata là nó tự sạc. Báu vật quý vậy mà đem biếu tặng, lát nữa ta sẽ xử hắn."

Hoá ra là như vậy. Lúc hai anh em phá cửa số 92, và bước vào cái phòng được trang hoàng phong cách vua chúa đó, Nata đã nghi nghi rồi. Nhưng việc gặp lại Boma lúc ấy làm cô vui sướng quá nên không đề phòng. Nata muốn hỏi thêm để câu giờ, nhưng mọi thứ cũng đã khá sáng tỏ rồi. Té ra cô chỉ là con tốt bị bịt mắt, trên bàn cờ của chúa tể Hepi bày ra. À, vẫn còn một câu hỏi nữa.

"Này," Nata hỏi. "Sao lũ quỷ các ngươi cứ thích nói hi hi, he he đầu câu vậy?"

Tên chúa tể cười vang. "Hô hô, thú thực là ta đâu

muốn thế. Lão thần Lumi đã biến ta thành con chuột quái dị bốn mắt, không kêu chít chít mà cứ cười hô hô. Sau nhiều năm tu luyện, ta cũng nói được trở lại, nhưng chưa bỏ được thói quen đó. Lũ quỷ đua đòi học theo, và trở thành mốt. Rồi chúng còn đòi phân chia thứ bậc theo nó. Hô hô là cao nhất, sau đó tới ha ha, he he, và hi hi. Cũng hết 10 phút rồi, câu hỏi cuối cùng nha!"

Câu hỏi cuối ư, Nata định hỏi về kế hoạch tiếp theo của hắn và lũ quỷ, thì anh Napa chen ngang. "Ta có một câu hỏi quan trọng!"

"Hô hô hô," chúa tể Hepi tỏ ra hớn hở ra mặt. "Ngài thượng đế cứ nói?"

"Nghe nói ăn đại bàng sẽ hóa quỷ, thế ngươi... đã phải ăn bao nhiêu con đại bàng để mọc cánh được thế kia hả?"

Hepi cười sằng sặc. "Hô hô, quả không hổ danh thượng đế, hỏi toàn câu xoắn não. Câu này ta sẽ để các ngươi tự khám phá, hãy cứ thử ăn thịt con đại bàng to nhất đi, các ngươi sẽ biết."

Nata nghe vậy tức lắm. Không đời nào cô ăn thịt đại bàng và trở thành lũ quỷ tay sai cho hắn. Cô tranh thủ hỏi, "Vậy giờ ngươi định làm gì?"

"Hô hô," tên chúa tể nói và nhìn họ với ánh mắt biết

ơn đầy giả tạo. "Con tàu giờ có thể đi du hành xuyên mơ giống Nata. Chúng ta sẽ ra ngoài kia, và thống trị thế giới. Lâu lắm không được cựa quậy, người không biết ta ngứa cánh thế nào đâu. Nói chuyện với hai ngươi vui lắm, nhưng giờ ta phải đi rồi."

Hai anh em nhìn nhau ngơ ngác. Chúa tể Hepi cười vang trời. Rồi hắn vỗ cánh bay lên cao, gió ở đâu xuất hiện rít lên liên hồi, mạnh đến mức như hút cả hơi thở của Nata. Cả hai anh em phải ráng bám chặt vào lan can tàu, mới trụ lại được.

Chợt có tiếng la thất thanh. Nata thấy các phù thủy ánh sáng đang rầm rập tiến tới. Họ vừa chạy, vừa bắn súng ngô xối xả về tên chúa tể. Có lẽ do hầu hết mọi người vẫn bị còng tay, nên ngắm chưa chuẩn. Một vài viên lao tới được thì bị tên chúa tể Hepi vẫy cánh một cái, chúng bay ngược trở lại và trúng một số phù thủy, khiến họ lăn kềnh ra đất, bụng phình to.

Mọi người sợ hãi lùi lại, chỉ có duy nhất bác Pary vẫn tiến về phía trước. Một tay bác cầm súng ngô, tay kia kéo theo quỷ Boto lơ lửng, trông bác như một đứa trẻ đang nghịch bóng bay.

"Dừng lại!" bác Pary quát. "Nếu không ta sẽ cho đệ tử ruột của ngươi nổ tung!"

Nata thấy quỷ Boto mắt trợn tròn, cố đưa một tay ra khỏi đám dây ánh sáng và kêu cứu.

Tên chúa tể cười lớn. “Hô hô, ta không có đệ tử nào bất tài như vậy. Cái điều khiển có mỗi hai nút thôi, mà cũng quên không bấm, để cho cả lũ tù binh xổng chuồng dễ dàng thế này.”

“Vậy thì không còn lựa chọn nào khác,” bác Pary đáp.

Nhưng bác chưa kịp làm gì, thì tên chúa tể đã vỗ cánh tới tấp, tạo ra luồng gió ngũ sắc lao thẳng về phía họ. Ngọn gió cuốn quỷ Boto bay tít lên cao, kèm theo tiếng thét thảm thương của hắn. Sau đó là một tiếng nổ lớn, cùng pháo hoa sáng chói trên bầu trời. Một cảnh tượng tuyệt đẹp để vĩnh biệt Boto.

Một kẻ thù nguy hiểm đã bị tiêu diệt, nhưng Nata cảm thấy không thể vui được chút nào. Thật là khủng khiếp, hắn giết cả đệ tử ruột của mình mà không ghê tay ư?

“Hô hô,” chúa tể Hepi lạnh lùng đáp. “Đó là đòn cảnh cáo cho những ai làm vỡ kế hoạch của ta. Giờ các ngươi có hai lựa chọn, hoặc làm thức ăn cho ta chinh phục thế giới, hoặc là xem đồng đội nổ tung như pháo hoa. Chọn đi!”

Mọi người đều lùi lại, ai nấy mặt mày cũng tái mét. Thú thật là cả hai lựa chọn hắn đưa ra như để là trang trí vậy. Chọn cái nào, thì kết cục cũng đều thảm hại như nhau.

"Xông lên!" bác Pary hét và bắt đầu bắn xối xả. Mọi người cũng lấy lại khí thế và lao lên. Tên chúa tể bay lên cao để tránh loạt đạn.

"Nata! Napa! Lên tàu nhanh nào!"

Nata quay lại thì thấy cô Hemi và bác Edi đã ở đó tự lúc nào. Có vẻ như cái bụng trương phềnh của bác Edi đã được điều trị, hoặc do bác béo quá nên tiêu hóa nhanh hơn bình thường. Thì ra các phù thủy ánh sáng đằng kia đang gây sự chú ý, để hai anh em cô lên tàu. Đó có lẽ là cách duy nhất vào lúc này, để tiêu diệt tên chúa tể bóng tối tài phép đầy mình.

"Lỗi là tại cháu," Nata nói, nước mắt ứa ra khi họ tới cửa thang máy. "Giá mà cháu nghe lời cô và bác Asa, lên tàu ngay lập tức lúc ấy."

Cô Hemi thở dài. "Không đâu, là do các cháu quá thông minh, đã giải được lời nguyền xoắn não của thần Lumi. Còn tên chúa tể thì quá nham hiểm, hắn đã lợi dụng chúng ta mà không biết."

Bác Edi cũng nói thêm vào. "Quá khứ đã qua rồi, hãy chấm dứt tất cả trước khi quá muộn, hãy cứu lấy tương lai mong manh này!"

Họ nhanh chóng vào thang máy. Trên đường lên phòng lái, Nata thấy một mình chúa tể Hepi cân cả đội quân của bác Pary mà không hề nao núng.

"Trời đất!" anh Napa thốt lên. "Cái gì thế kia?"

Nata thấy chúa tể Hepi đang thả ra cả ngàn con chuột bốn mắt đỏ ngầu. Chúng bò tới bất cứ ai đang nằm trên mặt đất, và như hòa làm một với họ. Nata ớn lạnh, cô thấy mọi người thét lên đau đớn, và dần biến đổi thành một bóng đen, với con mắt đỏ chóe. Thấy cảnh đó, cả cô Hemi và bác Edi đều đứng chết lặng, tay họ run run.

Anh Napa hỏi, "Mấy con chuột đó là gì thế?"

Bác Edi nói, "Hình dáng tuy khác xưa, song nếu ta không nhầm thì đó là lũ tà thần bóng tối, chúng có thể làm người ta hôn mê với những ảo ảnh như thật."

"Rồi sao nữa ạ?" Nata hỏi.

Mặt bác Edi đột nhiên tái mét, nên cô Hemi đành phải tiếp lời. "Chúng sẽ khiến người ta sống trong ảo ảnh đó, cho tới khi chết già trong giấc mơ của họ. Đó là cách chúng ăn linh hồn họ. Từ xưa tới nay, chỉ có thần Lumi mới biết cách hoá giải, và bác Edi đã từng được ngài ấy cứu."

Lúc này bác Edi mới lấy lại bình tĩnh. Bác nói, "Hồi đó, ta đã đụng độ một bóng đen tà thần đi lạc. Sau đó ta đã mơ mình sống trong một thế giới mơ ước, một thế giới không có phép thuật. Ta sướng lắm, và không hề biết đó là cách chúng vỗ béo linh hồn, để rồi ăn sống sau đó. Lúc may mắn tỉnh dậy, thì chỉ mới vài tiếng trôi qua, người ta khô quất không còn giọt máu, phải truyền nước hai tuần mới khỏi."

Nghe vậy, anh Napa bấm nút đi lên của thang máy lia lịa. Có lẽ anh ấy không muốn mắc kẹt trong một giấc mơ nào đó thêm vài chục năm nữa, bị vỗ béo và ăn sống linh hồn. Còn Nata chỉ còn biết cầu trời cho họ lên kịp buồng lái.

Cửa thang máy mở ra, đứng đó là bác Asa.

"Con tàu ổn rồi chứ?" bác Edi hỏi.

Bác Asa gật đầu. "Sẵn sàng bay bất cứ lúc nào!"

Cả bốn người vào buồng lái, nơi nhóc Kila đang loay hoay với một loạt nút bấm trên bàn điều khiển. Thằng nhóc quả là có năng khiếu, biết được những điều mà chẳng ai biết. Con tàu bắt đầu rung lên dữ dội, đèn đóm trong buồng sáng rực cả lên.

Qua cửa kính, Nata có thể thấy tinh thần chiến đấu quả cảm của bác Pary và các phù thuỷ ánh sáng cuối cùng. Song rõ ràng là họ đang bị lép vế, bởi đám tà thần đông như kiến cỏ. Chúng đi tới đâu, là mọi người dường như ngủ gục tới đó, rồi họ thức dậy và hóa thành những tà thần khác. Chẳng khác nào một bệnh dịch đang lây lan nhanh chóng.

"Cô Hemi ơi!" Nata nói. "Hay mình gọi mọi người lên tàu, rồi cùng thoát khỏi đây?"

"Không kịp đâu," cô Hemi đáp. "Ngay khi Kila cài xong chế độ vận hành tự động, chúng ta sẽ xuống kia hỗ trợ mọi người, và ngăn chúng lên tàu."

Nata ứa nước mắt. "Nhưng, nhưng mà..."

"Không nhưng nhị gì cả!" cô Hemi quả quyết.

"Ít nhất thì mọi người cũng nên đi cùng chúng tôi chứ?" anh Napa lên tiếng.

Cô Hemi lắc đầu.

Bác Edi khẳng định, "Phù thủy ánh sáng chúng ta sống chết có nhau. Các cháu nhanh đi đi, trước khi mắc thêm sai lầm nào khác."

"Xong rồi các bác ơi!" nhóc Kila hét lên.

Trên cửa kính buồng lái, bắt đầu xuất hiện đếm ngược 30 giây.

Cô Hemi nở một nụ cười tươi rói và nói. "Các cháu hãy bảo trọng, và nhớ phát huy hết tiềm năng bộ não!"

Bác Edi vỗ vai anh Napa. "Thật tiếc khi không được

cùng Napa phát minh ra những thứ tuyệt vời, nhưng nhờ hai người, mà ta đã có thêm những ý tưởng mới."

Nhóc Kila chạy tới ôm chầm lấy Nata. "Cám ơn chị nhiều lắm, nhờ chị mà em đã được về với gia đình đích thực của mình."

"Nhanh thôi mọi người," bác Asa lên tiếng. "Không còn thời gian nữa đâu."

Sau đó, họ từ biệt hai anh em, và bước vào thang máy. Nata chạy vội ra phía cửa kính. Cô thấy phe chúa tể bóng tối đã áp đảo, và có vẻ lũ tà thần đã phát hiện ra con tàu đang cất cánh, nên đã chuyển hướng về phía họ.

Nata cảm nhận con tàu đã bắt đầu bay lên khỏi mặt đất. Nhưng tốc độ di chuyển chậm quá, lũ tà thần đã leo hết lên thân tàu rồi. Loáng một cái, cô đã thấy cả đám tà thần bu vào cửa kính buồng lái, và đang tìm mọi cách để chui vào.

Bỗng nhiên, Nata thấy một cảm giác dễ chịu xuất hiện khắp người, họ sắp thoát khỏi giấc mơ này sao?

Cô thấy anh Napa ngáp một cái thật dài, rồi ngã xuống. Cơn ngáp đó như cũng lây sang cho Nata.

Dù biết đây là mơ, nhưng Nata muốn ngủ, một giấc ngủ thật sâu, mà lâu lắm rồi cô mới có...

Cô ngã xuống, ngất lịm.

"Nata, dậy đi con..."

Giọng nói nhỏ nhẹ đó làm Nata dần lấy lại ý thức. Qua mi mắt nặng trĩu, cô thấy một dáng hình quen thuộc. Không thể nào nhầm được!

Nata choàng tỉnh, cô bật dật. "Mẹ ạ?"

Mẹ Bona nhìn cô trìu mến và nói, "Con gặp ác mộng hay sao mà nói mơ nhiều thế?"

Nata vớ lấy cái kính trên đệm. "Con nói mơ sao?"

"À, con cứ gọi tên ai đó là Napa hoài. Bạn trai mới của con hả?"

Từ bạn trai làm Nata đỏ chín mặt, rồi chợt nhận ra thứ gì đó. Mắt cô trợn tròn nhìn mẹ như thể bà đang nói đùa.

"Mẹ làm sao thế, Napa là anh trai con, cũng là đứa con giời đánh của mẹ mà?"

"Ôi con tôi," mẹ Bona nhăn mặt nhìn cô đầy e ngại. "Chắc con lại học bài khuya quá nên ấm đầu rồi. Con làm gì có anh trai nào chứ? Mẹ chỉ có cô bé dễ thương này thôi."

Nói đoạn, bà nựng vào má Nata một cái. Cảm giác thích thật, nhưng... đây là điều mẹ chưa bao giờ làm với cô. Tim Nata đập thình thịch.

"Mẹ ơi, đây là đâu ạ?"

Lần này, tới lượt mẹ Bona trợn mắt lên, bà nhìn cô như thể đó là câu hỏi ngớ ngẩn nhất thế gian. Mẹ Bona đặt tay lên trán Nata, lắc đầu và nói, "Con ngủ tiếp đi cho lại sức... mẹ sẽ gọi điện xin thầy Dato cho con nghỉ học hôm nay."

Nata chưa kịp hỏi thêm thì mẹ đã vội bước đi, để lại mình cô trong căn phòng vừa lạ vừa quen, kèm một cảm giác sung sướng râm ran. Anh Napa không tồn tại? Mẹ Bona vừa nựng mình? Thầy Dato trực tiếp dạy học mình sao? Sao... sướng vậy trời?

Nata đứng dậy kéo rèm cửa, ánh sáng mặt trời ấm áp làm căn phòng bừng sáng. Phía bên ngoài, cả rừng cây xào xạc trong tiếng gió biển. Đâu đó có tiếng chim hải âu kêu tíu tít gọi bầy. Mọi thứ sống động đến lạ kỳ.

Thật là khó tin, tất cả những gì cô mới trải qua, chỉ là mơ sao?

Nhìn quyển vở trên bàn với bài toán đang dang dở, Nata nghĩ chắc mình học quá nhiều nên loạn óc rồi. Mà hình như dưới quyển vở có tờ giấy gì đó. Nata lôi ra và mừng rớt nước mắt.

Đó là bằng khen học kỳ II của trường Dama, trên đó ghi dòng chữ to tướng: Nata - Học sinh xuất sắc nhất. Điều đó làm cô bối rối. Nếu quả thực cô vừa nằm mơ, thì đó là một giấc mơ kỳ lạ nhất, nó khiến cô suýt quên béng mất, đâu mới là thế giới thực của mình.

Theo phản xạ, Nata nhắm mắt lại và thử đọc tên thuốc Libo vài lần, nhưng không có gì xảy ra cả. Tự nhiên cô cảm thấy hơi khát, Nata vớ lấy cốc nước trên bàn và nốc một hơi hết sạch. Cảm giác đã khát như mấy chục năm không uống nước. Đây mới là thế giới thực của mình ư?

Hàng loạt câu hỏi liên tiếp ngoi lên như tra tấn Nata, nhưng không sao ngăn cản được thói quen bước vào phòng vệ sinh để đánh răng.

Chậm rãi ngắm nhìn đôi mắt xanh lục của mình trong gương, Nata vẫn còn nhớ như in mọi chuyện. Nếu cô mà viết lại, thì chắc là sẽ có ngay một cuốn truyện viễn tưởng bán chạy, thậm chí có thể lên phim. Nhưng cũng có thể, người ta sẽ cho cô vào trại tâm thần. Nata bật cười với ý tưởng điên rồ đó, rồi súc miệng và hoàn tất thủ tục buổi sáng.

Tiếp đó, mùi nấm hương chiên giòn xộc vào mũi cô.

"Nata, xuống nhanh nào, bố sắp đi rồi!"

Bố ư? Chính xác đó là giọng của bố Cote, Nata không bao giờ quên được giọng nói trầm ấm ấy. Nước mắt cô ứa ra, Nata chạy thục mạng ra ngoài.

"Dừng lại!"

Một giọng nói vang lên khiến Nata khựng lại ở chân cầu thang. Cô nhìn quanh nhưng không có ai, cứ như là giọng nói ấy phát ra từ trong đầu cô vậy. Mà nghe nó quen lắm, không thể nào như vậy được.

Nata thầm hỏi, "Thần Lumi ạ?"

"Đúng là ta," giọng thần Lumi đáp. "Nếu xuống dưới đó, con sẽ phải hối hận cả đời đấy."

"Ngài... ngài còn sống ư?"

"Thật ra, chẳng có ai chết cả. Họ chỉ chuyển tới một nơi gần hơn, đó là trong tâm trí con mà thôi."

Nước mắt Nata trào ra đợt nữa, mẹ cô cũng từng nói một câu tương tự khi bố mất tích. Mà khoan đã, không phải bố Cote vừa gọi sao? Ông ấy vẫn sống mà?

Giọng thần Lumi vang lên. "Đừng chỉ tin vào các giác quan. Hãy tĩnh tâm, và con sẽ thấy sự thật."

Nghe lời thần Lumi, Nata nhắm mắt lại, tập trung vào hơi thở, và chợt cô thấy hình ảnh thần Lumi hiện lên lờ mờ. Cô mở mắt ra, ngài lại biến mất.

"Thật lạ phải không?" thần Lumi hỏi.

Nata gật đầu, cô nhắm mắt và lại thấy thần đang bay bồng bềnh trên đám râu của ngài.

"Con nghĩ mình đang bị hoang tưởng rồi. Rốt cuộc đây là thực hay mơ?"

Thần Lumi cười lớn. "Nói thế nào nhỉ, tất cả mọi chuyện con trải qua từ đầu tới giờ đều xảy ra... trong một giấc mơ, nhưng nó cũng là thực tế. Nếu không tin, hãy kiểm tra túi áo xem."

Nata mở mắt và nhìn xuống. Trời đất, cô mặc áo đồng phục của trường Dama để... đi ngủ ư? Đúng là nghiện học quá mức rồi!

Chợt Nata nhớ ra điều gì đó, cô bất giác mỉm cười và cho tay vào túi áo. Đúng như cô nghĩ, hai viên Libo vẫn còn. Chính tay cô đã cất chúng trong đó để luôn nhắc nhở rằng mình đang mơ. Chưa kể, còn có lọ nước hoa nhỏ của thần Lumi tặng.

Nata hỏi, "Vậy con đang ở tầng giấc mơ nào đây?"

"Con vẫn ở tầng một giấc mơ, nhưng đang bị kẹt trong không gian gọi là ảo ảnh như thật, do lũ tà thần tạo ra. Lọ nước hoa hương sen, chính là một phần tư tưởng của ta, đã bảo vệ con phần nào."

"Vậy mọi người đâu hết rồi ạ?"

"À, có vẻ như lũ tà thần đã chiếm được hết cơ thể các con, mỗi người hiện đều đang bị giam trong một không gian tương tự thế này, nơi thỏa mãn những ước mơ sâu kín nhất trong họ."

Ước mơ sâu kín nhất ư? Tự nhiên Nata cảm thấy tội

lỗi. Cái bằng khen, rồi bố Cote quay lại... mấy thứ đó dễ hiểu thôi, song chuyện anh Napa biến mất thì hơi có phần quá đáng.

"Con hiểu rồi," Nata nói. "Dù gì đi nữa, con muốn gặp lại bố Cote dưới kia một chút thôi."

"Tuyệt đối không được," thần Lumi lắc đầu. "Con có thể sống ở đây với họ cho tới khi chết già, nhưng... cuối cùng cũng chỉ là ảo ảnh. Cảm giác sung sướng ở đây, có thể sẽ làm tâm hồn con trở nên béo tốt. Tuy nhiên, đó chính là chủ đích của lũ tà thần."

"Nhưng, chỉ một chút thôi mà..."

"Thôi nào Nata, một chút ư? Hãy nhớ xem bao lần con tự hứa chỉ một chút thôi, và có bao giờ làm được? Anh con, mẹ con, những người thân thật sự của con đang ở ngoài kia. Họ đang gặp nguy hiểm."

Nata im lặng, cô cảm thấy vô cùng bối rối.

"Chút hương sen còn lại không cho phép ta ở đây lâu, nên hãy nhớ những lời này. Cho dù bất cứ điều gì xảy ra, hãy tĩnh tâm, để ý mọi cảm giác, và mặc kệ chúng. Sớm hay muộn, con sẽ nhìn ra sự thật."

Nghe vậy, Nata ngồi xuống và hít một hơi thật sâu. Cô để ý không chỉ trên mặt, mà khắp toàn thân đều đang có những cảm giác vô cùng dễ chịu. Nhớ lời thần

Lumi, dù cảm giác là gì thì chúng sẽ qua đi, Nata cô gắng giữ sự bình thản.

“Nata ơi,” tiếng mẹ Bona gọi. “Không xuống chào bố hả con? Bố đi mất bây giờ!”

Nghe vậy, Nata chỉ muốn mở mắt bật dậy, nhưng cô cố gắng chiến đấu với ham muốn mãnh liệt đó. Nata tập trung để ý cảm giác trên gương mặt, và bắt đầu thấy mình bình tâm trở lại. Cô biết chắc đó không phải là thật, đây chỉ là cái bẫy của lũ tà thần mà thôi. Nếu dính mắc, nếu chỉ vì thỏa mãn một chút cảm giác nào đó của mình, cô sẽ kẹt lại đây vĩnh viễn, và mất đi tất cả những thứ thực sự thuộc về mình.

“Nata ơi!” bố Cote gọi. “Bố đi đây!”

Nata cảm thấy như có một luồng điện nhẹ chạy qua người, thôi thúc cô ngồi dậy và chạy ngay xuống cầu thang. Nhưng Nata chống lại ham muốn ấy bằng một hơi thở sâu, và mặc kệ cảm giác bứt rứt đó.

Một lúc lâu trôi qua.

Nata không còn nghe thấy tiếng gọi, tâm trí cô nhẹ nhàng hơn bao giờ hết, cô cảm tưởng mình đang lơ lửng giữa không trung.

Nata mở mắt, và thấy một màu trắng xóa, như có ai đó mới xóa sạch mọi thứ bằng cục tẩy của vị thần không gian nào đó. Từ hư không, xuất hiện một con chuột bốn mắt đỏ hoe. Nó đang nhìn cô như thể một miếng phô mai vừa mới rớt khỏi miệng.

Nata chỉ mỉm cười và giữ sự bình tâm.

Đáp lại sự bình thản của cô, nó hiện nguyên hình là một bóng ma với chiếc áo chùng rách rưới, che giấu một đốm sáng đỏ lòm bên trong.

Nó càng tiến tới gần, Nata càng cảm thấy uể oải. Cảm giác còn tệ hơn cả cái lần nhận tấm bằng học sinh tiên tiến. Có vẻ như nó đang cố hút đi sinh lực của cô, khiến cô mệt mỏi, và rơi vào một giấc ngủ khác.

Nhớ lời thần Lumi, Nata nhắm mắt lại. Cô quyết tâm quan sát chính cái cảm giác uể oải này. Sau một vài hơi thở, Nata bắt đầu để ý được sự thay đổi của những cảm giác khó chịu trên gương mặt mình.

Chợt cô chợt nhận ra một sự thật thú vị. Thật ra, một cảm giác là dễ chịu hay khó chịu, chính là do sự phản ứng của cô mà thôi. Khi cô bình thản, thì cảm giác dễ chịu hay khó chịu cũng chỉ là những sự thay đổi nào đó diễn ra trên gương mặt.

"Con làm tốt lắm," giọng thần Lumi chợt vang lên. "Con xứng đáng nhận được tuyệt chiêu cuối cùng của ta, giúp con nhìn thấy toàn bộ sự thật. Hãy cứ bình thản quan sát, nhưng lần này là toàn bộ cơ thể. Hãy lần lượt quan sát từng vị trí trên cơ thể, từ đầu xuống chân, rồi lại từ chân lên đầu. Cho dù cảm giác gì, hãy bình tâm. Đây là cách duy nhất để con tự cứu bản thân, và những người con yêu quý."

Nata làm theo, cô để ý trên đỉnh đầu mình. Ở đó có một cảm giác tê nhè nhẹ, nó lan tỏa xuống gương mặt. Nata để ý phía dưới cổ, ở đó đang có cảm giác tức nghẹn, có lẽ là do lúc nãy cô đã không được gặp bố để nói lời từ biệt.

Cứ như vậy, Nata di chuyển sự chú ý của mình lần lượt từ từng bên vai xuống tới bàn tay, từ bụng tới từng ngón chân trái, chân phải. Sau đó, cô lại đi ngược từ dưới lên trên, từ ngón chân, lên bắp đùi, tới bụng; từ ngón tay, bắp tay, tới vai và lên đỉnh đầu. Đi tới đâu, cô cảm nhận mọi cảm giác đang diễn ra ở đó, và giữ sự bình thản. Việc làm này thật kỳ lạ, nhưng Nata cứ làm, với sự tin tưởng tuyệt đối vào thần Lumi.

Được một lúc, Nata nhận ra một sự thật là trên cơ thể cô, có vô số các cảm giác khác nhau. Có nơi thì là cảm giác dễ chịu, có nơi thì là những cảm giác khó chịu, đặc biệt có nơi lại có những cảm giác cô không biết diễn tả thế nào. Nhưng dù là gì, thì Nata vẫn bình tâm, và cô thấy chúng thay đổi, rồi tan biến.

Một lúc lâu nữa trôi qua, Nata cảm tưởng tâm trí

mình như đang đắm chìm trong một đại dương cảm giác. Có những cảm giác mạnh mẽ như sóng lớn, có những cảm giác nhẹ nhàng như sóng nhỏ, và dù sóng lớn hay nhỏ, thì cũng đều là sóng, đều do những hạt nước li ti tạo thành. Chợt cô nhận ra toàn bộ cơ thể mình cũng chỉ là những rung động, những phân tử li ti kết hợp lại mà thôi.

Nata nhận ra, mọi cảm xúc trong cô, từ buồn vui tới giận hờn, mọi thứ đều chỉ là cảm giác, chúng vô tội. Điều khiến cô thấy buồn vui chính là phản ứng của tâm trí mình với chúng. Nếu là cảm giác khó chịu, tâm trí cô sẽ muốn tránh xa, và nếu là cảm giác dễ chịu, tâm trí cô sẽ muốn níu kéo. Vì thế Nata cố gắng giữ sự bình tâm, giống y như lần đi thăng bằng trên bức tường ngăn cách giữa hai bên biển xanh và biển đỏ ở tầng ba giấc mơ.

Tiếp đến, là một một sự bình an lạ lùng không thể nào diễn tả. Mọi lo lắng đều tan biến, tâm trí Nata như một hồ nước trong veo. Nata cảm giác mình mới mở một cánh cửa giấu kín trong tâm trí, để ánh sáng của trí tuệ lan tỏa khắp nơi. Linh tính mách bảo Nata một điều gì đó quan trọng sắp xảy ra, và cô sẽ thấy được mọi câu trả lời, cô sẽ biết được mọi thứ cần phải biết.

PHIM TƯƠNG LAI

Trong chớp mắt, những hình ảnh xẹt qua trong tâm trí Nata, như một thước phim sinh động. Cô thấy được toàn bộ quá trình hai anh em vượt qua tháp trí nhớ, rồi lúc rơi máy hút bụi ở Va-hớt, cả lúc nhảy dù xuống trường Dama, và còn nhiều hơn thế nữa...

Tất cả ký ức hiện ra một cách chân thực, như cô có thể đi ngược về quá khứ. Thậm chí, Nata còn thấy cả mình lúc nhỏ, lúc chơi trò nối sao với anh và bố Cote. Rồi cô rất đỗi ngạc nhiên khi thấy được cả cảnh bố Cote đặt hai anh em bé xíu vào trong nôi. Hai đứa lúc ấy không có tóc, mặt mũi tròn xoe y hệt nhau, trông đáng yêu khủng khiếp.

Rồi kế đến là những cảnh mà Nata chưa thấy bao giờ, nhưng điều lạ là cô có cảm giác chúng rất quen, như mình đã từng trải qua. Lúc thì Nata thấy mình trong vai những cô bé, cậu bé với đủ loại màu da. Lúc thì cô thấy mình là những con vật ngộ nghĩnh, như một chú ếch bình an, ngồi nhìn mặt nước tĩnh lặng, hoặc một con thỏ đang chạy đua với rùa. Khi thì là một hòn đá ngay bờ biển, hứng chịu đủ các cơn sóng.

Cứ thế, liên tiếp hình ảnh về những cuộc sống khác

hiện ra, và Nata có thể cảm nhận được cảm xúc của những người ấy. Cô tin chắc rằng, mình đã từng là nhân vật chính trong các thước phim ấy. Chúng cứ thế bật lên trong tâm trí Nata, và dường như chẳng có điểm dừng.

Đến một thời điểm, Nata chợt hiểu ra rằng cuộc sống là một sân khấu khổng lồ, nơi mọi người đóng hàng vạn vai diễn khác nhau. Có những vai dài ngắn khác nhau, có những nhân vật tốt xấu khác nhau, nhưng dù vai nào, họ đều học được một điều gì đó có ích cho tâm hồn mình.

Những câu hỏi mà loài người hay thắc mắc lâu nay về bản thân như mình là ai, tại sao lại có cuộc sống này... bỗng nhiên được tháo gỡ một cách sâu sắc. Tự nhiên, Nata muốn được nhìn thấy tương lai, cô muốn biết tiếp theo mình sẽ đóng vai diễn nào?

Không hiểu sao trong trạng thái này, mong muốn ấy được thoả mãn ngay lập tức. Một thước phim khác hiện ra trong tâm trí cô.

Nata thấy hình ảnh con tàu bóng tối vừa mới thoát ra khỏi cánh cổng xuyên mơ để ra ngoài không gian tâm giao trắng xoá. Lũ quỷ đen đã kết hợp với những tên tà thần, trở thành một giống loài mới, trông như những con dơi một mắt khổng lồ màu đỏ. Chúng bay lượn khắp thế giới giấc mơ, trong khi mọi người thì vẫn đang ngủ 'lơ lửng' mà không biết gì cả.

Nata nhận ra cậu bé tóc đỏ ở khu phố điện tử ngày nào, chỉ khác là cậu ta đã đeo kính. Chắc là tuyệt chiêu luyện mắt cận nhờ đọc sách của Nata bày cho đã phát huy tác dụng. Chợt một con dơi bay tới, làm cậu bé tỉnh giấc. Miệng cậu há ra, người giật lên như bị động kinh, đôi mắt trợn tròn và chuyển sang màu đỏ y hệt mắt con dơi. Nata muốn giúp cậu bé nhưng cô biết đây chỉ là một viễn cảnh tương lai, nên bình tâm quan sát. Sau đó, cậu bé biến mất. Nata đoán có lẽ lực hút từ thế giới thực đã khiến cậu tỉnh lại.

Lũ quỷ dơi làm vậy với tất cả mọi người. Trong tích tắc, tất cả đều tan biến. Nata nghĩ tới cậu bé lúc nãy, và cô thấy mình đang ở trong một căn phòng lạ, bày la liệt một bên là các loại băng đĩa trò chơi điện tử, còn bên kia là một núi sách các loại. Cậu bé tóc đỏ đang nằm trên giường.

Chợt cậu ta bật dậy như mới tỉnh khỏi cơn ác mộng, và nhìn cô với ánh mắt màu đỏ lờ đờ, như là cô không hề tồn tại vậy. Cậu kêu gào trong đau đớn, khiến mẹ cậu phải lao vào phòng, và đưa cậu đi cấp cứu.

Chuyện này xảy ra ở khắp nơi, người ta gọi nó là

'Đêm mắt đỏ'. Sau khi tỉnh dậy, tất cả mọi người đều sở hữu một con mắt đỏ hoe, tinh thần thì lờ đờ, vô cảm. Nhiều người khác thì trở nên hung hăng bạo lực hơn cả một con thú. Sau đó Nata thấy chiến tranh, một cuộc chiến không cân sức giữa loài người, và những kẻ mất-linh-hồn-sau-giấc-ngủ.

Loài người khỏe mạnh nhanh chóng thua cuộc, vì hễ ai cứ ngủ là sẽ lập tức bị hóa điên hóa dại. Chúng lây lan nhanh hơn cả bệnh dịch, chính phủ các nước phối hợp lại, nhưng không sao tìm được nguyên nhân. Nata thì biết rất rõ là do lũ tà thần chiếm đóng linh hồn họ, nên cơ thể bây giờ chỉ hoạt động theo bản năng.

Như một đại dịch, số lượng kẻ-mất-linh-hồn-sau-giấc-ngủ gia tăng theo cấp số nhân. Các nước bắt đầu chạy đua vũ trang. Có nước thì ra sức sản xuất các loại hóa chất độc hại giúp người ta hít vào để tỉnh ngủ, có nước thì khai thác mỏ quặng trong lòng trái đất để phát triển vũ khí mới, để bất cứ ai cũng có thể trở thành người lính, đi tiêu diệt quân đoàn mắt đỏ ngày càng hùng hậu.

Nata thấy tội nghiệp vô cùng cho những người lính. Mắt họ đỏ hoe, nhưng không phải vì bị lũ tà thần chiếm đóng, mà là do phải thức trắng cả tháng trời. Rồi cô ứa nước mắt khi thấy cảnh những ông bố, những đứa con trai phải ra trận, và chiến đấu với chính người vợ, người yêu của mình.

Bom nổ khắp nơi, chiến tranh liên miên làm trái đất ngày càng điêu tàn. Mọi thứ chẳng đi về đâu cả. Không có ánh sáng, chẳng có lối thoát, tất cả những điều này khác xa với những gì mà quỷ Boto nói về kế hoạch đổi chỗ với loài người, và làm đất mẹ hài lòng hơn.

Nata cảm thấy đau đớn vô cùng, giờ đây cô chỉ có một mong ước duy nhất là thời gian dừng lại. Cô thà mắc kẹt ở đây mãi mãi, còn hơn là để tên chúa tể và lũ quỷ mới của hắn thoát ra ngoài.

Thước phim chợt tắt ngúm.

Nata thấy mình trở về với thực tại, và ngay trước mắt cô là hình ảnh con tàu bóng tối với hàng ngàn con quỷ dơi lúc nhúc trên tàu, chúng chỉ còn cách cổng xuyên mơ của Napa một đoạn nữa thôi là thoát ra ngoài.

Điều kỳ lạ là tất cả đều đứng yên như tượng, kể cả tên chúa tể, đang ngồi trong buồng lái với nụ cười thỏa mãn trên môi. Vậy là, ước mơ dừng thời gian của cô đã thành sự thật sao? Nata để ý có vầng hào quang xanh lét rùng rợn tỏa ra từ lũ quỷ. Cảnh này quen quá, cô nhìn xuống và thấy cơ thể mình lờ mờ, giống một hồn ma đang lơ lửng giữa vũ trụ đông cứng.

Lần này cảm giác y chang cái lần quỷ Boto đưa cô du hành ra khỏi giấc mơ để gặp mẹ. Phải rồi, mình đang ở trạng thái du hành ngoài cơ thể!

"Nata!"

Nata quay lại thì thấy quỷ Boto. Hắn vẫn còn sống sao? Mà còn... biết bay như cô nữa chứ? Toàn thân hắn thì lờ mờ, như mới chui ra từ phòng tan biến. Bao quanh hắn là vầng hào quang màu xanh cốm, trông đỡ rùng rợn hơn của tên chúa tể và lũ tà thần bóng tối.

Quỷ Boto bay lại gần cô và nói, "Tôi... Tôi muốn giúp cô."

"Tại sao? Mà ngươi không ha ha nữa hả? Hay là bị thua nên hết cười nổi rồi?"

"À, sau những gì chúa tể bóng tối đã làm với mình, tôi đâu còn lý do gì để bắt chước hay giúp hắn chứ."

"Nhưng... sao ngươi vẫn sống?"

"Đây chắc là luật tự nhiên của giấc mơ này," quỷ Boto đáp, rồi hắn nói liên hồi như vừa mới trải qua một cú sống tâm lý khủng khiếp, và vớ được cọc là Nata để chia sẻ.

"Sau khi bị nổ tung, tôi tưởng mình đã xong rồi. Tôi dần lấy lại ý thức ở trạng thái lơ lửng như hồn ma. Lúc đầu tôi bực lắm, tôi ghét các phù thủy ánh sáng vì đã trói tôi, tôi hận chúa tể vì đã làm tôi nổ tung... Nhưng tôi không làm gì được cả. Tôi cứ bị kẹt trong trạng thái đó, và thật may mắn là thần Lumi đã tới..."

"Thần Lumi ư?"

"Phải... có lẽ nhờ xịt nước hoa hương sen, mà một phần tư tưởng của ngài đã nói chuyện với tôi. Ngài đã giúp tôi nhận ra nguyên nhân khiến mình mặc kẹt, chính là do những việc tôi làm, khiến tâm hồn mình nặng nề không siêu thoát được. Và thật tuyệt, khi tôi lựa chọn tha thứ cho tất cả, tôi bỗng thấy mình thật nhẹ nhõm. Tôi cảm giác mình sắp được tới một nơi nào đó, để bắt đầu một cuộc sống mới."

"Có... có chuyện đó sao?"

"Trong mơ thì mọi thứ... đều có thể," quỷ Boto nói, rồi nở một nụ cười hiền lành. "Nhưng cuộc sống đang đón chờ phía trước có tốt đẹp hay không, phụ thuộc vào những gì tôi làm ở đây. Và có lẽ việc tốt đẹp cuối cùng mà tôi nên làm, là giúp cô."

"Mà từ từ... đó không phải là thuyết luân hồi tái sinh sao, thế giới thật của tôi có như vậy không?"

"À, về điều này thì tôi cũng chưa hỏi ngài Lumi. Tôi tin là nếu cô sống đủ lâu, và quan sát đủ kỹ, thì cô sẽ nắm được mọi quy luật của bất cứ thế giới nào. Nhưng cái đó để sau, giờ cô phải chặn tên chúa tể lại."

"Bằng cách nào?"

"Thời gian ở giấc mơ này đang bị đóng băng, có lẽ cô đã kích hoạt được khả năng tiềm ẩn nào đó của mình."

"Đó là khả năng du hành ngoài cơ thể à?" Nata hỏi, rồi thử bay lượn vài vòng.

"Tôi nghĩ không chỉ có thế," quỷ Boto đáp. "Cô đã vượt qua cả giới hạn của thời gian và không gian, nên mới có thể nói chuyện được với người... đã tan xác như tôi."

Nata tự nhiên thấy vui. Ngoài việc học ra cô chưa bao giờ nghĩ là mình lại có khả năng kỳ lạ thế này.

"Ô..." cô hỏi, "Thế mọi thứ sẽ mãi đứng khựng thế này sao?"

"Tôi không nghĩ vậy," quỷ Boto chỉ tay về phía con tàu. "Nếu để ý, cô sẽ thấy thực ra nó vẫn đang di chuyển với một vận tốc rất chậm."

Nata nhìn con tàu và thấy đúng như vậy. Nó đã nhích một chút gần hơn cánh cổng. Cô nhìn tên chúa tể, vẻ mặt của hắn cũng có khác đi chút xíu so với lúc nãy. Cô hỏi, "Vậy Boto có gợi ý gì không?"

"Tên chúa tể quá mạnh, cô khó mà đánh lại," quỷ Boto nói, tay vuốt cái sừng gãy. "Hãy lừa hắn!"

"Khó đấy. Hắn ma mãnh lắm, cả hai anh em tôi còn bị hắn cho ăn quả lừa từ đầu tới giờ mà không hề hay biết cơ mà?"

"Cứ bình tĩnh..." quỷ Boto trao cho Nata cái nhìn đầy tin tưởng. "Cơ hội này tuy mong manh, song tôi tin là cô sẽ làm được."

"Cơ hội gì?"

"Cô hãy tạo ra những tầng giấc mơ thật sâu giống Napa, và ở tầng giấc mơ sâu nhất, hãy thiết kế nó thật giống với thế giới thực, và lừa tên chúa tể vào đó, một giấc mơ ảo-như-thật."

"Ý Boto là tương tự như lũ tà thần đã tạo ra không gian ảo ảnh đúng không? Nhưng sao tôi làm được điều đó?"

"Cô đừng đánh giá thấp bản thân thế. Theo lời thần Lumi kể, thì tôi thấy cô mới là học trò xuất sắc nhất của ngài, chứ không phải là tên chúa tể, hay bất cứ phù thủy ánh sáng nào. Với một tâm trí thuần khiết, sẽ không có gì mà cô không thể sáng tạo ra ở không gian này."

"Cứ cho là tôi có thể tạo ra các tầng giấc mơ lồng nhau ngay tại đây, nhưng làm sao lừa được hắn di chuyển cả con tàu khổng lồ vào đó, trong khi chỉ xíu nữa thôi, là chúng sẽ thoát ra ngoài rồi."

"Ồ... hình như cô quên mất là chúng ta đang có lợi thế về mặt thời gian."

"A!" Nata chợt lóe lên ý tưởng. "Tôi sẽ bay qua cánh cổng đó trước, và tạo ra một giấc mơ ảo-như-thật ở ngoài không gian tâm giao. Đồng thời sẽ để cho hai cái cổng sát nhau, và khả năng hắn sẽ không để ý. Bởi vì anh Napa mơ quá lâu, nên cánh cổng sẽ dài hơn bình thường là hoàn toàn hợp lý."

"Chúc mừng, cô đã hiểu rồi đấy!" quỷ Boto nói và nở nụ cười rạng rỡ. "Tóm lại, con tàu sẽ di chuyển từ giấc mơ của anh cô, sang giấc mơ nào đó của cô. Rồi Napa sẽ tỉnh lại ở thế giới thực, và cô đạt được mong ước."

"Và sau đó khi tôi tỉnh dậy, giấc mơ của tôi sụp đổ, chúa tể Hepi sẽ xẹp lép trong đó?"

"Cái đó thì tôi không chắc," quỷ Boto nói. "Con tàu đó đang mang khả năng của cô kết hợp với tên chúa tể. Có thể khi giấc mơ sụp đổ, nó sẽ không tan biến theo giấc mơ, mà xuất hiện ngay ở ngoài."

Nata hoảng hồn. "Vậy là tôi phải tiếp tục mơ để hắn tưởng giấc mơ của tôi là thế giới thực sự sao?"

Quỷ Boto im lặng một lúc. "Hiện tại thì tôi chưa nghĩ ra cách nào hay hơn. Một là để tên chúa tể bóng tối lái con tàu ra ngoài, và phải chiến đấu với hắn cùng cả đội quân tà thần. Hai là đưa tất cả vào một giấc mơ của cô, nơi cô làm chủ, thì ít ra vẫn còn hy vọng.

"Cho tôi ít phút để suy nghĩ nhé!"

Quỷ Boto gật đầu. "Tôi đợi cô ở đây."

Nata quyết định lượn vài vòng để suy nghĩ.

Nhìn qua những ô cửa con tàu, cô mừng rỡ khi thấy tất cả phù thủy ánh sáng, cùng người dân quỷ trắng đều ở trong các phòng giam. Điều đó có nghĩa là khi giấc mơ của Napa sụp đổ, họ vẫn có thể sống sót, nhưng nếu không được cứu thì sớm muộn cũng sẽ trở thành thức ăn cho lũ quỷ mà thôi.

Nếu theo phương án một, cứ để tên chúa tể ra ngoài hoành hành. Cô có thể dạy anh Napa cách du hành ngoài cơ thể, và trốn được lũ tà thần, họ sẽ có cuộc sống bình yên trong một giấc mơ nào đó, như là vương quốc của ông lão cận lòi mắt cũng hay.

Nhưng như vậy thì ích kỷ quá, thế giới thật sự sẽ tan nát, anh Napa cũng đâu có cơ hội áp dụng những kỹ thuật ghi nhớ tuyệt vời học được ở nơi đây mà thay đổi? Còn phương án hai, cô cất công vào đây chỉ để cứu anh, sau đó phải kẹt lại mãi mãi ư?

Nata rất băn khoăn, nhưng từ trong thâm tâm, cô đã biết phương án nào là tốt nhất. Hơn nữa, từ xưa tới nay, đâu có bài toán nào mà Nata không thể tìm ra cách giải hay hơn. Chắc chắn, mọi thứ sẽ ổn.

LỜI HỨA CUỐI

"Napa! Sao lại ngủ trong giờ thi thế?"

Napa cố nhắm mắt ngủ tiếp, lão muốn tận hưởng cảm giác khoan khoái dễ chịu khi nằm gục trên bàn. Mà giọng ai quen thế nhỉ? Napa khẽ mở mắt, và giật mình. Chẳng phải là thầy giáo đó ư?

"Em ngủ ngon chứ?" thầy giáo hỏi, rồi nở một nụ cười hiền khô, như thể việc ngủ trong phòng thi là một biệt tài mà chỉ có thượng đế Napa làm được. Napa chẳng biết nói gì ngoài gật đầu.

Đây là mơ hay thật vậy? Theo trí nhớ của lão, thầy giáo không thể ân cần như vậy được, lão luôn là tên học trò quậy phá nhất lớp. Mà theo lời cô bé Nata, lần cuối cùng lão gặp thầy cũng là cách đây... 75 năm theo thời gian trong mơ. Lúc đó lão đã dám giả chữ kí mẹ để xin thầy cho nghỉ học cả tháng cơ mà?

Napa nhìn quanh, các học sinh đang lục tục kéo nhau ra ngoài. Mình đang ở đâu vậy? Tất cả những gì Napa còn nhớ, là lúc con tàu bóng tối sắp cất cánh, thì một cơn buồn ngủ kinh khủng xâm chiếm.

Lập tức, Napa đưa tay lên véo má.

Đau quá! Đây là thật ư? Chẳng lẽ mình đã tỉnh lại, và tất cả những gì vừa diễn ra, chỉ là một giấc mơ?

Nhìn tấm cửa kính, Napa thấy hình ảnh phản chiếu của mình. Đó đúng là hình hài cậu bé Napa đẹp trai và tinh nghịch ngày nào. Hay quá, đây mới là thế giới thật, mình thật ra vẫn còn trẻ!!!

"Làm gì mà ngẩn người ra thế," thầy giáo vỗ vai Napa. "Hết giờ rồi, về nhà thôi em!"

"Em..." Napa đáp, "Em... ngủ suốt giờ thi sao? Vậy nghĩa là lại bị đúp nữa hả?"

"Ồ không..." thầy giáo tròn mắt nhìn Napa. "Em đã nộp bài trước cả tiếng, nhưng theo quy định thì không được ra sớm, nên em đã ngủ, vậy thôi. Không có gì phải lo đâu. Mà em hỏi lạ thật đấy, Napa, học sinh xuất sắc nhất, thì làm sao mà đúp được?"

Tới lượt Napa tròn xoe mắt, lão định hỏi xem mình đã thi môn gì, nhưng sợ thầy sẽ cho là lão bị mất trí mà đưa vào viện mất.

Thầy giáo chào Napa và bước đi khoan thai, cứ như thể việc nộp giấy trắng và ngủ trong phòng thi là một chuyện hết sức nhẹ nhõm.

"Napa! Chúc mừng cậu!"

Một giọng nói quen thuộc vang lên. Napa quay lại, và thấy Nata ở đó. Cô bé nở một nụ cười duyên dáng.

"Cám ơn vì cậu vì đã nhắc bài cho tớ nhé!"

Nata ư? Nó gọi mình là bạn sao? Mà điều khó hiểu hơn cả là làm sao mình có thể nhắc bài cho nó chứ? Mà hai anh em học cùng trường, cùng lớp hồi nào vậy?

"Ơ... Nata..." Napa hỏi. "Em không sao chứ?"

"Em nào?"

"Không phải cô là em gái tôi sao?"

Cô bé nhăn mặt nhìn Napa, rồi lấy thước kẻ gõ vào đầu lão một nhát đau điếng. "Là bạn thân 7 năm nay, mà cậu quên nhau chỉ sau một giấc ngủ sao? Cậu làm gì có em gái nào cơ chứ?"

Mình không có em gái ư? Tim Napa đập thình thịch. Lão tự hỏi chuyện gì đang xảy ra mà... tuyệt thế?

"À à... tớ biết rồi," cô bé Nata nói. "Chắc do lúc nãy, siêu nhân Napa làm bài nhanh quá, não hoạt động hết công suất nên cháy máy. Thôi, ra cổng trường, tớ khao một cây kem là não sẽ nguội ngay. Rồi mình ra nhà sách mua tập 57 về cùng đọc nhé!"

Nghe thấy từ siêu nhân đã vui tai rồi, còn từ tập 57 làm mắt Napa sáng rực lên. Lão lật đật bước theo cô bé Nata vừa lạ vừa quen. Chẳng biết đây là thật hay mơ, nhưng điều quan trọng là lão cảm thấy sung sướng vô cùng!!!

Hết nhìn mấy chú đại bàng trên nóc cổng trường, rồi

lại nhìn áo đồng phục mình đang mặc, Napa thầm cảm ơn trời đất. Đây mới là thế giới thực, và tất cả những gì lão trải qua chỉ là một cơn ác mộng. Cơ mà sao lại có tập 57 ở đây?

Napa cố sắp xếp lại mọi thứ để giải thích cho cái thực tại kỳ quái này, nhưng có lẽ nên mặc kệ thôi. Có kem ăn, có truyện đọc là sướng rồi. Điều quan trọng nhất là giờ phải thích ứng để hòa hợp trở lại, vì tâm hồn lão đang tận... 90 tuổi cơ mà.

Napa toan cất bước, thì thấy một chiếc lá vàng rơi xuống, nhưng quỹ đạo của nó thật lạ. Nó rơi chậm dần đều, rồi đứng im như thể có bàn tay vô hình nào đó giữ chặt lấy. Lão chạm tay vào chiếc lá, và thấy nó nhè nhẹ trôi như trong dòng nước không khí.

"Ê Nata," lão gọi. "Thấy gì không?"

Không có tiếng trả lời.

Napa chạy lên và thấy cô bé Nata đó đã đứng khựng lại ở hàng kem tự lúc nào. Rồi lão sớm nhận ra bà bán kem, và tất cả mọi người xung quanh lão cũng như đang dừng hình y như vậy.

"Anh Napa!"

Giọng nói của Nata vang vọng khắp không gian. Napa thấy có một cái bóng lờ mờ như hồn ma đang bay tới, và hạ cánh ngay trước mặt lão. Lần này thì mới đúng là cô em gái quý hóa của lão, Nata, người du hành xuyên mơ, và cũng chuyên phá đám những giấc mộng đẹp nhất thế giới.

Napa hỏi, "Lại là em nữa sao?"

"Em đây," Nata gật đầu. "Mà sao anh hỏi lạ thế?"

Napa chỉ tay về phía cô bé Nata ở hàng kem.

"Á," Nata thốt lên. "Lũ tà thần láo thật, dám tạo ra ảo ảnh giống hệt em nè!"

"Đâu mà giống hệt? Anh thấy cô bé đó dễ thương hơn em nhiều đấy."

Nata lao vào véo tay lão, nhưng thật tiếc là không thể chạm được vào lão trong trạng thái trông như hồn ma đó. Thấy vậy, lão Napa cười ha hả.

"Tuyệt quá, giờ thì em không thể ném truyện của anh đi được nữa rồi!"

"Trời đất, ông tướng! Anh không nhớ bác Edi nói gì sao. Những ảo ảnh như thật này sẽ khiến linh hồn anh béo múp đấy!"

"Ừ nhỉ," Napa chợt nhớ ra thứ gì đó. "Anh không muốn vào bụng của mấy con chuột tà thần gì đó đâu!"

Nata gật đầu. "Em cũng đã có một giấc mơ tương tự. Chúng tạo những không gian như thế này, và cố lừa mọi người đó là thế giới thực."

Thì ra là vậy. Thảo nào mà ở đây, mọi thứ Napa mong muốn từ xưa tới nay đều được thoả mãn. Từ tập truyện 57 cho tới vkhả năng làm bài thi như siêu nhân, lại còn nhắc được bài cho bạn nữa chứ!

"Nhưng sao em thoát được khỏi đó? Rồi còn vào được cả đây mà phá bĩnh thực tại tuyệt vời này của anh nữa chứ?"

"Tuyệt vời cái con khỉ!" Nata lao tới véo tay Napa liên hồi nhưng không được, nước mắt cô bé ứa ra. "Sớm muộn anh sẽ chết rục xương trong này thôi."

Napa xuýt xoa cánh tay. "Được rồi, giờ thì sao?"

"Em may mắn thoát là nhờ tĩnh tâm thôi, mà chuyện dài lắm," Nata tự nhiên giơ ngón tay út lên. "Ngoắc tay cái nào, và hứa với em rằng lát nữa khi tỉnh dậy... anh... anh phải..."

Napa để ý thấy hai hàng nước mắt lăn dài trên má em gái. Lão hỏi, "Nghiêm trọng thế sao?"

"Khi tỉnh dậy..." Nata đáp, nước mắt nhạt nhòa. "Anh phải bán hết đống truyện, tập trung học cho tốt, chăm sóc mẹ và... đừng quay lại tìm em!"

"Đùa hả?" Napa nhăn mặt. "Nếu đúng như em nói thì khi thoát khỏi tầng một giấc mơ, chúng ta sẽ cùng thức dậy cơ mà? Mọi thứ sao rồi? Tên chúa tể thế nào? Chúng ta đã không bay ra kịp sao?"

Nata lắc đầu. “Anh yên tâm, mọi thứ đều được em sắp xếp cả rồi. Anh chỉ cần hứa với em như vậy thôi là đủ, được chứ?”

Napa ú ớ. “Thế còn tập truyện 57 tính sao?”

“Giờ này còn đùa được hả, hứa đi!”

Napa thở dài. Học hành, chăm sóc mẹ thì được, nhưng bán đống truyện ư, xem ra khó đây. Cuối cùng, lão vẫn ngoắc tay Nata, và không quên đặt tay kia lên thái dương. “Được rồi, anh hứa!”

“Nhớ nhé,” Nata sụt sịt. “Đó sẽ là lời hứa cuối cùng đấy... À mà còn nữa...”

“Gì nữa đây?”

“Sau khi thi xong phần của anh, nhớ thi luôn hộ em nhé! Trông chờ vào anh cả đấy.”

Thi hộ là sao? Napa còn chưa hiểu gì, thì chợt ánh sáng trắng bừng lên cả không gian. Lão cảm thấy như thể hàng trăm con bọ cua cùng lao tới cắn xé mình. Napa thét lên một tiếng, rồi ngất lịm.

Ngay sau đó, Napa choàng tỉnh, mồ hôi nhễ nhại.

Lão thấy khó chịu trong cổ họng, như thể có ống nước đang cắm sâu tới bụng vậy. Đúng thật, Napa ngồi ngay dậy và lôi nó ra, vứt sang một bên rồi ho lụ khụ.

Mất vài giây định thần, Napa mới nhận ra đây là

bệnh viện, và dần quen với cơ thể thực của mình. Lão đã trở lại thế giới thật sao?

"Napa! Con tỉnh rồi sao?"

Napa thấy mẹ đứng ngay cửa, tay cầm túi nấm hương chiên giòn còn nóng hổi, nước mắt ứa ra. Rồi bà lao tới ôm lão và khóc, cứ như là đã mấy chục năm hai mẹ con không gặp nhau.

Mà đúng như vậy mà, hơn 75 năm rồi còn gì?

Napa ú ớ xin lỗi. Có lẽ trí nhớ của lão đã được cải thiện. Lão bắt đầu nhớ lại những tội lỗi khủng khiếp mà mình đã gây ra.

"Nata đâu hả mẹ?"

"Nó lên thành phố, chuẩn bị thi lại rồi."

Chuẩn bị thi lại ư? Nhưng Nata lúc nãy có nhờ lão thi hộ cơ mà? À, thôi hiểu rồi, đúng là Nata, lúc nào cũng lo bài vở, vậy là mình phải thi hộ nó thật sao?

"Thôi con nghỉ chút đi, để mẹ gọi cho Nata thông báo, rồi mua món gì đó mình cùng ăn!"

Mẹ Bona bước ra ngoài, để lại một mình Napa trong căn phòng đầy nắng, cùng tiếng chim hót lạ tai.

Bước ra cửa sổ, Napa đưa tay lên chạm vào ánh nắng. Thật là ấm áp, có lẽ lâu nay sống trong giấc mơ, lão đã hoàn toàn quên mất thế nào là ánh nắng, thế nào âm thanh của cuộc sống thực rồi.

Lão nghĩ, cuộc sống thực dù sao vẫn thật là đẹp, và thật là đáng để tận hưởng. Có lẽ khi được thưởng thức tuổi già trước, người ta sẽ sống tuổi trẻ tốt hơn chăng?

Tự nhiên Napa thấy lo lo, không biết các kỹ thuật ghi nhớ được học trong mơ, có xài được cho mấy bài kiểm tra tới không nhỉ?

KHỞI ĐẦU MỚI

"Các em có 60 phút làm bài. Bắt đầu!"

Giọng nói dứt khoát của thầy giáo đã phá vỡ bầu không khí yên lặng của phòng thi, và khiến Napa toát mồ hôi hột. Nhưng không phải vì chưa thuộc bài, mà là vì một chuyện khác.

Trong giấc mơ, Napa đã thuộc cả cuốn từ điển phép thuật nặng cả cân, thì bộ đề cương lịch sử nặng vài chục gram, chỉ là chuyện nhỏ. Điều lão lo nhất bây giờ là cái mái tóc giả. Do dán keo chưa kỹ, nên nó có thể tuột ra bất cứ lúc nào.

Khi thầy đi ngang qua, Napa cúi gằm mặt xuống. Nếu thầy phát hiện ra là lão đã giả dạng em gái để đi thi hộ, thì phiền phức lắm. Chắc chắn sẽ bị đuổi thẳng cổ, và sẽ không biết phải ăn nói thế nào với Nata, nếu cô bé tỉnh lại. Dù sao đi nữa, thì cứ phải hoàn tất bài thi này cái đã.

Có lẽ đã lâu lắm rồi, Napa mới đi thi đầy tự tin như thế này, mà còn là thi hộ cô em gái xuất chúng nữa chứ. Nếu quay trở lại cách đây vài tuần theo thời gian thực, thì môn Lịch sử này còn là địa ngục với lão. Vì Napa chẳng khoái học thuộc lòng, cứ học trước lại quên sau, cho nên tốt nhất là không học, không quên... và cũng 0 điểm luôn.

Đó đã là quá khứ. Giờ đây, việc ghi nhớ với lão còn dễ hơn cả đọc truyện. Napa khoái chí khi nhớ lại cảnh mẹ Bona nhìn mình như người ngoài hành tinh những lúc ôn bài, bởi vì khi sử dụng móc treo trí nhớ, lão không thể nào nhịn được cười. Vào phòng thi cũng vậy, Napa vừa khoanh đáp án, vừa mỉm cười nhớ lại những hình ảnh ngộ nghĩnh. Dường như cái mạng lưới bóng đèn trong não đang rực sáng, và soi rõ từng đáp án chính xác cho lão.

"Ê, Nata!" cô bé tóc tím ngồi ngay cạnh khều tay Napa và hỏi, "Câu này là 1009 hay 1008 nhỉ?"

Napa nhìn lại bài mình, rồi quay sang cố gắng nói nhỏ nhẹ hết sức, "1009."

"Chắc không?" cô bé hỏi lại.

Napa gật đầu, lão biết chắc là mình không thể nào nhầm, hình như ở đâu đó trong mơ mình đã học nó.

Cô bé khoanh đáp án rồi hỏi. "Sao giọng cậu lạ thế?"

Napa giật thót tim. "Ờ... tớ... đang cúm..."

"Hai em kia? Làm gì thế hả?"

Thầy giáo quát làm Napa giật nảy mình. Họ lại tập trung vào làm bài, 60 phút trôi qua thật nhanh.

"Hết giờ!" thầy giáo thông báo.

Napa nhìn quanh, và thấy những gương mặt ngao ngán, xách cặp xách bút ra khỏi phòng thi. Cô bé lúc nãy chạy tới vỗ vai Napa với cái phao trên tay mà lúc nãy không dám mở.

"Tớ mới kiểm tra lại thì đúng thật, là 1009. Sao Nata nhớ được siêu vậy?"

Napa chỉ cười xòa, và trả lời đại khái là ăn nhầm thuốc thần rồi lẹ làng ra khỏi phòng thi. Vừa rảo bước trên hành lang, lão vừa nhớ lại những gì đã diễn ra, và cảm thấy tự hào ghê gớm về bản thân mình.

Ngay khi vừa ra viện, trong bộ quần áo ngủ, lão đã chạy thục mạng tới tìm chú cảnh sát hôm trước và khai báo hết sự tình. Có lẽ nhờ sự thành thật tới ngu ngơ học được từ em gái, mà Napa được bỏ qua nhanh chóng. Cũng có thể lão chỉ là tay bán thuốc lẻ, còn họ đang điều tra cả một hệ thống phức tạp của mấy nhà máy sản xuất Libo, nên không quan tâm tới lão lắm.

Còn thầy giáo và mẹ, sau khi đàm đạo, họ hứa sẽ tha cho nếu lão được 7 điểm trở lên trong bài thi sắp tới. Lúc đầu Napa cũng hơi run... vì theo trí nhớ thời trai trẻ đang dần hồi phục, thì từ trước tới nay điểm 6 với Napa đã quá là xa xỉ rồi.

May sao, những phương pháp ghi nhớ thần tốc mà lão được học trong mơ, đã có hiệu quả. Napa học đâu nhớ đó, thật là vi diệu. Mà điều thú vị hơn nữa là khả năng tập trung của lão cũng gia tăng đột biến, đồng truyện tranh không thể nào chi phối được Napa. Mỗi lần ham muốn nảy sinh, lão chỉ cần hít thở, rồi để ý cảm giác trên cơ thể là thoát được ngay. Tuyệt chiêu tĩnh tâm của thần Lumi thật hiệu nghiệm.

Napa cảm thấy việc đạt được những thành tựu ở thế giới thực bằng chính nỗ lực của mình, vẫn thật là khác biệt, thảo nào con bé Nata nó nghiện học tới mức đó. Nhưng khoai nhất vẫn là vụ em gái... nhờ thi hộ. Dù đã từng đóng giả vai cô Tấm, dù đã từng già tới mức hói cả đầu trong mơ, nhưng Napa chưa bao giờ nghĩ mình sẽ đội tóc giả, mặc váy, và đi thi hộ em gái.

Khi mẹ Bona gọi điện cho Nata, cô không thưa máy. Napa đoán là đã có chuyện xảy ra, lão tức tốc lên thành phố. Đúng thật, cô em gái quý hóa đang nằm hôn mê trong ký túc xá với đống thuốc Libo. Napa đoán là cô bé đã làm gì đó để lão tỉnh dậy, còn bản thân thì kẹt lại trong đó với lũ quỷ, nhưng lão không kể cho mẹ Bona vì sợ bà sẽ ngất mất.

Vừa sải bước trên con đường về ký túc xá, Napa vừa tính toán xem nên làm gì tiếp theo. Hàng cây xanh ven đường làm lão nhớ tới đôi mắt của em gái. Napa bật cười, cũng sắp được ba ngày rồi, không biết giờ này trong mơ, 'bà lão' Nata bao nhiêu tuổi rồi nhỉ?

Nghĩ tới đó, lão chạy thật nhanh, để thực hiện một kế hoạch hoàn hảo mới bật sáng trong đầu. Tiếng lạo xạo của mấy viên thuốc Libo còn dư của Nata trong túi, khiến lão hào hứng vô cùng. Napa tin chắc rằng nếu em gái đã vào tận ba tầng giấc mơ để cứu lão, thì tại sao mình lại không làm được?

Chẳng mấy chốc, Napa đã có mặt trước phòng Nata. Lão đẩy cửa bước vào, cởi mái tóc giả, và thay lại bộ quần áo người dơi lai nhện quen thuộc. Mỗi lần mặc nó, đều đem lại cho lão cảm giác mình là người hùng, có thể giải cứu bất cứ ai.

Cầm viên thuốc Libo trên tay và nhìn em gái đang nằm ngủ bình yên, Napa bật cười. Lão nhớ lại cảnh lần đầu đụng độ 'nàng công chúa ngủ đông trong phi thuyền'. Thật không ngờ câu chuyện viễn tưởng mà Nata kể lại là thật, và mình lúc đó mình quả là một ông cụ khó tính.

Napa tưởng tượng cảnh mình tỉnh dậy trong mơ với lọ thuốc Libo, giống như Nata đã từng làm. Rồi uống liền ba viên, với niềm tin rằng lão sẽ gặp được 'bà Nata' ở đâu đó, mà có khi giờ này đã trở thành nữ thần giấc mơ thật rồi cũng nên. Nếu vậy thì lão sẽ là... thượng đế giấc ngủ, ha ha!

CÒN TIẾP...

MỤC LỤC

www.ingramcontent.com/pod-product-compliance
Lightning Source LLC
La Vergne TN
LVHW010633051026
849532LV00001B/42